சமனற்ற நீதி
அமெரிக்க நீதித்துறையின் சதியும் எனது போராட்டமும்

சமனற்ற நீதி
அமெரிக்க நீதித்துறையின் சதியும்
எனது போராட்டமும்

ராஜ் ராஜரட்ணம் (பி. 1957)

1957இல் இலங்கையில் பிறந்தவர். ஆரம்பக் கல்வியை இலங்கையிலும் இந்தியாவிலும் கற்றார். உயர்கல்வியை இங்கிலாந்தில் மேற்கொண்டு, சசெக்ஸ் பல்கலைக் கழகத்தில் பொறியியல் பட்டதாரியானார். அமெரிக்காவின் பென்சில்வேனியா பல்கலைக்கழகத்தில் எம்.பி.ஏ. பட்டத்தைப் பெற்றுக்கொண்டார். சேஸ் மேன்ஹாட்டன் வங்கியில் நிதிப் பகுப்பாய்வாளராகத் தொழில் வாழ்க்கையை ஆரம்பித்தார்.

ராஜ் ராஜரட்ணம் அமெரிக்காவில் தலைமையகத்தைக் கொண்டிருந்த 'கலியன் குழுமம்' என்ற புகழ்பெற்ற முதலீட்டு நிதியத்தின் நிறுவனராகவும் தலைவராகவும் இருந்தவர்.

தனது வருவாயின் கணிசமான பகுதியை அறப்பணி களுக்கு வழங்கினார். 2009இல் சில குற்றச்சாட்டுக்களை முன்வைத்து அமெரிக்கப் புலனாய்வுப் பணியகம் (FBI) ராஜ் ராஜரட்ணத்தைக் கைதுசெய்தது. அவரது நிறுவனத்தின் செயல்பாடுகளையும் முழுவதுமாக முடக்கியது. இந்த நடவடிக்கைகளுக்கு எதிராக மாபெரும் சட்டப் போராட்டத்தைத் தொடுத்தார். அமெரிக்க நீதித்துறையை யும் புலனாய்வு அமைப்பையும் அம்பலப்படுத்தும் இந்த நூலைச் சிறையில் இருந்தபடியே எழுதினார்.

ராஜ் ராஜரட்ணம்

சமனற்ற நீதி
அமெரிக்க நீதித்துறையின் சதியும்
எனது போராட்டமும்

தமிழில்
எஸ். ஜெபநேசன்
சோ. பத்மநாதன் (சோ.ப)

காலச்சுவடு பதிப்பகம்

● அன்பார்ந்த வாசகருக்கு,

வணக்கம்.

காலச்சுவடு நூலை வாங்கியமைக்கு நன்றி.

நூலின் உள்ளடக்கம், உருவாக்கம், அட்டைப்படம் இன்ன பிற அம்சங்கள் பற்றிய உங்கள் கருத்துகளையும் ஆலோசனைகளையும் காலச்சுவடு வரவேற்கிறது. தகவல், எழுத்து, வாக்கியப் பிழைகள் தென்பட்டால் அவசியம் தெரிவித்து உதவுங்கள். நூல் தயாரிப்பில் கடும் குறைபாடு இருப்பின் மாற்றுப் பிரதி உங்களுக்குக் கிடைக்கக் காலச்சுவடு ஏற்பாடு செய்யும்.

மின்னஞ்சல்: **publisher@kalachuvadu.com**

காலச்சுவடு நாகர்கோவில் அலுவலகத்துக்குக் கடிதம் அனுப்பலாம்.

தங்கள்
எஸ்.ஆர். சுந்தரம் (கண்ணன்)
பதிப்பாளர் — நிர்வாக இயக்குநர்

© UNEVEN JUSTICE INC.

சமனற்ற நீதி ♦ அனுபவம் ♦ ஆசிரியர்: ராஜ் ராஜரட்ணம் ♦ முதல் பதிப்பு: ஜூலை 2024 ♦ வெளியீடு: காலச்சுவடு பப்ளிகேஷன்ஸ் (பி) லிட்., 669, கே.பி. சாலை, நாகர்கோவில் 629001

காலச்சுவடு பதிப்பக வெளியீடு: 1292

camanaRRa niiti ♦ Experience ♦ Author: Raj Rajaratnam ♦ Language: Tamil ♦ First Edition: July 2024 ♦ Size: Demy 1 x 8 ♦ Paper: 18.6 kg maplitho ♦ Pages: 328

Published by Kalachuvadu Publications Pvt. Ltd., 669, K.P. Road, Nagercoil 629001, India ♦ Phone: 91-4652-278525 ♦ e-mail: publications @kalachuvadu.com ♦ Printed at Real Impact Solutions, No. 12, 3rd Street, East Abiramapuram, Mylapore, Chennai 600 004

ISBN: 978-93-6110-748-1

07/2024/S.No. 1292, kcp 5204, 18.6 (1) ass

சமனற்ற நீதிமுறைமை காரணமாக உலகம் முழுவதுமுள்ள சிறைச்சாலைகளில் நியாயமற்ற முறையில் அடைத்து வைக்கப்பட்டிருக்கும் அனைவருக்கும்

பொருளடக்கம்

மாபெரும் கனவு — 11
1. கறுப்பு அன்னம் — 15
2. என் இளமைக் காலம் — 35
3. வளர்நிலை — 52
4. கலியன் — 63
5. புதிய களம் — 75
6. அமெரிக்க நீதி — 101
7. உட்தகவல் வணிகம் — 107
8. ரூமி கான் — 116
9. ஒட்டுக் கேட்டல் — 146
10. பகிரங்க விசாரணை — 157
11. அலி ஃபார் — 163
12. டானியல் கேஸி — 174
13. ராஜீவ் கோயல் — 183
14. ஆடம் ஸ்மித் — 197
15. அனில் குமார் — 215
16. புதிய பட்டுப் பாதை — 231
17. ராஜத் குப்தா — 238

18. வழக்கு விசாரணை	252
19. ப்ரீத் பராராவின் வீழ்ச்சி	282
20. போராட்டம் தொடர்கிறது	297
21. பிரதிபலிப்புகள்	306
END NOTES	323

மாபெரும் கனவு

இற்றைக்கு நாற்பது வருடங்களுக்கு முன்னதாக நான் இலங்கையிலிருந்து புலம் பெயர்ந்தபோது என்னுடைய மனம் முழுவதிலும் எதிர்காலம் குறித்த கனவு நிறைந்திருந்தது. அமெரிக்காவில் ஒரு வங்கியில் சாதாரண நிதி ஆய்வாளராக எனது தொழில் வாழ்க்கையைத் தொடங்கினேன். என்னுடைய கடின உழைப்பாலும் விடாமுயற்சியாலும் மெதுமெதுவாகக் கனவு மெய்ப்படலானது. 1997இல் என்னுடைய சொந்த நிறுவனமான 'கலியன்' முதலீட்டு நிதியத்தை நிறுவினேன். தொழில் வெற்றி மட்டுமல்லாமல் சமூகப் பணிகள், அறக்கொடைகள் என்று என்னுடைய கனவு மாபெரும் கனவாக விரிந்து சென்றுகொண்டிருந்தபோதுதான், என்னையும் என்னுடைய நிறுவனத்தையும் அமெரிக்க நீதித்துறையின் மாபெரும் சதி இருளாகச் சூழ்ந்து கொண்டது.

2009 ஒக்ரோபர் மாதம், நான் அமெரிக்கப் புலனாய்வுப் பணியகத்தால் அதிரடியாகக் கைதுசெய்யப்பட்டேன். சட்டவிரோத வணிகம் செய்தேன் என்று என்மீது குற்றம் சுமத்தப்பட்டது. இந்தக் குற்றச்சாட்டு முற்றிலும் பொய்யானது. என்னுடைய வணிக நடவடிக்கைகள் அனைத்துமே நேர்மையானவை, மிக வெளிப்படையானவை, அமெரிக்கச் சட்டங்களுக்கு உட்பட்டவை. எனவே, என்மீது சுமத்தப்பட்ட குற்றச்சாட்டுக்களை எதிர்த்து விட்டுக்கொடுக்காத சட்டப் போராட்டத்தை ஆரம்பித்தேன். அமெரிக்காவின் நீதியமைப்பைப்

பொறுத்தவரை, அரசுத் தரப்பை எதிர்த்துக் குற்றம் சாட்டப்பட்டவர் வழக்காடுவது மிக அபாயகரமானது. சுமத்தப்பட்ட குற்றத்தை ஒப்புக்கொண்டு அரசுத் தரப்போடு ஒத்துழைக்கும் சாட்சியாக மாறினால் மன்னிப்பு அல்லது குறைந்தபட்சத் தண்டனையோடு தப்பித்துக்கொள்ளலாம். அதைச் செய்ய மறுத்து அரசாங்கத்தை எதிர்த்து வழக்காடினால் அதிகபட்சத் தண்டனையைப் பெற நேரிடும். எனினும், செய்யாத குற்றத்தை ஒப்புக்கொள்ள நான் தயாராக இருக்கவில்லை. என்னுள்ளே சிறுவயது முதலே ஊறிப்போயிருக்கும் போராட்டக் குணம் என்னை அநீதியின் முன்னே மண்டியிட விடாமல் தடுத்தது. அதையிட்டு இப்போதும் பெருமையுடன் உவகையடைகிறேன்.

நான் கைது செய்யப்படும்வரை அமெரிக்க நீதித்துறை, 'எப்.பி.ஐ' எனச் சொல்லப்படும் அமெரிக்கப் புலனாய்வுப் பணியகம் ஆகியவற்றின் மீது நான் மிகுந்த மதிப்புக் கொண்டிருந்தேன். இவையிரண்டும் நீதியின் வழியே செயற்படுவதாகவே பெரும்பாலான அமெரிக்க மக்களைப் போலவே நானும் நம்பியிருந்தேன். ஆனால் என்னையும் எனது கலியன் நிறுவனத்தையும் அழிப்பதற்கு இவர்கள் செய்த அருவருக்கத்தக்க கோழைத்தனமான சதிகளை முகம் முகமாக எதிர்கொள்ள நேர்ந்தபோது நான் அதிர்ந்துதான் போனேன். இந்தச் சதிக்கு அமெரிக்க ஊடகங்களும் துணை நின்றன. என்னைச் சதிக் கும்பலின் தலைவனாகவும் மோசடி மன்னனாகவும் அவை சித்தரித்தன.

எனினும், இந்தச் சதிகாரர்களுடைய மிருக பலத்தையோ, அசைக்க முடியாத அதிகாரத்தையோ கண்டு நான் அஞ்ச வில்லை; அவர்களுக்கு அடிபணியவில்லை. அவர்கள் என்மீது பல்வேறு வழிகளில் கடுமையான அழுத்தத்தைப் போட்டபோதும் வளையாது நிமிர்ந்தே நின்றேன். நீதிமன்றத்தில் என்மீதான சதிவலை கிழித்தெறியப்பட்டு எனக்கு நியாயம் கிடைக்குமென நம்பினேன். ஆனால் நீதிபதியும் கண்மூடித்தனமாகவே செயற்படுகிறார் என்பதைத் தாமதமாகவே உணர்ந்தேன்.

எனது வழக்கு விசாரணையின்போது நீதிமன்றத்தில் எல்லாவிதச் சட்டங்களும் அரசுத் தரப்பால் வளைக்கப்பட்டன. எல்லா உண்மைகளும் அவர்களால் திரிக்கப்பட்டன. அரசுத் தரப்பால் ஏற்பாடு செய்யப்பட்ட பொய்ச் சாட்சிகள் எனக்கு எதிராக வெட்கமின்றி அணிவகுத்து வந்தார்கள். நீதிபதி வெளிப்படையாகவே பக்கச் சார்பாக நடந்துகொண்டார். சமனற்ற நீதியே அங்கு நிலவியது. நான் குற்றவாளியெனத் தீர்ப்பிடப்பட்டுச் சிறையில் தள்ளப்பட்டேன். எனக்குப் பதினொரு

வருடங்கள் சிறைத் தண்டனையும், அமெரிக்க வரலாற்றிலேயே உச்சபட்சமான அபராதத் தொகையும் விதிக்கப்பட்டன. ஏழரை வருடங்களைச் சிறையில் கழித்த பின்பு விடுதலையானேன்.

நான் அவமானப்படுத்தப்பட்டேன், கைதுசெய்யப்பட்டேன், சிறையில் அடைக்கப்பட்டேன். நான் அரும்பாடுபட்டுக் கட்டியெழுப்பிய என்னுடைய 'கலியன்' நிறுவனமும் மூழ்கடிக்கப்பட்டது. எனினும், நான் தளர்வடையவில்லை. எனது மனச்சாட்சியும் நீதியுணர்வும் போராட்டக் குணமும் என்னை முன்னே நடத்திச்செல்கின்றன.

என்மீது சுமத்தப்பட்ட குற்றங்களின் தன்மை என்ன? நான் குற்றவாளியா அல்லது நிரபராதியா? அமெரிக்க ஊடகங்கள் என்னை மாபெரும் ஊழல்வாதியாகச் சித்தரித்தது உண்மைதானா? என்மீது அமெரிக்க அரசு கை வைத்ததன் உண்மையான காரணம் என்ன? அப்போது அமெரிக்க நாட்டில் ஏற்பட்டிருந்த கடுமையான பொருளாதாரச் சரிவுக்கும் எனது கைதுக்கும் என்ன தொடர்பு? உண்மையிலேயே அமெரிக்க நீதித்துறை நேர்மையற்றதா என்றெல்லாம் உங்களுக்குள் இப்போது சிக்கலானதும் ஆழமானதுமான பல கேள்விகள் எழுந்திருக்கும். அந்தக் கேள்விகளுக்கான மிக விரிவான பதில்கள் இந்த நூலிலுண்டு.

இந்த நூல் 'Uneven Justice' என்ற தலைப்பில் ஆங்கிலத்தில் வெளியாகி மூன்று வருடங்களாகின்றன. அமெரிக்க நீதித்துறைமீதும் நீதிபதிமீதும் அமெரிக்க வழக்குரைஞர் நாயகத்தின்மீதும், எப்.பி.ஐ.மீதும் இந்த நூலில் நான் வைத்திருக்கும் மிகக் கடுமையான, உறுதியான, தீர்க்கமான விமர்சனங்களுக்கும் கேள்விகளுக்கும் இதுவரை யாரும் எந்தப் பதிலும் வழங்கவில்லை. இந்த விமர்சனங்களுக்காக என்மீது அவதூறு வழக்கோ, மானநஷ்ட வழக்கோ பதிவு செய்யவில்லை. இதுவே இந்த நூலின் உண்மைத்தன்மைக்கும் நம்பகத்தன்மைக்கும் சாட்சியமாகும்.

நான் சிறையிலிருந்தபோது எனது கையினால் இந்த நூலை எழுதத் தொடங்கினேன். முதலில் தினமும் ஒரு மணிநேரம் எழுதினேன். அது பின்னர் மூன்று மணிநேரமாக அதிகரித்தது. அமெரிக்காவில் நிலவும் சமனற்ற நீதி முறைமை குறித்து ஓர் ஆழமான விசாரணையும் விழிப்புணர்வும் உலகளவில் மக்களிடையே ஏற்பட வேண்டும் என்பதுவே இந்த நூலை எழுதுவதற்கான முதற் காரணமாக இருந்தது. என்னுடைய சொந்த அனுபவங்கள் ஊடாகவே இந்த விசாரணைகளையும்

விமர்சனங்களையும் நான் செய்வதால் தவிர்க்க முடியாமல் அது என்னுடைய சுயசரிதையாக விரிந்து போயிற்று. என்னுடைய வாழ்க்கைக் கதை இரக்கத்திற்கு உரியதல்ல. மாறாக, என் கதை உற்சாகமும் சுவாரசியமும் அநீதிக்கு முன்னே தலை வணங்காத போர்க்குணமும் நிறைந்தது. இந்த நூல் அவற்றை உங்களிடமும் தொற்றவைக்கும் என்றே நம்புகிறேன்.

இந்த நூல் தமிழில் கண்டிப்பாக வெளிவர வேண்டும் என என்னை ஊக்கப்படுத்திய அனைவரையும் இத்தருணத்தில் நன்றியோடு நினைத்துக்கொள்கிறேன். நூலை ஆங்கிலத்தி லிருந்து தமிழுக்கு மிகச் சிறப்பாக மொழிபெயர்த்தவர்களான ஓய்வுநிலைப் பேராயர் பேரருட்கலாநிதி எஸ். ஜெபநேசனுக்கும் முனைவர் சோ. பத்மநாதனுக்கும் எனது நன்றி உரித்தாகட்டும். நூலின் பதிப்பாசிரியர்களான வைத்தியக் கலாநிதி த. சத்திய மூர்த்திக்கும் பா. துவாரகனுக்கும் என் மனமார்ந்த நன்றி.

இந்த முகவுரையின் முத்தாய்ப்பாக ஒன்றை உங்களுக்கு மட்டுமல்லாமல், எனக்கு நானே சொல்லிக்கொள்ள விரும்புகி றேன். என்மீது மாபெரும் சதியை நிகழ்த்தி, என்னுடைய ‘கலியன்’ நிறுவனத்தை மூழ்கடித்த சதிகாரர்களால் ஒருபோதும் என் உள்ளத்திற்குள் நான் பொத்திவைத்திருக்கும் மாபெரும் கனவைக் கலைக்கவே முடியாது. அந்தக் கனவு இப்போதும் என் மனதுக்குள் கனன்று ஒளி வீசிக்கொண்டிருக்கிறது. என்னுடைய எஞ்சிய வாழ்வை இந்த மாபெரும் கனவின் வழிகாட்டுதலோடு வாழ்வேன். இப்போது நான் செய்துவரும் அறப்பணிகளும் சமூகத் தொண்டும் மேலும் மேலும் உலகம் தழுவி விரிந்து செல்ல வேண்டுமென அந்த மாபெரும் கனவு என்னை அழைத்துச் செல்கிறது.

வணக்கத்துடன்

01.01.2024 **ராஜ் ராஜரட்ணம்**

1

கறுப்பு அன்னம்

எல்லாவற்றையும் மாற்றிய அந்த நாள், 16.10.2009, வெள்ளிக்கிழமை. அன்றைய நாளிலும் வழக்கம்போலவே, அதிகாலை 5.30 மணிக்கு நித்திரை முறித்து எழுந்தேன். வெளியே கலையாதிருந்த இருளின் மீது மழை தூறிக்கொண்டிருந்தது. கிழக்கு நதியின் மீதாகப் படர்ந்திருந்த புகை மூட்டத்தை ஊடுருவிக்கொண்டு மேல்நோக்கி வந்த வேகமான காற்று என்னுடைய வீட்டின் அமைதியைக் கலைக்காமல் மூடப்பட்டிருந்த சாளரங்களில் மோதித் திரும்பியது. எல்லாமே சரியாகவும் இதமாகவும் இருப்பதான உணர்வு என்னில் தொற்றிக்கொண்டது. இத்தகைய மந்தாரம் சூழ்ந்த காலைப்பொழுதில் தனிமையில் இருப்பது எப்போதுமே எனக்குப் பிடித்த விஷயமாக இருக்கிறது.

என்னுடைய வீடு நியூ யோர்க் நகரத்தின் கிழக்கு நதிக்கரையில் அமைந்திருந்த பிரம்மாண்டமான அடுக்குமாடிக் குடியிருப்பின் பத்தொன்பதாவது தளத்தில் இருந்தது. படுக்கையறைகளுக்குள் எனது மனைவியும் பிள்ளைகளும் இன்னும் உறக்கத்திலிருந்தார்கள். எனது பெற்றோரும் இதே தளத்தில் எனது பக்கத்து வீட்டில் வசிக்கிறார்கள். அவர்கள் கூப்பிட்ட குரலுக்கு நான் ஓடிச் செல்லக் கூடியதாக, அவர்கள் எனக்கு அருகிலேயே வசிப்பது எனக்குப் பெரும் நிம்மதியைக் கொடுத்தது.

நான் சூடாக காபி தயாரித்து எடுத்துக் கொண்டு, என்னுடைய கணினியின் முன்னே

அமர்ந்துகொண்டேன். நான் நடத்திவந்த ‘கலியன் குழும’த்தின், முதலீட்டு நிதியத் தொழில் சார்ந்து பங்குச் சந்தை ஆய்வாளர்களிடமிருந்தும் தரகர்களிடமிருந்தும் வந்திருந்த மின்னஞ்சல்களைப் படித்து, என்னுடைய தீர்மானங்களையும் பதில்களையும் 6.15 மணியளவில் அவர்களுக்கு அனுப்பி வைத்தேன். பரபரப்பான வேலை நாளைத் தொடங்கு வதற்கு முன்னதாகச் சற்றுத் தனிமை எனக்குத் தேவைப்படும். உடற்பயிற்சி செய்யும் சைக்கிளின் மீது ஏறிக்கொண்டேன். நாற்பத்தைந்து நிமிட உடற்பயிற்சி எனது இலக்கு. சைக்கிளை மிதித்தவாறே, ஒலி அமுக்கப்பட்டிருந்த தொலைக்காட்சியின் மீது கண்களை எறிந்தேன். சென்ற வருடம் நிகழ்ந்த பங்குச் சந்தை வீழ்ச்சி, புதிய ஜனாதிபதி பராக் ஒபாமா, ஆப்கானிஸ்தானிலும் ஈராக்கிலும் நடக்கும் யுத்தம், குவான்டனமோ சிறை என வழமையான காட்சிகள் கடந்துகொண்டிருந்தன.

அன்றைய நாள் ஏராளமான வேலைகளால் நிறைந்திருந்தது. அந்த வாரம் என்னுடைய மகன் பதின்ம வயதை எட்டி யிருந்ததால், அன்று மாலை நேரத்தில் ‘கேக்’ வெட்டிக் கொண்டாடுவதற்குத் தீர்மானித்திருந்தோம். அதன் பின்பு, மகன் தன்னுடைய நண்பர்களோடு மடிசன் ஸ்கொயார் உள்ளரங்கில் கூடைப்பந்துப் போட்டியைச் பார்க்கச் செல்ல விருக்கிறான். நானும் எனது மனைவி ஆஷா பப்லாவும் இலண்டனுக்குச் செல்லும் கடைசி விமானத்தைப் பிடிப்பதற்காக ‘ஜே.எஃப்.கே’ விமான நிலையத்திற்கு விரைய வேண்டும். நாங்கள் ஐரோப்பாவில் ஒரு வாரகாலப் பயணத்தைத் திட்டமிட்டிருந்தோம்.

17ஆம் தேதி, சனிக்கிழமை, இலண்டனில் ‘டுடேஸ் ஸ்பெசல்’ என்ற திரைப்படத்தின் முதல் காட்சியைப் பார்க்க எண்ணியிருந்தேன். தெற்காசியக் குடியேறி ஒருவர் நியூ யோர்க் நகரத்தில், சமையல் கலைஞனாக உருவாகும் கனவுகளோடு வாழ்வதைச் சித்தரிக்கும் இந்தத் திரைப்படத்தைத் தயாரிக்க நிதியுதவி செய்திருந்தேன்.

திங்கட்கிழமையன்று ஏற்பாடு செய்யப்பட்டிருந்த வங்கியாளர்களுடனான ஆலோசனைக் கூட்டத்தில் பங்கேற்க மிகுந்த ஆவலுடன் காத்திருந்தேன். எனது நீண்டகாலக் கனவொன்றை அங்கே உரையாடவிருந்தேன். இலங்கையில் ஒரு முதலீட்டு நிதியத்தைக் கட்டியெழுப்புவதே அந்தக் கனவாகும். முப்பது வருடங்களாக, போர்ச் சூழல் காரணமாகச் சர்வதேச முதலீட்டாளர்கள் இலங்கையின் முதலீட்டுச் சந்தைகளைப் பெருமளவு தவிர்த்தே வந்தனர். போர் முடிவுக்கு

வந்திருப்பதால், சர்வதேச முதலீடுகளுக்குச் சாதகமான நிலைமைகள் இலங்கையில் உருவாகியிருந்தன.

செவ்வாய்க்கிழமையன்று நாங்கள் ஜெனீவாவுக்குச் செல்லவிருந்தோம். அங்கே என்னுடைய கலியன் முதலீட்டு நிதியத்தின் சுவிஸ் முதலீட்டாளர்களைச் சந்திப்பதற்கு ஏற்பாடாகியிருந்தது. அன்றைய தினம் எனது மனைவியின் ஐம்பதாவது பிறந்த நாளாகவுமிருந்தது. அவர் ஜெனீவா ஏரியில், ஒரு படகில் அமைதியான இரவுணவுடன் தன்னுடைய பிறந்தநாளைக் கொண்டாட விரும்பினார். 23 வருடங் களுக்கு முன்னதாக, அந்த ஏரியின் நடுவேதான் ஆஷாவைத் திருமணம் செய்துகொள்வதற்கான விருப்பத்தை அவரிடம் முன்மொழிந்திருந்தேன். அந்த அற்புதத் தருணத்தைக் குறித்த நினைவுகளில் மூழ்கியவாறே, நான் உடற்பயிற்சியில் ஈடுபட்டிருந்தபோது, என்னுடைய வீட்டுக் கதவை யாரோ முரட்டுத்தனமாக இடிக்கும் சத்தம் கேட்டது. நான் சற்றுத் திடுக்கிட்டவனாக உடற்பயிற்சியை நிறுத்திக்கொண்டேன். எனது மனைவி இரவு ஆடையுடனேயே என்னை நோக்கிப் பதற்றமாக ஓடிவந்தார். நான் கதவுக்கு அருகே சென்று "யார் கதவை இடிப்பது?" என்று உரத்த குரலில் கேட்டேன்.

"எஃப்.பி.ஐ! கதவைத் திறவுங்கள்" என்று கடுமையான குரலில் பதில் வந்தது. நான் உடனடியாகக் கதவைத் திறந்தேன். புலன்விசாரணைக் கூட்டாட்சிப் பணியகத்தின் ஓர் அதிகாரி வீட்டுக்குள் பாய்ந்து வந்தார். அவருக்குப் பின்னே மேலும் ஐந்து அதிகாரிகள் உள்ளே நுழைந்து, வீட்டு வாசலின் குறுக்காக வரிசையாக நின்றுகொண்டார்கள். முன்னே வந்த அதிகாரி "நீர்தானே ராஜ் ராஜரட்ணம்?" என்று இறுமாப்பாக அதிகாரக் குரலில் கேட்டார். நிதானமாக "ஆம்" என்றேன்.

'பி.ஜே. காங்' என்ற பெயருடைய அந்த அதிகாரி வன்மம் கொப்பளிக்கும் தொனியில் "நீர் கைதுசெய்யப்படுகிறீர்" என்றார். என்ன நடக்கிறது என்றே எனக்குப் புரியவில்லை. இது ஏதும் அதிகாலைக் கனவா?

"எதற்காகக் கைது?" என்று கேட்டேன்.

"சொல்கிறேன்! அதற்கு முன்பாக நானொன்று கேட்கிறேன்! உம்மிடம் துப்பாக்கியோ போதைப் பொருட்களோ உள்ளனவா?" என்று எனது கண்களை உற்றுப் பார்த்தவாறே அதிகாரி காங் கேட்டார்.

"இல்லை... நீங்கள் தவறான முகவரிக்கு வந்துவிட்டீர்கள் என்று நினைக்கிறேன்."

“எல்லாம் சரியான முகவரிதான். உம்முடைய உடைகளை மாற்றிக்கொண்டு எங்களுடன் வாரும்” என்று உரக்கக் கூச்சலிட்டார் காங்.

நான் படுக்கையறைக்குள் சென்று, எனது உடற்பயிற்சி ஆடைகளைக் களைந்துவிட்டுத் திருத்தமான உடைகளை அணிந்துகொண்டே, என்னுடைய மனைவியிடம் “கலியன் அலுவலகத்தைத் தொடர்புகொண்டு எனக்கு ஒரு வழக்கறிஞரை ஏற்பாடு செய்யுமாறு சொல்லுங்கள்” என்றேன். முக்கியமாக “எந்த விமானப் பயணங்களையும் இரத்துசெய்ய வேண்டாம்” என்றும் என்னுடைய மனைவியிடம் கூறினேன். ஏனெனில், நிச்சயமாக ஏதோ ஒரு குழப்பம் நிகழ்ந்திருக்கிறது என்றே உறுதியாக நம்பினேன். “எஃப்.பி.ஐ. தவறுதலாக என்னைக் கைதுசெய்கிறார்கள், சற்று நேரத்திலேயே நான் விடுதலையாகி, வழமைபோலவே அலுவல்களைக் கவனிக்கத் தொடங்கி விடுவேன்” என்று சொல்லியவறே ஆஷாவைக் கட்டியணைத்து அவருக்குத் தைரியமும் ஆறுதலும் சொன்னேன். ஆஷா புரிந்துகொண்டு ஓரளவு சமாதானமானார். ஆனால் என்னுடைய இரண்டு குழந்தைகளுக்கும் நான் எவ்வாறு தைரியம் சொல்வேன்? அவர்களது படுக்கையறையைப் பார்த்தபோது, அவர்கள் மிரட்சியுடன் தங்களுடைய போர்வைக்குள் மறைந்திருந்து, கண்களில் நீர் முட்ட ஏக்கத்துடன் என்னைப் பார்த்தார்கள். எஃப்.பி.ஐ. அதிகாரியின் உரத்த கூச்சலால் அவர்கள் அச்சமுற்றிருந்தார்கள். நான் அதிகாரிகளோடு கிளம்பும்போது, குழந்தைகள் என்னருகே வந்து ஏங்கிய கண்களோடு நின்றிருந்தார்கள். உண்மையில் அப்போது நான் எனது குழந்தைகளைக் குறித்தே கடும் துயருற்றேன்.

எனது குழந்தைகளின் அஞ்சிய முகங்களும், ஏங்கிய கண்களும் என்னுடைய நெஞ்சில் எப்போதும் அழியாமல் ஆணியாகத் தைத்திருக்கின்றன. இதை எழுதும்போதே அந்தக் காட்சி எனது மனதில் தோன்றி எனது கைகள் நடுக்கமெடுக்கின்றன. அச்சமுற்றிருந்த குழந்தைகளை மேலும் கலங்கடிப்பது போன்று அதிகாரி காங் என்னைப் பார்த்து “உம்முடைய கைகளை நீட்டும்” என அதிகார மமதையோடு சீறினார். கருநீல நிறத்தில் மேலங்கிகளை அணிந்திருந்த எஃப்.பி.ஐ. அதிகாரிகள் இருளைப் போன்று என் வீட்டுக்குள் நுழைந்திருக்கிறார்கள். எனது குழந்தைகளின் கண்களுக்கு முன்னாலேயே எனக்குக் கைவிலங்கு மாட்டப்பட்டது.

என்னை அழைத்துச் செல்லும்போது, “உம்முடைய மகனை ஒருமுறை நன்றாகப் பார்த்துக்கொள்ளும், இனி இருபது வருடங்களுக்கு நீர் அவனைப் பார்க்கப் போவதில்லை”

என்று அதிகாரி காங் சொன்னார். பின்பு, எனது மனைவியின் மீது அவர் பார்வையை ஓட்டிவிட்டு "உம்முடைய மனைவி ஒன்றும் அவ்வளவாகக் கவலைப்படுவதாகத் தெரியவில்லையே... நீர் சேர்த்துவைத்திருக்கும் பணத்தையெல்லாம் எவ்வாறு ஆடம்பரமாகச் செலவுசெய்வது என்ற சிந்தனையில் அவர் ஆழ்ந்திருக்கிறார் என்று நினைக்கிறேன்" என்று என்னிடம் சொன்னார். அமெரிக்கப் புலனாய்வுத் துறையின் பொறுப்புமிக்க உயரதிகாரி இப்படி 'ஜேம்ஸ் பாண்ட்' திரைப்பட வில்லனைப் போலக் குரூர நகைச்சுவை செய்வதைப் பார்த்துத் திகைத்துப்போனேன். எனக்குச் சினம் உச்சிக்கு ஏறியது. ஆனால் அதிகாரியை முறைத்துப் பார்ப்பதைத் தவிர என்னால் எதுவும் செய்ய முடியவில்லை. இந்த இழிசெயலுக் காக அதிகாரி காங்கை நீதிமன்றத்தில் பதில் சொல்லவைப்பேன் என்று மனதில் உறுதியெடுத்துக்கொண்டேன். ஆனால் நீதிமன்றத்தில் என்னுடைய வழக்கு விசாரணைக்கு வந்தபோது, தான் இப்படியெல்லாம் சொல்லவில்லை என்று காங் அப்பட்டமாகப் பொய் சொன்னார். நீதிமன்றமும் அந்தப் பொய்யை ஏற்றுக்கொண்டது.

காங் என்னை மட்டுமே இப்படி மிரட்டவில்லை. எனக்குக் கீழே வேலைசெய்த கலியன் நிறுவன நிதி மேலாளர்களையும் பகுப்பாய்வாளர்களையும், எனது தொழிற்துறைச் சகாக்களை யும் இவ்வாறே கடுமையாக மிரட்டியதாகப் பின்பு அறிந்து கொண்டேன். இத்தகைய மிரட்டல்கள் என்னையும் எனது குடும்பத்தையும் எனது ஊழியர்களையும் அச்சுறுத்திப் பணிய வைக்கும் முயற்சியாகும். என்னுடைய வழக்கு நடைபெற்ற காலம் முழுவதுமே இப்படியான அச்சுறுத்தல்களையும் பொய்களையும் எஃப்.பி.ஐ. உருவாக்கியவாறேயிருந்தது. பிரதிவாதிகளையும் சாட்சியங்களையும் இவ்வாறாக மிரட்டிப் பணியவைக்கும் பாரம்பரியத்தை எஃப்.பி.ஐ. தலைவராக இருந்த ஜே. எட்ஜர் ஹூவர் காலத்திலிருந்தே எஃப்.பி.ஐ. கடைப்பிடித்து வருகிறது.

கறுப்பு நிறத்திலான ஒரு வாகனத்திற்குள் என்னைத் திணித்து, நியூ யோர்க்கின் எஃப்.பி.ஐ. அலுவலகத்திற்குக் கொண்டு சென்றார்கள். வழியில் எந்த உரையாடல்களும் நிகழ வில்லை. அந்த வாகனம் சகிக்க முடியாத அமைதியால் நிரம்பியிருந்தது. எனது மூளை குழம்பிப்போயிருந்தது. என்னைச் சுற்றி என்ன நடக்கிறது? ஏன் இப்படியொரு அவசரக் கைது? எனக்கு ஒன்றுமே புரியவில்லை.

இதுபற்றியெல்லாம் எனக்குப் பின்னர் மெல்ல மெல்லப் புரிந்தது. வெள்ளிக்கிழமை அதிகாலைக் கைதுகளைக் காவல்

துறையினர் மேற்கொள்வதற்கு இரண்டு காரணங்கள் உள்ளன. இதுவும் எஃப்.பி.ஐ—யின் அச்சுறுத்தும் தந்திரங்களிலொன்று. அதிகாலையில் கைதாகும் நபர் தூக்கக் கலக்கத்துடன் செயலற்றுக் காணப்படுவார். வாரயிறுதி நாட்களில் ஒரு வழக்கறிஞரைத் தொடர்புகொள்வதும் சிரமம். அந்த இடைவெளிக்குள் கைதியை உருட்டி மிரட்டிக் குற்ற ஒப்புதல் வாக்குமூலத்தைப் பெற்றுவிடலாம்.

எஃப்.பி.ஐ. அலுவலத்தில், சாளரங்களே இல்லாத ஆனால் ஒளி பிரகாசித்த ஓர் அறைக்குள் நான் தள்ளப்பட்டேன். அங்கே பகலுக்கும் இரவுக்கும் வித்தியாசமே தெரியாது. ஒரு மேசையின் முன்னே இருந்த நாற்காலியில் உட்காரவைக்கப்பட்டேன். என்னை இழுத்துவந்த அதிகாரிகள் எனக்கு எதிரே முதுகுகளைச் சுவரில் சாய்த்தவாறே நின்றுகொண்டார்கள். ஏதோவொரு வலுவான மிருகத்தை வேட்டையாடிய வேட்டைக்காரர்களின் உடல்மொழி அவர்களிடமிருந்தது. அதிகாரி காங் எனக்கு முன்னேயிருந்த மேசையில் குற்றப்பத்திரிகையைத் தூக்கிப் போட்டார். நான் 'உட்தகவல் வணிகம்' செய்தேன் என்று குற்றம் சாட்டப்பட்டிருக்கிறேன். நான் சற்றுத் திகைத்துத்தான் போனேன்.

பங்குச் சந்தை வணிகத்தில் 'உட்தகவல் வணிகம்' சட்ட விரோதமானது. ஒரு நிறுவனத்தினுடைய பங்குகளின் மதிப்பு ஏறவோ இறங்கவோ இருக்கும் தகவலை, அந்த நிறுவனத்தின் அலுவலர் ஒருவரிடமிருந்து இரகசியமாக அறிந்துகொண்டு, பங்குகளின் ஏற்ற இறக்கங்கள் பகிரங்கமாகச் சந்தையில் அறிவிக்கப்படுவதற்கு முன்பாகவே அந்த நிறுவனத்தின் பங்குகளை வாங்குவது அல்லது விற்பது உட்தகவல் வணிகம் எனப்படும். நான் ஒருபோதுமே இந்தச் சட்டவிரோதச் செயலில் ஈடுபட்டதில்லை. நான் சந்தையில் பங்குகளை வாங்கவும் விற்கவும் எனது கலியன் நிறுவனப் பகுப்பாய்வாளர்களின் நீண்ட, துல்லியமான ஆய்வுகளையே நம்பியிருந்தேன். இரகசியமாகத் துப்புகளைப் பெற்று, அதற்கு இலஞ்சம் கொடுக்கும் வழக்கமெல்லாம் கலியன் நிறுவனத்தில் கிடையவே கிடையாது. நான் நடத்திய அத்தனை வணிகச் செயற்பாடுகளுக்கும் முறையாகப் பதிவுசெய்யப்பட்ட ஆவணங்கள் இருக்கின்றன.

காங் முதலில் ஆர்ப்பாட்டமாக ஒரு வேலையைச் செய்தார். பதிவு செய்யப்பட்டிருந்த சில தொலைபேசி உரையாடல்களை விசாரணை அறையில் அவர் ஒலிக்கச் செய்தார். எனது கைபேசி கடந்த சில வருடங்களாகவே

எஃப்.பி.ஐ. அதிகாரிகளால் ஒட்டுக் கேட்கப்பட்டுள்ளது என்று புரிந்துகொண்டேன். காங் ஒலிநாடாவை நிறுத்திவிட்டு, தன்னுடைய கேள்விகளை என்மீது வீசத் தொடங்கினார்.

எனக்கான வழக்கறிஞர் இல்லாத இடத்தில், நான் கேள்விகளுக்குப் பதிலளிக்க வேண்டுமென்று சட்டப்படி எந்தக் கட்டாயமுமில்லை. ஆனாலும் நான் அதிகாரி காங்குடைய கேள்விகள் அனைத்திற்கும் நேர்மையாகவும் விளக்கமாகவும் துணிச்சலாகவும் பதிலளித்தேன். ஏனெனில், என்னிடம் மறைப்பதற்கு ஏதுமில்லை. எனது வணிக நடவடிக்கைகள் அனைத்துமே வெளிப்படையானவை, சட்டப்பூர்வமானவை.

அந்த விசாரணை எனக்குப் பயம் காட்டி, அச்சுறுத்தும் நோக்கத்துடனேயே நடத்தப்பட்டது. என்மீது சுமத்தப்பட்டிருக்கும் உட்தகவல் வணிகக் குற்றத்தை நான் ஒப்புக் கொள்ள வேண்டுமென்றும், பங்குச் சந்தை வணிகத்திலும் முதலீட்டு நிதியத் தொழிலிலும் வெற்றிகண்ட சிலருக்கு எதிராக என்னுடைய வாக்குமூலம் அமைய வேண்டுமென்றும் எஃப்.பி.ஐ. அதிகாரிகள் என்னை நிர்ப்பந்தித்தார்கள். நான் இரண்டையுமே செய்யவில்லை.

பங்குச் சந்தையும் முதலீட்டு நிதியங்களும் எவ்வாறு இயங்குகின்றன என்பதைக் குறித்து என்னை விசாரணை செய்த அதிகாரிகளுக்குச் சுத்தமாகத் தெரியாது என்பதைச் சீக்கிரமே புரிந்துகொண்டேன். குறிப்பாக, முதலீடு சம்பந்தமாக மேற்கொள்ளப்படும் கடுமையான பகுப்பாய்வுகளைப் பற்றி அவர்களுக்கு ஒன்றுமே தெரியாதிருந்தது. மிகக் கவனமாக மேற்கொள்ளப்படும் முதலீட்டு நிதியத் தொழிலின் அமைப்பு, அதிலுள்ள இடர்கள், நிர்வாகம், நிதி மேலாளர்கள் இயங்கும் முறைகள் போன்றவற்றைக் குறித்து விசாரணை அதிகாரிகளுக்கு எந்தத் தெளிவுமில்லை. நான் அவற்றை விளக்கினாலும், விளங்கிக்கொள்வதற்கு அவர்கள் அக்கறை காட்டவில்லை. அவசர அவசரமாக என்மீது உட்தகவல் வணிகம் என்ற குற்றத்தைச் சுமத்தி, என்னைச் சிறைக்கு அனுப்புவதிலேயே அந்த அதிகாரிகள் குறியாக இருந்தார்கள். நானோ என்னுடைய நேர்மையான பதில்களால் அவர்களை முறியடிக்க முடியும் என்ற அப்பாவித்தனமான நம்பிக்கையோடு, அதிகாரிகளுக்குச் சளைக்காமல் பதிலளித்தவாறு இருந்தேன். விசாரணை எந்தத் திசையிலும் நகர வழியின்றி, அந்த மூடிய அறைக்குள்ளேயே தேங்கிக் கிடந்தது.

காலை ஒன்பது மணிக்கு, எனது அலுவலகத்துடன் தொலைபேசி வழியாகத் தொடர்புகொள்ள அனுமதிக்கப்

பட்டேன். அலுவலகத்தில் இருந்தவர்கள் எனக்காக வழக்கறிஞரைத் தேடும் முயற்சியில் பரபரப்பாக ஈடுபட்டிருந் தார்கள். எனக்கென்று பிரத்தியோக வழக்கறிஞர் எவரும் இருக்கவில்லை. சில மணிநேரங்களுக்குப் பிறகு ஒரு வழக்கறிஞர் கண்டுபிடிக்கப்பட்டார். அவர் யார், அவரின் சட்ட நிபுணத்துவம் எத்தகையது என்பது பற்றியெல்லாம் எனக்கு எதுவுமே தெரியாது. அதேபோன்று, அந்த வழக்கறிஞரும் என்னைப் பற்றியோ, கலியன் என்ற என்னுடைய நிறுவனத்தைப் பற்றியோ எதுவுமே அறிந்திருக்கவில்லை.

ஆனாலும், அவர் உடனடியாகவே தொலைபேசி வழியாக ஒரேயொரு மிகச்சிறந்த ஆலோசனையை எனக்கு வழங்கினார். அதிகாரிகளின் கேள்விகளுக்குப் பதிலளிப்பதை உடனடியாக நிறுத்திக்கொள்ளுமாறு சொன்னார். என்னாலும் எஃப்.பி.ஐ. அதிகாரிகளுக்கு எதையுமே புரியவைக்க முடியாததால், வழக்கறிஞரது ஆலோசனையை மனதார ஏற்றுக்கொண்டேன்.

எஃப்.பி.ஐ. அதிகாரிகள் என்னைப் பூட்டிய அறைக்குள் விசாரணை செய்துகொண்டிருந்த அதேவேளையில், நியூ யோர்க் தென்மாவட்டத்தின் அரசுத் தலைமை வழக்குரைஞரான ப்ரீத் பராரா தனது அலுவலகத்தில் ஓர் ஊடகச் சந்திப்பை ஏற்பாடு செய்து, உலகெங்குமுள்ள தொலைக்காட்சித் திரைகளில் நேரலையில் தோன்றிப் பேசிக்கொண்டிருந்தார். ஊடகவியலாளர்களின் கேமராக்களுக்கு முன்பு மிடுக்காக நிற்பதில் அவர் கட்டுக்கடங்காத தாகத்தைக் கொண்டிருக்கிறார் என்பது முழு அமெரிக்காவுக்குமே தெரியும்.

எஃப்.பி.ஐ. அதிகாரிகளோடு, எஸ்.இ.ஸி.* எனக் குறுக்கிச் சொல்லப்படும் 'பங்கு மற்றும் பரிவர்த்தனை ஆணையம்' சார்ந்த அதிகாரிகளையும் ஊடகச் சந்திப்பில் ப்ரீத் பராரா தன்னோடு வைத்திருந்தார். என்னைக் கைதுசெய்ததைக் குறித்துப் பெருமிதம் பொங்கிவழிய தடபுடலாக அவர்கள் ஒருவரையொருவர் பாராட்டித் தள்ளினார்கள். "கலியன் முதலீட்டு நிதியத்தின் நிறுவனரும், தலைமை நிறைவேற்று அதிகாரியுமான 'பில்லியனர்' ராஜ் ராஜரட்ணம்மீது எஸ்.இ.ஸி. உட்தகவல் வணிகக் குற்றம் சுமத்தியுள்ளது" என்ற தலைப்போடு ஓர் அறிக்கையை எஸ்.இ.ஸி. ஊடகங்களுக்கு வெளியிட்டது. இந்த அறிக்கையின் பின்புதான் 'பில்லியனர்' என்ற அடைமொழி என்னுடன் நிரந்தரமாக ஒட்டிக்கொண்டது.

---

* Securities and Exchange Commission

ஊடகச் சந்திப்பில், அரசுத் தலைமை வழக்குரைஞர் பராரா பல வரைபடங்களை வெளியிட்டார். பராராவின் கற்பனையால் வரையப்பட்ட ‘உட்தகவல் வணிக வலையமைப்பு’ வரைபடங்களின் மையத்திலிருக்கும் ‘தலைமைச் சதிகாரன்’ பாத்திரத்தை அவர் எனக்கு வழங்கியிருந்தார். அந்த வரைபடங் களில் என்னோடு கோர்த்துவிடப்பட்டிருந்தவர்களில் மிகச் சிலரை மட்டுமே எனக்குத் தெரியும்.

“இந்த வழக்கு வால் ஸ்ட்ரீட்டுக்கும், முதலீட்டு நிதியங் களுக்கும் மாபெரும் எச்சரிக்கையாக இருக்க வேண்டும்” என்று அந்த ஊடகச் சந்திப்பில் பராரா கொக்கரித்திருந்தார். தனது உரையில் 1987இல், வெளிவந்திருந்த ‘வால் ஸ்ட்ரீட்’ என்ற திரைப்படத்தில் ‘கோர்டன்’ என்ற கதாபாத்திரத்தில் நடித்திருந்த மைக்கல் டக்ளஸ் கூறும் “பேராசை சிலசமயம் நல்ல விஷயமில்லை” என்ற வாக்கியத்தை அவர் குறிப்பிட்டுக் காட்டினார். ஊடக வெளிச்சத்தில் தன்னைத்தானே முன்நிறுத்துவதில் பராரா மகா நிபுணர். அவருடைய விளம்பர வெறிக்கும், தொழில் உயர்வுக்கும் நானே தூண்டில் புழு.

அங்கிருந்த எஸ்.இ.ஸி. பிரதிநிதியும் பராராவுக்குச் சற்றும் குறைந்தவரல்ல. அவர் “பில்லியனர் ராஜ் ராஜரட்ணம் இந்தப் பிரபஞ்சத்தின் முதல்வர் அல்ல, அவர் உட்தகவல் வணிகம் எனும் ஊழல் குகையின் முதல்வர்” என்று நாடகப் பாணியில் சொன்னார். ஊடகவியலாளர்களையும் பொதுமக்களையும் வலிந்து சிரிக்கச் செய்வதற்காக, சிரிப்பு வாயு நிரம்பிய பலூனை வெடிக்கச்செய்ததைப் போன்று அது இருந்தது.

இதில் வேடிக்கையான விஷயம் என்னவென்றால், உட்தகவல் வணிகத்தின் மூலமாகப் பங்குச் சந்தையில் நான் நடத்தியிருப்பதாகச் சொல்லிக் குற்றம் சுமத்தப்பட்டிருந்த குறிப்பிட்ட வணிகங்களில் மொத்தமாக முப்பது மில்லியன் டாலர்கள் நஷ்டத்தை என்னுடைய கலியன் நிறுவனம் சந்தித்திருக்கிறது என்ற உண்மையை பராரா மிகவும் தந்திரமாக அந்த ஊடகச் சந்திப்பில் மறைத்துவிட்டார். அந்த உண்மையைச் சொல்லியிருந்தால் ஊடகவியலாளர்களிடம் அது பரவலான கவனத்தை ஈர்த்திருக்காது என்பதால் பராராவும் அரசுத் தரப்பினரும் மிகவும் கவனமாகத் தங்களது புனைகதையை எழுதினார்கள்.

பராரா ஊடகச் சந்திப்போடு நிறுத்திக்கொள்ளவில்லை. இதற்குப் பின்னர், ‘அவமான நடை’ என்ற மோசமான நிகழ்வை ஏற்பாடு செய்வதில் அவர் ஆர்வமானார். இந்த நிகழ்ச்சியின் ஒரே நோக்கம், விசாரணைக் கைதியை

ஊடகங்களுக்கும் பொதுமக்களுக்கும் காட்சிப் பிராணியாக்கி அவமானப்படுத்துவதே.

அரசுத் தலைமை வழக்குரைஞர் ப்ரீத் பராராவிடம் வானளாவிய அதிகாரம் குவிந்துகிடந்தது. இதுவும் அமெரிக்க நீதிமுறைமையின் குறைபாடுகளிலொன்று. பராரா என்னை அவமான நடையில் தள்ளுவதற்குத் தீர்மானித்துவிட்டார். இதுவரைக்கும் குற்றவாளி எனத் தீர்ப்பிடப்படாத நான் எனது முதுகுக்குப் பின்னாகக் கைகள் விலங்கிடப்பட்ட நிலையில் எஃப்.பி.ஐ. அலுவலகத்திலிருந்து ஐம்பது அடிகள் தூரத்தில் நிறுத்தப்பட்டிருந்த காவல் துறை வாகனம்வரை ஏராளமான ஊடகவியலாளர்களின் முன்னே, என்னைச் சுற்றி எல்லாத் திசைகளிலும் கேமராக்கள் மின்னலடிக்க ஊர்வலம் விடப்பட்டேன்.

நூற்றுக்கணக்கான தொலைக்காட்சிகளில் எனது அவமான நடை நேரலையில் ஒளிபரப்பாகியது. எண்ணற்ற பத்திரிகைகளின் முதல் பக்கங்களை என்னுடைய அவமான நடை அலங்கரித்துப் பத்திரிகைகளின் விற்பனையை எகிறச் செய்தது. ஆனால் என்னை அவமானப்படுத்துவதில் குறியாக யிருந்த அமெரிக்க நீதித்துறை என்மீது சுமத்தப்பட்டிருக்கும் குற்ற வலைப்பின்னலை விளங்கிக்கொள்ளவோ, அவற்றை மறுதலிக்கவோ எனக்கு வாய்ப்பே கொடுக்கவில்லை. இத்தகைய செயற்பாடு கடுமையான அநீதியும் பாரபட்சமுமானது என்று ஜனநாயக நாடுகளில் கருதப்படும். மாபெரும் ஜனநாயக நாடென்று தன்னைப் பெருமையுடன் பீற்றிக்கொள்ளும் அமெரிக்காவில், நீதித்துறை இவ்வாறு தான்தோன்றித்தனமாகவும் பாரபட்சமாகவும் நடந்துகொண்டதைக் கண்டு திகைத்துத்தான் போனேன்.

இரண்டு மாதங்களுக்கு முன்புவரை இந்த ப்ரீத் பராரா எந்தப் பிரபலமுமற்ற சாதாரணமான ஒரு வழக்கறிஞர். செனட்டர் சார்லஸ் சுமெரின் சட்ட ஆலோசகராக இருந்தவர். அரசுத் தலைமை வழக்குரைஞர் பதவியைப் பெற்றுக் கொண்டதும், ஒரே வழக்கில் பெரும் புகழடைவதற்கும் அதிகாரப் படிகளில் மேலேறிச் செல்வதற்கும் என்னுடைய வழக்கே சாலவும் சிறந்தது என்ற முடிவுக்கு பராரா வந்திருக்க வேண்டும். 'பில்லியனர்' என்ற அடைமொழியை அவர் திட்டமிட்டே என்மீது திணித்துக்கொண்டிருந்தார். நாட்டில் ஏற்பட்டிருந்த மோசமான பொருளாதார நெருக்கடியால் தவித்துக்கொண்டிருந்த மக்களுக்கு என்னைத் தீனியாகப் போடுவதற்குத் திட்டமிட்டார். 'வால் ஸ்ட்ரீட் ஷெரீப்' என்ற

மகுடத்தைத் தனது தலையில் சூடுவதற்கு அவர் தவியாகத் தவித்துக்கொண்டிருந்தார்.

எனக்கு முன்போ அல்லது பின்போ, உட்தகவல் வணிகக் குற்றம் சுமத்தப்பட்ட எவருமே அவமான நடைக்கு உட்படுத்தப்படவில்லை. ஆனால் அவர்கள்மீது சுமத்தப்பட்ட குற்றங்கள் என்மீது சுமத்தப்பட்ட குற்றங்களை விடவும் பல மடங்குகள் அதிகமாகயிருந்தன. ஆரம்பம் முதலே எனது வழக்கில் அரசுத் தரப்புப் பாரபட்சமாக நடந்துகொண்டது என்பதை நீங்கள் இதிலிருந்தே புரிந்துகொள்ளலாம்.

அவமான நடை நிறைவேறியதும், நான் நீதிமன்றத்திற்கு அழைத்துச் செல்லப்பட்டேன். அங்கே எனது குடும்பத்தினரும் நண்பர்களும் வந்திருந்தார்கள். மதியத்திற்கு மேல் என்னுடைய வழக்கறிஞரைச் சந்தித்தேன். அவர் என்னைக் குறித்த சில அடிப்படைத் தகவல்களை என்னிடம் கேட்டுத் தெரிந்து கொண்டார். நான் ஏதாவது தொண்டு நிறுவனங்களுக்கு நன்கொடைகள் வழங்கியிருக்கிறேனா எனக் குறிப்பாகக் கேட்டார்.

என்னைப் பிணையில் விடுவிப்பதற்கான ஆவணங்களை வழக்கறிஞர் தயார்செய்யத் தொடங்கியவாறே, என்னுடைய சகோதரர் ரங்கனிடம் கடந்த ஐந்து வருடங்களுக்கான எனது வருமானவரி அறிக்கைகளின் நகல்களை கலியன் அலுவலகத்திலிருந்து எடுத்துவருமாறு சொன்னார். நான் செய்திருந்த அறப்பணிகளுக்கும் வழங்கியிருந்த நன்கொடைகளுக்குமான ஆதாரங்களை நீதிமன்றத்தில் சமர்ப்பிப்பதற்காகவே வருமானவரி அறிக்கைகளின் நகல்களை வழக்கறிஞர் கேட்டார். ரங்கனும் துரிதமாகச் செயற்பட்டு, வழக்கறிஞர் கூறியவாறே வருமானவரி அறிக்கை களின் நகல்களை எடுத்துவந்தார். ஆனால் அரசுத் தரப்பு வழக்குரைஞர்கள் ‘ரங்கன் அந்த நேரத்தைப் பயன்படுத்தி கலியன் அலுவலகங்களிலிருந்த இரகசியக் கோப்புகளை அழித்துவிட்டார்’ என நீதிமன்றத்தில் பின்பு புதியதொரு குற்றச்சாட்டைப் புனைந்தார்கள்.

நீதிமன்றத்தில் நிகழ்ந்த பிணை மனுக்கள் மீதான விசாரணையின் போதுதான், வார்ட்டன் வணிக மேலாண்மைப் பள்ளியில் என்னுடன் கல்வி பயின்றவரும், நிதித் தொழிற்துறை யில் எனது சகாவுமான அனில் குமாரும் அன்று காலையில் கைதுசெய்யப்பட்டிருந்தது எனக்குத் தெரியவந்தது. அவர் நீதிபதி டக்ளஸ் ஈட்டன் முன்னால் நிறுத்தப்பட்டபோது, தான் நிரபராதி என்றே வாக்குமூலம் அளித்தார்.

கலிபோர்னியாவில் இருந்த அனில் குமாரின் வீட்டைப் பிணையமாக எடுத்துக்கொண்டு, அவரைப் பிணையில் விடுவிக்க நீதிபதி சம்மதித்தார். அரசுத் தரப்பு வழக்குரைஞர்கள் நீதிபதியின் முடிவை ஆட்சேபிக்கவில்லை. ஆனால் அனில் குமார் சீக்கிரமே எஃப்.பி.ஐ.யின் அச்சுறுத்தலுக்குப் பணிந்துபோய், தனது வாக்குமூலத்தைத் தலைகீழாக மாற்றுவாரென்றோ, பல்வேறு சரடுகளுள்ள நீண்ட கதையொன்றைப் புனைந்து எனக்கு எதிராகவே சாட்சியம் சொல்வாரென்றோ அப்போது என்னால் ஊகம்கூடச் செய்ய முடியாமலிருந்தது.

நீதிபதி டக்ளஸ் ஈட்டன் அடுத்ததாக எனது பிணை மனுவை விசாரணைக்கு எடுத்துக்கொண்டபோது, அரசுத் தரப்பு வழக்குரைஞர்கள் பரபரப்பாகச் செயற்படத் தொடங்கினார்கள். என்மீதான விசாரணைகள் முடியும்வரை என்னைச் சிறையில் வைத்திருக்க அவர்கள் விரும்பினார்கள். உலகத்தின் பல நாடுகளில் எனக்கு ஏராளமான சொத்துகள் உண்டென்றும் இலங்கைக்கு அல்லது வேறொரு நாட்டுக்கு நான் தப்பியோட வாய்ப்புகள் உண்டென்றும் அரசுத் தரப்பு வழங்குரைஞர்கள் வாதிட்டு எனது பிணை மனுவை நிராகரிக்குமாறு நீதிபதியை வேண்டினார்கள். நீதிபதி என்னை உற்று நோக்கினார்.

நீதிபதியொருவர் பிரதிவாதியைப் பிணையில் விடுவிக்க மறுப்பதற்குப் பொதுவாக இரண்டு காரணங்கள் உள்ளன. பிரதிவாதி சமூகத்திற்கு ஆபத்தை உண்டாக்கக்கூடும் என்பது முதல் காரணம். பிரதிவாதி நாட்டை விட்டுத் தப்பிச் செல்லக்கூடும் என்பது இரண்டாவது காரணம்.

நான் சமூகத்திற்கு ஆபத்து விளைவிக்கக்கூடிய பேர்வழி என்று அரசுத் தரப்பு வழக்குரைஞர்களால் வாதிட முடியவில்லை. எனவே, நான் அமெரிக்காவிலிருந்து தப்பித்துச் செல்லக்கூடும் என்ற காரணத்தை வலியுறுத்தியே அவர்கள் வாதிட்டார்கள். தங்களுடைய வாதத்திற்குத் துணை சேர்க்கப் பச்சைப் பொய்களைப் பந்துகளாக நீதிமன்ற மேசையில் உருட்டினார்கள். எனது சகோதரி ஒருவர் தென் ஆப்பிரிக்காவில் வசிக்கிறார் என்று அரசுத் தரப்பு வழக்குரைஞர்கள் நீதிபதியிடம் அடித்துக் கூறினார்கள்.

எனக்கு இரண்டு சகோதரிகள் மட்டுமே இருக்கிறார்கள். ஒருவர் நியூ யோர்க்கிலும் மற்றவர் சிங்கப்பூரிலும் வாழ்கிறார்கள். இல்லவே இல்லாத சகோதரியைத் தென் ஆப்பிரிக்காவில் அரசுத் தரப்பு வழக்குரைஞர்கள் உருவாக்கியதற்கு ஒரு வலுவான காரணமுண்டு. அந்த நாடு குற்றவாளிகளை நாடு

கடத்தும் ஒப்பந்தத்தை அமெரிக்காவுடன் செய்திருக்கவில்லை. எனவே, நான் இரகசியமாகத் தப்பித்துத் தென் ஆப்பிரிக்காவுக்கு எனது சகோதரியிடம் சென்றுவிடுவேன் என்று அரசுத் தரப்பு வழக்குரைஞர்கள் ஒரு திகில் கதையை உருவாக்கினார்கள்.

'தென் ஆப்பிரிக்கச் சகோதரி' என்ற பொய்யே நீதிமன்றத்தைத் தவறாக வழிநடத்துவதற்காக அரசுத் தரப்பு வழக்குரைஞர்கள் இட்டுக்கட்டிய நீண்ட பொய்யுரைகளின் வரிசையில் முதலாவது பொய்யாகும். என்ன பொய் சொல்லி யாவது, என்ன தந்திரம் செய்தாவது என்மீதான வழக்கில் வெற்றிபெற வேண்டும் என்பதே அவர்களின் நோக்கமாகயிருந்தது.

எனது வாழ்க்கையில் இதற்கு முன்பு நான் ஒருபோதுமே நீதிமன்ற வாசற்படியை மிதித்ததில்லை. அரசுத் தரப்பு வழக்குரைஞர்கள் செய்யக்கூடிய சூழ்ச்சிகளைக் குறித்து நான் கற்பனைகூடச் செய்ததில்லை. அமெரிக்காவில் நீதி பரிபாலனம் சட்டபூர்வமாகவும் அறம் சார்ந்தும் நடக்கிறதென்றும், அரசுத் தரப்பு வழக்குரைஞர்களும், எஃப்.பி.ஐ. அதிகாரிகளும் நீதிமன்றத்தில் பொய்யுரைக்க முடியாதென்றும் அமெரிக்காவின் பெரும்பாலான குடிமக்கள் நம்புவதைப் போலவே நானும் நம்பியிருந்தேன். ஆனால் அந்த நம்பிக்கை மிகப்பெரிய மூட நம்பிக்கை எனத் தெரிந்துகொள்வதற்கு நான் கொடுத்த விலை மிகவும் அதிகம். இந்தப் பொய்யர்களால் எனது முதலீட்டு நிதியத் தொழில் முழுவதுமாக அழிக்கப்பட்டது. உற்சாகமும் நிம்மதியும் நிறைந்திருந்த எனது வாழ்க்கை இந்தப் பொய்யர் களால் தடம் புரட்டப்பட்டது.

நீண்ட வாதப் பிரதிவாதங்கள் நீதிமன்றத்தில் நிகழ்ந்ததன் பின்பு, நீதிபதி டக்ளஸ் ஈட்டன் என்னை 100 மில்லியன் டாலர்கள் பிணையத்தொகையில் விடுவித்தார். 20 மில்லியன் டாலர்கள் சொத்துக்களாகவும், மீதித் தொகைக்கு என்னுடைய நலன்விரும்பிகள் ஐவர் பொறுப்பேற்று உத்தரவாதம் அளித்தும் இது நிகழ்ந்தது. அமெரிக்க வரலாற்றிலேயே அதி உச்சமான பிணையத்தொகை என்னுடைய வழக்கிலேதான் பெறப்பட்டது. நாட்டின் வரலாற்றிலேயே ஆகப்பெரிய நிதி மோசடியைச் செய்த பேர்னி மேடோஃபுக்கு நீதிமன்றத்தில் நிர்ணயிக்கப்பட்ட பிணையத்தொகை 10 மில்லியன் டாலர்களே. என்னுடைய விஷயத்தில் பாரபட்சமான, சமனற்ற நீதியை வழங்குவதற்கு அமெரிக்க நீதித்துறை கங்கணம் கட்டிக்கொண்டு கடைசிவரை ஆடியது.

எனது பிணையத்தொகைக்கு உத்தரவாதம் நின்றவர்களில் ஒருவர் 'ஹார்லம் குழந்தைகள் வலயம்' என்ற தொண்டு

நிறுவனத்தை இயக்கிவரும் ஆஃப்ரோ அமெரிக்கரான ஜெஃப்ரி கனடா. அவருடைய தொண்டு நிறுவனம் வறுமையான சூழலில் வளரும் குழந்தைகளின் கல்வி வளர்ச்சிக்காகப் பாடசாலைகளை நடத்துவது உட்பட பல்வேறு அறப்பணிகளைச் செய்துவருகிறது. நான் அமெரிக்காவை விட்டுத் தப்பியோடினால் ஜெஃப்ரி கனடா எல்லாவற்றையும் இழந்துவிடுவார். அவரிடம் ஊடகங்கள் "ராஜ் ராஜரட்ணம் நாட்டைவிட்டுத் தப்பியோடிவிடுவார் என்ற சந்தேகம் உங்களுக்கில்லையா?" எனக் கேட்டபோது "எனக்கு ராஜ் ராஜரட்ணம்மீது துளியளவு சந்தேகமும் கிடையாது! அவருடைய குணாதிசயங்களை நான் நன்கறிவேன்" என்று ஜெஃப்ரி கனடா கூறியது மிகவும் சரியானது. நான் அரசுத் தரப்பின் சூழ்ச்சிகளுக்கு அஞ்சி நாட்டை விட்டுத் தப்பியோடவோ ஒளியவோ போவதில்லை. நான் குற்றமற்றவன் என்று நிரூபிக்கப் போராடப்போகிறேன். என்மீது வீசப்பட்டிருக்கும் சதிவலையைக் கண்ணி கண்ணியாக அறுத்தெறியும் மனஉறுதியுடன் இந்த வழக்கை எதிர்கொள்வேன்.

அரசுத் தரப்பு என்னைக் குறிவைத்ததற்கு வேறொரு வலுவான காரணமுள்ளது. அக்டோபர் 2009இல் அமெரிக்காவில் மட்டுமல்லாது, உலகம் முழுவதும் பொருளாதாரக் கட்டமைப்பு அதலபாதாளத்தில் சரிந்து கிடந்தது. அமெரிக்காவின் வங்கிகளும் பெரும் நிதி நிறுவனங்களும் திவாலாகின. இதனால், அமெரிக்காவில் பல இலட்சம் மக்கள் தங்களது வீடுகளையும் வாழ்நாள் சேமிப்புகளையும் இழந்து நடுத்தெருவுக்கு வந்தார்கள். நாடு முழுவதும் கொந்தளிப்பும் கொதிப்பும் பரவியிருந்தன.

முழு அமெரிக்காவுமே வால் ஸ்ட்ரீட்டுக்கு எதிராகயிருந்தது. ஆனால் பெரும் வங்கிகள்மீது அரசாங்கத்தால் குற்றம் சுமத்த முடியவில்லை. 'பெரும் வங்கிகளில் கைவைத்தால் நாட்டின் பொருளாதாரக் கட்டமைப்பு முற்றுமுழுதாக நொறுங்கிவிடும், பெரும் வங்கிகளின் இயக்குநர்கள் தவறுகளுக்கு அப்பாற்பட்டவர்கள்' என்றெல்லாம் அரசாங்கம் சாக்குப்போக்குகளைச் சொல்லிக்கொண்டிருந்தது. ஆனால் பொதுமக்களும் ஊடகவியலாளர்களும் உணர்ச்சிகரமான எதிர்வினைகளில் இறங்கினார்கள்.

மக்களையும் ஊடகங்களையும் திருப்திப்படுத்துவதற்காக, யாராவது ஒருவரைப் பிடித்துக் குற்றம் சுமத்தி அரங்கில் நிறுத்த வேண்டிய கட்டாயம் அரசுக்கு ஏற்பட்டது. இந்த ஊழல்வாதியே அமெரிக்காவின் பொருளாதார வீழ்ச்சிக்குக் காரணம் என்றுகூறி, அகப்பட்டவர்மீது பழியைப் போட்டு

விட்டு அரசு தனது பொறுப்பிலிருந்து நழுவ நினைத்தது. இவ்வாறு அகப்பட்டவன் நானாக இருந்தேன்.

பங்குச் சந்தையில், எட்டு நிறுவனங்களின் பங்குகளை நான் உட்தகவல் வணிகத்தினால் கையாண்டேன் என முதலில் என்மீது குற்றங்கள் சுமத்தப்பட்டிருந்தாலும், பின்பு அது முப்பத்து நான்கு வணிக நிறுவனங்களின் பங்குகள் சார்ந்த குற்றங்களாக அதிகரிக்கப்பட்டன. வழக்கு விசாரணையின்போது, அது மீண்டும் எட்டு நிறுவனப் பங்குகளது வணிகத்திற்கான குற்றங்களாகக் குறைக்கப்பட்டு, 'கோல்ட்மன் சாக்ஸ்' பங்குகளில் உட்தகவல் வணிகம் செய்ததாகப் புதிதாக ஒரு குற்றச்சாட்டுச் சேர்க்கப்பட்டு, மொத்தமாக ஒன்பது குற்றங்கள் என்மீது சுமத்தப்பட்டன.

என்னுடைய கைதுக்கு மூலகாரணமாகயிருந்த அரசுத் தலைமை வழக்குரைஞர் ப்ரீத் பராரா சட்டத்தைக் கிஞ்சித்தும் மதிக்காதவராகக் காணப்பட்டார். குற்றம் சுமத்தப்பட்டவர்களை பராரா கடுமையாக மிரட்டுவார். அவமான நடை உண்டென்பார். சுமத்தப்பட்ட குற்றங்களை ஒப்புக்கொண்டால் கிடைக்கும் நன்மைகளைப் பட்டியலிட்டுப் பேரம் பேசுவார். பொய்ச் சாட்சியங்களை மிகுந்த கற்பனைத் திறனுடன் உருவாக்கி அச்சுறுத்துவார். குற்றம் சுமத்தப்பட்டவருக்கு எதிராகச் சாட்சியம் கூறுமாறு குற்றம் சுமத்தப்பட்டவரின் குடும்ப உறுப்பினர்களுக்கும் தொழில் பங்காளிகளுக்கும் அழுத்தம் கொடுத்துப் பொய் வாக்குமூலங்களைப் பெறுவார். அந்த வாக்குமூலங்களை ஊடகங்களுக்குக் கசியவிட்டு, குற்றம் சுமத்தப்பட்டிருப்பவர் குறித்து மிக மோசமான பிம்பத்தைப் பொதுவெளியில் உருவாக்குவார். அவர் இந்தச் சூழ்ச்சித் திறனை அவரது முன்னோடி அரசுத் தலைமை வழக்குரைஞரும், பின்பு நியூ யோர்க் நகரத்தின் மேயர் பதவியை வகித்தவருமான ரூடி யூலியானியிடமிருந்து கற்றுக்கொண்டிருக்கலாம்.

செய்தி ஊடகங்களைக் கையாள்வதில் பராரா மிகப் பெரும் தந்திரசாலியாக இருந்தார். அவர் என்னைக் குறித்து ஊடகங்களில் கசியவிட்ட செய்திகள் பொதுமக்களைக் கொந்தளிக்கவைத்தன. அவர்களுடைய கோபம் இயல்பாகவே என்னையும் எனது முதலீட்டு நிறுவனத்தை நோக்கியும் திரும்பியது. இந்தச் சூழலால் என்னுடைய நிறுவனத்தின் நிர்வாகிகளும் எனது தொழில் பங்காளிகளும் அச்சத்தில் வீழ்ந்து தளர்ந்துபோனார்கள். எனக்கு எதிராக மிகப்பெரிய ஊடகப் போரை அரசு திட்டமிட்டே நிகழ்த்தியது.

பராராவின் பொய்யுரைகளை 'நம்பத் தகுந்த அரசியல் வட்டாரங்களிலிருந்தும் விசாரணைக் குழுவினரோடு நெருக்கமானவர்களிடமிருந்தும் கிடைத்த செய்திக் கசிவுகள்' எனக் குறிப்பிட்டு ஊடகங்கள் உலகம் முழுவதும் பரப்பிக்கொண்டிருந்தன. நிலைமைகளைக் கவனத்துடன் ஆராய்ந்து உண்மைகளை வெளியிடாமல், பரபரப்பை மட்டுமே செய்தியாக்கும் ஊடக அசிங்கம் அங்கே நிகழ்ந்து கொண்டிருந்தது. 'மிகப்பெரிய உட்தகவல் வணிகக் கும்பலை அரசாங்கம் கண்டுபிடித்தது' என ஊடகங்களில் நாள் தவறாமல் செய்திகள் வெளியாகின. ராஜ் ராஜரட்ணம் ஏன் குற்றவாளி என்பதை விளக்கும் அரசுத் தரப்பு வழக்குரைஞர்களின் உரைகளோடு தலைப்புச் செய்திகள் வெளியிடப்பட்டன. நான் சிறைக்கு அனுப்பப்பட்ட பிறகும் இந்த ஊடகப் பேரலை ஓயவில்லை. பின்னும் பல வருடங்களுக்கு நானே தலைப்புச் செய்தியாக இருந்தேன்.

ஊடகங்களின் பொறுப்பற்ற தன்மையும் பொய்களைப் பணமாக்கும் அவசரமும் அரசுத் தரப்பு வழக்குரைஞர்களின் சூழ்ச்சிகளுக்கு மூடுதிரையாகின. அவர்களைக் கேள்வி கேட்க ஆட்களற்றுக் கட்டவிழ்த்து விடப்பட்டிருந்தார்கள். தாங்கள் எண்ணியவற்றைத் தங்குதடையின்றிச் செய்துகொண்டே போனார்கள். இவர்களின் இந்த அராஜகப் போக்கு பலருடைய வாழ்க்கையை நாசமாக்கத் தொடங்கியது. கையில் கிடைத்தவர்களின் தலையிலெல்லாம் ஆதாரமற்ற வழக்குகள் சுமத்தப்பட்டன. பராரா தன்னுடைய விருப்பத்திற்கு ஏற்றவாறு சட்டத்தின் விதிகளை நளினமாக உடைத்தார். குற்றவியல் வழக்கின் வரையறைகளுக்குப் பொருந்தி வராத வணிகத்துடன் தொடர்புடைய வழக்குகளையும் வலிந்து குற்றவியல் வழக்குகளாக்கினார். வெற்றி ஒன்றையே குறிவைத்து பராரா நீதி நியாயமின்றி வெறித்தனமாக இயங்கிக் கொண்டிருந்தார்.

என்னை வழக்குகளுக்குள் மாட்டிவிடுவதற்குச் சில வாரங்களுக்கு முன்னதாகத்தான், பராரா தன்னுடைய அலுவலகத்தின் பொதுசனத் தொடர்பு அதிகாரியாக எல்லன் டேவிஸ் என்பவரைப் புதிதாக நியமித்திருந்தார். எல்லன் டேவிஸ் தன்னுடைய முதல் வேலையாக பராராவின் பொதுசனத் தொடர்பு அதிகாரிகள் அணியை விரிவாக்கினார். மூன்று அதிகாரிகளுடன் இருந்த அந்த அணி பதினான்கு அதிகாரிகளைக் கொண்டதாக ஊதிப் பெருத்தது. எல்லன் டேவிஸ் தொலைக்காட்சி நாடகத்துறையில் தயாரிப்பாளராகப் பழுத்த அனுபவம் வாய்ந்தவர். எனவே, தன்னுடைய

ஆற்றல்களையும் நாடகத் திறன்களையும் அரசுத் தரப்பின் தவறுகளுக்கு வெள்ளையடிக்க அவர் உபயோகித்தார்.

என்மீது தொடுக்கப்பட்ட வழக்கைப் பொறுத்தவரை, அரசுத் தரப்பின் நோக்கம் நீதியை நிலைநாட்டுவது அல்ல. மாறாக, பொருளாதாரக் கட்டமைப்புச் சிதைவு காரணமாகக் கடுமையான விமர்சனங்களைச் சந்தித்துத் தத்தளித்துக்கொண்டிருந்த, பொருளாதார நெருக்கடியைத் தீர்ப்பதில் முன்னேற முடியாத அரசாங்கத்தின் கையாலாகத்தனத்தை மூடிமறைப்பதே இந்த வழக்கின் அடிப்படையாகும். அரசாங்கத்தின் மீது அதிருப்தியால் கொதித்துக்கொண்டிருந்த மக்களின் கவனத்தை என்னை நோக்கித் திசை திருப்புவதே அரசாங்கத்தின் நோக்கமாகும்.

ப்ரீத் பராராவுக்கு மிகவும் பிடித்தமான பத்திரிகையாளர் த வால் ஸ்ட்ரீட் ஜேர்னல் இதழின் புலனாய்வுச் செய்தியாளர் சுஸான் புல்லியம். இந்த செய்தியாளர் எனது வழக்கு நீதிமன்றத்தில் விசாரணைக்கு வருவதற்குப் பல மாதங்களுக்கு முன்னரே, என்னுடைய கலியன் நிறுவனம் குறித்துத் திகிலான, ஆனால் கவர்ச்சியான தலைப்புகளுடன் பல கட்டுரைகளை எழுதியிருந்தார். அந்தக் கட்டுரைகளை எழுதுவதற்காக என்னுடைய நண்பர்களுடனும் தொழிற்துறைச் சகாக்களுடனும் அவர் பேசியிருந்தார். ஆனால் அவர்கள் என்னைப் பற்றி நன்றாகக் கூறிய செய்திகளில் ஒன்றைக்கூடத் தன்னுடைய கட்டுரைகளில் சுஸான் புல்லியம் குறிப்பிட்டாரில்லை. தனது கட்டுரைகளுக்கான சான்றாதாரங்கள் அரசுத் தரப்பு வழக்குரைஞர் குழாமுக்கு நெருக்கமானவர்களிடமிருந்து பெறப்பட்டவை என்றே அவர் குறிப்பிட்டார்.

என்னுடைய விஷயத்தில் அநேகமான செய்தியாளர்கள் கண்மூடித்தனமாகவே செய்திகளை வெளியிட்டார்கள். அரசுத் தரப்பு வழங்கிய மிதமிஞ்சிய தகவல்களால் அவர்கள் மூழ்கடிக்கப்பட்டிருந்தார்கள். அவர்கள் அந்தத் தகவல்களின் நம்பகத்தன்மையைக் குறித்து அலசி ஆராயாமல், முற்றிலும் தவறான செய்திகளையே வெளியிட்டுக்கொண்டிருந்தார்கள். உதாரணமாக, ஹில்டன் நிறுவனத்தின் 400,000 பங்குகளை கலியன் தொழில்நுட்பத் துறை முதலீட்டு நிதியத்திலிருந்து விலைக்கு வாங்கிவிட்டேன் என்பது என்மீது சுமத்தப்பட்ட குற்றச்சாட்டுகளில் ஒன்றாகும்.

கலியன் தொழில்நுட்பத் துறை முதலீட்டு நிதியத்திற்கு வழங்கப்பட்டிருந்த உரிமம் தொழிநுட்பத் துறையில் முதலீடு செய்வதாகும். எனவே ஹில்டன் பங்குகளை வாங்கியது

சமனற்ற நீதி ❋ 31 ❋

சட்டவிரோதம் என்பது ஊடகங்களின் ஒற்றைப் பார்வை. ஆனால் உண்மை என்ன? கலியன் தொழில்நுட்பத் துறை முதலீட்டில் 25% நிதியைத் தொழில்நுட்பத் துறை சாராத துறைகளிலும் முதலீடு செய்யலாம் என்பதும் உரிமத்தின் ஒரு விதியாகும். அந்த விதிக்கு அமையவே நாங்கள் அக்டோபர் 2009 வரையிலான ஐந்து வருடக் காலத்தில் 20% நிதியைத் தொழிநுட்பத் துறை சாராத பங்குகளில் முதலீடு செய்திருந்தோம். அவற்றில் ஹில்டன் பங்குகள் மட்டுமல்லாமல், தொழில்நுட்பத் துறை சாராத வேறு சில நிறுவனங்களின் பங்குகளும் இருந்தன. இதுபற்றி எந்தவொரு நிருபரும் எழுதினாரில்லை. ஊடகங்கள் ஆராய்ந்து தெளியாமல், அரசுத் தரப்பு வழக்குரைஞர்களின் பொய்களையும் மழுப்பல்களை யும் வாங்கி அப்படியே வாந்தி எடுத்தன.

அன்றைய நாள் எனக்குக் கடுமையான மன உளைச்சலை யும் உடற்சோர்வையும் ஏற்படுத்தியிருந்தது. நீதிமன்றத்தில் எனக்குப் பிணை வழங்கப்பட்ட பின்பாக, இரவு ஏழு மணியளவில் நீதிமன்றத்திலிருந்து எனது வீட்டுக்குப் புறப்பட்டேன். நீதிமன்ற வளாகத்திலோ தெருவிலோ செய்தியாளர்கள், படப்பிடிப்பாளர்கள் எவருமே காணப்படவில்லை. என்னை எதிர்பார்த்து என்னுடைய வீட்டின் முன்னாலும் அவர்கள் காத்திருக்கவில்லை. எனது தரப்பு நியாயத்தைக் கேட்பது அவர்களுக்குத் தேவையற்றதாகயிருந்தது. பராரா கொடுத்த பொய்ச் செய்திகளே அவர்களுக்கு அன்றைக்குப் போதுமானவை யாக இருந்திருக்க வேண்டும். பரபரப்புகள் எல்லாம் ஓய்ந்து விட்டன போலும் என்று நினைத்துக்கொண்டே வீட்டுக்குள் நுழைந்தேன்.

எனது பெற்றோர், சகோதரர், சகோதரி, நண்பர்கள் ஆகியோரால் வீடு நிறைந்திருந்தது. அன்பான வார்த்தைகளும் ஆறுதல் செய்திகளும் என்னைச் சூழ்ந்தன. நான் அமைதியாக இரவு உணவை முடித்துக்கொண்டு, அவர்களிடமிருந்து விடைபெற்று என்னுடைய படுக்கையறைக்குச் சென்றேன். அன்றைய நாளின் நிகழ்வுகளைத் தனிமையிலிருந்து சிந்திக்கவும் ஆராயவும் எனக்கு நேரம் கிடைத்தது.

எனக்கு வழங்கப்பட்டிருந்த குற்றப்பத்திரிகையைக் கவனமாக வாசித்தேன். கலியன் நிறுவனத்தின் மிகக் கூர்மையான பகுப்பாய்வாளர்களால் கவனமாகப் பரிசீலிக்கப்பட்டு எடுத்த வணிகத் தீர்மானங்களை அநியாயத்திற்கு உட்தகவல் வணிகத்துடன் முடிச்சிட்டு; குழப்பான அர்த்தங்களைக் கொடுக்கும் மழுப்பலான, மங்கலான வாக்கியங்கள் வேண்டு மென்றே குற்றப்பத்திரிகையில் சேர்க்கப்பட்டிருப்பதைக்

கவனித்தேன். என்மீது சுமத்தப்பட்ட குற்றங்கள் எவை என்பதை நான் சரியாக விளங்கிக்கொள்வதற்கு முன்னதாகவே குற்றவாளி ஆக்கப்பட்டு, தண்டனையும் வழங்கப்பட்டிருப்ப தாக உணர்ந்தேன்.

குற்றச்சாட்டில் குறிப்பிடப்பட்டிருக்கும் எட்டுப் பங்குச் சந்தை வியாபாரங்களிலும், கலியனின் மிகக் கூர்மையான நிதிப் பகுப்பாய்வாளர்களால் பரிசீலிக்கப்பட்டு எனக்குக் கொடுக்கப்பட்ட விரிவான அறிக்கைகளின் வழியேதான் ஈடுபட்டிருந்தேன். அந்த ஆய்வு அறிக்கைகள் கோப்புகளில் இடப்பட்டு கலியன் அலுவலகத்தில் பாதுகாப்பாக வைக்கப் பட்டுள்ளன. எமது கலியன் நிறுவனத்தின் பகுப்பாய்வு முறை துல்லியமும் கண்டிப்பும் நிறைந்ததாகும். அங்கே உட்தகவல் வணிகம் என்ற பேச்சுக்கே இடமில்லை.

அரசுத் தரப்புக்கோ இதெல்லாம் பொருட்டில்லாம லிருந்தது. அவர்கள் என்னுடைய கைபேசி உரையாடல்களை ஒட்டுக் கேட்டு, பேசப்பட்டிருந்த துண்டு துணுக்குச் சொற்களை அவர்களுக்கு ஏற்றமுறையில் திரித்து வைத்துக் கொண்டு குற்றப்பத்திரிகையைப் புனைந்திருக்கிறார்கள். உண்மைக்கு முற்றிலும் புறம்பான ஒரு வரைபடத்தை உருவாக்கியிருக்கிறார்கள்.

உதாரணமாக, நிதிமேலாளரான டானியல் கேஸியோடு நான் நடத்திய உரையாடலை தங்கள் வசதிக்கு ஏற்றவகையில் மலினமான தந்திரத்தால் வளைத்திருந்தார்கள். அதாவது 'இரகசியமாக வைத்திருங்கள்' என்ற எனது வார்த்தையைப் பிடித்துத் தொங்கினார்களே தவிர, எந்தச் சந்தர்ப்பத்தில், எது தொடர்பாக இப்படிக் கூறினேன் என்பதை மறைத்து விட்டார்கள். தொலைபேசி உரையாடலின் உள்ளடக்கம் பங்குச் சந்தை குறித்த இரகசியத் தகவல்களே என்று மொட்டையாக வாதிட்டார்கள்.

உண்மையில் என்ன நடந்ததென்றால், ஒரு மாலை வேளை யில் நான் எனது குடும்பத்தினருடன் ஓய்வாக நேரத்தைக் கழித்துக்கொண்டிருந்தபோது, டானியல் கேஸி அலைபேசியில் என்னை அழைத்தார். "அக்கமாய் நிறுவனப் பங்குகளின் மதிப்பு இறங்கப் போகிறது எனத் தெரியவருகிறது" என்றார். நான் பதிலுக்கு "நாங்கள் அதை எங்களது பகுப்பாய்வுகள் வழியாக ஏற்கெனவே அறிந்திருக்கிறோம், அந்த நிறுவனத்தின் பங்குகள் இறக்கத்தைச் சந்திக்கும் என்று நாம் ஏற்கெனவே பந்தயம் கட்டி, சொற்பமான பங்குகளையே வாங்கியுள்ளோம்" என்றேன்.

பங்குச் சந்தையில் ஒரு நிறுவனத்தின் பங்குகள் வீழ்ச்சியடையும் எனப் பந்தயம் கட்டுவதை மிக இரகசியமாகவே வைத்திருக்க வேண்டும். இல்லையெனில், எல்லோரும் அடித்துப்பிடித்துப் பங்குகள் வீழும் எனப் பந்தயம் கட்டினால், அதுவே அந்த நிறுவனப் பங்குகளின் விலை ஏற்றத்திற்கு வழிவகுத்துவிடும். இதனாலேயே டானியல் கேஸியிடம் 'இரகசியமாக வைத்திருங்கள்' என்றேன். இதற்கும் உட்தகவல் வணிகத்திற்கும் எந்தச் சம்பந்தமுமில்லை என்பது வெளிப்படை. ஆனால் இந்த ஒரு சாதாரண வார்த்தையைப் பூதாகரமாக்கி என்மீது உட்தகவல் வணிகம் என்ற குற்றச்சாட்டுச் சுமத்தப்பட்டிருக்கிறது.

எனது வணிக நடவடிக்கைகள் முழுவதுமே எழுத்து மூலமாகவே நடைபெறும். எனவே, எனது அனைத்து நடவடிக்கைகளும் வெளிப்படையாகவே இருந்தன. எமது பகுப்பாய்வாளர்களின் பரிந்துரைகளும் வெளிப்படையாகவே இருந்தன. சட்டத் துறையைப் பொறுத்தவரை, ஆவணங்கள் ஒருவருக்கான நற்சான்றுப் பத்திரங்கள் அல்ல என்பதே அவர்களது நிலைப்பாடு. அரசுத் தரப்புக்கு என்னுடைய வணிக ஆவணங்கள் முழுவதையுமே பார்வையிடும் வாய்ப்பு இருந்தபோதும், அவர்கள் ஆவணங்களைச் செல்லாக் காகிதங்களாக உதாசீனம் செய்தார்கள். கண் இமைக்கும் நொடிக்குள் எனது வாழ்வு பூகம்பப் பிளவுக்குள் வழுவிச் சென்றது.

நிகழச் சாத்தியமே இல்லாத ஒரு விஷயம் நிகழ்ந்து, அது ஆழமான பின்விளைவுகளைக் கொண்டதாக அமையும்போது, அதைக் குறிப்பிட 'கறுப்பு அன்னம்' என்றொரு சொலவடை இலத்தீன் மொழியில் உருவாகி, ஆங்கிலத்திலும் வழக்கில் உண்டு. அதுதான் என் வாழ்வில் இப்போது நிகழ்ந்துகொண்டிருக்கிறது. நான் கனவிலும் நினைத்திராதவாறு என்னுடைய வாழ்க்கை தலைகீழாக மாறிக்கொண்டிருக்கிறது. என்னைச் சுற்றி பயமுறுத்தல்கள், அவதூறுகள், அவசரத் தீர்ப்புகள் பின்னிக் கிடக்கின்றன. இந்த உலகம் என்னை எதை நோக்கி இழுத்துச் செல்கிறது என்பதை அறிய முடியாமல், படுக்கையில் விழுந்து கண்களை இறுக மூடிக்கொண்டேன்.

2

என் இளமைக் காலம்

1957 ஜூன் 15ஆம் தேதியன்று, இலங்கையின் தலைநகரான கொழும்புவில் பிறந்தேன். எனது பெற்றோருக்குப் பிறந்த ஐந்து குழந்தைகளில் நானே முதலாவது ஆண் குழந்தை. எனது குடும்பம் கட்டுப்பாடான வாழ்க்கையையும், கல்வி மீதான வேட்கையையும் இயல்பிலேயே கொண்டிருந்தது. விடாமுயற்சியும் கடமை தவறாமையையும் என்னுடைய பாட்டனிட மிருந்தும் தந்தையிடமிருந்தும் குழந்தைகளுக்குக் கடத்தப்பட்டன. ஒரு மத்தியதர வர்க்கத் தமிழ்க் குடும்பத்தின் கலாச்சாரமும் வழமைகளும் எங்களால் பின்பற்றப்பட்டன.

எனது தந்தை அவருடைய விடாமுயற்சியால் வாழ்க்கைப் பயணத்தில் முன்னேறிச் சென்றவர். அவர் இலங்கைப் பல்கலைக்கழகத்தில் பட்டதாரியாகியதும், இங்கிலாந்தில் கணக்கியல் மேற்படிப்பைத் தொடருவதற்கான புலமைப் பரிசில் அவருக்குக் கிடைத்தது. இங்கிலாந்துக்கு எனது தாயாரையும் அழைத்துச் சென்றிருந்தார். ஐந்து வருடங்களில் தந்தையாரின் மேற்படிப்பு நிறைவுற்றதும், அவசரமாக அவர்கள் இலங்கைக்குத் திரும்பினார்கள். அப்போது எனது தாயார் நிறைமாதக் கர்ப்பவதியாக இருந்தார். மிக நெருக்கடியான காலத்தில் நீண்ட கடற்பயணத்தை அவர்கள் மேற்கொண்டார்கள். அப்போது சூயஸ் கால்வாய் மூடப்பட்டுப் பதற்றமான சூழல் நிலவிக் கொண்டிருந்தது. பெற்றோர் பயணித்த கப்பல்

ஆப்பிரிக்காவின் நன்நம்பிக்கை முனையைச் சுற்றியே செல்ல வேண்டியிருந்தது. பெற்றோர் இலங்கை வந்துசேர்ந்ததற்குப் பிறகு ஒரு மாதம் கழித்துப் பிறந்தேன்.

எனது தந்தை 'சிங்கர்' பல்தேசிய நிறுவனத்தில் நல்ல வேலையொன்றைத் தேடிக்கொண்டார். அந்த நிறுவனத்தின் ஏணிப்படிகளில் தனது கடுமையான உழைப்பால் விரைந்து முன்னேறினார். அவருடைய நாற்பது வயதைத் தொடுவதற்கு முன்னரே, சிங்கர் நிறுவனத்தின் இலங்கைக்கான தலைமை நிறைவேற்று அதிகாரியானார்.

அப்பொழுது சிங்கர் தையல் இயந்திரம் உலகெங்கும், குறிப்பாக ஆசியாவில் மிகப் பிரபலமாக இருந்தது. பெரும்பாலான ஆசியப் பெண்களின் கனவு ஒரு சிங்கர் தையல் இயந்திரத்தைச் சொந்தமாக்கிக் கொள்வதே என்றுகூடச் சொல்லலாம். இந்தக் காலகட்டத்தில் தையற்கலை ஏராளமான பெண்களை ஈர்த்தது. சிங்கர் தையல் இயந்திரமொன்றைச் சொந்தமாக வைத்திருப்பது ஒருவரின் செல்வத்திற்கும் சமூக அந்தஸ்த்திற்கும் அடையாளமாக இருந்தது. 1950–1970 வரையான காலப்பகுதியில் ஒரு தெற்காசியக் குடும்பத்தின் உடமைகளைக் கணக்கிட்டால், அதிலே பெரும்பாலும் ஒரு தையல் இயந்திரமும் இருக்கும். என்னுடைய தந்தையார் பணி ஓய்வுபெறும்போது, சிங்கர் நிறுவனத்தின் தூரக்கிழக்கு ஆசியாவுக்கான பிராந்தியத் தலைவராக இருந்தார்.

என்னுடைய தாயார் கல்லூரிப் படிப்பை நிறைவு செய்தவர். உயிரியலையும் விலங்கியலையும் சிறப்புப் பாடங்களாகக் கற்றவர். தனது குழந்தைகளது கல்வியில் மிகக் கவனத்துடன் இருந்தார். எங்களுக்கு அவர் வீட்டுப் பாடங்கள் செய்வதற்கு உதவுவார். கணிதச் சமன்பாடுகளைக் குறித்தும், மனித உடலியல்கூறுகளைக் குறித்தும் அவர் எனக்குக் கற்பித்தது இனிய நினைவுகளாக எனது மனதில் இன்னும் அழியாமல் இருக்கின்றன. எங்களது கல்வி தொடர்பான ஒவ்வொரு அசைவையும் பெற்றோரே தீர்மானித்தார்கள். கல்வியே எமது வாழ்வின் அடி ஆதாரம். இந்த எண்ணம் எங்களது குடும்பத்திற்குள் மரபாகக் கடத்தப்பட்டிருந்து.

யாழ்ப்பாணத்திலுள்ள 'அல்வாய்' எனும் சிறிய கிராமத்தில் எனது தந்தைவழித் தாத்தாவும் பாட்டியும் வாழ்ந்தார்கள். தாத்தா ஆண்கள் பாடசாலையில் தலைமையாசிரியராக இருந்தார். பாட்டி பெண்கள் பாடசாலையில் தலைமையாசிரியையாக இருந்தார். அவர்கள் கல்வியின் முக்கியத்துவத்தை நன்றாக உணர்ந்திருந்ததால், தங்களுடைய ஆறு பிள்ளைகளையும்

கல்லூரிகளில் படிக்கவைத்தார்கள். தமது ஒரேயொரு மகளையும் கல்லூரிக்கு அனுப்பினார்கள். அக்காலகட்டத்தில் பெண் பிள்ளைகளைக் கல்லூரிக்கு அனுப்புவது யாழ்ப்பாணச் சமூகத்தில் அதிசயமான நிகழ்வாகயிருந்தது. பெண்கள் பருவ வயது எய்தியவுடனேயே திருமணம்செய்து வைத்துவிடுவார்கள்.

எனது தாய்வழித் தாத்தாவும் பாட்டியும் விவசாயிகள். அவர்களுடைய மூன்று பெண் குழந்தைகளில் முதலாவது குழந்தை எனது தாயார். அந்தத் தாத்தா மன உறுதி மட்டு மல்லாமல், அதீத உடலுறுதியும் வாய்க்கப் பெற்றிருந்தார். தனது கடைசி மகளை அவளது கணவன் திட்டியதற்காக, மருமகனைக் கைகளால் அலேக்காகத் தூக்கி எடுத்து மாடிச் சுவரில் தொங்கவிட்டாராம்.

தாத்தா எழுபது வயதைக் கடந்த பின்னர், ஒரு மோட்டார் காரை விலைக்கு வாங்கினார். அந்த முதிய வயதில் மூன்று தடவைகள் முயற்சித்துச் சாரதி அனுமதிப்பத்திர ஓட்டுநர் உரிமத்தைப் பெற்றுக்கொண்டார். நான் ஒருமுறை அவரது வீட்டில் தங்கியிருந்துவிட்டுக் கொழும்புக்குத் திரும்பும்போது, என்னைத் தனது மோட்டார் காரிலேயே பேருந்து நிலையத் திற்கு அழைத்துச் செல்ல வேண்டுமென்று பிடிவாதமாக இருந்தார். அந்தப் பிரயாணம் என் வாழ்வின் மிகப் பயங்கரமான பிரயாணமாக இருந்தது. பாதசாரிகளுக்கும் கட்டாக்காலி மாடுகளுக்கும் நடுவாக மோட்டார் கார் தடுமாறிச் சென்றது. வண்டியை ஓட்டும் தாத்தாவின் முகம் 'ஸ்டியேரிங்'குக்கு அரையடி தூரம்தான் விலகியிருந்தது.

கிறிஸ்துமஸ் விடுமுறையின்போது, தாத்தாக்களையும் பாட்டிகளையும் காண்பதற்காக நாங்கள் கொழும்புவிலிருந்து எட்டு மணிநேரம் பயணம்செய்து யாழ்ப்பாணத்திற்குப் போவோம். இந்தப் பயணத்துக்காகவே பல மாதங்களாக ஆவலோடு காத்திருப்போம். பரபரப்பான தலைநகரத்தில் வளரும் எங்களுக்கு யாழ்ப்பாணத்தின் அமைதியான கிராமப்புற வாழ்க்கை மட்டற்ற மகிழ்ச்சியைக் கொடுத்தது. ஆடுகளிலிருந்து பால் கறத்தல், கோழி முட்டைகளைச் சேகரித்தல் போன்ற வேலைகளில் பாட்டிக்கு உதவிசெய்ய உற்சாகத்தோடு இறங்கிவிடுவோம். அதிகாலையில் எழுந்து தாத்தாவுடன் கடற்கரைக்குச் சென்று, மீனவர்களின் தோணிகளுக்காகக் காத்திருப்போம். கடலிலிருந்து திரும்பும் மீனவர்களிடம் துள்ளத் துடிக்க மீன்களையும் நண்டுகளையும் கணவாய்களையும் வாங்குவோம். தாத்தாமாருடனும் பாட்டிமாருடனும் நீண்ட நேரம் பேசிக்கொண்டிருப்போம். அவர்கள் எங்களிடம் கல்வி

குறித்தும், வாழ்க்கை குறித்தும், சமூகம் குறித்தும் ஆழமான கேள்விகளை விதைத்தார்கள். நாங்கள் அந்தக் கேள்விகளைக் குறித்த சிந்தனைகளுடன் யாழ்ப்பாணத்தின் தோட்ட வெளிகளில் திரிந்தோம். புதியவற்றைக் கண்டறிவதற்கும் தனித்துவமாகச் செயற்படுவதற்குமான உத்வேகத்தை முதன்முதலில் எனது தாத்தாக்களிடமிருந்தும் பாட்டிகளிடமிருந்துமே பெற்றுக் கொண்டேன்.

இலங்கையைப் பற்றிய எனது சிறு பிராயத்து நினைவுகள் பெரிதும் இனிமையானவை. கண்ணீர்த் துளியின் வடிவிலிருக்கும் அந்த நாடு அதன் உற்சாகமூட்டக்கூடிய காலநிலைகளைப் போன்றே உயிர்த்துடிப்புடன் காணப்பட்டது. மணல் சொரிந்திருக்கும் அழகிய கடற்கரைகள், பசுமையான மலைச்சாரல்கள், நன்கு கத்தரிக்கப்பட்டு ஒழுங்குபடுத்தப் பட்ட தேயிலைத் தோட்டங்கள், ஓங்கி வளர்ந்த தென்னந் தோப்புகள், மலைக்காடுகள், ஆறுகள், நீர்வீழ்ச்சி அருவிகள் என இலங்கை இயற்கை அழகால் ததும்பியிருக்கிறது. பூலோக சொர்க்கம் என்ற புகழ்மொழிக்கு மிகப் பொருத்தமான நாடுதான்.

இலங்கை பல்வேறு இன மக்களின் சகவாழ்வை வரித்துக்கொண்ட நாடு. அதன் குடிமக்கள் பல நூற்றாண்டு களாகவே வெவ்வேறு இன மக்களுடன் கலந்து வாழப் பழகி யிருந்தார்கள். இனங்களுக்கிடையில் மோதல் கட்டங்களும் இருந்தன. பெரும்பான்மையினரான சிங்களவருக்கும் சிறுபான்மையினரான தமிழருக்கும் இடையில் இன முரண்பாடுகள் அதிகரித்த, வளர்ச்சியுற்ற காலத்தில், நான் எனது பதின்ம வயதுகளில் இருந்தேன். இந்த இனமுரண் மெல்ல மெல்ல வளர்ச்சியுற்று, அந்த அழகிய தீவை முப்பதாண்டுக் காலக் கொடிய யுத்தத்திற்கு இட்டுச்சென்றது. வகைதொகை யின்றி மக்கள் கொல்லப்பட்டார்கள். பல்லாயிரக்கணக்கான மக்கள் காணாமலாக்கப்பட்டார்கள். இனமுரண் தீர்க்கப்படாத பிரச்சினையாகவே, நாட்பட்ட புண்ணாகவே இன்றுவரை இருக்கிறது.

ஆனால் இனமுரண்களுக்குள் சிக்கியிராத சமூகச் சூழலிலேயே சிறுபிராயத்தில் வளர்ந்தேன். அங்கே சிங்களவர், தமிழர், இஸ்லாமியர், பறங்கியர் என்ற பேதமேதும் கிடையாது. வீதியோரம் கிரிக்கெட் விளையாட இறங்கினால், எல்லா இனத்துப் பிள்ளைகளும் ஒன்றாகவே விளையாடுவோம். சேர்ந்தே பாடசாலைக்குச் செல்வோம். நாங்கள் வெவ்வேறு வகுப்பறைகளில் இருந்தாலும், விளையாட்டு மைதானம் எங்களை இணைத்தது. ஒருவரது வீட்டில் அடுத்தவர் தங்கிக்கொள்வோம். இன, மத பேதங்களுக்கு அப்பாற்பட்டு

நான் வளர்ந்த சூழலே எனது எதிர்கால வாழ்க்கைக்கு வெளிச்சம் பாய்ச்சும் அற்புத விளக்காக அமைத்துபோனது. உலகின் எந்தவொரு இனத்தை, மதத்தை, நிறத்தைச் சேர்ந்தவருடனும் என்னால் நட்பாகவும் புரிந்துணர்வுடனும் இருக்க முடிகிறது.

எனது பிள்ளைப் பருவத்தை மிகவும் விரும்புகிறேன். என்னுடைய வாழ்வில் அதுவொரு வசந்த காலமே. ஏராளமான நண்பர்களும் குடும்ப உறவுகளும் என்னைச் சூழ்ந்திருந்தனர். வாழ்க்கை அமைதியாகவும் அவசரமற்றும் தெளிந்த அழகிய நீரோடைபோல நகர்ந்தது. நியூ யோர்க்கிலோ வாழ்க்கையும் தொழிலும் மூச்சுத் திணறவைக்கும் நாயோட்டமாக இருக்கிறது.

கொழும்புவில், காலனிய காலத்துக் கட்டடக் கலையால் உருவாகியிருந்த பெரியதும் அழகானதுமான வீடொன்றில் நாங்கள் வசித்தோம். வீட்டின் விசாலமான முற்றம் ஒழுங்காகக் கத்தரிக்கப்பட்டிருந்த பூஞ்செடிகளால் அலங்கரிக்கப்பட்டிருந்தது. அதையொரு சிறிய நந்தவனம் என்றே கூறலாம். தோட்டக் கலையில் ஆர்வமுள்ள எனது தாயாரால் அது சிரத்தையுடன் பராமரிக்கப்பட்டது. வீட்டுக்குப் பின்னாலிருந்த வளவுக்குள் சடைத்திருந்த கொல்லைப்புறத்தில் மரங்களில் மாம்பழங்கள், கொய்யாப் பழங்கள் உட்படப் பலவகைப் பழ மரங்கள் வனப்பாகக் கனிந்து தொங்கின. நன்கு கனிந்த மாம்பழத்தைப் பறித்துத் துவாரமிட்டுச் சாறினை உறிஞ்சிக் குடிப்பது எனக்கு மிகவும் பிடித்தமான விஷயம்.

ஞாயிற்றுக்கிழமைகள் கடற்கரைக்குச் செல்லும் நாட்களாகும். கொழும்புவுக்கு வெளியேயுள்ள ஆரவாரமற்ற கடற்கரைக்கு மோட்டார் வாகனத்தில் அயல் குடும்பத்தினரோடு செல்வோம். வாகனத்தின் பின்புறம் காலையில் சமைத்த பண்டங்கள் உள்ள கூடைகளால் நிறைந்திருக்கும். கடற்கரையில் சூரியனின் அனல் வெப்பத்தைத் தென்னை மரங்கள் தடுத்து நிற்கும். பெரிய குடைகளையும் படுக்கைத் துணிகளையும் விரித்துக் கூடாரம் தயாராகும்.

தாய்மார்கள் உணவுகளைப் பரிமாற, தந்தைமார்கள் கேலி, கிண்டல் அரட்டைகளிலும் சீட்டு விளையாட்டிலும் நேரத்தைப் போக்குவார்கள். குழந்தைகள் மணலில் கோட்டைகளைக் கட்டுவது, கிரிக்கெட் விளையாடுவது, கடலில் நீந்தித் திளைப்பது போன்றவற்றில் மும்முரமாகிவிடுவோம்.

இளமையில் கடற்கரையில் மகிழ்ச்சியாகக் கழித்த நாட்களே எனக்கு நீர்நிலைகளின் மீது ஆழமானதும் மாறாததுமான பற்றுதலை ஏற்படுத்தியிருக்கின்றன. எனக்கு மனநிலை சரியில்லாத தருணங்களில் அல்லது மனச்சோர்வு ஏற்படும்போது,

கடற்கரையோரமாகப் பல மணிநேரங்கள் தொடர்ந்து நடப்பதுண்டு. அப்படிச் செய்தால் மனம் தெளிந்து, உற்சாகத்தை மீண்டும் பெறுவேன். நான் 'சாசெக்ஸ்' பல்கலைக்கழகத்தில் படித்த காலத்தில், அருகிலேயே கடற்கரை இருந்தது எனக்குப் பொன்னான வாய்ப்பாக அமைந்தது. எனது திருமணப் பந்தம் உறுதியானது ஜெனிவா ஏரியில்தான். எனது திருமண விழா மான்ஹட்டன் தீவைச் சுற்றிவந்த படகில் நிகழ்ந்தேறியது. நான் நியூ யோர்க்கில் வசிக்கும் வீடு கிழக்கு நதியைப் பார்த்தவாறு நிற்கிறது.

இலங்கையில், என் இளமைப் பருவத்தில் நான் கற்றுக்கொண்ட இன்னொரு முக்கியமான விஷயத்தையும் என்னுடைய வாழ்நாள் முழுவதும் கடைப்பிடிக்கிறேன். குடும்ப உறவுகளோடும் நண்பர்களோடும் கூடி இசைந்து வாழ்வதில் எனக்கொரு போதையே உண்டு. என்னைச் சூழவர இருப்பவர்களை மகிழ்விக்கவும் உற்சாகப்படுத்தவும் என்னால் முடிந்த எல்லாவற்றையுமே செய்வேன். எனது குடும்பத்தின ரோடும் நண்பர்களோடும் கரீபியன் தீவுகளில் விடுமுறையைக் கழிப்பதற்கு அடிக்கடி ஏற்பாடுகளைச் செய்வேன். வாரயிறுதி நாட்களில் எனது வீடு நண்பர்களினாலும் அவர்களது குழந்தைகளினாலும் குதூகலத்தோடு நிரம்பியிருக்கும்.

இலங்கையின் பருவமழைக் காலத்தில் குழந்தைகளான நாங்கள் நனைந்து திளைப்போம். பொதுவாகத் தாய்மார்கள் குழந்தைகள் மழையில் நனைவதைத் தடுப்பார்கள். ஆனால் எங்களது தாயார் மழைக்குள் விளையாடுமாறு எங்களை உற்சாகமூட்டுவார். நாங்கள் மழையில் ஆசைதீர நீராடிவிட்டு வீட்டுக்குள் நுழையும்போது, நாங்கள் குளிப்பதற்கு வேண்டிய வெந்நீரோடு அம்மா தயாராகயிருப்பார்.

எனது தாயார் பாரம்பரியத் தமிழ்க் கலாச்சாரத்தில் பற்றுக் கொண்டிருந்தாலும், அவரிடம் தாராளவாத எண்ணமும் சுதந்திர உணர்ச்சியுமிருந்தன. அவர் இரவு நேரங்களில், நமது மூதாதையர்கள் குறித்த கதைகளையும் சமயப் புராணங்களையும் பண்டைய வரலாறுகளையும் எங்களுக்குப் போதிப்பார். அவை நேர்மை, துணிவு, மன உறுதி போன்றவற்றை எங்களுக்குக் கற்பித்தன. அவர் கூறியவற்றில் எனக்கு மிகவும் பிடித்தமானது 'வீரத்தாய்' என்ற கதையாகும்.

அந்தக் கதையில், ஒரு தாய் தன்னுடைய ஒரே மகன் போர்க்களத்தில் அம்பு தைத்து இறந்துவிட்டான் என்று கேள்விப்படுகிறாள். மகனுடைய மார்பிலா முதுகிலா அம்பு தைத்தது என்ற கேள்வியோடு அவள் போர்க்களத்திற்குச்

சென்றாள். என் மகனின் முதுகில் அம்பு தைத்திருந்தால் அவனுக்குப் பாலூட்டிய மார்பை அறுறித்தெறிவேன் என்று சபதமேற்கிறாள். ஆனால் போர்க்களத்தில் மகன் புறமுதுகிடாமல் மார்பில் அம்பு தைத்தே மாண்டிருப்பது கண்டு பெரிதும் உவகையடைந்தாள்.

இந்தக் கதையை முதலில் கேட்டபோது, ஒரு தாய் தன்னுடைய ஒரே மகன் இறந்துகிடப்பதைப் பார்த்து எப்படி மகிழ்ச்சியடைய முடியும் என்ற வியப்பே எனக்கு ஏற்பட்டது. எனது தாயார் இந்தக் கதையில் பொதிந்திருக்கும் நீதியை எனக்குப் பொறுமையாகச் சுட்டிக்காட்டினார். எந்தச் சூழ்நிலையிலும் எவருக்கும் வளைந்துகொடுக்காமை, எந்தத் துன்பத்தையும் மன உறுதியோடும் மாண்போடும் எதிர்கொள்ளல், துணிச்சல் ஆகியவற்றை இந்தக் கதை நமக்குக் கற்றுத் தருகிறது.

பிள்ளைப் பருவத்திலிருந்து இன்றுவரைக்கும் எனது மனதிலே பசுமையாகப் பதிந்திருக்கும் இன்னொரு கதை வீரபாண்டிய கட்டபொம்மனின் கதையாகும். ஒரு சிறிய பாளையக்காரனான கட்டபொம்மன், மாபெரும் பிரிட்டிஷ் சாம்ராஜ்ஜியத்தை எதிர்த்து நின்று கலகம் செய்தான். ஆங்கிலேயருக்குப் பணிய மறுத்ததால், இறுதியில் புளியமரத்தில் தூக்கிலிடப்பட்டான். அவனுடைய அடிபணியாத குணமும் துணிச்சலும் என்னை இன்றுவரை பிரமிப்பில் ஆழ்த்துகின்றன.

நான் ஒரு சிறந்த மாணவனாகவே பாடசாலையில் விளங்கினேன். எனது வகுப்பிலுள்ள அதிசிறந்த மூன்று மாணவர்களுள் ஒருவனாக எப்போதுமே இருந்தேன். பாடசாலையில் வகுப்புகள் மொழிவாரியாகப் பிரிக்கப் பட்டிருந்தன. நான் தமிழ் மாணவர்களுக்கான வகுப்பில் இருந்தேன். அந்த வகுப்பில் ஏறத்தாழ முப்பது மாணவர்கள் இருந்தார்கள். சிங்கள மாணவர்களுக்கும் ஆங்கிலம் பேசும் மாணவர்களுக்கும் தனித்தனி வகுப்புகள் இருந்தன.

பாடசாலையில், இடைவேளைக்காக ஆவலோடு காத்திருப்போம். இடைவேளைக்கான மணி ஒலித்ததும் விளையாட்டு மைதானத்தை நோக்கித் தலைதெறிக்க ஓடுவேன். நான் கிரிக்கெட் விளையாட்டை நேசித்தாலும், மல்யுத்தத்தையே அதிகமும் விரும்பினேன். அதற்கு ஏற்றவாறு தமிழ் வகுப்பிலுள்ள எல்லா மாணவர்களை விடவும் நானே உயரமான, பருமனான உடல்வாகு கொண்டவனாக இருந்தேன். மைதானத்தில் தமிழ் வகுப்பு மாணவர்களோடு சிங்கள, ஆங்கில வகுப்பு மாணவர்களும் விளையாட்டுகளில் இணைந்து கொள்வார்கள்.

மல்யுத்தப் போட்டிக்காக ஒரே உயரமும் பருமனும் கொண்ட மாணவர்களை ஒவ்வொரு அணிக்கும் பிரித்துக் கொள்வோம். மணற்புழுதியில் ஒரு வட்டத்தை உருவாக்கிக் களத்தைத் தயார்செய்ததும், மல்யுத்தம் கோலாகலமாக ஆரம்பமாகும். இந்தப் போட்டிக்குத் திட்டவட்டமான விதிகள் இருந்தன. பிறாண்டுவது, பற்களால் கடிப்பது, எல்லைக்கோடு கடந்தவனோடு மல்யுத்தம்செய்வது என்பன தடைசெய்யப் பட்டிருந்தன. போட்டியாளர்கள் சரிநிகராக இருக்க வேண்டும், நேர்மையான முறையில் சண்டைசெய்ய வேண்டும், விதிகளைத் தெளிவாகக் கடைப்பிடிக்க வேண்டும் என்பதை யெல்லாம் சிறுவயதிலேயே கற்றுக்கொண்டேன்.

வானொலி கேட்பதும் அப்போது எங்களுடைய முக்கியமான பொழுதுபோக்காக இருந்தது. ஆங்கிலப் பாடல்கள், பைலாப் பாடல்கள், தென்னிந்தியத் தமிழ்ப் பாடல்கள் போன்றவை எனது பெற்றோரால் விரும்பிக் கேட்கப்படும். நானும் அந்தப் பாடல்களிடம் இயல்பாகவே ஈர்க்கப்பட்டேன்.

வானொலியில் கிரிக்கெட் வர்ணனை ஒலிபரப்பாகும் போது, நாங்கள் பரபரப்பாகிவிடுவோம். துடுப்பாட்டக்காரரின் துணிவு, பந்து வீசுபவரின் தந்திரோபாயங்கள், எடுக்கப்படும் ஓட்டங்கள் என்று வர்ணனையாளரின் கம்பீரமான குரல் சொல்லச் சொல்ல, வெற்றி எந்தப் பக்கம் என்ற மயிர்க்கூச்செறி யும் பதைபதைப்பு எங்களைத் தொற்றிக்கொள்ளும். கிரிக்கெட் டெஸ்ட் போட்டிகள் ஐந்து நாட்களுக்கு நடைபெறும். அப்போதெல்லாம் மற்ற வேலைகளைக் கூடியவரை ஒதுக்கிவிட்டு, வானொலிக்குப் பக்கத்திலேயே இருந்துகொள்வேன்.

அநேகமான இலங்கையர்களும் பிற தெற்காசிய நாட்டு மக்களைப் போலவே கிரிக்கெட் விளையாட்டின் தீவிர அபிமானிகளே. கிரிக்கெட் மெதுவாக நடைபெறும் விளையாட்டு என்று அமெரிக்கர்கள் சொல்வதுண்டு. ஆனால் கிரிக்கெட்டை நன்றாக அறிந்தவர்களுக்கு அந்த விளையாட்டு மானிட வாழ்க்கையையே பிரதிபலிப்பதாகத் தோன்றும். கிரிக்கெட்டிலுள்ள அமைதியும் அர்த்தமும் கொண்ட 'ரிதம்' வாழ்க்கையை நடத்துவதற்கும் தேவையானது. கிரிக்கெட்டைப் புரிந்துகொள்வதன் மூலம் வாழ்க்கையைப் புரிந்துகொள்ளுங்கள் என்றுகூடச் சொல்லலாம்.

துரதிர்ஷ்டவசமாக, பிள்ளைப் பிராயம் நீடித்து நிற்பதில்லை. என்னுடைய அமைதியான வாழ்வு சடுதியாக முடிவுக்கு வந்தது. என்னுடைய பதினோராவது வயதில்,

ராஜ் ராஜரட்ணம்

எனது குடும்பத்தைப் பிரிந்து செல்ல நேரிட்டது. இந்தியாவிலுள்ள 'ஏற்காடு மாண்ட்ஃபோர்ட் விடுதிப் பாடசாலை'க்கு என்னை அனுப்பத் தகப்பனார் தீர்மானித்தார். நான் சிறந்த பள்ளியில் ஆங்கில மொழிவழியில் படிக்க வேண்டுமென அவர் விரும்பினார். எனது தகப்பனாருடைய தீர்மானம் தீர்க்கதரிசனமாக இருந்தது.

மூன்று வருடங்களுக்குப் பின்னர், அதாவது, 1972ஆம் ஆண்டில், தந்தையார் பிராந்திய முகாமையாளராகப் பதவி உயர்வு பெற்றுச் சிங்கப்பூர் அலுவலகத்திற்குச் சென்றார். குடும்பமும் அவருடன் குடிபெயர்ந்தது. எனது தகப்பனாருக்கு சிங்கர் நிறுவனத்தில் மேலும் மேலும் பொறுப்பான பதவிகள் வழங்கப்பட, எனது குடும்பம் மூன்று வருடங்களுக்கு ஒருமுறை அமெரிக்கா, இந்தியா, தாய்லாந்து, சிங்கப்பூர் என வெவ்வேறு நாடுகளுக்குக் குடிபெயர்ந்தது.

நானோ இந்தியாவில் தனிமையில் உழன்றேன். ஆரம்பத்திலிருந்தே விடுதிப் பாடசாலை எனக்குப் பிடிக்கவில்லை. பழைய சம்பவங்களையும் வீட்டு நினைவுகளையும் மனதில் மீட்டியவாறே காலத்தைக் கடத்தினேன். எனது குடும்பத்தினர், உறவினர்கள், நண்பர்கள் ஆகியோரைத் தேடி என்னுடைய குழந்தை உள்ளம் ஏங்கியது. இலங்கை உணவையும் இசையையும் கடற்கரையையும் என் மனம் நாடியது.

யாழ்ப்பாண வறுத்த மிளகாய்த்தூளில் சமைக்கப்பட்ட கோழி இறைச்சிக் கறியும், என் வீட்டு வளவில் கிடைத்த வாசனையான புளிப்புப் பழங்களும், அலையடிக்கும் நீலக்கடலும் இங்கில்லை. இசையைக் கேட்காமலிருப்பதும் சோர்வையளித்தது. விடுதியில் இசைக்கு அனுமதியில்லை. உற்சாகமற்ற விடுதி வாழ்வைச் சகித்துக்கொள்ளலாம்தான். ஆனால் அங்கிருந்த மிதமிஞ்சிய விதிகளும் கடுமையான கண்காணிப்பும் எனது சுதந்திரத்தைப் பறித்துவிட்டதாகவே உணர்ந்தேன்.

புதிய வாழ்க்கையைச் சமாளிக்கவும் சகிக்கவும் எனக்குள்ளேயே போராடிக்கொண்டிருந்தேன். பிரிவுத் துயர், தனிமை, விடுதிப் பாடசாலையின் கடினமான வாழ்க்கை குறித்தெல்லாம் நான் ஒருபோதுமே பெற்றோரிடம் முறையிடவில்லை. ஆனால் எனது தாயார் என் துயரங்களையும் சிரமங்களையும் அறிந்திருந்தார். ஏனெனில், விடுமுறைகளின் முடிவில் நான் கொழும்புவிலிருந்து இந்தியாவுக்குப் புறப்பட ஆயத்தமாகும்போது, அம்மா நீண்ட நேரம் எனக்குப் புத்திமதிகள் சொல்வார். அவரது பிள்ளைகளில் நான் மாத்திரமே வருகின்ற சவால்கள் எல்லாவற்றையும் சமாளிக்கக்கூடிய

சமனற்ற நீதி

ஆற்றல்கொண்டவன் என்பது அவரது நம்பிக்கை என்று கூறுவார். ஒவ்வொருவருடைய வாழ்விலும் சவாலான காலங்கள் ஏற்படுகின்றன. நான் வெறும் பதினொரு வயதிலே விடுதிப் பாடசாலைக்குச் சென்றதும், அங்கே என்னை நானே காப்பாற்றிக்கொள்ளப் பயிற்சி பெற்றதும் அப்படியானதொரு காலமாகும். என் குடும்பத்தை விட்டு இன்னும் தொலைவுக்கு என்னை இழுத்துச் செல்லக் காலம் காத்திருந்தது.

புலம்பெயர்ந்த அநேக உத்தியோகஸ்தர்களது குடும்பங்களில் நடப்பது போலவே, நானும் இங்கிலாந்திலுள்ள விடுதியுடன் கூடிய உயர்நிலைப் பள்ளிக்கு அனுப்பப்பட்டேன். கல்வியையே மூலதனமாகக்கொள்ளும் இலங்கை மக்கள் இங்கிலாந்தில் விடுதிப் பாடசாலைக் கல்வியைப் பெரும்பேறாகக் கருதினர். இதன் விளைவாக எனது சிறு பிராயத்து வாழ்க்கை இந்தியாவிலும் இங்கிலாந்திலுமுள்ள விடுதிப் பாடசாலைகளில் கழிந்தன. நான் விடுதிப் பாடசாலைகளில் இருந்த காலம் முழுவதுமே எனது தாயார் – அவர் உலகின் எந்தப் பாகத்தில் இருந்தாலும் – ஒவ்வொரு வாரமும் எனக்குக் கடிதம் எழுதுவார். அவருடைய வற்றாத அன்பு எனக்குத் தோன்றாத் துணையாக நின்றது.

இங்கிலாந்தில் உயர்நிலைப் பள்ளியில் கல்வியை நிறைவு செய்துகொண்டு, சாசெக்ஸ் பல்கலைக்கழகத்தில் சேர்ந்தேன். விடுதிப் பாடசாலையின் அன்றாடக் கட்டுப்பாடுகளும் கெடுபிடிகளும் இல்லாத, பரந்து விரிந்து கிடந்த பல்கலைக்கழகச் சூழல் எனக்குச் சுதந்திரத்தையும் புத்துணர்ச்சியையும் மகிழ்வையும் அளித்தது. பல்கலைக்கழக வாழ்க்கையை முழுவதுமாகக் கொண்டாடி இரசித்தேன். எனினும், என்னைச் சுயக்கட்டுப்பாட்டுக்குள் வைத்துக்கொள்ளவும் கற்றுக்கொண்டேன். 1970களின் நடுப்பகுதியில் சாசெக்ஸ் பல்கலைக்கழகம் இடதுசாரிக் கருத்தியல்களைக் கொண்ட பேராசிரியர்களால் நிரம்பியிருந்ததுடன் 'லிபரல்' சிந்தனை கொண்ட சர்வதேச மாணவர்களின் கூடாரமாகவும் இருந்தது.

உயர்நிலைப் பள்ளியைப் போலவே, பல்கலைக்கழகத்திலும் கணிதம், விஞ்ஞானம் ஆகிய பாடங்களில் சிறந்து விளங்கினேன். பொறியியல் பட்டம் பெறுவதற்காகப் படித்தேன். ஆனால் எனக்குப் பொறியியலில் பெரிய ஆர்வம் இல்லை என்பதை விரைவிலேயே உணர்ந்துகொண்டேன். அதில் படைப்பூக்கச் சிந்தனைகளுக்கு இடமில்லாதிருந்தது. பொறியியல் படிப்புடன் 'செய்பணி ஆய்வியல்'* என்ற பாடத்தை இரண்டாம்நிலைப்

---

* Operations Research

பாடமாகச் சேர்த்துக்கொண்டேன். அந்தப் பாடமானது உலகளாவிய வணிகப் பிரச்சினைகளைத் தீர்ப்பதற்குக் கணக்கியலை உபயோகிக்கும் விஞ்ஞானமாகும்.

நான் என்னுடைய சக மாணவர்களோடு இணைந்து செயற்படுவதிலும் வாழ்வதிலும் பல்கலைக்கழகத்திற்கே முன்னுதாரணமாக இருந்தேன். பல்கலைக்கழகத்தில் கற்றுக் கொண்டிருந்த மாணவர்கள் வெவ்வேறு இனங்களையும் தேசங்களையும் சேர்ந்தவர்கள். பெருந்தொகையான இலங்கை மாணவர்களும் அங்கிருந்தார்கள். அவர்களும் என்னைப் போன்ற குடும்பப் பின்னணியைக் கொண்டவர்களே. அவர்களில் சிலர் இன்றுவரை எனது நண்பர்களாக இருக்கிறார்கள்.

விடுதிப் பாடசாலைகளைப் போன்று மணி ஒலித்தால் இயங்க வேண்டிய அவசியம் இங்கிருக்கவில்லை. விருப்பம் போலத் தூங்கிவிட்டு, விரிவுரைகள் நடக்கும் நேரத்திற்குச் சற்று முன்புதான் படுக்கையிலிருந்து எழுவேன். என்னுடைய மாலை நேரத்தின் பெரும் பகுதியை உடற்பயிற்சிக் கூடத்திலும் விளையாட்டுக்களிலும் கழித்தேன்.

பாட்மின்டன், ஸ்குவாஷ், டென்னிஸ் ஆகியவையும் எனக்கு விருப்பமான விளையாட்டுக்களானாலும், டேபிள் டென்னிஸ் விளையாட்டிலேயே அதிக நேரத்தைச் செலவழித்தேன். குறிப்பாக, அந்த விளையாட்டின் ஒற்றையர் ஆட்டத்திற்குப் பரம விசிறியாக இருந்தேன். பல்கலைக்கழகத்தின் டேபிள் டென்னிஸ் அணியிலும் சீக்கிரமே இடம் பிடித்தேன். நான்கு வீரர்களைக் கொண்ட எமது அணி பிரிட்டிஷ் பல்கலைக்கழகங் களுக்கு இடையே நடக்கும் சுற்றுப் போட்டிகளில் எப்போதுமே ‘சம்பியன்’ பட்டத்தை வென்றது.

பல்கலைக்கழக வளாகத்தைச் சூழ ஏழெட்டு மதுச்சாலைகள் இருந்தன. மாலை மயங்கியதும் நாங்கள் மதுச்சாலை ஒன்றுக்குள் நுழைவோம். அங்கே மணிக்கணக்காக உட்கார்ந்திருந்து பல்கலைக்கழக நடப்புகள், அரசியல், விளையாட்டு, உலக நடப்புகள் போன்றவற்றைப் பற்றிக் கலந்துரையாடுவோம். ஆழமான தத்துவங்களில் தொடங்கிக் கேலி, கிண்டல்வரை வானத்திற்குக் கீழிருந்த எல்லாவற்றைப் பற்றியும் பேசித் தீர்த்தோம். சிலசமயங்களில் அதையும் தாண்டிச் சென்றோம்.

1970களின் பிற்பகுதியில் இங்கிலாந்தில், விவாதங்களிலும் கலந்துரையாடல்களிலும் சில விஷயங்கள் முக்கிய இடத்தைப் பெற்றன. சமபாலுறவாளர்களின் உரிமைகளுக்காகப் போராடிய இயக்கங்கள் வளர்ச்சிப் போக்கில் இருந்தன. அதேபோன்று,

தென்னாப்பிரிக்காவின் இன ஒதுக்கல் கொள்கைக்குக் கடுமையான சவால்கள் எழுந்துகொண்டிருந்தன.

வியாழன், வெள்ளி இரவுகளில் நான் வளாகத்தின் இசை நடன அரங்காகிய 'கிரிப்ட்' மண்டபத்தில் தவறாமல் இருப்பேன். இசையும் நடனமும் இதயங்களை இணைக்கும் பட்டு நூல்களாக இருந்தன. நாங்கள் காதல் வயப்பட்டோம், காதலில் வெற்றி பெற்றோம், காதலில் தோல்வியுற்றோம். நான் பரவசத்தின் உச்சத்தில் இருந்தேன்.

சாசெக்ஸ் பல்கலைக்கழகத்தில் சுதந்திரமும் மகிழ்ச்சியும் இருந்தபோதிலும், இங்கிலாந்தில் நான் இனவெறியையும் எதிர்கொள்ள நேரிட்டது. 1970களில் இங்கிலாந்து கடினமான காலத்தினூடாகச் சென்றுகொண்டிருந்தது. சம்பள உயர்வின்மை, பாரிய வேலையின்மை நெருக்கடி போன்றவற்றால் நாடு தத்தளித்தது. தெற்காசியாவிலிருந்து வந்த குடியேற்றத் தொழிலாளர்களே இந்த நிலைமைக்குக் காரணம் என்று கணிசமான ஆங்கிலேயத் தொழிலாளர்கள் கருதினர். இந்த அதிருப்தி உணர்ச்சியைத் தீவிர வலதுசாரிகளான தேசிய முன்னணிக் கட்சியினர் தமக்குச் சாதகமாகப் பயன்படுத்தி னார்கள். அவர்கள் மேடைகள் தோறும் 'தெற்காசியர்கள் இங்கிலாந்திலிருந்து வெளியேற்றப்பட வேண்டும்' என்று கூச்சலிட்டார்கள். நவீன நாஸி மொட்டைத் தலையர்களின் குழுக்கள் தெருக்களில் கட்டற்றுத் திரிந்து, தெற்காசிய மக்களைப் பயமுறுத்தியும் தாக்கியும் அட்டகாசம் செய்தன.

நான் பல்கலைக்கழகத்தில் முதலாம் ஆண்டு மாணவனாக இருந்தபோது, இலண்டன் நகரத்தில் வாழ்ந்துகொண் டிருந்த எனது மாமாவைச் சந்திக்கச் சென்றேன். புலம்பெயர்ந்த மக்கள் அதிகமாக வசித்த பகுதியில்தான் மாமாவின் தங்குமிடம் இருந்தது. நானும் மாமாவும் தெருவில் நடந்து சென்றபோது, நிற வெறியர்களான ஒரு மொட்டையர் குழுவினால் பலாத்காரமாக வீதியிலிருந்து தள்ளிவிடப்பட்டோம்.

நாங்களும் விட்டுக்கொடுக்கவில்லை. மொட்டையர் குழுவைக் கடுமையாகத் திருப்பித் தாக்கினோம். ஆனாலும் அவர்களுடைய தொகை அதிகமாக இருந்ததால், அதிக தொகையில் அடிகளைப் பெற்றுக்கொண்டோம். அந்தத் தெருவில் வசித்த பாகிஸ்தானியர்களும், கடை நடத்திக்கொண்டிருந்த இந்தியர்களும் எமக்கு உதவிசெய்ய விரைந்து வந்தபோது, மொட்டையர்கள் ஓடிவிட்டார்கள். இந்த மொட்டையர் கும்பல் அடிக்கடி வந்து தன்னைத்

துன்புறுத்துவதாகவும் தனது கடைகளிலிருந்து திருடுவதாகவும் இந்தியக் கடைக்காரர் ஒருவர் சொன்னார்.

நான் இலங்கையில் சிறுவனாக இருந்தபோது, என்னிலும் சில வயதுகள் அதிகமான ஒருவன் எங்களது தெருவில் போய்வரும் சிறார்களை இரக்கமேயின்றி அடித்து உதைத்துத் தொந்தரவு செய்வான். ஒருநாள் அவன் என்னை அடிக்க வந்தபோது, நான் எனது காற்சட்டைப் பைக்குள் தயாராக வைத்திருந்த மிளகாய்த்தூளை எடுத்து அவனுடைய கண்களில் விட்டெறிந்து, அவனை அழப்பண்ணினேன். அந்த எரிச்சலான சம்பவத்திற்குப் பிறகு அவன் சிறார்களோடு சேட்டை செய்வதை நிறுத்திவிட்டான். பல வருடங்களுக்குப் பின்னர், இலண்டனில் எனது காற்சட்டைப் பைக்குள் மிளகாய்த்தூளை மொட்டையர் குழுவிடமிருந்து என்னைப் பாதுகாப்பதற்காகக் கொண்டுசெல்லத் தொடங்கினேன். எனினும், அதனை உபயோகிக்க வேண்டிய சூழல் ஒருபோதும் ஏற்படவில்லை.

எனது தந்தை “நீ முதலாவதாகத் தாக்குதலைச் செய்யக் கூடாது! ஆனால் யாராவது உன்மீது தாக்குதலைத் தொடுத்தால் நீ பின்வாங்கக் கூடாது” என்று சொல்வார். இன்றுவரை அவருடைய ஆலோசனையைப் பின்பற்றி வருகின்றேன்.

1980இல் நான் சாசெக்ஸ் பல்கலைக்கழகத்தில் பட்டதாரி யானபோது, இலங்கையில் சிங்களவர்களுக்கும் தமிழர்களுக்கும் இடையில் கடுமையான முரண்பாடுகள் ஏற்படும் அறிகுறிகள் காணப்பட்டன. இலங்கைக்குத் திரும்புவதும், அங்கு பொறியியலாளராகப் பணியாற்றுவதும் எனது திட்டங்கள் அல்ல. எனக்கு வணிகத்தில் ஆர்வமிருந்தது. அமெரிக்காவில் எம்பிஏ படிப்பதற்காக விண்ணப்பித்தேன். பென்சில்வேனியா பல்கலைக்கழகத்தின் ‘வார்ட்டவோற்ரன் வணிக மேலாண்மைப் பள்ளி’யில் எம்பிஏ படிப்பதற்கு இருக்கை கிடைத்தது.

வார்ட்டவோற்ரன் பள்ளியில் படித்த காலம் எனது பொற்காலம். அங்கிருந்த பேராசிரியர்கள் மிகச் சிறந்தவர்கள். அதிபுத்திசாலிகளான மாணவர்கள். வெவ்வேறு சுவாரஸ்ய மான பின்னணிகளிலிருந்து வந்தவர்கள். பாடத்திட்டம் சவால் விடுவதாகவும், எனக்கு மிகவும் பிடித்ததாகவும் இருந்தது.

பள்ளியில் மிகச்சிறந்த மாணவனாக இருந்தேன். எனக்கு நிதியியலில் பேரார்வம் ஏற்பட்டது. குறிப்பாக, சர்வதேச நிதி முதலீடுகள் குறித்துக் கற்பதில் எனக்குப் பெரும் காதலே ஏற்பட்டது. எனது ஆர்வத்திற்குரிய துறை எதுவென்று கண்டுகொண்டேன். சாசெக்ஸ் பல்கலைக்கழகத்தைப் போலன்றி, இங்கே மாணவர்கள் படிப்பில் தீவிரமான

சிரத்தையுடன் இருந்தார்கள். பள்ளியில் உற்சாகத்துடன் முன்னேறிச் சென்றேன்.

வார்ட்டவோற்ரன் பள்ளியில் என்னோடு பயின்றவர் களில், முப்பதிற்கும் அதிகமான சகாக்களுடன் ஒரு தசாப்த காலத்திற்கும் மேலாக நெருங்கிய தொடர்பைப் பேணிவந்தேன். கலியன் நிறுவனத்தை ஆரம்பித்தபோது, நம்பத்தகுந்த நிர்வாகி ஒருவரைத் தேடினேன். வார்ட்டவோற்ரன் பள்ளியில் எனது உடன் மாணவராக இருந்த ஒருவரை அந்தப் பதவியில் இருத்தினேன். அவரைத் தவிர, என்னுடைய உடன் பயின்ற மாணவர்கள் மூவரை கலியன் பதவிகளில் அமர்த்தினேன். இவர்கள் முதுநிலை நிதி மேலாளர்களாகப் பணியாற்றினார்கள். எனது வார்ட்டவோற்ரன் பள்ளிச் சகாக்கள் தலைமை தாங்கிய இரண்டு நிதி நிறுவனங்களைத் தொடங்குவதற்கும் முதலீடு செய்துள்ளேன். வேறுசில வார்ட்டன் வோற்ரன் பள்ளிச் சகாக்களின் 'ரியல் எஸ்டேட்' முதலீட்டு நிறுவனங்களிலும் முதலீடு செய்துள்ளேன். வார்ட்டவோற்ரன் பள்ளித் தொடர்புகள் எனக்கு மிகவும் முக்கியமானவையாகும்.

1983ஆம் ஆண்டு, மே மாதத்தில் நான் எம்பிஏ பட்டதாரியானேன். சேஸ் மான்ஹட்டன் வங்கியில் எனக்கு ஊதியத்துடன்கூடிய ஒன்பது மாதப் பயிற்சிக்குப் பின்னான முழுநேர வேலை உறுதியாகியிருந்தது. அந்த வருடத்தின் இலையுதிர்க் காலத்தில் பயிற்சி தொடங்கயிருந்தது. இடையி லிருந்த நீண்ட கோடை விடுமுறையில் இலங்கைக்குத் திரும்பினேன்.

ஜூலை மாதத்தில் இலங்கையில் நிகழ்ந்தேறிய இன வன்செயல்கள் மிகக் கொடூரமானவையாக இருந்தன. அப்போது, கொழும்புவில் எனது மாமாவின் வீட்டில் தங்கியிருந்தேன். சிங்கள இனவெறி பிடித்த காடையர் கூட்டங்கள் தமிழர்களின் வீடுகளைத் தேடிச் சென்று தாக்குவதிலும் கொல்வதிலும் கொள்ளையடிப்பதிலும் எரிப்பதிலும் வெறியோடு ஈடுபட்டிருந்தன. எனது மாமியும் மச்சாள்களும் எங்களுக்கு அருகில் எமது அயலில் வாழ்ந்துவந்த சிங்களக் குடும்பமொன்றின் வீட்டில் தஞ்சமடைந்து ஒளிந்து கொண்டார்கள். நானும் எனது மாமாவும் என்னுடைய வயதையொத்த மைத்துனர்களும் ஒளிந்துகொள்வதற்கு மறைவிடம் தேடாமல், எது வந்தாலும் சந்தித்துவிடுவது என்ற உறுதியுடன், எங்களது வீட்டைப் பாதுகாப்பதற்காகக் கத்திகளுடனும் தடிகளுடனும் தயாராகக் காத்திருந்தோம். அந்த வீதியில் இருந்த பல தமிழர்களுடைய வீடுகளைக் காடையர் கும்பல் தாக்கியபோதும், எங்களது வீட்டுக்கு

அந்தக் காடையர் கும்பல் வரவேயில்லை. அந்த மாதத்தில் நிகழ்ந்த இன வன்செயல்களில் இரண்டாயிரம் தமிழ் மக்கள் கொல்லப்பட்டார்கள். இந்தக் கொடுமையான நிகழ்வே நாட்டில் முனைப்புடன் போர் தொடங்குவதற்கு ஆரம்பப்புள்ளியாக அமைந்தது.

ஜூலை மாதத்தின் இறுதியில் நான் இலங்கையிலிருந்து வெளியேறினேன். எனது சொந்த நாட்டிலேயே எனக்குப் பாதுகாப்பு இல்லை என்பதைக் கண்களால் கண்டு, தெளிவாக உணர்ந்தேன். அமெரிக்காவிற்குத் திரும்பியதும் குடியுரிமைக்கு விண்ணப்பித்தேன். அடுத்த பத்து வருடங்கள் நான் இலங்கைக்குப் போகவேயில்லை.

எனது பிள்ளைப்பருவ வாழ்க்கையை இனிமையாக்கிய இலங்கைத் தீவின் மீது நான் கொண்ட பற்றும் பாசமும் எப்போதுமே என்னோடு இருக்கும். ஆனால் எனது தாய்நாட்டிலேயே எனக்குப் பாதுகாப்பு இல்லாதிருந்தபோது, அமெரிக்காவே என்னை இருகரம் நீட்டி வரவேற்றது. எனது எஞ்சிய வாழ்க்கையை நியூ யோர்க்கில் வாழ்வதாகத் தீர்மானித்தேன். இதற்காக அமெரிக்காவுக்கு மிகவும் நன்றி யுடையவனாக இருக்கிறேன். அதேவேளையில், அமெரிக்காவில் நான் எப்போதுமே ஓர் அந்நியன்தான் என்பதையும் என்னுடைய உள்மனதால் உணர்ந்திருக்கிறேன்.

நியூ யோர்க் மாநகரம் தன்னிடம் வந்த குடியேறிகளுக்கு ஆண்டாண்டு காலமாகவே வழங்கிவந்த சுதந்திரத்தை எனக்கும் வழங்கியது. நியூ யோர்க்கில் வெறும் கைகளுடன் எனது வாழ்க்கையைத் தொடங்கினேன். கடுமையான உழைப்பு, எக்காலத்திலும் சோர்வின்மை, பாதைகளிலே வரும் தடைகளைத் தாண்டி முன்செல்லல் ஆகியவையே எனது வாழ்க்கைத் தத்துவம். நியூ யோர்க் நகரம் எனது ஆற்றலுக்கும் கடின உழைப்புக்கும் ஏற்ற களமாக இருந்தது. எல்லையற்ற பாதைகள் என் முன்னே திறந்திருந்தன.

எனது தாயகமான இலங்கையில் புரையோடிக் கிடக்கும் இனரீதியான அரசியல் முரண்பாடுகளின் மீது எனக்குக் கடுமையான அதிருப்தி இருந்தாலும், நான் இலங்கைமீது பற்றுக்கொண்டுள்ளேன். இலங்கையின் இன-மத முரண்கள் ஒவ்வொரு தலைமுறையிலும் எவ்வாறு தாக்கத்தை ஏற்படுத்துகின்றன என்பதுபற்றியெல்லாம் ஏராளமான நூல்கள் எழுதப்பட்டுவிட்டன. இவற்றைக் குறித்து ஒரேயொரு கருத்தை மட்டும் கூற விரும்புகிறேன். இன அரசியலும், மத அரசியலும்

மக்களிடையே இரண்டு சக்திகளினால் தூண்டிவிடப்படுகின்றன. ஒன்று அறியாமை, மற்றையது வறுமை.

பல வருடங்களாகவே இலங்கையிலுள்ள ஆதரவற்றோர் பாடசாலைகளுக்கும், மருத்துவத்துறை வளர்ச்சிக்கும் நிதி வழங்கி ஆதரவளித்து வருகிறேன். அவற்றில் எனக்குக் கிடைத்த இரண்டு முக்கியமான அனுபவங்களை உங்களிடம் பகிர்ந்துகொள்கிறேன்.

ஒருமுறை, யுத்தத்தினால் பாதிக்கப்பட்டிருந்த கிராமத்திற்குச் சென்றிருந்தேன். அங்கே, ஒற்றைக் கால் மட்டுமேயுள்ள குழந்தைகள் கூடி விளையாடிக்கொண்டிருந்தார்கள். கண்ணிவெடிகள் பொதுமக்கள்மீது எவ்வளவு மோசமான பாதிப்பை ஏற்படுத்துகின்றன என்பதை அங்கே நேரடியாகவே பார்த்தேன். கண்ணிவெடிகளின் காரணமாகக் குழந்தைகள் நடமாடுவதற்கும் விளையாடுவதற்கும் பாதுகாப்பான இடமென எதுவுமே இல்லை. யுத்தம் நடந்த பகுதிகளில் புதைக்கப்பட்டிருந்த கண்ணிவெடிகளைக் கண்டுபிடிப்பதற்காக அமெரிக்காவிலிருந்து மோப்ப நாய்களை வரவழைப்பதற்கு நிதி வழங்கி ஏற்பாடு செய்தேன்.

வளர்ச்சி குன்றிய நாடுகளிலிருந்து நான்கு அல்லது ஐந்து மாணவர்கள் அமெரிக்காவுக்கு வந்து படிப்பதற்கு வருடாந்தப் புலமைப்பரிசில்களை உருவாக்கினேன். பல விண்ணப்பங்கள் வந்துசேர்ந்தன. அவற்றை நன்கு ஆராய்ந்து முதலாவது அணியைத் தேர்வு செய்தபோது, இலங்கையின் சிங்கள மாணவர் ஒருவரும் தேர்வானானர். புலமைப்பரிசிலை வழங்குவதற்கு அந்த மாணவரின் இனம் எனக்கு ஒரு தடையாகவே இருக்கவில்லை. அவர் அமெரிக்காவுக்கு வந்து, வார்ட்டன் வோற்ரன் பள்ளியில் எம்பிஏ படித்தார். உள்ளகப் பயிற்சியை கலியனில் மேற்கொண்டார். இலங்கையின் மூவினங்களையும் சேர்ந்த இருபத்தைந்து மாணவர்கள் கலியனில் தங்களது உள்ளகப் பயிற்சியைப் பெற்றுள்ளார்கள். இந்தப் புலமைப்பரிசில் திட்டம் இன்றுவரை இயங்கிக்கொண்டிருக்கிறது. பல்வேறு நாடுகளைச் சேர்ந்த மாணவர்கள் இத்திட்டத்தால் பயனடைந்துள்ளார்கள்.

2004ஆம் ஆண்டு, இலங்கையின் தென்பகுதியில் எனது குடும்பத்துடன் விடுமுறையைக் கழித்துக்கொண்டிருந்தேன். அப்போது, சுனாமி நிலத்தை விழுங்கி நாற்பதாயிரத்திற்கும் மேற்பட்ட மனிதர்களையும் சொத்துக்களையும் வீடுகளையும் அழித்தது. இந்தப் பேரழிவை எனது கண்களால் கண்டேன். மனம் பேதலித்துக் கலங்கிவிட்டது. கலியன் நிறுவனத்தை

மூடிவிட்டு, இலங்கையில் ஒரு தொண்டு நிறுவனத்தை ஆரம்பித்து, சுனாமியால் பாதிக்கப்பட்டிருந்த ஆயிரக்கணக்கான மக்களின் புனர்வாழ்வுக்கான நடவடிக்கைகளில் ஈடுபடத் திட்டமிட்டேன். ஆனாலும் எனது குடும்பத்தாரதும் நண்பர்களதும் ஆலோசனை வேறுவிதமாக இருந்தது. தொடர்ச்சியாகச் சம்பாதித்துக்கொண்டிருந்தால் மட்டுமே தொடர்ச்சியாகத் தொண்டுசெய்ய முடியும் என்று அவர்கள் அறிவுறுத்தியதை ஏற்றுக்கொண்டேன். சுனாமியால் வீடுகளை இழந்து நின்றிருந்த மீனவர்களிடையே இனபேதம் பார்க்காமல் அவர்களுடைய வீடுகளை மீளவும் கட்டிக்கொடுத்தேன்.

இன்றுவரை நான் இலங்கையில் சுதேசியாகவும் அதே வேளையில் அந்நியனாகவும் இருநிலைகளில் இருப்பதாக உணர்கிறேன். ஒவ்வொருமுறையும் விமானம் இலங்கையில் இறங்குவதற்காகத் தாழப் பதியும்போது, நான் பிறந்த மண்ணை விமானத்தின் ஜன்னல் வழியாகப் பார்த்துக்கொள்வேன். என்னுடைய மனதில் உணர்ச்சியலைகள் கொந்தளிக்கத் தொடங்கிவிடும்.

போர் உக்கிரமாக நடைபெற்ற காலத்தில் நான் இலங்கையில் வாழவில்லை. என்னுடைய நாட்டு மக்கள் எத்தகைய இன்னல்களை அனுபவித்தார்கள் என்பதுபற்றி எனக்கு நேரடியான அனுபவமோ விளக்கமோ இல்லை. இது என்னை ஓரளவு அந்நியனாக மாற்றியுள்ளது. பிள்ளைப் பருவத்தில் கண்ட இலங்கை மனதில் இனிய நினைவாகவும் கனவாகவும் தேங்கிக் கிடக்கிறது.

3

வளர்நிலை

1983ஆம் ஆண்டு, நான் வார்ட்டன் வோற்ரன் வணிகப் பள்ளியில் பட்டம் பெற்றதும், நிதியியல் சார்ந்த துறையிலேயே பணியாற்ற விரும்பினேன். தொழில்சார் வாழ்க்கையின் முதலாவது காலடியை சேஸ் மான்ஹாட்டன் வர்த்தக வங்கியிலிருந்து தொடங்கினேன். அமெரிக்காவில் சில வருடங்கள் பணியாற்றிவிட்டு, ஆசியாவுக்குத் திரும்பிச் சென்றுவிடுவதே எனது இலக்காக இருந்தது.

அந்த வங்கியின் கடன் வழங்கும் துறையில் நிதிப் பகுப்பாய்வாளராக ஒன்பது மாதப் பயிற்சிக்குப் பின் பதவி என்ற அடிப்படையில் இணைந்து கொண்டேன். அது ஊதியத்துடன்கூடிய பயிற்சியே. இத்தகைய பதவிகளுக்குத் தேர்வுசெய்யும் முறை மிகவும் கடினமானதாக இருந்தது. என்னோடு நூற்றுக்கும் அதிகமானவர்கள் பயிற்சி பெற்றார்கள். அந்தக் காலகட்டத்தில், இது மதிப்புமிக்க பயிற்சி யாகக் கருதப்பட்டது. எமது அணி, பயிற்சியை முடித்துக்கொண்டு பதவி ஏற்பதற்கு முன்பே வெவ்வேறு பெரிய நிறுவனங்களில் இருந்தெல்லாம் எமக்கு வேலைவாய்ப்புகள் குவிந்தன. இதனால் கிட்டத்தட்ட முப்பது சதவீத மாணவர்கள் ஓரிரு வருடங்களுக்குள் பதவியிலிருந்து நீங்கி, அதிக சம்பளம் வழங்கும் வேறு நிறுவனங்களில் வேலைக்குச் சேர்ந்தார்கள்.

நாங்கள் நிதியையும் பணப் புழக்கத்தையும் பகுப்பாய்வு செய்வதில் கடுமையான பயிற்சிகளைப் பெற்றிருந்தோம். இந்தப் பயிற்சிகளின் வழியே, ஒரு

நிறுவனத்தினுடைய கடன் தொடர்பான விவகாரங்களைச் சல்லடைபோட்டு ஆராயவும், அதன் பல்வேறு பொருளாதார நிலைகளைத் துருவிப் பார்க்கவும் சிறப்புத் தேர்ச்சி பெற்றிருந்தோம். காலை நேரத்தில் வகுப்பறையில் படித்தும், மாலை நேரத்தில் கூட்டுத்தாபன வங்கியின் கடன் கொடுக்கும் அதிகாரிகளுடன் கடன் பரிசீலனையை மேற்கொண்டும் எம்மை அந்தத் துறையில் தகுதியானவர்கள் ஆக்கிக்கொண்டோம். கடன் விவகாரங்களுக்கான பயிற்சி, பிற்காலங்களில் மாற்றமடைந்தது. தற்காலத்தில் அந்தப் பயிற்சி நாம் எடுத்த பயிற்சி போன்று கடுமையானதாக இல்லை. சேஸ் மான்ஹாட்டன் வங்கியில் நான் பெற்ற அந்தக் கடுமையான உயர்தரப் பயிற்சிக்கு என்றுமே நன்றியுள்ளவனாக இருக்கிறேன். அது எனது பகுப்பாய்வுத் திறமையை பன்மடங்கு மெருகேற்றி உயர்த்தியது. எனது அடுத்த நகர்வான 'தொழில்நுட்ப நிதிப் பகுப்பாய்வாளர்' என்ற பதவியில் என்னைச் சரியாக நிலைநிறுத்திக்கொள்ள மேற்சொன்ன பயிற்சியும், வார்ட்டன் வோற்றன் பள்ளியில் பெற்றுக்கொண்ட எம்பிஏ பட்டமும், சாசெக்ஸ் பல்கலைக்கழகப் பொறியியல் படிப்பும் எனக்குப் பெரிதும் உதவின.

சேஸ் மான்ஹாட்டன் வங்கியில் பயிற்சித் திட்டத்தை முடித்துவிட்டு, மின்னணுவியல் நிறுவனங்களைக் கையாளும் பிரிவில் பதவியில் அமர்ந்தேன். 1980களில் வர்த்தக வங்கிகளும் முதலீட்டு வங்கிகளும் தொழில்ரீதியாக ஒன்றுக்கொன்று நேர்மாறான முறைகளையும் பண்புகளையும் கொண்டிருந்தன. வர்த்தக வங்கிகள், அவசரத்தைத் தவிர்த்து நிதானமாகச் செயற்பட்டன. வர்த்தக வங்கிகளின் அலுவலர்கள் குறைந்த நேரமே வேலை செய்தார்கள். இதனால் 'வங்கியாளர்களின் நேரம்' என்றொரு மரபுத்தொடரே உருவாகியிருந்தது.

பெரும்பாலான நாட்களில், சேஸ் மான்ஹாட்டன் போன்ற வர்த்தக வங்கிகளின் ஊழியர்கள் மாலை ஐந்து மணியளவில் வேலைத்தளத்திலிருந்து வெளியேறிவிடுவார்கள். அந்திப் பொழுதுகளில் இவர்கள் வேலைசெய்வது அரிது. வார இறுதி நாட்களில் வேலைசெய்வதே இல்லை. வர்த்தக வங்கிக் கலாச்சாரம் ஒரு கனவானின் போக்கை ஒத்திருந்தது. இதற்கு நேர்மாறாக, முதலீட்டு வங்கியின் கலாச்சாரம் துடிப்பாகவும் முனைப்பாகவும் இருந்தது. எனவே, நான் துடிப்பும் தொழில்முனைப்பும் கொண்ட முதலீட்டு வங்கித் துறைக்கு ஈர்க்கப்பட்டேன். முக்கியமாக, முதலீட்டு வங்கிகளுக்கும் பங்குச் சந்தை வணிகத்திற்கும் இடையே நேரடியான பாதை இருந்தது. எனது பயிற்சிக்கும் படிப்புக்கும் ஏற்ப எனது அறிவையும் திறமையையும் பயன்படுத்த வேண்டிய இடம்

சேஸ் மான்ஹாட்டன் வர்த்தக வங்கியல்ல. மாறாக, மின்னல் வேகத்தில் தெறிக்கும் பங்குச் சந்தையில் முதலீடுகளைச் செய்யும் முதலீட்டு வங்கிகள் உள்ள 'வால் ஸ்ட்ரீட்'டே நான் சென்றடைந்து வெற்றிகரமாக இயங்க வேண்டிய இடம் என்று விரைவிலேயே உணர்ந்துகொண்டேன்.

நீடம்

இரண்டு வருடங்கள் சேஸ் மான்ஹாட்டன் வர்த்தக வங்கியில் பணியாற்றிய பிறகு 1985ஆம் ஆண்டு, செப்டம்பர் மாதம், நான் அங்கிருந்து விலகி, புதிதாக ஆரம்பிக்கப்பட்டிருந்த 'நீடம்' நிறுவனத்தில் பணிக்குச் சேர்ந்துகொண்டேன்.

நீடம் நிறுவனத்தில் எனது பணி 'செமி கண்டக்டர்' எனப்படும் குறைக்கடத்திகள் உற்பத்தித் தொழிற்துறையைக் குறித்து ஆராய்ந்து, அந்தத் துறையிலுள்ள நிறுவனங்களின் எதிர்கால வருவாயைக் குறித்த பகுப்பாய்வுகளைச் செய்து அறிக்கைகளைச் சமர்ப்பிப்பதாகும். இதன்மூலம் அத்துறையிலுள்ள நிறுவனங்களுடைய பங்குகள் எதிர்காலத்தில் எத்தகைய ஏற்ற இறக்கங்களைச் சந்திக்கவுள்ளன என்பது குறித்த விவரங்கள், எமது நிறுவனத்தின் வாடிக்கையாளர்களான நிதி மேலாளர்களுக்கு வழங்கப்பட்டன. அவர்கள் எமது நிறுவனத்திற்கூடாகப் பங்குகளை வாங்குவார்கள் அல்லது விற்பார்கள்.

இதுதான் நான் கனவு கண்ட வேலை. எனது படிப்புக்கும் பயிற்சிக்கும் ஏற்ப பொறியியல், நிதிப் பகுப்பாய்வு, நான் பேரார்வம் கொண்டிருக்கும் பங்கு வணிகம் ஆகியவற்றை உள்ளடக்கிய மிகப் பொருத்தமான வேலை. நவீன மின்னணுவியலுக்குக் குறைக்கடத்தி சிலிக்கன் பளிங்குகளே அடித்தளமாக இருக்கின்றன. 1980களின் நடுப்பகுதியில் மடிக்கணினிகளின் பெருக்கத்தால், இந்தத் துறை வேகமாக வளர்ச்சியடைந்தது. குறைக்கடத்தி உற்பத்தியில் புதிய தொழில்நுட்பங்கள் கண்டுபிடிக்கப்பட்டன. சிலிக்கன் பள்ளத்தாக்கு அபார வளர்ச்சியடைந்தது. புதிய புதிய தொழில் நிறுவனங்கள் தோன்றின. இந்தத் துறையில் செல்வம் கொழித்துக் கொட்டியது.

நீடம் நிறுவனத்தில் என்னுடைய பணியை இரண்டாகப் பிரிக்கலாம். நான் ஆய்வுசெய்யும் நிறுவனத்தின் நிதி நிர்வாகத் தரவுகளை முதலில் பகுப்பாய்வு செய்வேன். எனது நேரத்தின் பெரும் பகுதியை நிறுவனங்களின் உத்தியோகப்பூர்வ நிதி அறிக்கைகளைத் துருவிப் பார்த்தல், நிறுவனத்தினுடைய பங்குகளின் பெறுமதி அலைவுறும் திசையைக் கணிப்பது,

சிலிக்கன் பள்ளத்தாக்கின் தொழில்நுட்ப வளர்ச்சிகளைக் குறித்துச் சஞ்சிகைகளிலும் செய்தித்தாள்களிலும் வரும் கட்டுரைகளைக் கவனமாக வாசித்துக் குறிப்புகளை எடுப்பது என்பவற்றிலேயே செலவிட்டேன். ஒரு நிறுவனத்தின் அனைத்துத் தரவுகளையும் திரட்டிக்கொண்ட பின்பாக, அந்த நிறுவனத்திற்குச் சென்று அதிகாரிகளைச் சந்திப்பேன். மாதம் ஒரு முறை நான் சிலிக்கன் பள்ளத்தாக்குக்குச் செல்வேன். அங்கு குறைக்கடத்தி உற்பத்திகளை மேற்கொள்ளும் முதன்மை நிர்வாகிகளுடனும் அவர்களுடைய போட்டியாளர்களுடனும் சந்திப்புகளை மேற்கொள்வேன். நிர்வாகிகள் என்னிடம் சொல்லும் தரவுகள் நம்பகமானவையா எனப் பல வழிகளிலும் குறுக்கு விசாரணைகளில் ஈடுபடுவேன்.

நிறுவனங்களின் தலைமை நிறைவேற்று அதிகாரிகளைச் சந்திப்பது எனக்கு மிகவும் பிடித்தமான வேலையாக இருந்தது. அவர்களிடமிருந்து நான் ஏராளமாகக் கற்றுக்கொண்டேன். நான் சிலிக்கன் பள்ளத்தாக்குக்குச் செல்லும்போதெல்லாம், நாளொன்றுக்கு நான்கு அல்லது ஐந்து சந்திப்புகளைத் தலைமை நிறைவேற்று அதிகாரிகளுடன் ஏற்படுத்துவேன். வாரத்திற்குச் சுமாராக இருபது சந்திப்புகள் நடந்தேறின. வெள்ளிக்கிழமைகளில் பிற்பகல் 3.30 மணி விமானத்தைப் பிடித்து, வார இறுதியை எனது குடும்பத்தினருடன் செலவிடுவதற்காக நியூ யோர்க் திரும்பிவிடுவேன். அந்த விமானப் பயணத்தில், அந்த வாரம் முழுவதும் நான் கற்றுக்கொண்டவற்றை எழுதிவைப்பேன். குறிப்பாக, எனது பகுப்பாய்வுகளைத் தொடருவதற்குத் தேவையான தரவுகளைத் தொகுத்து எழுதிக் கொள்வேன். இந்த வழக்கத்தை எனது பணிக்காலம் முழுவதுமே தவறாமல் கடைப்பிடித்தேன். பிற்காலத்தில், நான் ஆரம்பித்த கலியன் நிறுவனம் துரிதகதியில் வளர்ச்சியடைந்தபோதும், ஒவ்வொரு தொழில்சார் பயணத்திலிருந்தும் வீடு திரும்புகையில் பறக்கும் விமானத்திற்குள்ளிருந்து குறிப்புகளைத் தொகுத்து எழுதிவைப்பேன்.

நீடத்தில் எனது வேலையில் சிறப்பாகச் செயற்பட்டதால், மிக விரைவிலேயே முதலீட்டு ஆய்வு இயக்குநநராகப் பதவியுயர்வு பெற்றேன். நிறுவனத்தின் அனைத்துத் துறைகளிலும் ஆய்வுகளுக்கான தலைமைப் பொறுப்பு என்னிடம் ஒப்படைக்கப்பட்டது. தொழில்நுட்பம், சுகாதாரச் சேவை, நுகர்வோர் சேவை ஆகிய மூன்று துறைகளில் எங்களது முதலீட்டு ஆய்வுகளை நடத்தினோம். புதிய பொறுப்பு பல்வேறு நிறுவனங்களைப் பற்றிப் பயனுள்ள நுண்ணறிவை எனக்கு வழங்கியது. இந்தத் துறைகளில் வேகமாக

அபிவிருத்தியடைந்துவரும் போக்குகளையும் விளங்கிக் கொள்ள முடிந்தது. இந்தப் படிப்பினைகள் பிற்காலத்தில் நான் ஆரம்பிக்க இருந்த என்னுடைய சொந்த முதலீட்டு நிறுவனம் இந்தத் துறைகளில் முதலீடு செய்வதற்குப் பேருதவியாக அமைந்தன.

நீடத்தின் நிறுவனர் ஜோர்ஜ் நீடம் நிறுவனத்தின் வருமானத்தில் 50 சதவீதத்தை ஊழியர்களுக்குப் பகிர்ந்தளித்தார். அத்தோடு, சகல ஊழியர்களுக்கும் நிறுவனத்தின் பங்குதாரர் களாகும் வாய்ப்பையும் வழங்கினார். அந்த நிறுவனம் தமக்கே உரியது என்று ஊழியர்கள் எண்ணும்படி உற்சாகமூட்டினார். நீடம் நிறுவனத்தின் கலாச்சாரம் எல்லோருக்கும் ஏற்புடைய தாக இருக்கவில்லை என்பதும் உண்மை. சில பெரிய நிறுவனங்களிலிருந்து நீடத்திற்கு வேலைக்கு வந்தவர்கள், இந்தச் சிறிய நிறுவனத்தின் கலாச்சாரத்தை விரும்பவில்லை. திறமை இல்லாதவர்கள் ஒளிந்துகொள்வதற்கு இங்கே எந்த இடமும் இல்லை.

இங்கே ஒருவர் அதிகமாக உழைத்தால் அதிகமான கொடுப்பனவையும் பலனையும் பெறுவார். அப்படி இல்லாவிட்டால் அடிப்படை ஊதியத்தைப் பெறுவதோடு திருப்தியடைய வேண்டியதுதான். தொடக்கத்தில், அடிப்படைச் சம்பளம் வருடத்திற்கு 60,000 டாலர்களாக நிர்ணயிக்கப் பட்டிருந்தது. மேலதிகக் கொடுப்பனவை, பலன்களைப் பெறுவதென்றால், அது வேலைத் திறனையே அடிப்படை யாகக் கொண்டிருந்தது. நீடம் சிறிய நிறுவனம் என்பதால், ஏனைய வால் ஸ்ட்ரீட் சம்பளங்களோடு ஒப்பிடும்போது, நீடம் நிறுவனத்தில் அடிப்படைச் சம்பளம் 25% அல்லது 30% குறைவாகவே இருந்தது. ஆனால் நீடத்தின் பங்குகளை உடமையாகப் பெறுவது என்ற வகையில் மற்றைய நிறுவனங்களை விட மொத்தத்தில் கொடுப்பனவுப் பலன்கள் ஊழியர்களுக்கு அதிகமாகவேயிருந்தன. எனினும், நீடம் நிறுவனத்தின் ஊழியர்களில் பலர் பங்குடைமை குறித்து எவ்விதமான ஆர்வமும் கொள்ளவில்லை என்பதைக் கண்டு வியப்படைந் தேன். பங்குகளில் அல்லாமல் அவர்கள் சம்பளத்தில்தான் ஆர்வம் கொண்டிருந்தனர். இது வால் ஸ்ட்ரீட்டின் குறுகிய காலப் பணிக் கலாச்சாரத்தைப் பிரதிபலிப்பதாக இருந்தது. உயர்ந்த பதவியும், கூடிய அதிக ஊதியமும் கொடுக்கும் நிறுவனங்களுக்குச் சட்டெனத் தாவிவிடுவதே அவர்களின் வழக்கமாக இருந்தது.

சிலிக்கன் பள்ளத்தாக்கு நிறுவனங்களுடனான தொடர் பாடல்கள் மூலமாக ஒன்றை அறிந்துகொண்டேன். அதாவது,

சம்பளம் பெறுவதைக் காட்டிலும் பங்குகளைப் பெற்றுக் கொள்வதிலுள்ள பயனைத் தெரிந்துகொண்டேன். அக்காலத்தில் சிலிக்கன் பள்ளத்தாக்கு ஊழியர்களில் ஏராளமானோர் தமது நிறுவனங்களின் பங்குகளைப் பெற்று மில்லியனர்களாக உயர்ந்தார்கள். ஆனால் தமது சம்பளத்தில் மட்டுமே கண்ணாகயிருந்த ஊழியர்களுக்கு இந்த அதீத முன்னேற்றம் நிகழவில்லை.

நீடம் நிறுவனத்தில் பன்னிரண்டு வருடங்கள் பணியாற்றினேன். ஜோர்ஜ் நீடம் என்னைக் கண்ணியமாக நடத்தியதுடன், முக்கியமான பொறுப்புகளையும் எனக்கு வழங்கியிருந்தார். நிறுவனத்தின் இயக்குநரராக நான் உயர்ந்தபோது, எனக்கு விருப்பமில்லாத வேலையொன்றையும் செய்ய வேண்டியிருந்தது. நீடம் நிறுவனத்தைவிட அதிகச் சம்பளம் வழங்கிய நிறுவனங்களுக்கு நீடம் ஊழியர்கள் தாவிவிடாமல் தடுப்பதே அந்த விருப்பமில்லாத வேலை. நான் ஊழியர்களிடம் விசுவாசம்பற்றிப் பேசியபோது “ராஜ்... நானொரு விசுவாசம் மிக்க மனிதன்தான். ஆனால் விசுவாசத்தைக் காட்டிலும் முக்கியமானது எனது குடும்பம். குடும்பத்தினரின் நன்மைக்காக நான் அதிக ஊதியத்தைத் தேடிச்செல்வது எனது கடமையாகும்” என்பதுவே எனக்குப் பதிலாகக் கிடைத்தது. இதற்கு என்னால் எந்தச் சமாதானத்தையும் கூற முடியவில்லை. நீடத்தில் ஊழியர்களைத் தக்கவைப்பது மிகவும் சவாலாகவும் எனக்குப் பிடிக்காத வேலையாகவுமிருந்தது.

1992ஆம் ஆண்டு, ஏழு வருடங்கள் நீடமில் பணியாற்றிய தன் பின்பாக, அதன் தலைவராகப் பதவியுயர்வு பெற்றேன். அப்போது எனக்கு முப்பத்தைந்து வயது. முதலீட்டுக் குழுமத்தை இயக்குவது ஜோர்ஜ் நீடத்தின் பொறுப்பாக இருந்தது. வணிகம், ஆய்வு என்பவற்றை உள்ளடக்கியிருந்த மூலதனச் சந்தைக்குப் பொறுப்பாக இருந்தேன்.

நீடமின் பங்குச் சந்தை வணிகர்களுக்கும், வால் ஸ்ட்ரீட்டின் ஏனைய நிறுவனங்களின் பங்குச் சந்தை வணிகர்களுக்கும் இடையில் எந்த வித்தியாசமும் இல்லை. பங்குச் சந்தை வணிகர்கள் பெரும்பாலும் சூதாடிகளாக இருந்தார்கள். அவர்கள் விளையாட்டுகளிலும் குதிரைகளிலும் பந்தயங்கள் கட்டுவதோடு நின்றுவிடாமல், பொதுவாக எல்லாவற்றிலுமே சூதாடுவார்கள். ஒரு நிமிடத்திற்குள் பதினைந்து ஐஸ்கிரீம்களை ஒருவரால் சாப்பிட முடியுமா இல்லையா என்றுகூடப் பந்தயம் கட்டுவார்கள். தங்களது ஓய்வு நேரங்களைக் கழிப்பதற்காகச் சூதாட்டத்திற்குப் புகழ்பெற்ற அட்லாண்டிக் நகரத்துக்கிற்கோ

அல்லது லாஸ் வேகஸ் நகரத்திற்கோ போவார்கள். ஆனால் அவர்கள் வேலை நாட்களில் கண்களைக்கூட இமைக்காமல் பங்குச் சந்தையைக் கவனித்துக்கொண்டிருப்பார்கள். உணவு வேளைகளில்கூடத் தமது இருக்கைகளை விட்டு அகல மாட்டார்கள். அங்கிருந்தபடியே அவசர அவசரமாக உணவை அள்ளி விழுங்குவார்கள். பிற்பகல் நான்கு மணிக்குப் பங்குச் சந்தை மூடப்பட்டதுதான் தாமதம் அவர்கள் மாயமாகிவிடுவார்கள்.

பங்குச் சந்தை வணிகர்களைக் கண்காணிப்பது மிகவும் கடினம். வணிகர்களை வணிகர்களாகவே இருக்க விடுவதே சரியானது என்று கற்றுக்கொண்டேன். அவர்களைக் கண்ணியமானவர்களாகவும் சாந்தமானவர்களாகவும் நான் மாற்றப்போவதில்லை. அவர்கள் பிடிவாதமான அபிப்பிராயங்களைக் கொண்டவர்களாகவும் உரத்த தொனியில் முரட்டுத்தனமாகப் பேசுபவர்களாகவும் இருந்தார்கள். கடுமையான அழுத்தத்திற்கு மத்தியிலிருந்து அவர்கள் வேலை செய்வதால் கத்துவதும் கூச்சலிடுவதும் அவர்களது கலாச்சார மாக இருந்தது.

பங்குச் சந்தை வணிகர்களைத் திரைப்படங்களும் தொலைக்காட்சித் தொடர்களும் பேராசைக்காரர்களாகச் சித்தரித்தன. எனது வழக்கு விசாரணையின்போது, இத்தகைய சித்தரிப்புகள் அரசுத் தரப்பு வழங்குரைஞர்களுக்குச் சாதகமாக இருந்தன. அவர்கள் ஜூரிகள் சபையின் முன்னே, திரைப்படங்களின் கற்பனைப் பாத்திரங்களை உதாரணங்கள் காட்டித் தமது நாக்குகளைச் சாட்டையாகச் சொடுக்கினார்கள்.

ஆனால் உண்மை என்னவென்றால் பங்குச் சந்தை வணிகர்கள் முற்றிலும் வேறானவர்கள். தொழிலில் தீவிரமும் வெறியும் கொண்டவர்கள். பங்குச் சந்தையில் ஏற்படும் விறுவிறுப்புக்கொண்ட வேகமான போட்டிகளை விரும்பியவர்கள். அவர்கள் போட்டியின் விதிகளை நன்கு அறிந்திருந்தார்கள். கிடைக்கும் வெற்றிகளைக் கௌரவமாகவும் உற்சாகமாகவும் கொண்டாடினார்கள். இந்த வணிகர்களைப் பற்றிப் பொதுவெளியில் நிலவிய கேலியான விமர்சனங்களுக்கு மாறாக, இவர்களுடைய தொழிலில் கொள்கைகளும் இறுக்கமான விதிகளும் இருந்தன.

கடும் உத்வேகத்தோடிருக்கும் பங்குச் சந்தை வணிகர்களிட மிருந்து முற்றிலும் மாறுபட்டவர்கள் பகுப்பாய்வாளர்கள். இவர்கள் நிதானமானவர்களாகவும், கற்பதில் ஆர்வம் உள்ளவர்களாகவும், ஆழமான ஆய்வுத் திறனுடனும் இருப்பார்கள். இவர்களுடன் வேலைசெய்வது எனக்கு

ராஜ் ராஜரட்ணம்

இனிமையான அனுபவமாகவே இருக்கும். சில தெற்காசியர்களைப் பகுப்பாய்வாளர்களாக நீடம் நிறுவனத்தில் நியமித்தேன். அவர்கள் மிகத் திறமையானவர்களாகவும் வால் ஸ்ட்ரீட்டில் தோன்றும் சவால்களைச் சாமர்த்தியமாக எதிர்கொள்பவர்களாகவும் இருந்தார்கள்.

1980-2000 காலப்பகுதியில் வால் ஸ்ட்ரீட்டில் தெற்காசியர்கள் அரிதாகவே பணியில் இருந்தார்கள். ஆனால் நீடம் நிறுவனத்தில் பணியாற்றிய பதினைந்து பகுப்பாய்வாளர்களில் ஐவர் தெற்காசியர்களாக இருந்தார்கள். நான் தெற்காசியர்களுக்கு முன்னுரிமை கொடுத்துப் பணிகளில் அமர்த்துகிறேன் என்று கூட அலுவலகத்தில் சலசலப்பு ஏற்பட்டது. இதுகுறித்து ஜோர்ஜ் நீடம் என்னிடம் கேட்டபோது, நீடம் நிறுவனத்தில் நிதித்துறை முழுமையாகவே ஆங்கிலோ-சாக்ஸன் வெள்ளையர்களாலேயே நிரப்பப்பட்டிருப்பதையும், நிறுவனத்தின் பங்குச் சந்தை வணிகர்கள் எல்லோருமே யூத இனத்தைச் சேர்ந்த ஆண்கள் என்பதையும் அவரிடம் சுட்டிக்காட்டினேன். "நான் வேலைக்கு அமர்த்தியிருக்கும் தெற்காசியப் பகுப்பாய்வாளர்கள் தங்களது வேலையைத் திறம்படவே செய்கிறார்கள். இதில் என்ன பிரச்சினை உள்ளது?" என்று திருப்பிக் கேட்டேன். ஜோர்ஜ் நீடம் அமைதியாகி விட்டார். அவர் பொதுவாகவே யதார்த்த நிலவரங்களுக்கு இணங்கிச் செயற்படுபவர்.

நீடம் நிறுவனத்தில் இருந்த கடும் உழைப்பாளிகளான அலுவலர்களைப் போலவே, ஜோர்ஜ் நீடமும் கடுமையாக உழைத்தார்; அவரிடமிருந்து பலவற்றைக் கற்றுக்கொண்டேன். தொழிலைப் பொறுத்தளவில் அவரிடம் நல்லொழுக்கமும் திடமான மனவுறுதியும் காணப்பட்டன. இது தொழிலில் நீடித்து நிற்பதற்கும் வெற்றிகரமாக இயங்குவதற்குமான அடிப்படைப் பண்புகளாகும். அவரிடம் நான் கற்றுக்கொண்ட இத்தகைய பண்புகள் முப்பத்தைந்து வருடங்களுக்குப் பின்னரும் எனக்கு நல்ல பயனைத் தருகின்றன. காலப்போக்கில், பல நிறுவனங்கள் தடயமே இல்லாமல் அழிந்தபோதும், நீடம் நிறுவனம் தொடர்ந்தும் வெற்றிநடை போட்டுக்கொண்டிருக்கிறது.

நீடத்திலிருந்து வெளியேறுதல்

நீடம் நிறுவனத்தில் எனக்குக் கொடுக்கப்பட்ட பொறுப்புகளைத் தாண்டியும் முன்னே செல்லத் திட்டமிட்டேன். முதலீட்டு நிதி மேலாளராக விரும்பினேன். பங்குச் சந்தையில் இறங்கிப் பணம் ஈட்டுவதைக் குறித்துத் தீவிரமாகச் சிந்திக்கத் தொடங்கினேன். நீடம் நிறுவனத்தில் ஒரு முதலீட்டு நிதியத்தை

உருவாக்கி, எனது முதலீட்டு ஆய்வு அனுபவத்தைப் பயன்படுத்து வதற்கான முன்னெடுப்புகளில் சுறுசுறுப்பாக இறங்கினேன். 1992ஆம் ஆண்டு, நான் நன்கு அறிந்திருந்த சிலிக்கன் பள்ளத்தாக்குப் பங்குச் சந்தையில், நீடம் நிறுவனம் சார்பாக முதலீட்டு நிதியத்தைப் பதினைந்து மில்லியன் டாலர்கள் மூலதனத்தோடு ஆரம்பித்தோம்.

இந்த முதலீட்டு நிதியம் மிக நன்றாகச் செயற்பட்டது. பதினைந்து மில்லியன் டாலர்கள் மூலதனம் நான்கே நான்கு வருடங்களில் 250 இருநூற்றைம்பது மில்லியன் டாலர்களாக வளர்ச்சியுற்றது. எனக்குத் தொழிலில் இருந்த பேரார்வமே இந்த வளர்ச்சிக்கு அடிப்படைக் காரணியாக அமைந்தது. தினமும் பயனுள்ள தரவுகளைத் தேர்ந்தெடுக்கும் சவாலும், திரட்டிய பல்வகைத் தரவுகளையும் தொகுத்துக் கூர்மையாக ஆராய்ந்து முதலீடு செய்யும் நுட்பமும் எனக்கு உற்சாகத்தையும் திருப்தியையும் கொடுத்தன.

ஜோர்ஜ் நீடம் எனக்கு வால் ஸ்ட்ரீட்டுக்குள் நுழையச் சந்தர்ப்பம் அளித்ததோடு, என்னை மரியாதையுடன் நடத்தியும் வந்தார். எனக்கு நிறுவனத்தில் பொறுப்புக்கு மேல் பொறுப்பாகக் கொடுத்து உயரவைத்தார். ஆனால் சிலிக்கன் பள்ளத்தாக்கிலுள்ள ஆற்றலும் ஊக்கமும் கொண்ட தொழிலதிபர்களுடன் நெருக்கமாகப் பழகி வேலை செய்ததால், நானும் அவர்களைப் போன்று தொழிலதிபர் ஆக வேண்டும் என்றே மனதார விரும்பினேன். முதலீட்டு மேலாண்மையில் மட்டுமே என்னுடைய கவனத்தைக் குவித்தேன். எனவே, எனக்கு முப்பத்தொன்பது வயதானபோது, நீடம் நிறுவனத்தி லிருந்து விலக முடிவெடுத்தேன். நான் அங்கே பன்னிரண்டு வருடங்கள் பணியில் இருந்திருக்கிறேன்.

1996 நவம்பர் மாதத்தில், ஜோர்ஜ் நீடமிடம் வருட முடிவில் நீடம் நிறுவனத்திலிருந்து விலகி, எனக்கெனச் சொந்தமாக முதலீட்டு நிதியமொன்றை ஆரம்பிக்கப் போவதாகச் சொன்னேன். நான் பணியிலிருந்து விலகுவதைக் குறித்து ஜோர்ஜ் நீடம் நிறுவன ஊழியர்களுக்கு அறிவித்த கடிதம் பின்வருமாறு:

"எனது நண்பரும் பங்காளியுமான ராஜ் ராஜரட்ணம் இந்த வருட இறுதியில், எமது நிறுவனத்தை விட்டு விலகிச் செல்கிறார் என்பதைக் கவலையுடன் அறியத் தருகிறேன். அவர் நியூ யோர்க்கில் சொந்தமாக ஒரு முதலீட்டு நிதியத்தை ஆரம்பிக்கத் திட்டமிட்டிருக்கிறார். 1985ஆம் ஆண்டு எமது நிறுவனம் ஆரம்பிக்கப்பட்டபோது, ராஜ்

ராஜரட்ணம் எங்களோடு இணைந்துகொண்டார். அதற்கு முன்னே, சேஸ் மான்ஹாட்டன் வங்கியில் அவர் நிதிப் பகுப்பாய்வாளராகப் பணியிலிருந்தார்.

"ராஜ் ராஜரட்ணம் நீடம் நிறுவனத்தில் பகுப்பாய்வாளர், தலைமை நிர்வாகி, இயக்குநர் சபை உறுப்பினர், தலைவர் ஆகிய பதவிகளை ஏற்றுத் திறம்படப் பணியாற்றி யுள்ளார். குறிப்பாக எமது வாடிக்கையாளர்களுடன் நெருக்கமானதும் சுமூகமானதுமான தொடர்பைப் பேணிவந்துள்ளார்.

"நான் அறிந்த பகுப்பாய்வாளர்களில் இவரே மிகச் சிறந்தவர். பங்குச் சந்தைகள் குறித்து ஆராய்ந்து விளங்கிக் கொள்வதில் இவருக்கு இணையான எவரையுமே நான் கண்டதில்லை. எமது நிறுவனத்தையும், முதலீட்டு நிதியத்தையும் கட்டியெழுப்புவதில் இவருடைய அர்ப்பணிப்பான உழைப்பு மகத்தானது. இவருடைய பங்களிப்பின்றி எமது நிறுவனத்தின் மாபெரும் வெற்றியை நாம் அடைந்திருக்கவே முடியாது. இவர் எமது நிறுவனத்தில் பல்வேறு பதவிகளை வகித்தாலும், இவருடைய முதன்மை ஆர்வம் முதலீட்டு மேலாண்மையே என்று உணர்ந்துள்ளார்.

"எனவே, தனது கவனம் முழுவதையும் அந்தத் துறை யிலேயே செலுத்தத் தீர்மானித்துள்ளார். அவர் எமது நிறுவனத்தில் வருட இறுதிவரை பணியாற்றி, தகுதியானவர்களிடம் பொறுப்புகளை ஒப்படைத்துச் செல்வார். ராஜ் ராஜரட்ணம் தொடர்ந்தும் நீடம் நிறுவனத்தின் பங்காளிகளில் ஒருவராக இருப்பார்.

"நீங்கள் எல்லோரும் என்னோடு இணைந்து ராஜ் ராஜரட்ணத்துடைய பங்களிப்புக்கு நன்றியும், அவரது புதிய முயற்சியில் பெருவெற்றி பெற வேண்டுமென்று வாழ்த்துகளும் சொல்வீர்கள் என்று நம்புகிறேன்."

நீடம் நிறுவனத்தில் பெற்ற அனுபவங்கள் உண்மை யிலேயே விலை மதிப்பற்றவை. எனது சொந்த நிறுவனமான கலியனை ஆரம்பித்தபோது, அந்த அனுபவங்கள் எனக்கு அஸ்திவாரங்களாக அமைந்தன. ஒரு நிறுவனம் நன்கு வளர்ச்சியடைய வேண்டுமென்றால், முதுநிலை ஊழியர்களுக்கு உயர்ந்த ஊதியம் வழங்கப்பட வேண்டும் என்பதை ஜோர்ஜ் நீடமிடமே கற்றுக்கொண்டேன். அத்தோடு, ஆக்கத்திறன் இல்லாதவர்களைக் களையெடுக்க வேண்டுமென்றும் அறிந்துகொண்டேன். ஊழியர்கள் சொல்வதை நீங்கள் செவிமடுக்க வேண்டும். ஒரு குறிப்பிட்ட விஷயத்தை அவர்கள்

விரும்பாவிட்டாலோ அல்லது அதனில் மாற்றம் வேண்டுமென எண்ணினாலோ, அதுகுறித்துத் தொழில்சார் அறத்துடன் அவர்களோடு கலந்தாலோசிக்க வேண்டும். நான் இதை எப்போதும் கடைப்பிடித்தேன். எனது ஊழியர்கள் சொல்வதைச் செவிமடுப்பதற்காக எனது காதுகளை எப்போதும் திறந்தே வைத்திருந்தேன்.

மாறாக, எனது ஊழியர்கள் என்னை அச்சுறுத்தினால், வேலையிலிருந்து இராஜினாமா செய்யப்போகிறேன் எனப் பயமுறுத்திப் பார்த்தால் 'அதிர்ஷ்டம் உண்டாகட்டும்' எனச் சொல்லி அவர்களை வாழ்த்தி வழியனுப்பிவிட்டு எனது பணியைத் தொடர்வேன். கடுமையான அல்லது முரட்டுத்தனமான அணுகுமுறைகளால் என்னை ஒருபோதுமே வளைக்க முடியாது. என்னுடைய இத்தகைய மன உறுதியைப் பின்னொரு நாளில் அமெரிக்க நீதித்துறை ஆச்சரியத்துடன் பார்த்தது.

4

கலியன்

நீடம் நிறுவனத்தில் 1992இல் முதலீட்டு நிதி மேலாளராகியதையும், 1997 ஜனவரி மாதத்தில் சொந்தமாகக் கலியன் முதலீட்டு நிதியத்தைத் தொடக்கியதையும் பின்நோக்கிப் பார்க்கும்போது, அவை நேற்றுத்தான் நிகழ்ந்தவை போன்றதொரு பரவசமே என்னுள் ஏற்படுகிறது. கலியன் முதலீட்டு நிதியத்தை ஆரம்பித்து, அடி அஸ்திவாரத்திலிருந்து அதைப் போராடி வளர்த்துச்சென்றேன்.

முதலீட்டு நிதியம் என்பது மூன்று முக்கிய பிரிவுகளைக் கொண்டது. நிதி மேலாளர்கள், பகுப்பாய்வாளர்கள், பங்குச் சந்தை வணிகர்கள் என்பனவே அந்தப் பிரிவுகளாகும். இவை ஒன்றுக்கொன்று ஏற்றத்தாழ்வுகள் அற்றவை. இந்த மூன்று பிரிவுகளையும் சரியான முறையில் இணைத்துச் செயற்படுவதே ஒரு முதலீட்டு நிதியத்தின் வளர்ச்சிக்கான முதற்படியாகும்.

நீடத்தில் என்னுடன் பணியாற்றிய மூவர் புதிய நிறுவனத்தில் என்னுடன் இணைந்து கொண்டார்கள். நாங்கள் மேலும் அறுவரை எங்களுடன் சேர்த்துக்கொண்டோம். எல்லோருமே நல்ல ஊதியம் கிடைத்துக்கொண்டிருந்த வேலைகளைத் துறந்துவிட்டு, அறியப்படாத எனது புதிய நிறுவனத்தில் பணியாற்ற வந்திருக்கிறார்கள். இவர்களுக்குச் சம்பளம் கொடுக்க வேண்டியது எனது பொறுப்பாக இருந்தது. இந்தச் சவாலைத் துணிச்சலுடன் ஏற்றுக்கொண்டேன்.

உண்மையிலேயே, நான் ஒரு வெற்றிடத்திலிருந்து கலியனை ஆரம்பிக்கவில்லை. நீண்ட காலமாகவே பங்குச் சந்தை குறித்த எனது பகுப்பாய்வுகளும் கற்கையுமே கலியன் நிறுவனத்தின் ஆணிவேர். அக்காலகட்டத்தில், ஆழமான பகுப்பாய்வை அடிப்படையாகக் கொண்ட முதலீட்டு நிதியங்கள் மிகக் குறைவாகவே பங்குச் சந்தையில் செயற்பட்டன. அத்தோடு, பகுப்பாய்வாளர்களதும் வணிகர்களதும் நடவடிக்கைகளும் எதிரும் புதிருமாக வேறுபட்டிருந்தன. பகுப்பாய்வாளர்கள் ஆறு மாதங்களிலிருந்து ஒரு வருடம் வரையிலான கால வரையறையை முன்வைத்து நிதானமாக இயங்கினர். ஆனால் பங்குச் சந்தை வணிகர்களோ ஐந்து நிமிடத்திலிருந்து ஒரு வாரகாலம் வரையிலான அவசரகால வரையறையில் இயங்கினர். இதனால் இரு தரப்புகளுக்குமிடையே முரண்பாடுகள் இருந்தன.

பங்குச் சந்தை வணிகத்தில் ஆழமான பகுப்பாய்வுகளும், அதன்மூலமாக வழங்கப்படும் பரிந்துரைகளுமே முதன்மை யானவை, மதிப்பானவை என்பது பகுப்பாய்வாளர்களது வாதம். பங்குச் சந்தை வணிகர்களோ, பங்குச் சந்தையில் ஒரு நிறுவனப் பங்குகளின் துரித ஏற்றமும் இறக்கமும் அன்றைக்கு அந்த நிறுவனத்தின் எத்தனை பங்குகள் வாங்கப்படுகின்றன அல்லது விற்கப்படுகின்றன என்பதையொட்டியே இருக்கின்றன. சரியான தருணத்தில் கணினி விசைப்பலகையில் ஒரு பொத்தானை அழுத்தினாலே போதுமானது என்று சொன்னார்கள். மேற்கூறிய இரண்டு தரப்புகளுமே கூடி வேலை செய்வதே சிறந்தது என்றே நம்புகிறேன். பகுப்பாய்வாளர்களின் ஆழ்ந்த ஆய்வினால் கிடைக்கும் நுணுக்கமான தரவுகளுடன் பங்குச் சந்தை வணிகர்களின் முனைப்பான ஆற்றலை இணைக்க வேண்டும். இந்த இணைப்புச் செயற்பாடே பங்குச் சந்தை வணிகத்தில் வெற்றியடைவதற்கான மார்க்கமாகும். இந்தச் செயற்பாட்டின் அடிப்படையிலேயே கலியனைக் கட்டியெழுப்பினோம்.

நாங்கள் வால் ஸ்ட்ரீட்டிலிருந்து பலதரப்பட்ட முதலீட்டு அறிக்கைகளைப் பெற்றுக்கொள்வோம். எங்களது பகுப்பாய்வாளர்கள் ஒவ்வொரு அறிக்கையையும் துருவித் துருவி ஆராய்வார்கள். வெவ்வேறு குழுமங்களின் அறிக்கைகளை யும் தரவுகளையும் கவனமாக ஒப்பிட்டுப் பார்ப்பார்கள். கலியன் பகுப்பாய்வாளர்களது இத்தகைய நுணுக்கமான, சுதந்திரமான பகுப்பாய்வுகளின் வழியே, ஒரு பங்கின் விலை உயர்வு அல்லது வீழ்ச்சி பொதுவெளியில் அறிவிக்கப்படுவதற்கு முன்பே, அதைக்குறித்து கலியனின் பகுப்பாய்வாளர்கள் முன்கூட்டியே உள்ளக ஆய்வு அறிக்கையைத் தயாரித்து

விடுவார்கள். அந்த அறிக்கையின் அடிப்படையில் கலியனின் நிதி மேலாளர்கள் வணிக நடவடிக்கைகளை மேற்கொள்வார்கள். இந்த நடவடிக்கைகள் உள்ளக ஆய்வுகளையும், பங்குச் சந்தை குறித்த நிதி மேலாளர்களின் தனிப்பட்ட கணிப்புகளையும் இணைத்துச் சீர்தூக்கிப் பார்த்து மேற்கொள்ளப்பட்டன. ஒரு முதலீட்டு நிதியத்தின் பலமானது அது எவ்வளவு சிறப்பாக முதலீட்டுத் தீர்மானங்களை ஆராய்ந்து செயற்படுத்துகிறது என்பதிலேயே தங்கியிருக்கிறது.

எமது நிறுவனத்தின் பகுப்பாய்வு முறைகள் கடினமும் அதேவேளையில் ஆழமும் கூடியவை. வெறுமனே நாங்கள் வால் ஸ்ட்ரீட்டிலிருந்து பெற்ற முதலீட்டு அறிக்கைகளைக் கொண்டு மட்டுமே எமது ஆய்வுகளைச் செய்வதில்லை. சராசரியாக முப்பதிலிருந்து முப்பத்தைந்து வரையான பகுப்பாய்வாளர்கள் எமது நிறுவனத்தில் இருந்தார்கள். இவர்கள் ஒவ்வொரு மாதமும் ஐநூறுக்கும் அதிகமான வணிக நிறுவனங்களுடன் தொடர்புகளை வைத்திருந்தார்கள். அந்த நிறுவனங்களின் மாநாடுகளுக்குச் சென்றும், நிறுவனங்களின் முதுநிலை அதிகாரிகளுடன் தொலைபேசி வழியாகவும் இவர்கள் தொடர்புகளைப் பேணிக்கொண்டார்கள். நாங்கள் பெருந்தொகையான தகவல்களை, தரவுகளைச் சேகரித்து வைத்துக்கொண்டோம். அவற்றின் அடிப்படையில் அலசி ஆராய்ந்து தீர்மானங்களை எடுப்பதே எங்களது முதலீட்டுக் கொள்கையாகும்.

கலியனில் பணியாற்றும் நிதி மேலாளர்களும், பங்குச் சந்தை வணிகர்களும் பகுப்பாய்வாளர்களும் சட்டவிரோதச் செயற்பாடான உட்தகவல் வணிகத்தில் ஈடுபடாமல் தடுப்பதற்காக உள்ளகக் கண்காணிப்பு அமைப்பையும் உருவாக்கியிருந்தோம். கலியனின் ஒவ்வொரு ஊழியரும் வருடந்தோறும் நெறிமுறை ஒப்புதல் கையேட்டை வாசித்து, எங்களது நிறுவனத்தின் கொள்கைகளையும் விதிமுறைகளை யும் ஏற்று நடப்பதாக உறுதியளித்துக் கையொப்பமிட வேண்டும். கலியனின் நெறிமுறைகளைக் கண்காணிக்கும் பொறுப்பதிகாரியாக இருந்தவர் எஸ்.இ.ஸி.யின் முன்னாள் வழக்கறிஞராவார். அவர் எஸ்.இ.ஸி.யின் நெறிமுறைகளையும் சட்டங்களையும் நன்கு அறிந்தவர். பகுப்பாய்வாளர்களும் பங்குச் சந்தை வணிகர்களும் நிதி மேலாளர்களும் தங்களுக்குக் கிடைத்த தகவல்கள் சரியானவை என்று எண்ணுவதற்குக் காரணம் இருந்தால், பெற்ற தகவல்களை நெறிமுறைகளைக் கண்காணிக்கும் அதிகாரிக்குத் தெரிவிக்க வேண்டும். அந்த அதிகாரி இந்தத் தகவல்களைப் பரிசீலனைசெய்து, அந்தத்

அவற்றின் அடிப்படையில் தீர்மானம் எடுப்பதை அனுமதிப்பதா வேண்டாமா என்று முடிவெடுப்பார். ஒரு நிறுவனத்தைக் குறித்த தகவல்கள் சரியானவையாக இல்லாத பட்சத்தில், அதனுடனான வணிகச் செயற்பாட்டுக்குத் தடை விதித்து விடுவார். இந்த விஷயத்தில் நெறிமுறைக் கண்காணிப்பு அதிகாரியின் முடிவே இறுதியானதாகும்.

2007ஆம் ஆண்டு, அநாமதேயத் தகவலொன்றின் அடிப்படையில், இருபதுக்கும் மேற்பட்ட கலியன் ஊழியர்களை எஸ்.இ.ஸி. நேர்முக விசாரணை செய்தபோது, கலியன் நிறுவனத்தின் எந்தவொரு ஊழியருக்கும் உட்தகவல் வணிகத்தோடு தொடர்புள்ளது என்று எஸ்.இ.ஸி. சொல்ல வில்லை. உட்தகவல் வணிகத்தை அனுமதிக்காத கலியனின் கொள்கை, வெறுமனே அலுவலக அலுமாரியில் தூசி படிந்த கோப்பாக இருக்கவில்லை. அந்தக் கொள்கை எங்களது தினசரி வணிகத்தின், வாழ்க்கையின் மிக முக்கியமான அம்சமாகயிருந்தது.

உதாரணமாக, மென்பொருள் உற்பத்தித் துறையை ஆய்வுசெய்யும் கலியனின் பகுப்பாய்வாளர் ஒருவர், ஒரு மென்பொருள் நிறுவனமொன்றின் முதலீட்டாளர்கள் தொடர்பு அலுவலரை அழைத்துப் பேசும்போது, சில வதந்திகளும் ஊகங்களும் அந்த உரையாடலில் வந்து விழக்கூடும். உதாரணமாக, 'காக்னோஸ்' நிறுவனத்தின் முதலீட்டாளர்கள் தொடர்பு அலுவலர் ஒருவர் கவனக்குறைவாக, தமது நிறுவனத்தை இன்னொரு பெரிய நிறுவனம் வாங்கப்போவ தாகக் கூறிவிட்டார். இது எமக்கான சிவப்பு எச்சரிக்கையாகும். ஏனெனில், அப்படிப்பட்ட உட்தகவலை அந்த நிறுவனத்தின் அலுவலர் வெளியே பகிர்ந்துகொள்ளக் கூடாது. அவருடன் உரையாடிய கலியன் பகுப்பாய்வாளர் உடனடியாகவே இந்த விஷயத்தை எனது கவனத்திற்குக் கொண்டுவந்தார். அதனை நெறிமுறைக் கண்காணிப்பு அதிகாரிக்குத் தெரிவித்தேன். அவர் அந்த நிறுவனத்தின் பெயரை கலியனது அட்டவணை யில் தடைசெய்யப்பட்ட நிறுவனங்களின் வரிசையில் சேர்த்து விட்டார். சில மாதங்களுக்குப் பின்னர் 'காக்னோஸ்' நிறுவனத்தை ஐ.பி.எம். நிறுவனம் வாங்கிக்கொண்டது.

எமது இலக்கு மிகத் தெளிவானது. எங்களது முதலீட்டாளர் களுடைய பணத்தைப் பெருக்குவதே எங்களது இலட்சியம். கலியன் நிறுவனத்திற்கெனச் சில அடிப்படைக் கொள்கைகள் இருந்தன. அந்தக் கொள்கைகளே அலுவலர்களைப் பணியில் அமர்த்துவதில் மட்டுமல்லாமல் பணியிலிருந்து வெளியேற்றவும் எங்களை வழிநடத்தின.

சளைக்காது போட்டியிடும் முனைப்பையும், அதீதத் திறனையும் கொண்டவர்களையே நாங்கள் பணிகளில் அமர்த்தினோம். கூடியவரையிலும் ஊழியர்களது எண்ணிக்கையை மட்டுப்படுத்தி வைத்திருந்தோம். இந்தத் தொழிலைப் பொறுத்தவரை வேலைகள் முடிவற்றவை. ஆர்வமும் ஊக்கத் திறனும் இல்லாத ஊழியர்கள் தேக்கமடைந்து நிற்பார்கள் அல்லது நிறுவனத்திலிருந்து வெளியேறுவதற்கு அனுமதிக்கப்பட்டார்கள். இந்த முடிவில் அவர்களது சேவைக் காலம் பொருட்படுத்தப்படுவதில்லை.

உயர் தொழில்நுட்பம், சுகாதாரப் பராமரிப்பு போன்ற துறைகளை ஆய்வுசெய்வதற்கு அந்தந்தத் துறைகளின் நிபுணர்களையே பதவிகளில் அமர்த்தினோம். எமது தொழில்நுட்பத் துறை ஆய்வாளர்களில் பலர் எம்பிஏ பட்டம் பெற்ற பொறியியலாளர்கள். பங்குச் சந்தையைப் பற்றிப் பொறியியலாளர்களுக்குப் போதிப்பது, அவர்களுக்கு இயற்பியல் பாடத்தைப் போதிப்பதைவிட இலகுவானது. எமது சுகாதாரப் பராமரிப்பு ஆய்வுத் துறையில் சில மருத்துவர்களும் இருந்தார்கள். உயிரியல் தொழில்நுட்பத்தையும் மருந்தக நிறுவனங்களையும் அவர்கள் நன்கு புரிந்துகொண்டு ஆய்வுகளில் ஈடுபடக்கூடியவர்கள்.

எமது அன்றாடச் செயற்பாடுகள்

கலியனின் ஒவ்வொரு வேலைநாளும் காலைநேரக் கூட்டத்துடன் ஆரம்பமாகும். நிதி மேலாளர்கள், பகுப்பாய்வாளர்கள், பங்குச் சந்தை வணிகர்கள் எல்லோருமே கண்டிப்பாகக் கூட்டத்தில் கலந்துகொள்ள வேண்டும் என்பது கண்டிப்பான விதியாக இருந்தது.

இந்தக் கூட்டமே எமது சிந்தனைகளையும் ஆய்வுகளையும் முடிவுகளையும் எடுத்துக் கூறுவதற்குரிய அரங்கமாக இருந்தது. கூட்டம் நடக்கும் அறை மிகப் பெரியதாகவும், வட்ட மேசையையும் இருக்கைகளையும் கொண்டதாகவும் இருந்தது. கூட்டம் காலை 8.25முதல் 9.25வரை, அதாவது காலை 9.30 மணிக்குப் பங்குச் சந்தை வணிகம் ஆரம்பிக்கும்வரை ஒரு மணிநேரம் நடைபெறும். காலம் தவறாமையில் நாங்கள் கண்டிப்புடன் இருந்தோம். ஒருவர் ஒரு நிமிடம் தாமதமாகக் கூட்டத்திற்கு வந்தாலும், அவருக்கு இருபத்தைந்து டாலர்கள் அபராதம் விதிக்கப்பட்டது. நானும் தாமதமாகக் கூட்டத்திற்குச் செல்லும் வேளைகளில் அபராதம் செலுத்தினேன். இவ்வாறாக வசூலிக்கப்பட்ட அபராதப் பணம் உள்ளூர்த் தொண்டு நிறுவனமொன்றிற்கு அனுப்பப்பட்டு வந்தது.

முந்தைய நாளின் பங்குச் சந்தை நிலவரங்களைக் குறித்தும் அதன் தாக்கம் ஏதாவது மாற்றங்களைக் கடந்த இரவில் பங்குச் சந்தையில் ஏற்படுத்தியதா என்றும் பங்குச் சந்தை வணிகர்கள் தமது அவதானிப்புகளை வழங்குவதோடு கூட்டம் ஆரம்பமாகும். பங்குச் சந்தை வணிகர்களின் கருத்து களைப் பகுப்பாய்வாளர்கள் பின்தொடர்ந்து, ஒவ்வொரு பங்குச் சந்தை வணிகரின் துறையிலும் ஏற்பட்டிருக்கும் முக்கியமான மாற்றங்களைக் கவனித்துத் தமது ஆய்வுகளை அதற்கேற்ப அமைத்துக்கொள்வார்கள். தமது ஆய்வுகளூடாக வாங்கிக்கொண்ட பங்குகளின் நிலை குறித்த தமது கருத்துகளை யும் பரிந்துரைகளையும் தெரிவிப்பார்கள். நிதி மேலாளர்கள் எழுப்பும் ஒவ்வொரு கேள்விக்கும் சந்தேகத்திற்கும் பகுப்பாய்வாளர்களும் பங்குச் சந்தை வணிகர்களும் தெள்ளத் தெளிவாகப் பதிலளிக்க வேண்டும். உண்மையில், இது இனிமையான உரையாடல்களைக் கொண்ட கூட்டமாக இருக்காது. மாறாக, கடுமையான வாதப் பிரதிவாதங்களோடு கூடிய விவாதக் களமாகவே விளங்கும். ஒவ்வொரு நாளும் பெருந்தொகையான தகவல்களை அந்த ஒரு மணிநேரத்திற்குள் நாங்கள் சரிபார்த்து முடிவெடுக்க வேண்டியிருந்தது. பங்குச் சந்தை தொடங்கி நடக்கும் நேரத்தில் இவ்வாறான கேள்விகளுக்கோ சந்தேகங்களுக்கோ எங்களுக்கு நேரம் இருப்பதில்லை.

எமது நிறுவனத்தின் செயற்பாடுகளை அறிந்துகொள்ள விரும்பும் நடப்பு முதலீட்டாளர்களும், முதலீடு செய்ய விரும்புபவர்களும், அவர்களது குடும்பத்தினரும், நண்பர்களும் கூட இந்தக் கூட்டங்களில் பார்வையாளர்களாக இருக்க அனுமதிக்கப்பட்டார்கள். பிற முதலீட்டு நிதிய நிறுவனக் கூட்டங்களில் இவ்வாறு அனுமதி அளிக்கப்படுவதில்லை. ஆனால் நாங்கள் வெளிப்படையாகவே செயற்பட்டோம். சரியாகக் காலை 9.25 மணிக்குக் கூட்டம் முற்றுப்பெறும். 9.30 மணிக்குப் பங்குச் சந்தை வணிகம் ஆரம்பிக்கும்போது, நாங்கள் ஒவ்வொருவரும் எங்களது பணி மேசைகளில் இருப்போம்.

நாள் முழுவதும் நாங்கள் ஒருவரோடு ஒருவர் தொடர்பில் இருந்துகொள்வோம். நாம் ஒவ்வொருவரும் புதிதாக அறிந்து கொண்ட தகவல்களை 'கணினி உரையாடல் திரை'யில் பதிவேற்றுவோம். எனவே அந்தத் தகவல்களை நிதி மேலாளர்கள், பகுப்பாய்வாளர்கள், பங்குச் சந்தை வணிகர்கள் அனைவருமே உடனடியாகப் பெற்றுக்கொண்டார்கள். நாள் முழுவதும், எவ்வேளையிலும் பகுப்பாய்வாளர்களும், பங்குச் சந்தை

வணிகர்களும் என்னுடைய அறைக்குள் வரவும் எந்தக் கூட்டத்திலும் குறுக்கீடு செய்யவும் உரிமை கொடுத்திருந்தேன்.

எனது வேலை நேரம் காலை 5.30 மணிக்கு நான் படுக்கையிலிருந்து கண் விழித்ததுமே தொடங்கிவிடும். வெளிநாடுகளில் இருக்கும் கலியன் பகுப்பாய்வாளர்களிடமிருந்து வந்த மின்னஞ்சல்களைப் படிப்பதற்கும் பதிலளிப்பதற்கும், இரவு முழுவதும் வந்து கொட்டியிருந்த செய்திகளைப் படிக்கவும் ஏறத்தாழ ஒரு மணிநேரம் செலவிடுவேன். எனது குடும்பத்தினருடனான காலை உணவை உண்ட பிறகு, 7.30 மணிக்கு எனது அலுவலகத்தில் இருப்பேன்.

காலைநேரக் கூட்டம் ஆரம்பமாகும்வரை, விற்பனையாளர்களிடமிருந்து வரும் தொலைபேசி அழைப்புகளை ஏற்று உரையாடுவதிலும், பலவிதத் தரகு நிறுவனங்கள் கொடுக்கும் பங்குச் சந்தைபற்றிய பரிந்துரைகளை உள்வாங்குவதிலும், நடக்கவிருக்கும் காலைநேரக் கூட்டத்திற்கு ஆயத்தம் செய்வதிலும் ஈடுபட்டிருப்பேன்.

காலை 9.30 மணியிலிருந்து 10.00 மணிவரை கலியனின் பங்குச் சந்தை வணிகர்களைச் சந்தித்து உரையாடி, அந்த நாளுக்குரிய உபாயத்தை உருவாக்குவேன். அந்த நேரத்தில், எனது உதவியாளர்கள் எனக்கு வரும் தொலைபேசி அழைப்புகளை நிறுத்திவைத்திருப்பார்கள். காலை 10.15 மணியிலிருந்து 30-45 நிமிடங்களை இளநிலை நிதி மேலாளர்களுடன் செலவிட்டு, அவர்களுடைய சந்தேகங்களுக்கும் கேள்விகளுக்கும் பதிலளித்து அவர்களை வழிநடத்துவேன். 11.30 மணிக்கு கலியனின் இடர்நிலை மேலாளரைச் சந்தித்து, எமது நிறுவனம் பங்குச் சந்தையில் இடர் எதையாவது எதிர்நோக்குகிறதா அல்லது ஸ்திரமாக இருக்கிறதா எனத் தெரிந்துகொள்வேன். எனது காலை நேரம் எப்போதுமே கடும் உழைப்பைக் கோருவதாக இருக்கும்.

நாள் முழுவதும் பகுப்பாய்வாளர்களும், பங்குச் சந்தை வணிகர்களும், நிதி மேலாளர்களும் ஆயிரக்கணக்கான தகவல் குறிப்புகளுக்குள் மூழ்கடிக்கப்பட்டுவிடுவார்கள். பங்குச் சந்தை விவகாரங்களை நாங்கள் கூர்ந்தும் ஆழ்ந்தும் கவனிப்பதற்காக, மதிய உணவு நேரத்தில்கூட எங்களது வேலை இருக்கைகளில் அமர்ந்திருந்தோம். மதிய உணவு எங்களது மேசைகளுக்கே வரவழைக்கப்பட்டது. நாங்கள் எங்களது மேசைகளில் வேலையை செய்துகொண்டே, அவசர அவசரமாக உணவை அள்ளி விழுங்குவோம்.

பிற்பகல் 3.30 மணிக்கு, கலியன் நிறுவனத்தின் பங்குச் சந்தை வணிகர்கள், அந்த நாளிலே செய்யப்பட்ட அனைத்து வணிகங்களின் சாரத்தையும், சந்தை பற்றிய தமது கருத்துகளையும் எனக்கு வழங்குவார்கள். பங்குச் சந்தை நாளின் கடைசி அரை மணிநேரம் எந்தத் தொலைபேசி அழைப்புகளையும் ஏற்றுக்கொள்ள மாட்டேன். பிற்பகல் நான்கு மணிக்குப் பங்குச் சந்தை மூடப்பட்ட பின்னர், அந்த நேரத்து இலாப – நஷ்ட அறிக்கைப் பத்திரத்தையும், அன்றைய தினம் எமது நிறுவனம் எவ்வாறு செயற்பட்டது என்ற விவரங்களையும், எதிர் நோக்கிய இடர்களையும் ஒவ்வொரு துறையிடமிருந்தும் பெற்றுக்கொள்வேன்.

நிர்வாக முதலீட்டாளர்கள் கூட்டங்கள் அனைத்தும் பிற்பகல் 4.30 மணிக்குப் பின்னர் நடைபெறும். பெரும்பாலான நாட்களில், நான் மாலை பிற்பகல் ஆறு மணிக்கு அலுவலகத்திலிருந்து கிளம்பி, பத்து நிமிடங்கள் நடந்து வீட்டுக்குச் செல்வேன். மாலை இரவு ஏழு மணிக்கு எனது குடும்பத்தினருடன் உட்கார்ந்து இரவு உணவைச் சாப்பிடுவேன். அன்றைய நாளில் எமக்கு வணிகத்தில் பெரும் இழப்பு ஏற்பட்டிருந்தால், எனது மனைவியின் தோற்றம் மிக மோசமாக இருப்பதுபோல எனக்குத் தெரிந்தது. எனது பிள்ளைகள் குட்டிச் சாத்தான்கள் போலத் தென்பட்டனர். மாறாக, அன்றைய நாளில் பெரும் இலாபத்தை ஈட்டியிருந்தால், எனது மனைவி தேவதையாகத் தோன்றினார். எனது பிள்ளைகள் சிறிய தேவதூதர்களைப் போலக் காட்சியளித்தனர்.

வாழ்க்கையிலும் தொழிலிலும் துணிச்சல் இருக்க வேண்டியது மிக அவசியம். பந்தயம் பிடிக்கத் துணிவு வேண்டும். விழுந்தாலும் மீண்டும் எழுந்து போராடத் துணிவு வேண்டும். திருப்பி அடிக்கத் துணிவு வேண்டும். வெற்றியடையத் துணிவு வேண்டும். இதுவே வாழ்வின் வரைவிலக்கணம். எம்மை எதிர்நோக்கி வரும் எத்தனையோ அபாயங்களுக்கு ஒவ்வொரு நாளும் முகம் கொடுப்பதே வாழ்க்கை. அதை நான் மனதார விரும்புகிறேன். நீங்கள் ஒரு முதலீட்டு நிதியத்தைத் தலைமை தாங்கி நடத்தினால், உங்களைத் தொழிலுக்கு முழுமையாக அர்ப்பணிக்க வேண்டியிருக்கும். கடுமையான வேலைகள் உங்களைச் சூழ்ந்திருக்கும். நீங்கள் அனைத்துமாக இருக்க வேண்டியிருக்கும்.

கலியன் வளர்கிறது

முதலீட்டு நிதியத் தொழிலைப் பொறுத்தளவில், அதை வளர்த்துச் செல்ல எடுக்கப்படும் ஒவ்வொரு தீர்மானங்களிலும்

ஓர் அடிப்படையான கேள்வி இருக்கிறது. நாம் எடுக்கும் தீர்மானங்கள் நமது முதலீட்டாளர்களுக்குப் பயனளிப்பதாக இருக்குமா என்பதே அந்தக் கேள்வியாகும். கலியனின் கிளை அலுவலகங்களை நாங்கள் வேறு மாநிலங்களிலும் வெளிநாடுகளிலும் ஆரம்பிக்கும்போது, முதலீட்டாளர்களின் நன்மை குறித்துத் தீவிரமாகச் சிந்திக்க வேண்டியிருந்தது. கலியனின் முதலாவது கிளை அலுவலகம் சிலிக்கன் பள்ளத்தாக்கில் அமைக்கப்பட்டது. நாளடைவில் கணினித் தொழில்நுட்பச் சாதனங்களின் உற்பத்தி ஆசியாவுக்கு நகர்ந்தது. எனவே நாம் நாங்கள் தாய்வானில் ஓர் அலுவலகத்தை நிறுவினோம். பின்பு, சிங்கப்பூரிலும் ஓர் அலுவலகத்தை ஆரம்பித்தோம். கலியனின் தாய்வான், சிங்கப்பூர் ஊழியர்கள் பங்குச் சந்தைச் செயற்பாடுகளை ஆராய்வதற்காக அடிக்கடி சீனாவுக்கும் கொரியாவுக்கும் போய்வரலாயினர்.

நாங்கள் கலியனில் ஊழியர்களை வேலைக்கு அமர்த்திய போது, அவர்களுடைய பின்னணியைப் பற்றிக் கவலைப் படவேயில்லை. எம்மிடம் நிதி மேலாளர்களாக ஆண்களும் பெண்களும் கடமையாற்றினார்கள். ஒருகட்டத்தில், பதினெட்டுத் தேசிய இனங்களைச் சேர்ந்த ஊழியர்கள் கலியனில் பணியிலிருந்தார்கள். பணித்துறையில் ஏற்கெனவே பிரபலமானவர்களை விட்டுவிட்டு, எளிய பின்னணியைக் கொண்ட, ஆனால் தொழிலில் தீவிர ஆர்வமும் உழைப்பதில் வேட்கையும் கொண்டிருந்தவர்களைப் பணியில் அமர்த்திக் கொண்டோம்.

ஒருவர் பிறப்பிலேயே ஒற்றைக் கண் மட்டும் உடையவ ராகவும் உலகத்தின் மீது கோபம் கொண்டவராகவும் இருந்து, மற்றையவர் சகல வசதிகளுடனும் சௌகரியமாக இருந்தால், என்னுடைய தெரிவாக முதலாமவரே இருந்தார். 'சொசாலமன் பிரதர்ஸ்' என்ற நிறுவனத்தின் முன்னாள் தலைமை நிறைவேற்று அதிகாரி ஒருமுறை "எனது நிறுவனத்தில் பணியாற்றும் ஒருவர் வெற்றி பெறுவதற்கு, ஒவ்வொரு நாளும் துயில் எழுந்ததும் ஒரு கரடியின் புட்டத்தைக் கடித்து இரத்தத்தை உறிஞ்சிக் குடிப்பதற்குத் தயாராக இருக்க வேண்டும்" என்று கூறியிருந்தார். அவர் கூறியதில் அதிகத் தவறில்லை. மக்களுக்கு உந்துலையோ ஆர்வத்தையோ போதிக்க முடியாது.

இடைவிடாத அழுத்தங்களும் போட்டிகளும் நிறைந்த சூழலில் சளைக்காமல் போராடியவர்களே கலியனில் சிறப்பாகப் பிரகாசித்தார்கள். எங்களுடைய பணிச்சூழலில் கட்டுக்கடங்காத போட்டிகள் காணப்பட்டன. எமது

நிறுவனத்தைப் பொறுத்தவரை, ஒரு பணியாளர் நிமிர்ந்து நின்று துணிச்சலுடன் பொறுப்புகளையும் தீர்மானங்களையும் எடுக்கலாம். அவர் தனது கருத்துச் சரியானதே என்று திடமாக நம்பினால், அவர் தனது நிலைப்பாட்டிலிருந்து பின்வாங்காதிருக்கவே எப்போதும் என்னால் ஊக்குவிக்கப் பட்டார்.

கலியன் நிர்வாகத்தில் மிகக் கடுமையான பணி எதுவெனில், பங்குச் சந்தை வணிகர்களுக்கும், நிதி மேலாளர் களுக்கும், பகுப்பாய்வாளர்களுக்கும் இடையே சமரசத்தை நிலைநாட்டுவதே ஆகும். அதைச் செய்வதற்குச் சிலவேளை களிலே மென்மையான அணுகுமுறையும், சிலவேளைகளில் கடுமையான அணுகுமுறையும் தேவைப்படும். நான் இரண்டையுமே செய்தேன். கலியன் செழிக்க வேண்டுமானால் நாங்கள் ஒற்றுமையாகக் கூடிப் பணியாற்ற வேண்டும் என்பதே எனது தலையாயக் கோட்பாடாக இருந்தது. நிதி மேலாளர்களாலோ, பங்குச் சந்தை வணிகர்களாலோ பகுப்பாய்வாளர்கள் அச்சுறுத்தப்படக் கூடாது என்பதில் மிகக் கவனமாக இருந்தேன். பகுப்பாய்வாளர்களே நிறுவனத்தினுடைய அறிவுத் தொகுதியின் மையமாக விளங்கினர்.

நாங்கள் ஒரு முழுமையான தொழில் அணியைக் கட்டியெழுப்பிவிட்டோம். அதன் வழியே 2008ஆம் வருடத்தில் கலியன் வேகமான வளர்ச்சியைச் சாதித்திருந்தது. ஏழு பில்லியனுக்கும் மேற்பட்ட நிதியை நாங்கள் முகாமைத்துவம் செய்தோம். தொழில்நுட்பம், சுகாதாரப் பராமரிப்பு, நுகர்வோர், சில்லறை விற்பனையாளர், நிதி நிர்வாகம் ஆகிய ஐந்து முதன்மைத் தொழிற்துறைகளில் வலுவாகக் காலூன்றிவிட்டோம். கலியனின் கிளை அலுவலகங்கள் நியூ யோர்க், கலிஃபோர்னியா, தாய்வான், சிங்கப்பூர், இலண்டன் ஆகிய இடங்களில் இருந்தன.

எமது சர்வதேசச் சந்தை நிதி 1.5 பில்லியனாக இருந்தது. அதனுடைய தளமாகச் சிங்கப்பூர் இருந்தது. 1992இல் எம்மிடம் நிதி முதலீடு செய்தவர்கள், ஒவ்வொரு மூன்றரை வருடங்களிலும் தமது பணத்தை இரட்டிப்பாக்கி இருந்தனர். அதாவது, 1992இல் ஒருவர் 1000 டாலர்களை எம்மிடம் முதலீடு செய்திருப்பின், 2007ஆம் வருடத்தின் முடிவில் அது 17,000 டாலர்களாக வளர்ச்சியடைந்திருக்கும்.

கலியன் முதலீட்டு நிதியம் பல்வேறு தரப்பினரையும் கவர்ந்திழுத்தது. கூட்டுத்தாபனங்கள், தனிநபர்கள், நிறுவன முதலீட்டாளர்கள் எனப் பல்வேறு தரப்பினரும் எம்மிடம் ஈர்க்கப்பட்டார்கள். நிறுவன முதலீட்டாளர்கள் என்ற வகைக்குள்

கல்லூரி – பல்கலைக்கழக நன்கொடை நிதியங்கள், தொண்டு நிறுவனங்கள், தனியார் – அரசினர் ஓய்வூதிய நிதியங்கள் அடங்குகின்றன.

கலியன் முதலீட்டு நிதியம் செல்வந்தர்களுக்கு மட்டுமே சேவைசெய்த ஒரு நிறுவனம் அல்ல. நியூ யோர்க், நியூஜெர்ஸி ஆகிய மாநிலங்களின் ஓய்வூதிய நிதியங்கள் ஊடாகச் சாதாரண தொழிலாளர்களின், எளியவர்களின் ஓய்வூதியங் களும் கலியனில் முதலீடு செய்யப்பட்டன. எம்மிடம் முதலீடு செய்த அனைவருமே கலியனைக் குறித்து நீளமான ஆழமான விசாரணைகளை மேற்கொண்ட பின்னரே தமது பணத்தை எம்மிடம் ஒப்படைத்தனர்.

2008 செப்டம்பர் – அக்டோபரில் 'லேலீமன்' நிறுவனம் திவால் ஆனதோடு பங்குச் சந்தை சரியத் தொடங்கியது. எமது கலியன் நிறுவனமும் பதினெட்டுச் சதவீத வீழ்ச்சியைச் சந்தித்தது. இது அவ்வருடத்தில் முதலீட்டு நிதியங்களுக்கு ஏற்பட்ட சராசரி இழப்பு வீதத்துடன் ஒத்திருந்தது. முதலீட்டாளர்கள் எல்லோருமே திகிலடையத் தொடங்கினர். முதலீட்டு நிதியங்களிலிருந்த தமது பணத்தை வாபஸ் பெற ஒரே நேரத்தில் முண்டியடித்தனர். பல முதலீட்டு நிதியங்கள் இந்தத் திடீர்ச் சிக்கலுக்கு முகங்கொடுக்க வேண்டியிருந்ததால், தமது முதலீட்டாளர்கள் பணத்தை வாபஸ் பெறுவதைத் தடுப்பதற்காகத் தடுப்புச் சுவர்களை எழுப்பின. இது எமக்கும் தலையில் பாறாங்கல் விழுந்த நேரம். நாமும் பிற முதலீட்டு நிதியங்களைப் பின்பற்றி, கலியனுக்கும் முதலீட்டாளர்களும் நடுவே தடுப்புச் சுவரொன்றை எழுப்ப வேண்டுமா என்பதே எமக்கு முன்னேயிருந்த கேள்வியாகும்.

நான் அந்தக் கேள்விக்கு உறுதியானதொரு பதிலை வைத்திருந்தேன். தடுப்புச் சுவர்களை எழுப்புவதில்லை என்று தீர்மானித்தேன். முதலீட்டாளர்களுடைய பணத்தை அவர்கள் கேட்கும்போது, சுமுகமான முறையில் திருப்பிக்கொடுக்க வேண்டும் என்பது எனது தொழில் அறம். பிற முதலீட்டு நிதியங்களிலிருந்து பணத்தை வாபஸ் பெற முடியாமையால், முதலீட்டாளர்கள் எம்மிடமிருந்தே பெருந்தொகையான பணத்தை வாபஸ் பெற்றார்கள். தாமதமில்லாமல் பணத்தைத் திருப்பிக்கொடுத்த எங்களது நிறுவனத்தை மனப்பூர்வமாக வாழ்த்தினார்கள்.

2008ஆம் ஆண்டு, எமது நிர்வாகத்தில் இருந்த நிதி முதலீடு குறைந்து போனதால், முதன்முதலாக எமது தொழிலை மட்டுப்படுத்த வேண்டியிருந்தது. நல்ல ஊழியர்கள்

பலரையும் கடினமான உள்ளத்தோடு வேலையை விட்டு நீக்க வேண்டியிருந்தது. எமது நிறுவனத்தில் எஞ்சியிருந்த பழுத்த அனுபவமுடைய நிதி மேலாளர்களின் கைகளில் கலியன் இருந்தது. 2009ஆம் ஆண்டு, அக்டோபர் மாதத்தின் நடுப்பகுதியில் நாங்கள் மீண்டும் வீரியத்துடன் மேலெழுந்து வந்தோம். எமது நிதிவளம் 22 சதவீத வளர்ச்சியைப் பெற்றது. இதன் காரணமாக நமது முதலீட்டாளர்களில் பலர் தமது கடந்த கால இழப்புகளை ஈடுசெய்ய முடிந்தது. நிதி வெள்ளம் மறுபடியும் கலியனுக்குள் பாய்ந்து வந்தது. கலியனின் அனைத்துத் துறைகளிலும் உற்சாகமாகவும் தீவிரமாகவும் பணிகளை ஆரம்பிக்கலானோம்.

5

புதிய களம்

சில எதிர்பாராத சம்பவங்கள் வாழ்க்கையைத் தலைகீழாக்கிவிடுகின்றன. 2009 அக்டோபர் 16ஆம் தேதி, வெள்ளிக்கிழமை நிகழ்ந்த எனது கைதுச் சம்பவமும் அப்படியானதே. அடுத்த நாள் சனிக்கிழமையன்று எனது வாழ்வின் இனனோர் அத்தியாயம் புதியதொரு களத்தில் தொடங்கியது.

அன்றைய தினத்தில், 19ஆவது மாடியிலிருந்த எனது வீட்டிலிருந்து, வரவேற்பறைச் சாளரம் வழியாக வெளியே பார்த்தபோது, கண்ணாடி வில்லைகள் பொருத்திய நீளமான புகைப்படக் கருவிகளை எனது வீட்டை நோக்கிப் பிடித்தபடி படப்பிடிப்பாளர்கள் கூட்டம் கட்டடத்திற்கு வெளியே நிற்பதைக் கண்டேன். இந்தச் சுயாதீனப் படப்பிடிப்பாளர்களின் தொழிலில் கிடைக்கும் வருமானம்குறித்து எனக்குக் கேள்விகள் எழுந்தன.

அவர்களிலே பலர் இங்கே 8 மணிநேரங்களாகக் காத்திருந்தும், அவர்களால் ஒரு புகைப்படத்தைக் கூட எடுக்க முடியவில்லை. அவர்கள் எவ்வாறு தமது வாழ்க்கைக்குத் தேவையான பணத்தைப் பெற்றுக்கொள்கிறார்கள்? ஓர் ஊடகத்துக்கு ஒரு புகைப்படத்தை விற்றால் சன்மானமாக எவ்வளவு பணத்தைப் பெற்றுக்கொள்கிறார்கள்? நான் வெளியே சென்று அவர்களுக்காக ஒருமுறை கேமராவின் முன் நின்றுகொள்ள வேண்டுமா என்றெல்லாம் என்னுள் பல கேள்விகள் எழுந்தன, இவையல்லாம் எனக்கு மிகவும் புதிய அனுபவங்கள். நான் புதியதோர் உலகிற்குள் தள்ளிவிடப்பட்டதாக உணர்ந்தேன்.

நேற்று என்னுடைய மனதில் தொற்றியிருந்த வெறுமையான உணர்வு இன்றும் தொடர்ந்தது. கடந்த 24 மணிநேரத்திற்குள் நான் அனுபவித்த விஷயங்களில் ஒன்றாவது சரிபோலத் தெரியவில்லை. பலவாறாக யோசித்துக் குழம்பிக்கொண்டிருந்தேன். குழப்பங்களிலிருந்து மீள்வதற்காக, எனது சிந்தனையை ஒருமுகப்படுத்தும் முயற்சியில் இறங்கி, உடனடியாகச் செய்ய வேண்டிய காரியங்களில் எனது கவனத்தைக் குவித்தேன்.

எனக்குச் சட்டரீதியான பாதுகாப்பைத் தேடிக்கொள்வதற்காக, சிறந்த வழக்கறிஞர் ஒருவரை விரைவாகத் தேடிக் கண்டுபிடிக்க வேண்டும். எனது பிணைத்தொகைக்கு வேண்டிய பணத்தை மூன்றே நாட்களில் ஏற்பாடு செய்து கொள்ள வேண்டும்.

மிக முக்கியமாக, கலியன் நிறுவனத்தின் தலைவர் என்ற முறையில் எனது ஊழியர்களிலும் முதலீட்டாளர்களிலும் நான் கவனம் செலுத்த வேண்டும். முதலீட்டாளர்களின் நிதிக்குச் சேதம் ஏற்படாமல் பாதுகாக்க வேண்டும். எனது கைது காரணமாக கலியன் நிறுவனத்திற்கு ஏற்பட்டிருக்கும் திடீர்த் தாக்கத்தையும் சரிசெய்ய வேண்டும். இவை எல்லாவற்றுக்கும் மேலாக, எனது குடும்பத்தினருக்கு ஏற்பட்டிருக்கும் அச்சத்தையும் பதற்றத்தையும் தணிப்பதில் கவனம் செலுத்த வேண்டும்.

முதற்படியாக, எனக்கு எதிராகச் சுமத்தப்பட்டுள்ள குற்றச்சாட்டுகளை நான் துல்லியமாக விளங்கிக்கொள்ள வேண்டும். அவைகுறித்து எனக்கு இன்னும் போதிய விளக்கமில்லை. எனது கைதுக்குப் பின்னால் இருக்கும் காரணங்களைக் குறித்து எனக்குத் தெளிவில்லை. எனக்கு வழங்கப்பட்டிருந்த குற்றப்பத்திரிகையை நான் மீண்டும் கவனமாக வாசித்தேன். அது எந்த அசரீரிச் செய்தியையோ விளக்கங்களையோ எனக்கு வழங்கவில்லை. மாறாக, குற்றப்பத்திரிகை எனது தலையைக் கிறுகிறுக்கவைத்தது.

அரசுத் தரப்பு வழக்குரைஞர்கள் என்னைக் கைது செய்வதற்கான அனுமதியைப் பெற்றுக்கொள்வதற்காக, நீதிபதியிடம் தாக்கல்செய்த பிரமாணப் பத்திரம் தான்தோன்றித்தனமானது. அதைப் படித்தபோது, பங்குச் சந்தை குறித்தோ, கலியன் குறித்தோ அரசுத் தரப்பு வழக்குரைஞர்களுக்கு ஒன்றுமே புரியவில்லை என்பது எனக்குத் தெள்ளத்தெளிவாகப் புரிந்தது.

அரசுத் தரப்பைப் போலல்லாமல், கலியன் தனது தொழில்சார் சட்டங்களையும் விதிகளையும் நன்கு அறிந்திருந்தது. நாங்கள் விதிகளுக்குக் கீழ்ப்படிந்தே நேர்மையாகத் தொழில் செய்தோம். எங்களது நிறுவன விதிமுறைகளில் உட்தகவல்களைப் பெறுவதும் வழங்குவதும் கண்டிப்பான முறையில் தடைசெய்யப்பட்டுள்ளன. எங்களது தொழில் விரிவான ஆய்வுச் செயற்பாடுகளையும் பகுப்பாய்வு அறிக்கைகளையும் அடிப்படையாகக் கொண்டது. அவற்றை உருவாக்குவதற்காக நாங்கள் மில்லியன் கணக்கான டாலர்களைச் செலவுசெய்தோம். எமது பகுப்பாய்வு அறிக்கைகளை ஆவணப்படுத்திப் பாதுகாத்து வைப்பதிலும் நாங்கள் கறாரான நடைமுறைகளைப் பின்பற்றினோம்.

என்மீது சுமத்தப்பட்டிருக்கும் குற்றச்சாட்டுகளை ஆழமாகப் பகுப்பாய்வு செய்தபோது, எனது மனதில் சற்று நிம்மதி ஏற்பட்டது. குற்றப்பத்திரிகையில் கூறப்பட்டிருக்கும் ஒவ்வொரு புள்ளியையும் முறியடிக்க முடியும் என்ற நம்பிக்கை எனக்குள் பிறந்தது. கலியன் அலுவலகத்தில் பாதுகாத்து வைக்கப்பட்டிருக்கும் எமது பகுப்பாய்வு அறிக்கைகளால் இந்தக் குற்றச்சாட்டுகளிலுள்ள பொய்மையைத் தோலுரிக்க முடியும்.

குற்றப்பத்திரிகையில் குறிப்பிடப்பட்டிருந்த ஒவ்வொரு வணிகத்தைப் பற்றியும் நாங்கள் பக்கம் பக்கமாக எழுதி வைத்திருந்த சட்டப்பூர்வமான பகுப்பாய்வுகளையும் ஆராய்ச்சிகளையும் அரசுத் தரப்பு எள்ளளவும் கவனத்தில் எடுக்கவேயில்லை. மாறாக, அவர்கள் தமது ‘தொலைபேசி ஒட்டுக் கேட்டல்’ விளையாட்டால் மட்டுமே குற்றப் பத்திரிகையைத் தயாரித்திருக்கிறார்கள். தொலைபேசி உரையாடல்களை ஒட்டுக் கேட்டுப் பெறப்பட்ட குரல் பதிவுகளிலேயே குற்றப்பத்திரிகை முழுமையாகத் தங்கியிருந்தது.

மாஃபியாக் குழுக்களின் குற்றங்களைக் கட்டுப்படுத்தும் நடவடிக்கையின் ஒரு பகுதியாகத் தொலைபேசி உரையாடல்களை ஒட்டுக் கேட்கலாம், கிடைக்கும் குரல் பதிவுகளை விசாரணைக்கான கருவியாகவும் சாட்சியமாகவும் பயன்படுத்தலாம் என்று 1960 இல் அமெரிக்கச் சட்டப்பேரவை சட்டமியற்றியது. வன்முறை சார்ந்த குற்றங்களைக் கையாளுவதற்காக மட்டுமே இந்தச் சட்டம் இதுவரை உபயோகிக்கப்பட்டிருந்தது. ஆனால் அமெரிக்காவின் வரலாற்றிலேயே முதற்தடவையாக நிதித் தொழில் சார்ந்த வழக்கொன்றில் தொலைபேசி ஒட்டுக் கேட்டலை

விசாரணைக்கான அடிப்படை ஆயுதமாக அரசுத் தலைமை வழக்குரைஞர் பயன்படுத்துகிறார். எனக்கு எதிராக ஒரு சூழ்ச்சியை நடத்தியே இந்தச் சட்டத்தை அவர் பயன்படுத்தினார். அந்தச் சூழ்ச்சியை நீதிமன்றம் சரிவரப் புரிந்துகொண்டால் என்மீதான அனைத்துக் குற்றச்சாட்டுகளும் சல்லிசல்லியாக உடைந்துவிடும். இதுகுறித்துப் பின்னர் விரிவாகப் பார்ப்போம்.

உட்தகவல் வணிக வலையமைப்பின் தலைவன் என்று பொய்யாக என்மீது குற்றம் சுமத்தி, என்னை அவமான நடை நடக்கச்செய்து, வன்முறைக் குற்றவாளியை நடத்துவதுபோல என்னை அரசுத் தலைமை வழக்குரைஞர் நடத்தியது ஏனென்று முதலில் புரியவேயில்லை. நீதி நியாயமுள்ள ஒரு வழக்குரைஞர் என்றால், கலியனின் வணிகச் செயற்பாடுகளின் நேர்த்தியையும் சீர்மையையும் போற்றியிருப்பார். அத்துடன், இந்தத் தொழில் குறித்த விளக்கங்களையும் நுட்பங்களையும் துறைசார்ந்தவர்களிடமிருந்து கேட்டுப் பெற்றிருப்பார். குறைந்தபட்சம் எனது தொலைபேசி உரையாடல்களைக் குறித்து என்னிடம் கைதுக்கு முன்பே விளக்கம் கேட்டிருப்பார். பராராவுக்கும் அரசுத் தரப்புக்கும் என்மீது ஏதாவது சந்தேகங்கள் இருந்திருந்தால், அதைத் தெளிவுபடுத்த எனக்கு வாய்ப்பு வழங்கியிருக்க வேண்டும். அதற்குப் பின்பும் என்னில் குற்றம் கண்டால் வழக்கைப் பதிவுசெய்திருக்கலாம்.

விசாரணைக்கு உட்படுத்தப்படுபவர்கள் அரசாங்கத்துடன் ஒத்துழைத்துத் தமது தரப்பு நியாயங்களை விரிவான விளக்கங்களோடு எடுத்துச்சொல்லிச் சட்டப்படி வாதிட வாய்ப்புக் கொடுப்பதே சமமான நீதி முறையாகும். நிதித் தொழில் சார்ந்த பெரும் வழக்குகளில் நாடு முழுவதும் இப்படியான நடைமுறையே வழக்கத்தில் உள்ளது.

ஓர் உதாரணம் சொல்கிறேன். உட்தகவல் வணிகத்தில் ஈடுபட்டார் என்று அமெரிக்காவின் புகழ்பெற்ற தொலைக்காட்சி நட்சத்திரம் மார்த்தா ஸ்டூவார்ட் அம்மையார் அரசாங்கத்தால் சந்தேகிக்கப்பட்டபோது, அந்த அம்மையார் உடனடியாகக் கைதுசெய்யப்படவில்லை. வழக்குப் பதிவதற்கு முன்னரே, அவர் தரப்பு விளக்கங்களைச் சொல்வதற்கு அவருக்குப் போதிய அவகாசம் கொடுக்கப்பட்டது. அவரும் 'வாச்ரெல் லிப்ரொன்' என்ற வால் ஸ்ட்ரீட்டின் புகழ்பெற்ற வழக்கறிஞரைத் தனக்காக அமர்த்தி அரசு தரப்புடன் வாதிட்டார். இறுதியில், மார்த்தா அம்மையார்மீது உட்தகவல் வணிகக் குற்றம் சுமத்தப்படாமல், அதிகாரிகளுக்குப் பொய் உரைத்தார் என்று மட்டுமே குற்றம் சுமத்தப்பட்டது. அவர் எந்தச் சந்தர்ப்பத்திலும்

கைதாகவில்லை. எனக்கு இப்படியான வாய்ப்புகள் எதுவும் வழங்கப்படவில்லை.

எனக்கு வியப்பளித்த இன்னொரு விஷயம் என்னவென்றால், கலியன் விவகாரத்தில் எனது தம்பியான ரங்கன் மீதும் அரசாங்கத்தால் குற்றம் சுமத்தப்பட்டிருந்தது. என்னை மிரட்டுவதற்காக ரங்கனை 'இணைச் சதிகாரர்' என்று குறிப்பிட்டு வழக்குப் பதிவுசெய்தார்கள். ஆனால் ரங்கன் கைதுசெய்யப்படவில்லை. அரசுத் தரப்பு எனது தம்பியைப் பணயமாக வைத்துக்கொண்டு என்னை மிரட்ட எத்தனித்தது. நானே குற்றவாளி என்று மன்றாட எனக்கு அழுத்தம் கொடுக்க முயன்றது. இவ்வாறு எனது குடும்ப உறுப்பினர்களைப் பயமுறுத்தி, என்மீதான அழுத்தத்தை அதிகரிக்கச் செய்வதற்குப் பல முயற்சிகள் அரசுத் தரப்பால் மேற்கொள்ளப்பட்டன.

என்மீதான குற்றப்பத்திரிகையை நிதானமாக வாசித்து, எனது சிந்தனைகளைத் தொகுத்து நிரல்படுத்திக்கொண்டிருந்த போது, எனது தொலைபேசி மணி இடைவிடாமல் ஒலித்துக் கொண்டேயிருந்தது. எனது நண்பர்களும் நலன்விரும்பிகளும் உலகின் பல்வேறு பகுதிகளிலிருந்தும் என்னை அழைத்தவாறு இருந்தனர். எனது கைதும் அவமான நடையும் இணையத்தின் மூலமாகவும் தொலைக்காட்சி மூலமாகவும் உலகம் முழுவதும் தெரியவந்திருந்தன. சில வருடங்களுக்குப் பின்பு, அரசுத் தலைமை வழக்குரைஞர் பராரா 'நிதித் தொழில் தொடர்பிலான குற்றச்சாட்டுகளுக்கு அவமான நடை அவசியமில்லை' என்று ஒத்துகொண்டார்.

ஆனால் சேதம் நடந்து முடிந்துவிட்டது. இந்த அவமானகரமான செய்திகளோடு நான் ஊடகங்களில் அறிமுகப் படுத்தப்படும்வரை, ஊடகங்களுக்கு முன் தோன்றுவதைக் கடந்த காலங்களில் முடித்தவரைக்கும் தவிர்த்தே வந்திருக்கிறேன். செய்திப் பத்திரிகைகள், சஞ்சிகைகள், தொலைக்காட்சிகள் போன்றவற்றிலிருந்து வந்திருந்த நேர்காணலுக்கான அழைப்புகளை ஏற்றுக்கொண்டதில்லை. 'மிகச்சிறந்த தொழில்நுட்ட முதலீட்டு நிதியம்' என்ற விருது கலியனுக்குக் கிடைத்த வருடங்களில், விருது விழாவுக்குச் செல்வதைத் தவிர்த்துக்கொண்டு, கலியனின் பிரதிநிதி ஒருவரை அனுப்பிவைத்தேன். நியூ யோர்க்கிலிருக்கும் தொண்டு நிறுவனங்களுக்கும் நான் நேரடியாகச் சென்று முகத்தைக் காட்டாமல், எனது பங்களிப்பாகக் காசோலைகளையே அனுப்பிவைத்தேன். ஏதாவது ஒரு தொண்டு நிறுவனத்தின் பணிகளால் வெகுவாக ஈர்க்கப்பட்டபோது மட்டுமே அங்கே

நேரடியாகச் சமூகமளித்தேன். இந்தவகையில் 'ஹார்லெம் குழந்தைகள் வலயம்', 'அமெரிக்க இந்திய அறக்கட்டளை', 'தெற்காசிய இளைஞர்கள் சங்கம்' ஆகிய அமைப்புகளின் நிகழ்ச்சிகளில் நேரடியாகக் கலந்துகொண்டிருக்கிறேன்.

நான் பொது நிகழ்ச்சிகளையும் ஊடகங்களையும் அநேகமாகத் தவிர்த்தே வந்திருப்பதால், பொதுமக்கள் மத்தியில் என்னைப்பற்றி அதிகம் பேச்சில்லை. இப்போதோ, ஒரே நாளில் என்னுடைய முகம் முழு உலகத்திற்கும் அறிமுகமாகி விட்டது. ஊடகங்களுக்கு உண்மை, பொய்யைப் பற்றி அக்கறையில்லை. அவர்களுக்குத் தகவல்கள்தான் அவசியமாக இருந்தன. எனது கைதுச் செய்தியும், எனது புகைப்படங்களும் வேகமாக ஊடக வெளியை நிறைத்துக்கொண்டன. இந்தத் திடீர்த் தாக்குதலை எதிர்கொள்வதற்கு நான் ஆயத்தமாக இருக்கவில்லை. அரசுத் தரப்பு வழக்குரைஞர்கள் உண்மையைத் தேடுவதை விட்டுவிட்டு, பொதுமக்கள் மத்தியில் தமது கீர்த்தியை நிலைநாட்டுவதிலேயே ஆர்வம் காட்டுகிறார்கள். எல்லாமே மின்னல் வேகத்தில் நடைபெறுகின்றன.

வழக்கறிஞரைத் தெரிவு செய்தல்

நீதிமன்றத்தால் எனக்கு விதிக்கப்பட்ட பிணைத் தொகைக்கான பணத்தை ஏற்பாடு செய்வதிலோ, சொத்துப் பத்திரங்களைச் சமர்ப்பிப்பதிலோ சிக்கல்கள் இருக்கவில்லை. ஆனால் எனக்காக ஒரு வழக்கறிஞரைத் தெரிவு செய்வதுதான் மிகப்பெரிய சிக்கலாக இருந்தது. நான் கைது செய்யப்பட்ட நாளன்று, கலியனின் சட்ட ஆலோசகர் பீதியடைந்து அவசர அவசரமாகப் பிரபல சட்ட நிறுவனத்தைத் தொடர்புகொண்டு, என்னைப் பிணையில் விடுவிப்பதற்கு ஏற்பாடு செய்யுமாறு கேட்டுக்கொண்டார். அந்தச் சட்ட நிறுவனமும் வெற்றிகர மாக எனக்குப் பிணையில் விடுதலை பெற்றுக்கொடுத்தது. இதற்காக அந்த நிறுவனத்திற்கு நன்றி தெரிவித்தேன். ஆனால் எனது வழக்கைத் தொடர்ந்து நடத்துவதற்கு நான் அவர்களோடு ஒப்பந்தம் போடவில்லை. வேறொரு சட்ட நிறுவனத்தை எனக்காக அமர்த்தவிருப்பதாக அவர்களிடம் தெரிவித்தேன். ஏனெனில், நான் அமெரிக்க நீதித்துறையோடு நேருக்கு நேர் போராடப்போகிறேன்; நிகழவிருக்கும் அந்த நெடிய போராட்டத்தில் எனக்குத் தளபதியாகத் தோள் கொடுக்கப் போகும் வழக்கறிஞரை நானே தேர்ந்தெடுப்பதே சரியான தாகத் தோன்றியது. என்னுடைய முடிவைக் கேட்டதும் அந்தச் சட்ட நிறுவனத்தார் தங்களுடைய வருமானம் கெட்டுப்போகிறதே என்ற பதைபதைப்பில் எனது மனதை மாற்றுவதற்குப் பல கவர்ச்சிகரமான முயற்சிகளைச்செய்தார்கள்.

இரண்டு வாரங்களுக்குப் பின்னர், நான் புதியதொரு சட்ட நிறுவனத்தைத் தெரிவுசெய்துவிட்டேன் என்று பழைய சட்ட நிறுவனத்திற்குத் தெரிவித்தபோது, அவர்கள் தங்களது உண்மையான முகத்தை என்னிடம் காட்டினார்கள். பிணை கேட்ட வழக்கில் ஆஜராகியதற்கும், நாங்கள் கேட்காமலேயே சில வேலைகளைத் தாங்கள் செய்திருப்பதாகச் சொல்லியும் 800,000 டாலர்களை என்னிடம் கட்டணமாக பெற்றுக் கொண்டார்கள். அன்றிலிருந்து, அமெரிக்கச் சட்டத் துறையின் பணம் தின்னும் கழுகுகள் என்னைச் சுற்றிப் பறக்கத் தொடங்கின.

நான் நியூ யோர்க் நகரத்தில் இருபத்தைந்து வருடங் களுக்கும் மேலாக வசித்து, தொழில் செய்துவந்திருந்தாலும், எனது நண்பர்கள் குழுவில் ஒரேயொரு வழக்கறிஞர்கூட இருக்கவில்லை என்பது சற்று ஆச்சரியமானதுதான். எனது நலன்விரும்பிகள் பல சட்ட நிறுவனங்களின் பெயர்களை என்னிடம் பரிந்துரைத்தார்கள். சில வழக்கறிஞர்கள் எனது வீட்டுக்கே வந்து என்னைச் சந்தித்தார்கள். அவர்கள் தங்களைத் தேர்ந்த வழக்கறிஞர்கள் என்று கூறிக்கொண்டாலும், அவர்களிலே பலர் 'முதலீட்டு நிதியம்' என்ற உலகத்தைப் பற்றியோ, அதன் செயற்பாடுகளைப் பற்றியோ எதுவுமே அறியாதவர்களாக இருந்தார்கள். நான் கேட்காமலேயே, எனது வழக்குக்கு எவ்வளவு தொகை செலவாகும் என்பதை மட்டும் திரும்பத் திரும்பக் கூறிக்கொண்டிருந்தார்கள். இது எனக்கு மனதில் நெருடலை ஏற்படுத்தியது. இந்த வழக்கறிஞர்களுக்கு எனது பாடுகளைப் பற்றிக் கவலையில்லை. எனது பணத்தில் மட்டுமே இவர்கள் குறியாக இருந்தார்கள்.

புகழ்பெற்ற குடிமையியல் வழக்கொன்றை நடத்தியிருந்த ஒரு வழக்கறிஞரை அழைத்து, அவருடைய ஆலோசனையைக் கேட்டேன். அவரோ நியூ யோர்க்கிலுள்ள எந்தவொரு சட்ட நிறுவனத்திற்குக் கிட்டவும் போக வேண்டாம் என்று எனக்கு ஆலோசனை கூறினார். "அவர்கள் அரசுத் தரப்பு வழக்குரைஞர்களுடன் தொடர்புகளை வைத்திருப்பவர்கள். அரசு வழக்குரைஞர்களுடன் ஒத்துழைக்குமாறும், குற்றத்தை ஒப்புக்கொண்டு தண்டனைக் குறைப்புக்காக மன்றாடுமாறும் உங்களுக்கு அழுத்தத்தைக் கொடுப்பார்கள்" என்றார்.

அவருடைய அறிவுரை ஒதுக்கித்தள்ளக்கூடியதல்ல. நியூ யோர்க்கில், நிதித் தொழிற்துறைக் குற்றங்கள் போன்ற 'வைட் காலர்' குற்ற வழக்குகளில் வாதிடக்கூடிய வழக்கறிஞர் களில் அநேகர் கடந்த காலங்களில் அரசுத் தரப்பு வழக்குரைஞர்களாகப் பணியாற்றியிருக்கிறார்கள் என்பதே உண்மை. இவர்கள் அரசுத் தரப்பு வழக்குரைஞர் பணியிலிருந்து

நீங்கியதும், இவர்களுக்குக் கொழுத்த சம்பளத்தைக் கொடுத்துச் சட்ட நிறுவனங்கள் வேலைக்கு அமர்த்திக்கொள்கின்றன. இந்த வழக்கறிஞர்கள் நியூ யோர்க்கிலுள்ள அரசுத் தலைமை வழக்குரைஞர் அலுவலகத்தில் பணியாற்றியவர்கள், நீதித்துறையில் பழுத்த அனுபவம் வாய்ந்தவர்கள் என்பதோடு அரசுத் தலைமை வழக்குரைஞர் அலுவலகத்துடன் எப்போதுமே நல்லுறவைப் பேணுபவர்கள். அந்த உறவுக்கு இவர்கள் ஒருபோதும் பங்கம் விளைவிக்க மாட்டார்கள். இதனாலேயே இவர்கள் தனியொரு வழக்கையோ அல்லது அந்த வழக்கில் குற்றம் சுமத்தப்பட்ட தமது கட்சிக்காரரையோ எந்தவொரு தருணத்திலும் முன்னிறுத்த மாட்டார்கள்.

அதாவது, இந்த வழக்கறிஞர்கள் தமது கட்சிக்காரர்களுக்காக மனப்பூர்வமாக உழைத்து வாதிடுவதில்லை. எப்படியாவது அரசுத் தரப்போடு ஒரு பேரத்துக்கு அல்லது மன்றாட்டுக்குத் தமது கட்சிக்காரர்களைத் தள்ளிவிடுவதே இந்த வழக்கறிஞர்களது வேலை. ஏதாவது ஒரு வழக்கில் இவர்கள் தமது கட்சிக்காரருக்கு ஆதரவாக நின்று அரசுத் தரப்புடன் கடுமையாக வாதிட்டால், அரசுத் தலைமை வழக்குரைஞர் அலுவலகத்தோடு இவர்களுக்கு உள்ள உறவு கெட்டுவிடும். அடுத்த வழக்கில் இவர்களால் அரசாங்கத்தோடு சமரசம்செய்ய முடியாமல் போய்விடும். அது இவர்களது தொழிலுக்கே உலை வைப்பதாக ஆகிவிடும். சுருக்கமாகச் சொன்னால், அரசுத் தரப்புச் சொல்வதைச் செய்யுமாறு அறிவுறுத்தித் தமது கட்சிக்காரர்களின் மூளைகளைக் கழுவுவதுதான் இவர்களது மறைமுகமான தொழில்.

அரசுத் தரப்புடன் ஓர் ஒப்பந்தத்திற்கோ பேரத்திற்கோ மன்றாட்டுக்கோ நான் உடன்படப் போவதில்லை. ஏனெனில் நான் நிரபராதி! அமெரிக்க நீதித்துறையை எதிர்த்துப் போராடிக் குற்றமற்றவன் என்பதை நிரூபித்துக் காட்டுவேன். இந்தச் சமரில் என்னுடன் இணைந்து நின்று இறுதிவரை போராடக்கூடிய வழக்கறிஞரையே தேடினேன்.

குற்றவியல் வழக்குகளில் புகழ்பெற்ற வாஷிங்டன் வழக்கறிஞரான பிறிண்டன் சொலவினை அணுகுமாறு நண்பரொருவர் எனக்கு ஆலோசனை சொன்னார். ஆனால் அப்போது பரபரப்பாகப் பேசப்பட்டுக்கொண்டிருந்த 'ப்ரோடகாம்' வழக்கில் பிறிண்டன் சொலவின் ஓய்வு ஒழிச்சலின்றிப் பணியாற்றிக்கொண்டிருந்தார். எனவே, அவர் தனக்குப் பதிலாக ஜோன் டௌட் என்ற வழக்கறிஞரை எனக்குப் பரிந்துரைத்தார். ஜோன் டௌட் 'அகின் காம்ப்'

என்ற சட்ட நிறுவனத்தின் வாஷிங்டன் அலுவலகத்தில் பணியாற்றுபவர். பல்வேறு பெரிய நிறுவனங்களுக்காக வழக்காடி வெற்றி பெற்ற வரலாற்றைக் கொண்டவர்.

2009 அக்டோபர் 23ஆம் தேதியன்று, வழக்கறிஞர் ஜோன் டௌட்டை நியூ யோர்க்கில் உள்ள கலியன் அலுவலகத்தில் சந்தித்தேன். அவரிடம் இயல்பாகவே இருந்த தீவிரமும் தன்னம்பிக்கையும் எனக்குப் பிடித்திருந்தன. ஆனால் பங்கு, பரிவர்த்தனைச் சட்டங்களில் அவருக்குப் போதிய பரிச்சயம் இல்லையெனத் தெரியவந்ததும் சற்றுத் தயங்கினேன். அது மட்டுமல்லாமல், முதலீட்டு நிதியத்தைப் பற்றியோ அதன் செயற்பாடுகளைப் பற்றியோ அவருக்கு அடிப்படைப் புரிதலே இல்லாமல் இருந்தது. பங்குகளை விற்கும் தரப்புக்கும் வாங்கும் தரப்புக்குமிடையே உள்ள வேறுபாடுகள், பங்குச் சந்தையில் பேரம் நடக்கும் விதம் என்பவற்றைக்கூட அவர் அறியாதிருந்தார்.

ஆனால் நான் அதுவரை சந்தித்த வழக்கறிஞர்களிலிருந்து ஜோன் நிச்சயமாகவே வேறுபட்டிருந்தார். அவர் தனது வார்த்தைகளால் தைரியமூட்டும் சக்தியாக இருந்தார் என்பதே, அவர் எனக்குச் செய்த முதன்மையான உதவி. என்னைப் பலவீனனாக உணர அவர் அனுமதித்தாரில்லை. ஜோன் முன்பு அமெரிக்கக் கடற்படையில் பணியாற்றியவர். படைவீரனுக்கே உரிய உறுதியான அவருடைய அணுகுமுறை உடனடியாகவே என்னைப் பலப்படுத்தியது. சக்தி வாய்ந்த அமெரிக்க நீதித்துறையுடன் ஜோன் தைரியமாக மோதக்கூடியவர் என்பது எனக்குப் புரிந்தது; அவரையே வழக்கறிஞராக அமர்த்திக்கொண்டேன்.

ஜோன் எனது குடும்பத்தின் மீதும் அக்கறை செலுத்தினார். இந்த வழக்கறிஞர் மட்டுமே எனது குடும்பத்தினரைக் குறித்து என்னிடம் விசாரித்தார். தன்னார்வத்துடன் சென்று எனது தகப்பனாரைச் சந்தித்தார். இந்தச் செயல் கோடான கோடிச் செய்திகளை எனக்கு வழங்கியது. ஜோன் எனது தொழில் சார்ந்த விஷயங்களை மட்டுமல்லாமல், எனது தனிப்பட்ட வாழ்வையும் விளங்கிக்கொள்ளும் முயற்சியில் இருந்தார். பெரும்பாலான வழக்கறிஞர்கள் செய்வதைப் போலவே, இவரும் வழக்காடுவதற்கான தனது கட்டணமாகப் பத்து மில்லியன் டாலர்களுக்கான ஒப்பந்தம் ஒன்றை முன்னரே தயாரித்துக் கொண்டு வந்திருந்தார். அப்போது எனக்கு இருந்த அழுத்தம் காரணமாகவும், பிரச்சினையின் ஆழம் காரணமாகவும் அந்த ஒப்பந்தத்தைக் கேள்விகள் இல்லாமல் ஏற்றுக்கொண்டு

கையெழுத்திட்டேன். அந்தக் கணத்திலிருந்து ஜோனும், அவர் பிரதிநிதித்துவப்படுத்திய 'அகின் காம்ப்' சட்ட நிறுவனத்தினரும் எனது வழக்கறிஞர் அணியாகினார்கள்.

கலியனின் அஸ்தமனம்

ஒருவர் குற்றவாளி என்று நிரூபிக்கப்படும்வரை அவர் நிரபராதியே என்ற கோட்பாட்டின் அடிப்படையிலேயே அமெரிக்காவின் நீதியமைப்புக் கட்டியெழுப்பப்பட்டிருக்கிறது. ஆனால் அந்த நீதிமுறை வால் ஸ்ட்ரீட்டைப் பொறுத்தவரை அப்படிச் செயற்படுவதில்லை. வெற்றுக் குற்றச்சாட்டுகளும் வதந்திகளுமே ஒரு நிறுவனத்தைப் பாழாக்கிவிட முடியும். இந்த யதார்த்தத்திற்கு முகம் கொடுக்க வேண்டியிருந்தது. என்னிடம் முதலீடு செய்தவர்களதும் எனது ஊழியர்களதும் நலன்களை எப்படிப் பாதுகாப்பது என்று தீர்மானிக்க வேண்டியிருந்தது. நீதிமன்றத்தில் வழக்காடி வெற்றி பெறுவதற்கு நீண்ட காலம் எடுக்கும். அந்தக் கால இடைவெளிக்குள் எனது தொழிலுக்கு மரண அடி விழுந்துவிடும். இது எல்லோருக்கும் தீமையாகவே முடியும்.

நான் வழக்கறிஞர்களைச் சந்தித்தபோது, அவர்கள் ஒவ்வொருவரிடமும் இந்த வழக்கில் எவ்வளவு நேரத்தைச் செலவிட வேண்டும் என்று கேட்டேன். அடுத்த ஆறு மாதங்களுக்குத் தினமும் நான்கு அல்லது ஐந்து மணிநேரங்களை வழக்குக்காகச் செலவிட வேண்டியிருக்கும் என்றே எனக்கு விடை கிடைத்தது. அவ்வளவு நேரத்தை நான் வழக்கு விவகாரங்களில் செலவிட்டால், கலியனின் தலைவருக்கான பணியை என்னால் திறமையாகவும் ஒழுங்காகவும் செய்யவே முடியாது. இப்போது எனக்கு முன்னே ஒரேயொரு வழிதான் இருந்தது. கலியன் நிறுவன நிர்வாகிகள் அனைவரையும் அழைத்து ஒரு கூட்டத்தை நடத்தினேன். அந்தக் கூட்டத்தில், கலியன் நிறுவனத்தை மூடிவிடுவது என்ற எனது தீர்மானத்தை இறுகிய மனதோடு அறிவித்தேன்.

நிறுவனத்தை மூடுவதானால், எம்மிடம் முதலீடு செய்தவர்களுடைய பணம் முழுவதையும் திருப்பிக் கொடுக்க வேண்டியிருக்கும். இத்தனை காலமும் எனது நிறுவனத்தில் விசுவாசத்தோடு கடுமையாக உழைத்த ஊழியர்களைச் சரியான முறையில் நிறுவனத்தை விட்டு அனுப்ப வேண்டும். என்னுடைய முடிவை அறிவித்தபோது, கூட்டத்தில் பங்குபெற்றி யிருந்த பலருடைய கண்களிலிருந்து நீர் வழிந்தது. அப்போது, கலியனில் வேலை செய்தவர்களில் பெரும்பாலானோர் 20–30 வயதுகளில் இருந்தார்கள். அவர்கள் இளமைத் துடிப்பும் ஆற்றலும்

ஒருங்கே கொண்ட அற்புதமான ஊழியர்கள். அவர்களை இழப்பது எனக்கும் பெரும் வருத்தத்தைக் கொடுத்தது.

கலியனை மூடுவது குறித்த எனது தீர்மானத்தைக் கலியனில் முதலீடு செய்திருந்தவர்களுக்கும், எனது ஊழியர்களுக்கும், பங்குதாரர்களுக்கும் 2009 அக்டோபர் 22ஆம் தேதியன்று கடிதம் மூலமாக அறிவித்தேன். முதலீட்டாளர்களின் பணத்தைத் திருப்பிக் கொடுப்பதாகச் சொன்னேன். அந்த நேரத்தில், கலியன் நிறுவன முதலீடுகள் 22 சதவீத உயர்வைப் பெற்றிருந்தன. எனது கடிதம் பின்வருமாறு எழுதப்பட்டிருந்தது:

அன்புமிக்க வாடிக்கையாளர்களே, ஊழியர்களே, நண்பர்களே!

கலியனில் முதலீடு செய்தவர்களதும் கலியன் ஊழியர்களதும் நன்மையைக் கருதி, ஒழுங்கான முறையில் கலியன் முதலீட்டு நிதியத்தை மூடுவது என்று தீர்மானித்துள்ளேன். முக்கியத்துவம் வாய்ந்த இந்தத் தருணத்தில், எமது நிறுவனம் நேர்மைத் திறனுடன் முதலீட்டாளர்களின் நலனைக் காக்கும் என்று வலியுறுத்தக் கடமைப்பட்டுள்ளேன். அத்துடன், கலியனின் ஊழியர்கள் அனைவரும் தொழிலில் ஒன்றாகக் கூடிச் செயற்படுவதற்கான, சிறந்த வேறு மார்க்கமொன்றைத் தேடிக்கொண்டிருக்கிறோம்.

உங்களில் பலர் அறிந்தவாறு, எமது தொழிலை ஆழமான பகுப்பாய்வுகளின் அடிப்படையில் கட்டியெழுப்பினோம். பங்குச் சந்தை வணிகத்தில் நாங்கள் மிக முக்கியமான இடத்தைப் பெற்றிருக்கிறோம். எம்மிடம் முதலீடு செய்திருப்பவர்களை கலியனின் காலை நேரக் கூட்டங்களுக்கு வருமாறு அழைத்துள்ளோம். உங்களில் பலர் அவ்வாறு சமூகமளித்து நேரடியாகவே எமது தொழில் நடைமுறைகளைக் கண்டிருக்கிறீர்கள். நீங்கள் அங்கே பார்த்த ஆழமாகப் பகுப்பாய்வு செய்யும் முறையே எமது முதலீடுகளின், வணிக உத்திகளின் அடித்தளமாகும்.

எமது முதலீட்டாளர்களுடைய நிதியை நிர்வகிக்கும் பொறுப்பு எனக்குக் கிடைத்ததைப் பெரும் பேறாகக் கருதுகிறேன். எனக்கு வழக்கப்பட்ட பொறுப்பை மிகுந்த கவனமாகவும் நேர்மையாகவும் இத்தனைக் காலமும் சுமந்து வந்திருக்கிறேன். எனக்கு எதிராக இப்போது கூறப்படும் குற்றச்சாட்டுகள் அனைத்துமே பொய்யானவை. நான் எந்தவித முறைகேட்டிலும் ஈடுபடவில்லை என்பதை மீண்டும் மீண்டும் உங்களிடம் வலியுறுத்திச் சொல்கிறேன். இந்தக் குற்றச்சாட்டுகளில் இருந்து நிச்சயமாக மீண்டு வருவேன்.

முதலீட்டாளர்களுடைய நிதியை எவ்வளவு கவனமாகப் பாதுகாத்தேனோ, அவ்வாறே இந்தக் குற்றச்சாட்டுகளில் இருந்தும் என்னைச் சட்டத்தின் வழியே பாதுகாத்துக்கொள்வேன்.

கடந்த 17 வருடங்களாக எனது பங்குதாரர்களாகவும் ஆதரவாளர்களாகவும் இருந்தவர்களுக்கும் எனது மனமார்ந்த நன்றியை தெரிவித்துக்கொள்கிறேன். கடந்த சில நாட்களில் உங்களிடமிருந்து பெற்றுக்கொண்ட ஆதரவு வார்த்தைகளுக் காகவும் நன்றி கூறுகின்றேன்.

தங்கள் உண்மையுள்ள,
ராஜ் ராஜரட்ணம்.

கலியன் முதலீட்டு நிதியத்தைக் கலைப்பதற்கான எனது தீர்மானத்தின்படி, 2009 டிசம்பர் முதலாம் தேதியன்று, 90 சதவீத முதலீட்டு நிதி திரும்பவும் முதலீட்டாளர்களிடம் கையளிக்கப் பட்டது. எஞ்சிய 10 சதவீத முதலீட்டு நிதியானது ஆண்டு முடிவில் கணக்காய்வு செய்த பின்னர் முதலீட்டாளர்களிடம் கையளிக்கப்பட்டது. எனது வழக்குச் செலவுகளுக்கான பணத்தைக் கலியன் முதலீட்டு நிதியமே வழங்க வேண்டும் என்றிருந்த கலியன் நிறுவனத்தின் விதிமுறையைத் தள்ளுபடி செய்துவிட்டேன். எனது வழக்குக்கான செலவை எனது சொந்தப் பணத்திலிருந்து கொடுப்பதற்கு முன்வந்தேன். வழக்கு நடத்துவதற்கான மொத்தச் செலவு 50 மில்லியன் டாலர்கள் என மதிப்பிடப்பட்டிருந்தது.

என்னிடம் முதலீடு செய்தவர்களிடம் நியாயமாக நடந்துகொள்ள வேண்டுமென்று தீர்மானித்திருந்தேன். நான் நினைத்திருந்தால், எனது வழக்குச் செலவுகளை முதலீட்டாளர் களின் தலையில் கட்டிவிட்டிருக்கலாம். அவர்களுடைய பணத்தைத் திருப்பிக்கொடுக்காமல் இடைக்காலத் தடையைப் பெற்றிருக்கலாம். அக்காலகட்டத்தில், கலியன் நிறுவனம் பல பில்லியன்கள் நிதியை மேலாண்மை செய்துகொண்டிருந்தது. அந்த இடைக்காலத் தடையைப் பயன்படுத்தி, மேலாண்மைச் சேவைக் கட்டணமாக 2 சதவீதப் பணத்தை முதலீட்டாளர் களின் நிதியிலிருந்து தொடர்ந்தும் பெற்றிருக்கலாம். இந்தப் பணமே பல மில்லியன்களாக இருந்திருக்கும். கலியனுக்கும் முதலீட்டாளர்களுக்கும் இடையேயிருந்த ஒப்பந்தப்படி இவையெல்லாம் சாத்தியமானவையே. ஆனால் முதலீட்டாளர் களின் பணத்தைத் தடுத்து வைத்திருப்பதற்கு நான் ஒருபோதும் யோசிக்கவில்லை. என்னிடம் முதலீடு செய்தவர்கள் என்மீது அளப்பெரிய நம்பிக்கையை வைத்திருந்தார்கள். அவர்களை

எனது சிக்கல்களுக்குள்ளும் போராட்டங்களுக்குள்ளும் இழுத்து விடாமல் இருப்பது என்னுடைய கடமை என்று உணர்ந்திருந்தேன்.

கலியனை மூடுகிற வேதனை தரும் நடவடிக்கையில், எந்த முதலீட்டாளரும் பணத்தை இழக்கவில்லை. என்மீது புகார் சொல்லவில்லை. எனக்கு எதிராக வழக்குத் தொடுக்கவில்லை. மாறாக, அவர்களுடைய நிதியை நான் வருடக்கணக்காக மேலாண்மை செய்ததைக் குறித்து அவர்கள் மிகுந்த திருப்தியே கொண்டிருந்தார்கள் என்பதில் மிகவும் பெருமையடைகிறேன்.

நான் கைதுசெய்யப்பட்ட உடனேயே, கலியன் அலுவலகங்களில் இருக்கும் எந்தவொரு ஆவணத்தையும் அழித்துவிட வேண்டாமென ஊழியர்களுக்குக் கண்டிப்பாக அறிவுறுத்தியிருந்தேன். அலுவலகங்களில் இருந்த குப்பைக் காகிதங்களைத் துண்டாடும் இயந்திரங்களை அலுவலகங்களி லிருந்து அகற்றிவிட்டோம். தமது மடிக்கணினிகளை உடனேயே நிர்வாகத்திடம் ஒப்படைத்துவிடுமாறு ஊழியர்களிடம் கேட்டுக்கொண்டோம். எம்மிடம் மறைப்பதற்கு எதுவுமே இருக்கவில்லை. ஆடம் ஸ்மித் என்ற அலுவலரைத் தவிர மற்றெல்லோருமே தமது மடிக்கணினிகளை நிர்வாகத்திடம் ஒப்படைத்துவிட்டார்கள்.

ஆடம் ஸ்மித் தன்னுடைய மடிக்கணினியைத் தொலைத்து விட்டதாகக் கூறினார். அவரைச் சந்தேகிப்பதற்கு எனக்கு எந்தவிதக் காரணமும் இருக்கவில்லை. ஆனால் எனது வழக்கு விசாரணையின்போது, ஆடம் ஸ்மித் நீதிமன்றத்தில் தோன்றிச் சத்தியப் பிரமாணம் செய்துவிட்டு, தான் வேறுபல தவறான வேலைகளைச் செய்திருந்ததால், வேண்டுமென்றே மடிக்கணினியை அழித்துவிட்டதாகக் கூறினார். ஆடம் ஸ்மித்தைக் குறித்த மேலதிகத் தகவல்களைப் 14ஆவது அத்தியாயத்தில் குறிப்பிடவுள்ளேன்.

எமது வணிக நடவடிக்கைகள் குறித்த ஆவணங்களைச் சமர்ப்பித்தால் ஜூரி சபையோ அல்லது ஊடகங்களோ யாராகயிருந்தாலும் எமது நிறுவனத்தின் நேர்மையான வணிக நடவடிக்கைகளைக் குறித்துத் தெளிவாக விளங்கிக் கொள்வார்கள் என்று அப்பாவித்தனமாக நம்பியிருந்தேன். கலியனுடைய பரந்துபட்டதும் ஒழுங்கானதுமான ஆவணங் களைப் பரிசோதிக்கும் எவருமே கலியனின் வணிகத்தில் எந்தவிதச் சட்டவிரோதச் செயற்பாடுகளும் இல்லை என்பதைக் கண்டுகொள்வார்கள். ஆனால் அரசுத் தலைமை வழக்குரைஞரின் அலுவலகம் அப்படியான ஆவணப் பரிசோதனைகளை மேற்கொள்ளவேயில்லை. மாறாக, வால்

ஸ்ட்ரீட் மீதும் பொருளாதார வீழ்ச்சி குறித்தும் அரசாங்கத்தின் மீது அதிருப்தி கொண்டிருந்த பொதுமக்களின் கோபத்தை என்னை நோக்கித் திசை திருப்பும் நோக்கத்துடன் ‘உட்தகவல் வணிகம்’ என்ற கட்டுக்கதையை என்மீதும் கலியன்மீதும் சுமத்துவதிலேயே அரசுத் தலைமை வழக்குரைஞரின் அலுவலகம் குறியாக இருந்தது. எனது கைதுக்கு அடுத்த நாள், முன்னறிவித்தல் கொடுக்காமலேயே கலியனின் மூன்று ஊழியர்கள் வீடுகளுக்குச் சென்ற எஃப்.பி.ஐ. அதிகாரிகள் அந்த ஊழியர்களை எனக்கு எதிராக வளைக்க முயன்றார்கள். மூன்று ஊழியர்களுக்கும் எஃப்.பி.ஐ. கொடுத்த செய்தி ஒரேமாதிரியாக இருந்தது.

“உங்களுடைய முதலாளி ராஜ் ராஜரட்ணம் அரசாங்கத்துடன் ஒத்துழைத்துக்கொண்டிருக்கிறார். எனவே, முரண்டு பிடிக்காமல் நீங்களும் அரசாங்கத்துடன் ஒத்துழையுங்கள்” என்று எஃப்.பி.ஐ. அதிகாரிகள் பச்சைப் பொய் ஒன்றைச் சொல்லி அந்த ஊழியர்களை அச்சுறுத்தினார்கள். இந்தப் பொய் எஃப்.பி.ஐக்கு எந்தவிதப் பலனையும் கொடுக்கவில்லை. கலியன் ஊழியர்களில் ஒருவராவது குற்றம் காணக்கூடிய எந்தவொரு நடவடிக்கையிலும் ஈடுபட்டிருக்கவில்லை. எனவே, அவர்களுக்கு அரசாங்கத்துடன் ஒத்துழைக்க வேண்டிய எந்தத் தேவையுமில்லை.

அமெரிக்க நீதித்துறையைப் பற்றி நான் மேற்கொண்ட குறுகியகாலப் படிப்பில், நான் கண்டடைந்த ஒரு விஷயம் என்னைத் திகைப்படையச் செய்தது. அதைச் ‘சட்டப்பூர்வமாக ஏமாற்றும் கலை’ என்றுகூடச் சொல்லலாம். சாட்சியாளர்கள் மீது அரசுத் தரப்பு பல்வேறு செயற்கை அழுத்தங்களைப் பிரயோகித்து, அவர்களை அரசாங்கத்துடன் ஒத்துழைப்பவர்களாக மாற்றுவதே அந்தக் கலையாகும்.

என்னைச் சிறுமைப்படுத்துவதற்கு அரசுத் தரப்பின் இந்த ஏமாற்றும் புரட்டுமே அடிப்படை ஆயுதங்களாக இருந்தன. எனது கைதுக்கு முன்னரும் பின்னரும் இதுவே நிகழ்ந்தது. என்மீதான விசாரணை எஃப்.பி.ஐ. அதிகாரி காங்கின் குழுவால்தான் நடத்தப்பட்டது. சுருக்கமாகச் சொன்னால், அவர்களது பதவி உயர்வுக்கான பாதையில் சட்டமோ உண்மையோ குறுக்கிடுவதை அவர்கள் அனுமதிக்கவேயில்லை.

எனது வழக்கறிஞர் அணி

அகின் காம்ப் சட்ட நிறுவனத்தைச் சேர்ந்த மூன்று முதுநிலை வழக்கறிஞர்கள் எனது பிரதிவாத அணியில் இருந்தார்கள். ஜோன் தலைமை தாங்க டெர்ரி லினம், பட்ரீசியா

மில்லர் ஆகிய வழக்கறிஞர்கள் அவரோடு இணைந்திருந்தார்கள். எனது வழக்கைப் பொறுப்பேற்றபோது, ஜோனுக்கு 68 வயது; உடல் முதுமையால் தளர்ந்திருந்தது. எனினும், அவரது உள்ளத்தில் உற்சாகம் குன்றாதிருந்தது. நான் முதன்முதலாக அவரையும் அவரது அணியையும் சந்திப்பதற்காக வாஷிங்டன் நகரத்திற்குச் சென்று திரும்பும்போது, ஜோன் தனது வாகனத்தில் என்னை ரயில் நிலையத்திற்குக் கூட்டிச் சென்றார். அவரின் வாகனத்தில் கிறிஸ்தவப் பக்திப் பாடல்கள் ஒலித்துக்கொண்டிருந்தன. துன்பமான நேரங்களில் மனிதர்கள் சின்னச் சின்ன விஷயங்களிலும் ஆறுதலைக் கண்டு பிடிப்பார்கள். பக்திமான் ஒருவரின் கைகளில்தான் என்னை ஒப்படைத்திருக்கிறேன் என நினைத்து ஆறுதலடைந்தேன்.

எனது வழக்குப் போன்ற மிகப் பெரியதும் சிக்கலுமான வழக்குக்கு இதுவரை வழக்கறிஞர் ஜோன் முகம் கொடுத்த தில்லை. அக்காலகட்டத்தில், அமெரிக்காவிலேயே மிகப்பெரிய குற்றவியல் வழக்காக எனது வழக்கு இருந்தது. வழக்கறிஞர் ஜோன் எனது கடந்தகால வணிக நடவடிக்கைகளைக் குறித்த சாட்சியங்களான ஆவணங்கள், பத்திரங்கள், ஒப்பந்தங்கள் சகலவற்றையும் பார்வையிட்ட பின்பாக "இந்த வழக்கில் என்னால் வெற்றிபெற்றுத் தர முடியும். ஆனால் வெற்றியை அடைவதற்கான பாதை மிகவும் கடினமாக இருக்கப்போகிறது. ஏனெனில், அரசுத் தரப்பு வழக்குரைஞர்கள் ஏமாற்றுவதற்கும், எஃப்.பி.ஐ. பொய் உரைப்பதற்கும் நீதித்துறை இடம் கொடுத்திருக்கிறது" என்றார். அவர் சொன்னது உண்மையே. அரசுத் தலைமை வழக்குரைஞர் பராராவும், எஃப்.பி.ஐ. அதிகாரி காங்கும் ஏற்கெனவே வகைதொகையின்றிப் பொய்களைப் பரப்பத் தொடங்கிவிட்டனர்.

எனக்காக வாதிட்ட வழக்கறிஞர் அணியில் ஜோனுக்கு அடுத்தபடியாக முக்கியமானவர் வழக்கறிஞர் டெர்ரி. இவரும் ஜோனைப் போலவே அனுபவமும் ஆற்றலும் நிறைந்தவர். ஜோன்போன்று அல்லாமல் டெர்ரி 'பங்கு மற்றும் பரிவர்த்தனை ஆணையம்' சம்பந்தப்பட்ட வழக்குகளில் அனுபவமும், பங்குச்சந்தை விவகாரங்களில் பரிச்சயமுடையவராகவும் இருந்தார். ஆனாலும், அவர் தன்னை முன்னிலைப்படுத்தி வெளிக்காட்டும் இயல்புடையவரல்ல. அவருக்கும் எனக்கும் நன்றாகவே ஒத்துப்போனது. அவர் எப்போதுமே எனது அபிப்பிராயங்களைச் செவிமடுத்தார். எனது கருத்தை அவர் ஏற்றுக்கொள்ளாவிட்டால், அதற்குரிய காரணத்தை விளக்கிச் சொல்வார். டெர்ரி கெட்டித்தனமும் சுறுசுறுப்பும் சமயோசிதப் புத்தியுமுடையவர். அவருடைய இந்தப்

பண்புகள் நீதிமன்றத்தில் பிரகாசித்தன. அவருடைய பண்புகளுக்காகவும், வழக்காடும் ஆற்றலுக்காகவும் அவருக்கு மிகுந்த மதிப்பளித்தேன்.

எமது அணியில் அவரே மிகச்சிறந்த வழக்கறிஞர் என்பது எனது அபிப்பிராயம். அவரிடத்திலே நான் கண்ட ஒரேயொரு குறைபாடு, அவர் எல்லாவற்றுக்கும் ஜோனை சார்ந்திருந்ததே ஆகும். ஒருநாள் நீதிமன்ற விசாரணைக்கு நடுவே, பிரதிவாதி அணிக்கு ஒதுக்கப்பட்டிருந்த அறை ஒன்றிற்குள் வைத்து ஜோன் கோபமான வார்த்தைகளை டெர்ரிமீது கொட்டினார்.

டெர்ரி எதுவுமே பேசாமல் அறையிலிருந்து வெளியேறினார். நான் டெர்ரியை ஒரு மூலைக்கு இழுத்துச்சென்று "நீங்கள் சொந்தக் கால்களில் ஏன் நிற்பதில்லை?" என்று கேட்டேன். டெர்ரி ஒருமுறை தோள்களைக் குலுக்கிவிட்டு "அதுதான் ஜோன்" என்றார். அற்ப விஷயத்துக்காக எல்லாம் ஜோன் கொதிப்படைவது எங்களது அணியில் தேவையில்லாத குழப்பத்தை ஏற்படுத்தியது. டெர்ரியின் ஜூனியர் வழக்கறிஞர்கள் ஜோன்மீது புகார் சொல்லிக்கொண்டேயிருந்தார்கள்.

பட்ரீசியா என்னைப் பொறுத்தளவில் ஒரு நட்சத்திரப் பெண்மணி. அக்காலகட்டத்தில், அமெரிக்க உயர்நீதிமன்றத்தில் வேறெந்தப் பெண் வழக்கறிஞரை விடவும் அதிகமான வழக்குகளில் வாதாடிய வரலாறு இவருக்குண்டு. எனது வழக்குக்குப் பின்பாக, ஜனாதிபதி பராக் ஒபாமாவினால் கொலம்பியா மாவட்டத்தின் வட்டார நீதிபதியாகப் பட்ரீசியா நியமிக்கப்பட்டார். பட்ரீசியாவின் ஆளுமையையும் நுண்ணறிவுச் செயற்பாடுகளும் என்னைப் பெரிதும் கவர்ந்தன. அவருடன் பணியாற்றுவதில் மிகவும் மகிழ்ச்சியடைந்தேன்.

பட்ரீசியா விசாரணை வழக்கறிஞர் அல்ல. ஜோன் இந்த அம்மையாருடைய அறிவினாலும் தன்னம்பிக்கையினாலும் அரண்டுபோய், பட்ரீசியா விசாரணை வழக்கறிஞர் அல்ல எனக் காரணம் சொல்லி பட்ரீசியாவை ஒதுக்கிவைத்தார். இது மிகவும் தவறானது. பட்ரீசியா மேல்முறையீட்டு வழக்குகளில் விஷேச நிபுணத்துவம் பெற்றவர். எனவே, அரசுத் தரப்பின் நடத்தைகளையும் தவறுகளையும் ஆராய்ந்து சட்டப்பூர்வமான சவால்களை அவர் அரசுத் தரப்புக்கு உண்டாக்கியிருப்பார். எனினும், ஜோன் சரியான முறையில் பட்ரீசியாவைப் பயன்படுத்தத் தவறிவிட்டார்.

எனது வழக்கறிஞர் அணியுடன் சேர்ந்து கலியனின் அணியும் ஆவணங்களைத் தொகுப்பதிலும் பரிசீலிப்பதிலும் முனைப்பாகப் பணியாற்றியது. இது எனது வழக்கறிஞர்

அணிக்குப் பெரும் பலமாக அமைந்தது. நீதிமன்றத்தில் கலியனின் பங்குச் சந்தை வணிகம் குறித்துக் கேட்கப்படும் ஒவ்வொரு கேள்விக்கும் பதிலளிக்கக்கூடிய சாட்சியங்களான தகவல் பத்திரங்களையும் அறிக்கைகளையும் ஆவணப்படுத்திக் கோப்புகளில் வைத்திருந்தோம். அரசாங்கத்தால் என்மீது சுமத்தப்பட்ட ஒவ்வொரு வணிகக் குற்றமும் அவர்கள் சொல்வது போன்று இரகசியமாகத் தகவல் பெற்றுச் செய்யப்பட்டதல்ல. மாறாக, இந்தத் தகவல்கள் எல்லாமே நிதியியல் சம்பந்தமான முக்கிய ஊடகங்களில் பகிரங்கமாக வெளியாகிய தகவல்களே. எங்களுடைய ஆய்வறிக்கைகள் தயாரிக்கப்படுவதற்குப் பல வாரங்களுக்கு, மாதங்களுக்கு முன்பே இந்தத் தகவல்கள் எல்லாமே பொதுவெளியில் பகிரப்பட்டிருந்தன. அரசாங்கம் இரகசியமானவை எனச் சுட்டிக்காட்டிய தகவல்கள் அனைத்துமே வால் ஸ்ட்ரீட்டில் எவருக்கும் கிடைக்கக்கூடியதாகப் பகிரங்கமாக வெளியிடப்பட்டவையே.

கலியனுடைய ஆய்வறிக்கைகள் குறித்த காலத்திற்குள் பகுப்பாய்வாளர்களால் செய்து முடிக்கப்பட்டவை. கலியன் நிறுவனத்தின் விதிகளின்படி இந்த ஆவணங்களைத் திரிபுப்படுத்தவோ, அழிக்கவோ முடியாது. இவற்றைப் பாதுகாத்து வைக்கும் பொறுப்பு கலியனுக்கு வெளியே வேறாரு நிறுவனத்திடம் வழங்கப்பட்டிருந்தது.

ஜோன் கீர்த்திபெற்ற வழக்கறிஞர். ஆனால் சினமும் சீறிப்பாயும் குணமும் அவரோடு ஒட்டியிருந்தன. அவர் தனது பூரணக் கட்டுப்பாடுக்குள்ளேயே வழக்குச் சம்பந்தமான அனைத்து நடவடிக்கைகளும் இருக்க வேண்டுமென்று கட்டாயப்படுத்தினார். எனக்கும் வழக்கறிஞர்களுக்கும் இடையிலான சகல கடிதப் போக்குவரத்துகளும் உரையாடல்களும் தன் மூலமாகவே நடக்க வேண்டுமென்று ஜோன் சொல்லிவிட்டார்.

நான் ஏராளமான வேலைகளை இழுத்துப்போட்டுக் கொண்டு கடுமையாக உழைக்க வேண்டியிருந்தது. என்மீது குற்றம் சாட்டப்பட்டிருந்த 34 வணிகங்களைக் குறித்த சகல விஷயங்களையும் திரட்டித் தொகுக்க வேண்டியிருந்தது. இதற்கான மின்னஞ்சல் தொடர்பாடல்களைக்கூட ஜோனுடைய அனுமதியுடனேயே செய்ய வேண்டியிருந்தது. இது நடைமுறைப் பிரச்சினையாக இருந்தது. ஆனால் ஜோன் தன்னுடைய நிலைப்பாட்டில் பிடிவாதமாக இருந்தார். இதன் காரணமாக எனது வழக்கறிஞர்கள் அணியில் விரைவிலேயே விரிசல்கள் விழத் தொடங்கின.

எனது வழக்கறிஞர் அணியில் நியூ யோர்க்கைச் சேர்ந்த இரண்டு வழக்கறிஞர்களை ஜோன் சேர்த்துக்கொண்டார். ஏனெனில், அந்த இரண்டு வழக்கறிஞர்களும் தொலைபேசியை ஒட்டுக் கேட்கும் சட்டங்களிலுள்ள நுணுக்கங்களை நன்கு அறிந்தவர்களாக இருந்தார்கள். விரைவிலேயே, ஒரு சந்திப்பில் எனக்கும் ஜூனியர் வழக்கறிஞர்களுக்கும் முன்பாகவே நியூ யோர்க்கைச் சேர்ந்த வழக்கறிஞர் ஒருவரை ஜோன் கடுமை யான வார்த்தைகளால் திட்டினார். நான் அந்த நியூ யோர்க் வழக்கறிஞருக்காக வேதனைப்பட்டேன். சில நாட்களுக்குப் பின்னர் அந்த நியூ யோர்க் வழக்கறிஞர் அணியிலிருந்து நீக்கப்பட்டார். சில மாதங்களுக்குப் பின்னர், மற்றைய நியூ யோர்க் வழக்கறிஞரும் அணியிலிருந்து நீக்கப்பட்டார். அந்த இரண்டு வழக்கறிஞர்களும் அரசுத் தரப்பு வழக்குரைஞர் களுடன் தொடர்பிலிருப்பதாக ஜோன் சொன்னார். எனக்கு இத்தகைய விவகாரங்களில் அனுபவம் இல்லாததால் ஜோனின் முடிவுக்குக் கட்டுப்பட வேண்டியிருந்தது. எனினும், என்னை நீதிமன்றத்தில் விசாரணை செய்யவிருக்கும் களத்தைப் பற்றி நன்றாக அறிந்திருந்த அந்த இரண்டு வழக்கறிஞர்களையும் அணியிலிருந்து கழற்றிவிட்டது நியாயமற்றதாகவே எனக்குத் தோன்றியது. ஒரு சந்தர்ப்பத்தில், ஜோனுடைய கோபாவேசப் பேச்சுகளை நானும் எதிர்கொள்ள வேண்டியிருந்தது. நான் நாற்காலியை விட்டெழுந்து "நீங்கள் இன்னொரு தடவை என்னோடு இப்படிப் பேசினால், உங்களை வழக்கறிஞர் அணியிலிருந்து வெளியேற்றிவிடுவேன்" என்று கண்டிப்புடன் சொன்னேன். அவர் உடனடியாகவே, தான் பேசியது தவறு என்று என்னிடம் மன்னிப்புக் கேட்டார்.

என்னுடைய கடந்த காலத்தைத் திரும்பிப் பார்க்கிற போது, ஒரு யுத்தக் களத்தின் மத்தியிலே நின்றவனாகவே உணர்கிறேன். அந்தக் களத்திலே எனக்காகப் போரிடும் தலைமைத் தளபதியின் ஆளுமையையும் அணுகுமுறையையும் நான் அனுசரித்துப் போக வேண்டியிருந்தது. அப்படி இருந்தால்தான், களத்தில் எனது இலட்சியத்தை அடைய முடியும்; நிரபராதி என்பதை நிரூபிக்க முடியும்.

ஜோனுடைய முதன்மையான உத்தி, அரசுத் தரப்பு வழக்குரைஞர்களால் இரகசியத் தகவல்கள் என்று கூறப்பட்டவை அனைத்துமே ஏற்கெனவே பொதுவெளியில் பகிரங்கமாக இருந்தவையே என்பதை நிறுவுதலாகும். அவருடைய இந்த உத்தி எளிதானதாகவும், மற்றவர்களிடம் விளக்கிக் கூறுவதற்குச் சுலபமானதாகவும், கேட்பவர்கள் விஷயத்தை இலகுவாகக் கிரகித்துக்கொள்ளக்கூடியதாகவும் இருந்தது.

நிதியியல் தொடர்பிலான விவகாரங்களில் எந்தவித அனுபவமுமற்ற ஜூரி சபைமீது ஜோன் அளவற்ற நம்பிக்கை வைத்திருந்தது அடிப்படையான தவறு. ஒரு முதலீட்டு நிதியம் எவ்வாறு இயங்குகிறது என்பதை ஜோனுக்கும், பிற வழக்கறிஞர்களுக்கும் விளக்குவது எவ்வளவு கடினமாகயிருந்தது என்பது எனக்குத் தெரியும். அனுபவமும் புத்திக்கூர்மையும் கொண்ட ஜோனும் அவரது அணியினருமே நான் வழங்கிய எண்ணற்ற தகவல்களை விளங்கிக்கொள்வதற்கு ஆரம்பத்தில் வெகுவாகச் சிரமப்பட்டார்கள் என்றால், சாமானிய மக்களை உறுப்பினர்களாகக் கொண்டிருக்கும் ஜூரி சபை இந்த நிதியியல் விஷயங்களைச் செவிமடுக்கும்போது அதிர்ச்சியடையாமலும், குழப்பத்தில் மூழ்காமலும் இருக்க முடியுமா? புரிந்துகொள்வதற்கு மிகக் கடினமான பங்குச் சந்தை நுட்பங்களைப் பற்றி என்னுடைய வழக்கறிஞர் அணி எவ்வாறு ஜூரி சபைக்கு விளக்குவார்கள் என்றெல்லாம் எண்ணிக் கவலைப்படலானேன்.

எனது வழக்கைப் புரிந்துகொள்ளல்

நான் வழக்கறிஞர் அணியோடு வேலை செய்துகொண்டிருந்த அதேசமயத்தில், கலியனின் பகுப்பாய்வாளர்களைக் கொண்டு ஒரு சிறிய அணியையும் உருவாக்கிக்கொண்டேன். குற்றச்சாட்டுகளுக்கு உள்ளான பங்கு வணிகங்களைக் குறித்த எமது பகுப்பாய்வு அறிக்கைகள் அனைத்தையும் தேடி எடுத்துத் தொகுக்கச் சொன்னேன்.

நாங்கள் கலியன் அலுவலகத்தில் உட்கார்ந்திருந்து, பெருந்தொகையான கோப்புகளை விரித்து வைத்துக்கொண்டு ஆழமாக ஆய்வுசெய்தோம். அந்த ஆய்வில் நாங்கள் கண்டெடுத்த வற்றை வைத்து என்னை நிரபராதி என்று திட்டவட்டமாக நிரூபிக்க முடியும் என்று உறுதியாக நம்பினேன். குற்றம் என அரசாங்கம் கணித்திருந்த எந்தவொரு பங்கு வணிகமும் உட்தகவல் மூலமாக நடைபெறவில்லை என்பதை எங்களிட முள்ள ஆவணக் கோப்புகள் தெள்ளத் தெளிவாக நிரூபித்துவிடும்.

உதாரணமாக, அரசுத் தரப்பு முதன்முதலில் என்மீது வைத்த குற்றச்சாட்டில், 2004–2008 காலப்பகுதியில் நான் எட்டு வணிக நடவடிக்கைகளில் உட்தகவல் மூலமாகப் பதினெட்டு தொடக்கம் இருபது மில்லியன் டாலர்கள்வரைக்கும் மோசடி செய்திருக்கிறேன் என்று குறிப்பிட்டிருந்தது. ஆனால் அந்த எட்டு வணிகங்களிலும் எனக்கு மொத்தமாக முப்பது மில்லியன் டாலர்கள் இழப்பு ஏற்பட்டது என்பதே ஆதாரப்பூர்வ மான உண்மையாகும்.

அரசுத் தரப்பு ஒட்டுக்கேட்டிருந்த எனது கைப்பேசி உரையாடல்களில், இரகசியக் குறியீடுகளும் சமிக்ஞைகளும் அடங்கியுள்ளதாக என்மீது குற்றம் சுமத்தப்பட்டுள்ளது. ஆனால் அந்த உரையாடல்கள் அனைத்துமே முதலீட்டுத் தொழிலில் ஈடுபடுபவர்கள் ஒவ்வொரு நாளும் நடத்தும் சாதாரண உரையாடல்களே ஆகும். அவற்றில் எந்தவிதமான இரகசியத் தகவல்களும் மறைந்திருக்கவில்லை. ஆனால் அரசுத் தரப்போ அந்த உரையாடல்களை 'கேவலம்' என்று குறிப்பிட்டது. ஊடகங்களும் எந்தவிதமான ஆய்வோ கவனமோ இல்லாமலேயே, இந்த 'கேவலம்' என்ற அடைமொழியைத் தங்களது செய்தி அறிக்கைகளில் உபயோகித்தனர்.

அரசுத் தரப்பு வழக்குரைஞர்கள் தங்களது கண்டுபிடிப்புக்கு ஆதாரமாகக் கூறும் தொலைபேசி உரையாடல் பதிவுகளின் நகல்களை நாங்கள் கேட்டுப் பெற்று ஆய்வுசெய்தோம். நாங்கள் 1300 ஒலிப்பதிவுத் துண்டுகளைக் காதுகளைத் தீட்டிக் கொண்டு கவனமாகச் செவிமடுக்க வேண்டியிருந்தது. அந்தப் பதிவுகளிலிருந்து துண்டு துணுக்குச் சொற்களையும், எனது மின்னஞ்சல்களில் இருந்து பிய்த்தெடுக்கப்பட்ட சொற்களையும் இணைத்து அரசுத் தரப்பு விநோதமான விளங்கங்களை உருவாக்கியிருக்கிறது. அவர்கள் ஓர் அழுக்கான இருட்டுத் துவாரத்தினூடாக விஷயங்களைப் பார்த்து, வேண்டுமென்றே தமக்கு ஏற்றதுபோல உண்மைகளைத் திரிபுப்படுத்தி இருந்தார்கள். மாறாக, அவர்கள் தூய வெளிச்சத்தில் விஷயங்களை ஆராய்ந்திருந்தால் குற்றமற்றவனாகக் தெரிந்திருப்பேன். தொலைபேசி உரையாடல் பதிவுகள் அனைத்தையும் நாங்கள் முழுமையாகவும் துல்லியமாகவும் ஆய்வுசெய்தோம். உட்தகவல் வணிகத்தைக் குறித்துச் சந்தேகத்தைக் கிளப்பக்கூடிய எதுவுமே அந்த உரையாடல்களில் இருக்கவில்லை.

அந்தத் தொலைபேசிப் பதிவுகளில் உரையாடப்பட்டிருந்த அனைத்து விஷயங்களுமே பொதுமக்கள் அறிந்த தகவல்களாகவோ அல்லது கலியனின் பகுப்பாய்வாளர்களுடைய ஆய்வறிக்கைகளாவோ மட்டுமே இருந்தன. அரசுத் தரப்பு என்மீது குற்றம் சுமத்திய மொத்த வணிக நடவடிக்கைகளும் 2003–2008 காலப்பகுதியில் என்னால் மேற்கொள்ளப்பட்ட மொத்த வணிகத்தில் வெறும் 0.2 சதவீதம் மட்டுமேயாகும். இந்தக் காலகட்டத்தில் நான் 36,000 வணிக நடவடிக்கைகளைச் செய்துள்ளேன். 2003–2006 காலப்பகுதியில் எனது மொத்த வணிகம் 172 பில்லியன் டாலர்கள் எனப் பிரம்மாண்டமாக இருந்தது. ஒவ்வொரு வருடத்தினதும் சராசரி

வணிகம் 34 பில்லியனாவும், நாளொன்றுக்கான வணிகம் 150 மில்லியனாகவும் இருந்தன.

என்னோடு சேர்த்துக் குற்றம் சாட்டப்பட்டிருந்த எனது வார்ட்டன் வணிகப் பள்ளிச் சகாக்களான அனில் குமாரும் ராஜீவ் கோயலும் தாங்கள் குற்றவாளிகளே என்று மன்றாடும் நோக்கத்தை வழக்கின் தொடக்கநிலையில் கொண்டிருக்க வில்லை. மாறாக, தாங்கள் நிரபராதிகளே என்று போராடும் நோக்கத்தோடு இருந்தார்கள். இதன் காரணமாக அவர்களுடைய வழக்கறிஞர்களுடன் இணைந்து ஒரு கூட்டுப் பிரதிவாத வழக்கறிஞர் அணியை உருவாக்குவது குறித்த யோசனையும் எங்களுக்கு இருந்தது.

எங்களது பிணைகளுக்கான விசாரணை 2009 அக்டோபர் 16ஆம் தேதி நடத்தப்பட்டபோது, நான் அனில் குமாரைக் கடைசியாகச் சந்தித்திருந்தேன். நாங்கள் பிணையில் விடுதலையானதற்குப் பின்னர், நியூ யோர்க்கில் வசிக்கும் எங்களது நண்பர்களான ஒரு தம்பதியரை அனில் குமார் தொலைபேசியில் அழைத்திருக்கிறார். அவர்கள் அனில் குமாரை அந்த வருடத்தின் டிசம்பர் மாதத்தில் இரு தடவைகள் விருந்திற்கு அழைத்துள்ளார்கள். அந்தத் தம்பதியரிடம் அனில் குமார் தனக்கு முன்னாலுள்ள இரு சாத்தியங்களை எடுத்துக் கூறியுள்ளார். தான் குற்றவாளி இல்லையெனப் போரிடுவது அல்லது அரசுத் தரப்புடன் ஒத்துழைத்துக் குற்றவாளி என ஒப்புக்கொண்டு தண்டனைக் குறைப்புக்காக மன்றாடுவது ஆகியவையே அந்த இரு சாத்தியங்கள். இரண்டில் எது தனக்கு நன்மையோ அதைச் செய்யப்போவதாக அனில் குமார் பதற்றமே இல்லாமல் சொல்லியிருக்கிறார். குற்றச்சாட்டுகளுக்கு எதிராகப் போராடுவதானால் 25 மில்லியன் டாலர்கள் செலவாகும் என்றும் சொல்லியுள்ளார். அதன் பின்னர், அவர் ஒரு விநோதமான கோரிக்கையை அந்த இல்லத்தரசியிடம் வைத்தார். அதாவது, அந்தப் பெண்மணி தனது சொந்தச் செலவில் ஒரு ‘ப்ரீபெய்ட்’ அலைபேசியை வாங்கிக்கொள்ள வேண்டும். அந்த அலைபேசிக்கு அழைத்துத் தன்னால் பாதுகாப்பான முறையில் உரையாட முடியும் என்றிருக்கிறார் அனில் குமார். இதைக் கேட்டுக் குழப்பமுற்ற அந்தப் பெண்மணி அனில் குமாரின் கோரிக்கைக்கு இணங்கவில்லை. ஆனால் பின்னர் நீதிமன்ற விசாரணையின்போது, நான் அவரிடம் ‘ப்ரீபெய்ட்’ அலைபேசி ஒன்றை வாங்குமாறு சொன்னதாக அனில் குமார் பொய் உரைத்தார்.

கடைசியில், அனில் குமாரும் ராஜீவ் கோயலும் வரி ஏய்ப்புக் குற்றசாட்டுகளுக்கும் முகங்கொடுக்க நேரிட்டது.

அவர்கள் அரசுத் தரப்பின் அழுத்தங்களுக்கு அடிபணிய வேண்டியதாகிவிட்டது. எனக்கு எதிரான வழக்கில் அரசாங்கத்துடன் ஒத்துழைக்கத் தயாராகயிருப்பதாக அவர்கள் பேரம் பேசினார்கள். இதற்குப் பிரதிபலனாக அவர்களுடைய சிறைத்தண்டனைக் காலம் குறைக்கப்படு மென்றும், வரி ஏய்ப்பு வழக்குத் தள்ளுபடியாகும் என்றும் திரைமறைவுப் பேரம் நிறைவேறியது.

அமெரிக்காவின் நீதிமுறையானது பேரம் பேசுதலை அடிப்படையாகக் கொண்ட குற்ற ஒப்புதல் மன்றாட்டுகளிலேயே தங்கியிருக்கின்றது. 97 சதவீதக் குற்றவியல் வழக்குகளில், குற்றம் சாட்டப்பட்டோர் குற்றத்தை ஒப்புக்கொண்டு குறைந்தபட்சத் தண்டனையைப் பெற்றுக்கொள்கிறார்கள். இவ்வாறு செய்வதால் அவர்கள் ஜூரி சபையின் விசாரணைக்கு உட்படுத்தப்படுவதில்லை. பெரும்பாலும், குற்றம் சாட்டப் பட்டவர்கள் உயர்மட்டத்தில் இருக்கும் ஒருவருக்கு எதிராகச் சாட்சியமளித்தே, நீண்டகாலச் சிறைவாசத்தைத் தவிர்த்துக் கொள்கிறார்கள். இதுவே என்மீதான வழக்கிலும் நடைபெற்றது.

இந்தப் பேரம் பேசும் நீதிமுறையின் கொடிய விளைவுகள் என்னை நேரடியாகப் பாதித்தன. அரசுத் தரப்புக்கு அனில் குமார், ராஜீவ் கோயல் ஆகியோருடைய வரி ஏய்ப்புகள் குறித்து எந்த ஆர்வமும் இருக்கவில்லை. மாறாக, என்னை இலக்குவைத்து வீழ்த்துவதே அரசுத் தரப்பின் நோக்கமாக இருந்தது. இதற்காக அவர்கள் எந்த அதர்மத்தையும் செய்யத் தயாராக இருந்தனர்.

நியாயமும் தைரியமும் கூடவே பணபலமும் என்னிடம் இருந்ததால், நான் நிரபராதி என்று போரிடுவதில் உறுதியாக இருந்தேன். இதன் விளைவாக, என்மீது சுமத்தப்பட்டிருந்த எட்டு வணிகங்கள் சம்பந்தமான குற்றச்சாட்டுகள், முப்பத்தி நான்கு வணிகங்கள் சம்பந்தமான குற்றச்சாட்டுகளாக அரசுத் தரப்பு வழக்குரைஞர்களால் அதிகரிக்கப்பட்டது. இம்முறை என்னுடைய இன்னொரு சகோதரரான ராககாந்தனும் வழக்கில் சேர்க்கப்பட்டு ‘இணைச் சதிகாரன்’ என்று குறிப்பிடப்பட்டார். அரசுத் தரப்பு வழக்குரைஞர்கள் தங்களது அசிங்கமான சுருக்கு வளையத்தை இறுக்கத் தொடங்கினார்கள். அவர்கள் எனது குடும்ப உறுப்பினர்களை மிரட்டியும் அழுத்தம் கொடுத்தும் பேரம் பேசும் கருவிகளாக மாற்ற முயற்சிப்பதைக் கண்டு அதிர்ச்சியடைந்தேன். ஆனாலும், நான் பின்வாங்கப் போவதில்லை. நீதிபதியும் ஜூரி சபையினரும் உண்மையைக் கண்டுகொள்வார்கள் என்றே நம்பினேன். இந்தக் குழப்பங்களுக்கு மத்தியில், வழக்கறிஞர்

ஜோன் எனக்கு ஆன்ம பலத்தை ஊட்டிக்கொண்டே இருந்தார். நாங்கள் வழக்கில் வெற்றி பெறுவோம் என்று அவர் உறுதியாக நம்பினார். இந்த நம்பிக்கை எனக்குத் தெம்பளித்தது.

இப்போது எமக்கு முன்னால் இருந்த பணி, குற்றப் பத்திரிகையில் பட்டியலிடப்பட்டிருந்த முப்பத்தி நான்கு வணிகங்களைப் பற்றிய விஷயங்களையும் ஆய்வுக்குட்படுத்திய பின்பாக நிரல்படுத்தித் தொகுத்துக்கொள்வதாகும். இதற்காக ஏராளமான நேரத்தையும் பெருந்தொகைப் பணத்தையும் செலவழிக்க வேண்டியிருந்தது. அகின் காம்ப் சட்ட நிறுவனத்தைச் சேர்ந்த இருபது வழக்கறிஞர்களும் அவர்களுடைய பரிவாரங்களும் கலியன் அணியோடு இணைந்து கடினமாக உழைத்து, சம்பந்தப்பட்ட சகல ஆவணங்களையும் ஆய்வுசெய்து, வகைப்படுத்தித் தனித்தனியான கோப்புகளில் வைத்தனர். கலியனுக்குள் நடந்த தொழில்ரீதியான தொடர்பாடல்கள், வெளியிலிருந்து தரகர்கள் அனுப்பிய மின்னஞ்சல்கள், குறுந்தகவல்கள், வார அறிக்கைகள் எல்லாமே நிரல்படுத்தப் பட்டுக் கோப்புகளில் இடப்பட்டன. எனது தரப்பும் அனில் குமார், ராஜீவ் கோயல் ஆகியோரின் தரப்புகளும் வழக்குத் தொடர்பான தகவல்களைப் பரஸ்பரம் பகிர்ந்துகொண்டன. இது எமது கூட்டுப் பாதுகாப்பு நடவடிக்கையின் ஓர் அம்சமாக இருந்தது.

ஊடகங்களைக் கையாளுதல்

ஊடகங்கள் தங்களது செய்திச் சிலுவைகளில் என்னை மூர்க்கத்துடன் அறைந்துகொண்டிருந்தன. எனது கைதும் என்மீதான வழக்கும் பேராசை, ஊழல் ஆகியவற்றின் மீது அறையப்பட்ட இறுதி ஆணிகள் என்று ஊடகங்கள் விதந்து கொண்டாடின. உண்மையான தகவல்களின் அடிப்படையில் ஆய்வுகளில் இறங்காமல், ஊடகவியலாளர்கள் கண்களை மூடிக்கொண்டு அரசுத் தரப்பின் பொய் வாகனத்தில் ஏறிப் பயணித்தார்கள். என்மீது சுமத்தப்பட்டிருந்த குற்றச்சாட்டுகளை அவர்கள் நிதானமாக ஆய்வு செய்திருந்தால், நான் உட்தகவல் வணிகம் செய்து இலாபம் அடைந்ததாகக் குற்றப்பத்திரிகையில் குறிப்பிடப்பட்டிருந்த வணிகங்களில் நான் எவ்வளவு பணத்தை இழந்திருக்கிறேன் என்பது அவர்களுக்குத் தெரியவந்திருக்கும். உட்தகவல் வணிகம் என்ற குற்றச்சாட்டு இட்டுக்கட்டப் பட்டதே என்று அவர்கள் புரிந்துகொண்டிருப்பார்கள். ஆனால் ஒரேயொரு செய்தியாளர்கூட அவ்வாறு ஆய்வு செய்யவில்லை.

நிதியியல் சம்பந்தமான பத்திரிகைகள்கூட அரசுத் தரப்பின் சொற்களையே கிளிப்பிள்ளைகள்போலத் திருப்பிச்

சொல்லிக்கொண்டிருந்தன. பிரச்சினையைச் சுதந்திரமாக ஆய்வுசெய்யும் நோக்கம் அவர்களிடமும் இருக்கவில்லை. ஊடகங்கள் அரசாங்கத்தின் செயற்பாடுகளைக் கழுகுக் கண்களோடு கண்காணித்து, உண்மைகளை மக்களுக்கு அறிவிக்க வேண்டிய கடமையுடையவை. ஆனால் உண்மையை அறிவதற்குப் பதிலாகப் பரபரப்பூட்டும் செய்திகளை வெளியிட்டு இலாபத்தைப் பெருக்குவதையே அமெரிக்க ஊடகங்கள் நோக்கமாகக் கொண்டிருக்கின்றன.

எனவே, பேராசை பிடித்த ஊடகங்களை எதிர்கொள்வ தற்காக நாங்களும் சில உத்திகளை வகுக்க வேண்டியிருந்தது. நாங்கள் பொதுமக்களை நேரடியாக அணுகும் உத்தியை எடுத்துக்கொண்டோம். எனது தரப்பு நியாயங்களையும், அறப்பணிச் செயற்பாடுகளையும் பற்றிய கலந்துரையாடல் களைப் பொதுவெளியில் நடத்தினோம். சில வெளிநாட்டு ஊடகங்கள் இலங்கைக்குச் சென்று, சுனாமியால் பாதிக்கப்பட்ட மக்களுக்கு நான் கட்டிக் கொடுத்த வீடுகளை நேரடியாகவே பார்வையிட்டுக் கட்டுரைகளை எழுதி வெளியிட்டன. எங்களுக்காக ஒரு பொதுசனத் தொடர்பு நிறுவனத்தைச் சம்பளத்திற்கு அமர்த்துவது குறித்து நாங்கள் யோசனை செய்தாலும், அந்த யோசனை பாதகமாக முடியக்கூடும் எனக் கருதி இறுதியில் அதைத் தவிர்த்துக்கொண்டோம். ஏனெனில், நாங்கள் பொதுச்சனங்களின் அபிப்பிராயங்களை வளைக்க முயற்சிக்கிறோம் என்று ஊடகங்கள் எங்கள்மீது தாக்குதலை நிகழ்த்தியிருக்கும். இப்போது பின்னோக்கிப் பார்க்கின்ற போது, அமெரிக்க அரசுத் தலைமை வழக்குரைஞர் அலுவலகம் எவ்வாறு உத்திகளை வகுத்துப் பத்திரிகைகளைக் கையாண்டதோ, அதே வேகத்துடன் நாங்களும் உத்திகளை வகுத்துச் செயற்பட்டிருக்க வேண்டும் என்று புரிகிறது.

இறுதியில், பொதுச்சனத் தொடர்பு அதிகாரி ஒருவரைச் சம்பளத்திற்கு அமர்த்தினோம். வழக்கறிஞர் ஜோனுக்கும் ஊடகங்களுக்கும் இடையே அந்த அதிகாரி பாலமாகச் செயற்பட்டார். ஊடகச் சந்திப்புகளில் எமது தரப்பிலிருந்து எந்தவொரு தவறும் இழைக்கப்படாமல் பார்த்துக்கொண்டார். நாங்கள் எங்களுக்கென ஓர் இணையதளத்தை உருவாக்கி, எனது வழக்கின் முக்கியமான திருப்பங்களைப் பொதுமக்கள் அறியக்கூடியவாறு அதில் வெளியிட்டோம்.

கலியன் மீதான வழக்கைத் தொடர்ந்து, வேறுசில முதலீட்டு நிதியங்கள்மீதும் முறைகேடுகள் என்ற குற்றத்தைச் சுமத்தி அரசு வழக்குத் தொடுத்தது. இந்த வழக்குகளில்

குற்றம் சாட்டப்பட்டிருந்தவர்கள் எனக்கு முன்பின் தெரியாத மனிதர்கள். ஆனாலும், அவர்களை அரசுத் தரப்பு ‘கலியன் உருப்படிகள்’ என்றே குறிப்பிட்டது. இவர்கள் மீதான வழக்குகள் எல்லாம் ஏதோவொரு வழியில் கலியன் வழக்கோடு சம்பந்தப்பட்டவையே என்று ஊடகங்கள் நம்புமாறு அரசுத் தலைமை வழக்குரைஞர் அலுவலகம் திட்டமிட்டுப் பொய்களைக் கசியவிட்டது.

அரசுத் தலைமை வழக்குரைஞர் பரபரா தொலைக்காட்சிகளில் தோன்றிப் பொய்களை அடுக்கிக்கொண்டேயிருந்தார். ஊடகங்களோ வால் ஸ்ட்ரீட்டில் பேராசையும் ஊழலும் நிறைந்திருக்கின்றன என்று அலறின. இந்த எதிர்மறைப் பிரச்சாரங்கள் எனது மனவுறுதியைச் சிதைக்காமல் பார்த்துக்கொள்ள வேண்டும் என்று தீர்மானித்தேன். ஆனால் எனது உலகம் சுருங்கிக்கொண்டு வருவதையும், என்னுடைய வாழ்க்கைப் பயணம் பின்னடைவைச் சந்திக்கிறது என்பதையும் உணர்ந்துகொண்டேன்.

பகல் முழுவதும் வழக்கறிஞர்களுடன் நேரத்தைச் செலவிட்டேன். நடுநடுவே ஆவணங்களையும் மின்னஞ்சல்களையும் பார்வையிட்டேன். மாலை நேரங்களில் தனிமையில் உட்கார்ந்து, எனது வழக்கைக் குறித்துச் சிந்தித்துக்கொண்டு இருப்பேன். மனவளச் சிகிச்சையாளர் ஒருவரைச் சந்திக்குமாறு எனது மனைவி எனக்கு ஆலோசனை சொன்னார். மனவளச் சிகிச்சையாளர் எவரையும் என் வாழ்வில் நான் கண்டதேயில்லை. உளவியல் நிபுணரான மைத்துனரும் மனவள ஆலோசனையைப் பெறுமாறு கூறினார். அவர்கள் என்னைக் குறித்துப் பெரிதும் கவலைப்பட்டார்கள். அவர்களின் ஆறுதலுக்காக ஆலோசனையை ஏற்றுக்கொண்டேன்.

ஆனால் மனவளச் சிகிச்சையாளரோடு எனக்கு என்ன பிரச்சினை என்றால், எங்களுடைய குடும்பங்களில் ஆண்கள் ஒருவரையொருவர் கட்டிப்பிடிப்பதில்லை. நாங்கள் எமது அந்தரங்க உணர்ச்சிகளைப் பிறருக்குச் சொல்வதில்லை. மனவளச் சிகிச்சையாளருடனான எனது முதலாவது சந்திப்பே எனக்குக் கடைசிச் சந்திப்பாகவும் இருந்தது. நான் திரும்பவும் மனவளச் சிகிச்சையாளரிடம் போகவில்லை.

நான் ஆத்ம பரிசோதனையில் ஈடுபட்டேன். என் வாழ்வில் ஏன் இவையெல்லாம் நிகழ்கின்றன? முடிவாக, எதுவரினும் நான் நிரபராதி என்று நிரூபணம் செய்வதற்காகப் போராட வேண்டும் என்று உணர்ந்தேன். இறுதிவரை போராட வேண்டும் என்று உறுதிபூண்டேன். பழையவற்றைக்

கடந்துவிட முயற்சித்தேன். இனி வரப்போகும் வாரங்களும் மாதங்களும் எனது வாழ்வின் மிகப்பெரிய சோதனைக் காலம் என்று உணர்ந்தேன்.

எனது குடும்பத்தாரிடமிருந்தும் நண்பர்களிடமிருந்தும் எனக்குக் கிடைத்த ஆதரவு ஒப்புவமை இல்லாதது. அவர்களுடைய எல்லையற்ற அன்பு எனக்கு ஆறுதலாக இருந்தது. உலகின் பல மூலைகளில் இருந்தும் நண்பர்கள் பறந்துவந்து என்னைச் சந்தித்துத் தைரியம் சொன்னார்கள். எனது பெற்றோரும் உடன்பிறந்தோரும் எனக்குப் பக்கத்துணை யாக உறுதியாக நின்றனர். அவர்கள் காட்டிய ஒற்றுமை உணர்வு எனக்குப் பலமளித்தது. பாசத்தால் இறுக்கமாகக் கட்டப்பட்டிருந்த குடும்பத்தில் வளர்ந்தது எனது அதிர்ஷ்டமே.

6

அமெரிக்க நீதி

உலகிலுள்ள மொத்த மக்கள் தொகையில் ஐந்து சதவீதமான மக்கள் அமெரிக்காவில் வசிக்கிறார்கள். ஆனால் உலகிலுள்ள மொத்தச் சிறைச்சாலைகளிலும் உள்ள கைதிகளில் 25 சதவீதமானோர் அமெரிக்கச் சிறைகளிலேயே அடைக்கப்பட்டிக்கிறார்கள். அமெரிக்காவில் சுமார் 23 இலட்சம் சிறைக்கைதிகள் இருக்கிறார்கள். ஒவ்வொரு வருடமும் பல இலட்சம் பேர் சிறைகளுக்கு அனுப்பப்படுகிறார்கள். கடந்த 30 வருடங்களில், அமெரிக்காவில் சிறைக்கைதிகளின் தொகை 800 சதவீதம் அதிகரித்துள்ளது. இன்றைய நிலையில், அமெரிக்காவிலுள்ள சிறைவாசிகளின் தொகையானது இங்கிலாந்து, கனடா, ஜெர்மனி, பிரான்ஸ், ஆஸ்திரேலியா போன்ற முன்னேறிய நாடுகளோடு ஒப்பிடுகையில் ஆறு தொடக்கம் பன்னிரண்டு மடங்கு அதிகமாகவுள்ளது. இந்தியாவோடு ஒப்பிடுகையில் 24 மடங்கு அதிகமாக உள்ளது. இவ்வாறு அதிகரிக்கும் சிறைக்கைதிகளின் பராமரிப்புக்காக அமெரிக்க மக்களின் வரிப்பணத்திலிருந்து வருடந்தோறும் 800 பில்லியன் டாலர்களைச் செலவிட வேண்டியிருக்கிறது. இவையெல்லாம் எனது கைதுக்குப் பின்னர் நான் கண்டுபிடித்த பிரமிப்பூட்டும் தகவல்களாகும்.

அமெரிக்காவில் 30 வருடங்கள் வாழ்ந்து விட்டேன். இங்குள்ள சமூகவியல், அரசியல் விவகாரங்களைப் பற்றி உரையாடுவதில் மகிழ்ச்சி அடைபவன். எல்லாப் படிநிலைகளிலுமுள்ள

மக்களோடும் இவைகுறித்து ஆழமாக உரையாடியிருக்கிறேன். ஆனால் எப்போதாவது அமெரிக்காவின் நீதிமுறைமை குறித்து நாங்கள் உரையாடியிருக்கிறோமா என்பது எனது ஞாபகத்தில் இல்லை.

நானும் பெரும்பாலான அமெரிக்கக் குடிமக்களைப் போலவே அமெரிக்க நீதிமுறைமையை இயக்குபவர்கள், எப்.பி.ஐ. அதிகாரிகள், அரசுத் தரப்பு வழக்குரைஞர்கள், நீதிபதிகள் ஆகியோரின் நேர்மையைக் குறித்துக் கண்மூடித்தன மாகவும் ஏமாளியாகவும் இருந்துவிட்டேன். அமெரிக்க நீதித்துறைக்குள் நேர்மையான முறையில் சட்டத்தை நிலைநாட்டுபவர்கள் இருந்தாலும், அதிகார வெறியர்களும் ஊழல் பேர்வழிகளும் பேராசை பிடித்தவர்களும் இந்தத் துறைக்குள் இருக்கவே செய்கிறார்கள். இவர்கள் அதிமுக்கியத்துவம் வாய்ந்த வழக்குகளில் அளவுக்கதிகமாகத் தம்மை முன்னிறுத்திக்கொள்கிறார்கள். இவர்கள் சட்டத்தை யும் நீதியையும் பற்றிக் கவலைப்படாமல், வழக்கில் வெற்றி பெறுவது ஒன்றையே குறியாகக்கொண்டு இயங்குகிறார்கள். இவ்வாறு அநீதியான முறையில் பெறப்படும் வெற்றிகள் இவர்களின் பதவி உயர்வுக்குப் படிக்கற்களாகின்றன.

எனது கைது, எனது வழக்கு ஆகியவற்றின் ஊடாக நான் படித்த ஒரு விஷயம் என்னவென்றால், அமெரிக்க நீதிமுறைமையில், அரசுத் தரப்பு வழக்குரைஞர்களுக்கு முறையான கட்டுப்பாடுகளும் விதிகளும் இல்லை என்பதாகும். இதனால், பல நிரபராதிகளின் வாழ்க்கை நாசமாக்கப்படு கிறது. இதுகுறித்து, பிரபல வழக்கறிஞரும் ஹார்வர்ட் பல்கலைக்கழகப் பேராசிரியருமான அலன் டெர்சோவிற்ஸ் பின்வருமாறு சொல்கிறார்:

“அரசுத் தரப்பு வழக்குரைஞர்கள் தங்களது கட்டடற்ற சுதந்திரத்தால் முதலில் ஒரு மனிதனைக் கண்டுபிடிக்கவும் பின்னர் சட்டப் புத்தகங்களைப் புரட்டி ஒரு குற்றத்தைக் கண்டுபிடித்து அதை அந்த மனிதனின் மீது சுமத்துவதற்கும் எளிதில் தூண்டப்படுகிறார்கள். அமெரிக்காவின் இன்றைய நீதிமுறை முந்தைய சோவியத் யூனியனின் நீதிமுறைக்கு நிகரானது. சோவியத் யூனியனின் ஒவ்வொரு பிரஜையும் தினசரி மூன்று குற்றங்களை இழைக்கிறார். ஏனெனில், அப்போது அங்கே வரையறைகள் இல்லாத, ஓட்டைகளால் நிரம்பிய சட்டங்களே வியாபித்திருந்தன. இதனால், ஒரு குடிமகனின் தினசரி சாதாரணச் செயற்பாடுகள்கூட இந்த ஓட்டை விழுந்த சட்டத்தால் குற்றங்களாக மாற்றப்படலாம்.

கம்யூனிஸ்ட் கட்சியால் விரிக்கப்பட்ட இந்தப் பரந்துபட்ட சட்ட வலைக்குள் சிக்கியிருந்த கோடிக்கணக்கான மக்களில் எவர்மீது வேண்டுமானாலும் அரசால் வழக்குத் தொடுக்க முடியும். அரசுக்கு ஆபத்து உண்டாக்கக்கூடியவர்கள், அரசியல் எதிர்ப்பாளர்கள், மறுப்பாளர்கள் என்று கம்யூனிஸ்ட் கட்சி கருதிய எவருக்கும் இந்த முறையில் சுலபமாகக் குற்றவாளி முத்திரை குத்தப்பட்டது. ஸ்டாலின் காலத்து சோவியத் யூனியனில், கே.ஜி.பி. தலைவராக இருந்த லவர்னிட்டி பெரியாவின் பிரபலமான ஆனால் மோசமான கூற்று ஒன்றுள்ளது: மனிதனைக் காட்டுங்கள், குற்றத்தை நான் கண்டுபிடிப்பேன்."

இன்று அமெரிக்காவில் 4700க்கும் மேற்பட்ட சட்டங்கள் உள்ளன. சாதாரணக் குடிமக்களுக்கு இந்தச் சட்டங்களிலே பலவற்றைப் பற்றி ஒன்றுமே தெரியாது. சில சட்டங்கள் நாட்டில் ஒழுங்கையும் அமைதியையும் நிலைநாட்டுவதற்கு மிகவும் அவசியமானவையாகும். ஆனால் பல சட்டங்கள் கோமாளித்தனத்தின் உச்சத்தில் இருக்கின்றன. உதாரணத்திற்கு, 2013ஆம் ஆண்டு உருவாக்கப்பட்ட ஒரு சட்டத்தைச் சுட்டிக் காட்டலாம். இந்தச் சட்டம் ஒருவர் தன்னுடைய சொந்தக் கைத்தொலைபேசிக் கருவியை வேறொரு தொலைத்தொடர்பு நிறுவனத்தின் சேவையைப் பெறுவதற்காக 'அன்லாக்' செய்தால் அது கடுமையான குற்றமெனச் சொல்லியது. இந்தச் சட்டத்தை மீறினால், அது அமெரிக்க அரசுக்கே எதிரான குற்றமாகக் கருதப்பட்டுச் சிறைவாசம் அல்லது அதிகபட்சமாக அரை மில்லியன் டாலர்கள்வரை அபராதம் விதிக்கப்படும்.

சட்டப்படி ஒருவரைக் குற்றவாளி எனத் தீர்ப்பிடுவதற்கு, குற்றம் இழைக்கும் நோக்கத்துடன் குற்றச் செயலில் ஈடுபட்டவர் அவர் என்று அரசுத் தரப்பு நிரூபித்துக் காட்ட வேண்டும். ஆனாலும் இன்றைய அமெரிக்கக் குற்றவியல் வழக்கு நடைமுறைகளில், ஒருவர் குற்றம் இழைக்கும் நோக்கத்துடன் செயற்படாவிட்டாலும் அவரைக் குற்றவாளியாக்க முடியும்.

ஹார்வே ஸில்வர்கிளாட் என்ற பிரபலமான குற்றவியல் வழக்கறிஞர் "பெருமளவிலான அரசுத் தரப்பு வழக்குரைஞர்கள் தங்களது அதிகாரத்தைப் பயன்படுத்திக் குற்றவியல் சட்டங்களைத் தவறாகக் கையாளுகிறார்கள்" என்கிறார். அமெரிக்காவிலுள்ள பல சட்டங்கள் திட்டவட்டமான வரையறைகளுடன் உருவாக்கப்படாததால், அந்தச் சட்டங்களை இஷ்டப்படி விவரித்தும் வளைத்தும் அரசுத் தரப்பு வழக்குரைஞர்கள் தாங்கள் நினைத்ததைச் சாதித்துக் கொள்கிறார்கள்.

வெற்றி பெறுவதில் மிதமிஞ்சிய ஆர்வம்கொண்ட அரசுத் தரப்பு வழக்குரைஞர்கள் பிரதிவாதிகளையும் சாட்சிகளை யும் மிரட்டி உருட்டிக் குறுக்குவழியில் வெற்றியடைய முயற்சிக்கிறார்கள். பெரும்பாலான வழக்குகளில், குற்றம் சுமத்தப்பட்டவரும் சாட்சிகளும் பணிந்து போவதைத் தவிர வேறு வழி கிடையாது. ஏனெனில், அமெரிக்கச் சட்டங்கள் கடுமையான தண்டனைகளை உள்ளடக்கியவை. எனவே, குற்றம் சுமத்தப்பட்டவர்கள் குறைந்தபட்சத் தண்டனைக்காக மன்றாட வேண்டிய நிலையில் உள்ளார்கள்.

அரசுத் தரப்பு வழக்குரைஞர்களின் மிரட்டல்கள் பயங்கர மானவை. அவை நண்பர்களை எதிரிகளாக்குகின்றன. குடும்ப அங்கத்தவர்களை அரசுத் தரப்புச் சாட்சிகளாக்குகின்றன. ஊழியர்களை மலம் தின்னும் புறாக்களாக்குகின்றன. மிகத் துல்லியமான புள்ளிவிபரங்களின்படி, குற்றம் சுமத்தப் பட்டவர்களில் 97 சதவீதமானோர் தாங்கள் குற்றவாளிகளே என்று மன்றாடி, எதிர் வழக்காடாமல் பணிந்துபோய், குறைந்தபட்சத் தண்டனைகளை ஏற்றுக்கொள்கிறார்கள். அவ்வாறு பணிந்து போகாதவர்களில் நானும் ஒருவன். செய்யாத குற்றத்தை ஒப்புக்கொண்டு 'நானே குற்றவாளி' என்று மன்றாட நான் தயாரில்லை. எத்தனை இடர்கள் வந்தாலும் அநீதியின் முன்னே ஒருபோதும் மண்டியிடப் போவதில்லை.

அமெரிக்க நீதிமுறைமையில் பல கோளாறான அம்சங்கள் உள்ளன. அவற்றில் ஜூரி முறை, மன்றாட்டுப் பேரம் ஆகியவை மிக முக்கியமான கோளாறுகளாகும். தற்போதும் ஜூரி முறையைப் பயன்படுத்தும் மிகச்சில நாடுகளில் அமெரிக்காவும் ஒன்றாகும். வழமையான நீதிமன்ற விசாரணைகளின்போது, பிரதிவாதிகளுக்கும் அவர்களது வழக்கறிஞர்களுக்கும் அங்கே சமூகமளிக்க உரிமையிருக்கிறது. ஆனால் ஜூரி முறை விசாரணையில் அந்த உரிமை கிடையாது. அரசுத் தரப்பு வழக்குரைஞர்கள் மட்டுமே ஆதாரங்களையும் சாட்சியங்களை யும் நீதிமன்றத்தில் சமர்ப்பிக்கலாம். இந்த விஷயத்தில் அரசுத் தரப்பு வழக்குரைஞர்களுக்குத் துணையாக, அரசுத் தரப்போடு ஒத்துழைக்கும் சாட்சிகள் செயற்படுகிறார்கள். அரசுத் தரப்பு வழக்குரைஞர்கள் சாட்சிகளைப் பயமுறுத்தியோ பேரம் பேசியோ இதைச் சாதித்துவிடுகிறார்கள்.

இதன் விளைவாக, ஜூரி முறை ஒருதலைப்பட்சமாகக் குற்றம் சுமத்தும் எதிர்மறைச் செயலாகிவிடுகிறது. இது நியாயமான, முழுமையான விசாரணை முறையல்ல. இந்த

முறை சமநீதியைக் குழி தோண்டிப் புதைத்துவிடுகிறது. ஜூரி முறை அநேகமாக அரசுத் தரப்பு வழக்குரைஞர்கள் பக்க மாகவே சாய்ந்துவிடுகிறது. இதனால்தான் 'ஒரு கெட்டிக்கார வழக்குரைஞர் ஜூரி சபையின் முன்னே ஒரு சாதுவான பசுவைக்கூடக் குற்றவாளியாக்கிவிட முடியும்' என்று அடிக்கடி சொல்லப்படுகிறது.

குற்றத்தை ஒப்புக்கொண்டு தண்டனையைக் குறைக்க வேண்டி மன்றாடுவதை 'மன்றாட்டுப் பேரம்' என்பார்கள். குற்றம் சுமத்தப்பட்டவர் மன்றாட்டுப் பேரம் மூலமாகக் குற்ற விசாரணையையும் வழக்கையும் தவிர்க்கலாம். சில சமயங்களில், குற்றம் சுமத்தப்படும் முன்னரேகூட, அரசுத் தரப்பு வழக்குரைஞர்களிடமிருந்து சலுகையைப் பெற்றுக் கொள்வதற்காக இந்த மன்றாட்டுப் பேரத்தைத் தொடங்கி விடலாம்.

ஒருவர் மன்றாட்டுப் பேரத்திற்கு உடன்படுவதற்கும் அரசுத் தரப்புச் சாட்சியாக மாறிச் சக பிரதிவாதிக்கு எதிராகச் சாட்சிமளிப்பதற்கும் அமெரிக்க நீதித்துறையால் தூண்டப்படும்போது, பிரதிபலனாக அவருக்குப் பல நன்மைகள் கிடைக்கும் என அரசுத் தரப்பால் வாக்குறுதி கொடுக்கப்படுகிறது. இலேசான குற்றச்சாட்டு, பிணை, நன்னடத்தை நிபந்தனையில் விடுதலை, குறைந்தபட்சத் தண்டனை, குறைந்த பணச் செலவு, ஊடகங்களின் வாயில் விழாமல் தப்பித்துக்கொள்வது போன்ற பல நன்மைகள் ஒத்துழைக்கும் சாட்சிகளுக்குக் கிடைக்கும். இதன் காரணமாகவே பலர் குற்றம் எதுவும் செய்யாமலேயே தங்களைக் குற்றவாளிகள் என்று ஒப்புக்கொள்கிறார்கள். இந்தச் சதி அச்சில்தான், மன்றாட்டுப் பேரம் என்ற நச்சு வட்டம் அமெரிக்க நீதித்துறை யில் சுழல்கிறது.

2013 நவம்பர் மாதத்தில், மிசூரி மாகாணத்தின் மேல்முறையீட்டு நீதிமன்றத்தில், ராயன் பெர்குசன் என்பவருக்கு எதிராக, மன்றாட்டுப் பேரத்திற்கு இணங்கி அவரது நண்பர் பொய்ச் சாட்சியமளித்துக் குறைந்தபட்சத் தண்டனையைப் பெற்றார். ராயன் பெர்குசனோ ஏறத்தாழ ஒரு தசாப்தகாலம் சிறையில் தள்ளப்பட்டார்.

அந்த நண்பர் பல வருடங்களுக்குப் பின்னர் தனது வாக்குமூலத்தையும் சாட்சியத்தையும் வாபஸ் பெற்றுக் கொண்டார். ஆனால் ஒரு நிரபராதி ஏறத்தாழ 10 வருடக் காலம் சிறைவாசம் அனுபவிக்க வேண்டியிருந்தது. குடிமக்களைப் பயமுறுத்தி மன்றாட்டுப் பேரத்திற்குள் தள்ளிவிடும்

அருவருக்கத்தக்க நடவடிக்கை அமெரிக்க நீதித்துறையில் நிரந்தரமாக ஒட்டிக்கொண்டிருக்கும் களங்கமாகும்.

அரசுத் தரப்பு வழக்குரைஞர்கள் நீதியாகச் செயற்பட வேண்டும். 1963இல், ஃபிராடி எதிர் வி. மரிலாண்ட் வழக்கின் உயர் நீதிமன்றத் தீர்ப்பில், அரசுத் தரப்பு வழக்குரைஞர்களது கைகளில் பிரதிவாதி குற்றவாளி இல்லை என்பதற்கான ஆதாரங்கள் எந்தச் சந்தர்ப்பத்தில் கிடைத்தாலும், அதை உடனடியாகப் பிரதிவாதிகளின் வழக்கறிஞர்களுக்குத் தெரியப்படுத்த வேண்டும் என உத்தரவிடப்பட்டுள்ளது. இந்தத் தீர்ப்பு வழங்கப்பட்டு ஐம்பது வருடங்கள் கழிந்த பின்னரும், ஏராளமான அரசுத் தரப்பு வழக்குரைஞர்கள் இந்த அறிவுறுத்தலுக்குக் கட்டுப்படாமலேயே இருக்கிறார்கள், பிரதிவாதிகள் குற்றவாளிகள் அல்ல என நிரூபிக்கும் ஆதாரங்களை வேண்டுமென்றே மறைக்கிறார்கள். நீதிமன்றங்களும் ஃபிராடி விதிகளைக் கவனிப்பது குறைவு. 2013 டிசம்பரில், அமெரிக்க மேன்முறையீட்டு நீதிமன்றத்தின் ஒன்பதாவது வட்டாரத்தின் முதன்மை நீதிபதி அலெக்ஸ் கொஸொன்ஸ்கி பின்வருமாறு எழுதினார்:

“நாட்டில் ஃபிராடி விதிகளை மீறும் முறைகேடுகள் அதிகரித்துச் செல்கின்றன. நீதிபதிகளால்தான் இதற்கு முடிவு கட்ட முடியும். அரசுத் தரப்பு வழக்குரைஞர்களில் பலர் ஃபிராடி விதிகளைக் குறித்துக் கவலையேபடுவதில்லை. ஏனெனில், நீதிமன்றங்கள் ஃபிராடி விதிகளைப் பின்பற்றுமாறு வழக்குரைஞர்களைக் கண்டிப்போடு அறிவுறுத்துவதில்லை.”

இன்று அமெரிக்க நீதித்துறையின் உச்சாணிக் கொம்பில் ஈடு இணையற்ற அதிகாரத்துடன் அரசுத் தலைமை வழக்குரைஞர் வீற்றிருக்கிறார். அது பிரதிவாதிகளாலும் அவர்களது வழக்கறிஞர்களாலும் தொட்டுப் பார்க்கக்கூட முடியாத உயரத்திலிருக்கிறது. சம பலமற்ற இரண்டு தரப்புகளுக்குள் நடக்கும் யுத்தமாக அமெரிக்க நீதி அமைப்பு இருக்கிறது.

7

உட்தகவல் வணிகம்

2020 ஜனவரி மாதத்தில், தகுதி வாய்ந்த நிபுணர்களை உள்வாங்கி அமைக்கப்பட்ட 'உட்தகவல் வணிகத் தடுப்புச் சட்டம்' பற்றிய பரிசீலனைக் குழு வெளியிட்ட 22 பக்கங்களுடைய அறிக்கையின் சுருக்கம் வருமாறு:

"நீண்ட காலமாகவே உட்தகவல் வணிகத்தைப் பற்றிய சட்டம் குழப்பத்தை ஏற்படுத்தும் வகையிலும் காலத்துக்கு ஒவ்வாததாகவும் இருக்கிறது. உட்தகவல் வணிகத்தைப் பற்றி நேரடியான ஒரு சட்டத்தை உருவாக்காமல், பல நீதிமன்றத் தீர்ப்புகளின் அடிப்படையில் தெளிவற்ற சட்டமே நடைமுறையில் உள்ளது. இந்தச் சட்டம் திட்டவட்டமாக வரையறுக்கப்படாததால், பல்வேறு விளக்கங்களுக்கும் திரிப்புகளுக்கும் நெகிழ்ந்து கொடுப்பதாக இருக்கிறது. ஏனைய சட்டங்களில் இத்தகைய குறைபாடுகள் கிடையாது. அங்கே குற்றங்கள் குறித்துத் தெளிவாக வரையறை செய்யப்பட்டுள்ளன. ஆனால் உட்தகவல் வணிகம் குறித்த சட்டமோ அவ்வப்போதான நீதிமன்றத் தீர்ப்புகளை முன்வைத்து மாற்றப்பட்டுக்கொண்டே வருகிறது. அதோடு, இந்தச் சட்டம் நாடு முழுவதும் எல்லாக் காலங்களிலும் ஒரேமாதிரியாகப் பின்பற்றப்படுவதில்லை. இந்தச் சட்டம் எடுப்பார் கைப்பிள்ளைபோல ஒவ்வொரு நீதிமன்றத்தாலும் ஒவ்வொரு மாதிரியாகக் கையாளப்படுகிறது. உட்தகவல் வணிகக் குற்றத்திற்கு எதிரான சட்டங்களைத் தெளிவாக்குவதற்கும் உறுதியாக வரையறுப்பதற்கும் நாடு தழுவிய முறையில்

ஒரேமாதிரியாக அமல்படுத்துவதற்கும் முன்பு சில முயற்சிகள் மேற்கொள்ளப்பட்டபோதும் அவை வெற்றி அளிக்க வில்லை. இதன் காரணமாக, பங்குச் சந்தை வணிகத்தில் ஈடுபடுபவர்களுக்குச் சரியான சட்ட வழிகாட்டல் இல்லாமல் இருக்கிறது. அரசுத் தரப்பு வழக்குரைஞர்களும், சட்டத்தை அமல்படுத்துபவர்களும் சரியான குற்றவாளியைக் கண்டு பிடிப்பதில் சிக்கல்படுகிறார்கள். குற்றம் சுமத்தப்பட்டவர்கள் தங்களைப் பாதுகாத்துக்கொள்வதற்காக அபாயமான பெரும் சுமையைச் சுமக்க வேண்டியிருக்கிறது. பங்குச் சந்தையைக் குறித்தும் அதன் பாதுகாப்புக் குறித்தும் பொதுமக்களிடம் நம்பிக்கையின்மையும் சந்தேகங்களும் தோன்ற இந்தத் தெளிவற்ற சட்டமே காரணமாக இருக்கிறது.”

உட்தகவல் வணிகத் தடுப்புச் சட்டத்தில் நிலவும் குறைபாடுகளையும் தெளிவின்மையையும் இந்த அறிக்கை தோலுரித்துக் காட்டியுள்ளது. சீர்குலைந்திருக்கும் அமெரிக்க நீதித்துறையைச் சரி செய்யுமாறு இந்த அறிக்கையின் இறுதியில் அமெரிக்கச் சட்டப் பேரவைக்கு அவசர எச்சரிக்கையும் விடுக்கப்பட்டுள்ளது.

இதில் அவல நகைச்சுவையான விஷயம் எதுவென்றால், இந்த அறிக்கையை வெளியிட்ட நிபுணர்கள் குழுவின் தலைவர் ப்ரீத் பராரா என்பதுதான். பராராவுக்குச் சுயமோகம் மெத்திப்போய், இந்த அறிக்கையை வெளியிட்ட நிபுணர் குழுவுக்கு ‘பராரா சிறப்புக் குழு’ என்றே பெயரிட்டிருந்தார்.

இந்த பராராவேதான் என்மீது உட்தகவல் வணிகக் குற்றத்தைச் சுமத்தியவர். அரசுத் தரப்பைத் தலைமை தாங்கி என்மீது வழக்குத் தொடுத்தவர். எனது கைதையும் அவமான நடையையும் சிறைவாசத்தையும் பகிரங்கமாகக் கொண்டாடியவர். மேற்சொன்ன அறிக்கையில் விமர்சனத் திற்கு உள்ளாகியிருக்கும் உளுத்துப்போன சட்டத்தின் அடிப்படையிலேதான் அவரும், காலம் கடந்து 2020இல் அமைக்கப்பட்டிருக்கும் இந்த விசாரணைக் குழுவிலுள்ள பலரும் என்னுடைய வழக்கில் புகுந்து விளையாடியிருந்தார்கள்.

எனக்கு எதிரான சட்டச் சதியை அரங்கேற்றுவதில் முனைப்பாகயிருந்த பராராவுக்கு வலது கரம்போலச் செயற்பட்ட ஜோன் ஹெச். கிம் இந்த பராரா சிறப்புக் குழுவில் உறுப்பினராக இருந்தார். எனக்கு எதிராக எஸ்.இ.ஸி. தொடுத்த குடிமையியல் வழக்கை முன்னின்று நடத்திய முதன்மை வழக்கறிஞர் ஜோன் மக்கோவ்ன், அந்த வழக்கில் நீதிபதியாக இருந்த ஜெட் எஸ். ரெக்கோஃப் இருவரும் இந்த பராரா

சிறப்புக் குழுவில் இருந்தார்கள். இந்த நீதிபதிதான் குடிமையியல் வழக்குகள் வரலாற்றிலேயே முன்னெப்போதுமே விதிக்கப்பட்டிருக்காத அதிகபட்ச அபராதத் தொகையான 93 மில்லியன் டாலர்கள் அபராதத் தொகையைத் தனது அதிகாரத்தைப் பயன்படுத்தி என்மீது திணித்தவர்.

என்மீது சுமத்தப்பட்ட குற்றச்சாட்டு உட்தகவல் வணிகத்தின் மூலமாக 3.6 மில்லியன் டாலர்களை ஊழல் செய்துவிட்டேன் என்பதாகும். எனக்கு ஏற்கெனவே குற்றவியல் வழக்கில் 63 மில்லியன் டாலர்கள் அபராதம் விதிக்கப்பட்டிருந்த நிலையிலும், ஜெட் எஸ். ரெக்கோஃப் அவர்கள் 93 மில்லியன் டாலர்கள் அபராதத்தை என்மீது சுமத்தினார். பராராவின் சிறப்புக் குழுவிலிருந்த உறுப்பினர்களில் ஒருவரைத் தவிர மற்றவர்கள் அனைவருமே முன்னாள் அரசுத் தரப்பு வழக்குரைஞர்களும், எஸ்.இ.ஸி. உத்தியோகத்தர்களுமே. பங்குச் சந்தைத் துறையைச் சேர்ந்த ஒருவர்கூட அந்தக் குழுவில் இருக்கவில்லை.

இப்போது, உட்தகவல் வணிகத் தடுப்புச் சட்டங்களில் குறைபாடுகள் உள்ளன என அறிக்கை வெளியிட்டிருக்கும் பராராவுடைய வெட்கம் கெட்ட துணிச்சலைக் கண்டு உண்மையிலேயே வியந்துதான் போனேன். அவர் அரசுத் தலைமை வழக்குரைஞராக ஆட்சி செலுத்திய 2009–2014 காலப்பகுதியில், அடுத்தடுத்து பலர்மீது உட்தகவல் வணிகக் குற்றங்களைச் சுமத்தித் தண்டனைகளைப் பெற்றுக்கொடுத்து ஊடகங்களின் முன்பாக மார் தட்டிக்கொண்டவர். பராராவால் குற்றம் சுமத்தப்பட்ட ஒரு நிதிமேலாளர் தற்கொலை செய்து கொண்டார். உட்தகவல் வணிகம் குறித்த சட்டங்கள் தெளிவற்றிருப்பதை பராரா நன்றாக அறிந்திருந்தபோதும், எனக்கு 24 வருடங்கள் சிறைத்தண்டனை விதிக்குமாறு நீதிபதியைக் கேட்டுக்கொண்டார்.

புதிதாக அதிகாரத்திற்கு வந்த டொனால்ட் ட்ரம்ப் அரசாங்கத்தால் பராரா பதவியிலிருந்து தூக்கியெறியப்பட்ட பின்னர், பராரா அமெரிக்கச் சட்டங்களின் தகுதிகுறித்துப் பகிரங்கமாகக் கேள்விகளை எழுப்பலானார். எனினும், பராராவின் காலத்தில், அவரோ அல்லது சிறப்புக் குழுவில் அங்கம் வகித்த ஜோன் ஹெச். கிம், ஜோன் ஜோன் மக்கோவ்ன், நீதிபதி ஜெட் எஸ். ரெக்கோஃப் போன்றவர்களோ உளுத்துப்போயிருந்த உட்தகவல் வணிகத் தடுப்புச் சட்டங்களைக் குறித்து மூச்சு விடவில்லை. அந்தப் புரையோடிப் போயிருந்த சட்டங்களின் அடிப்படையில்தான் எனக்குக் குற்றவியல், குடிமையியல் வழக்குகளில் தண்டனைகள் விதிக்கப்பட்டன.

எனது வழக்கு விசாரணை முடிவுற்ற பின்பாக, குறுகிய காலத்திற்குள்ளேயே 2011 மே மாதத்தில், எஸ்.இ.ஸி. ஆணையாளர் மேரி எல். ஷப்பிரோ "உட்தகவல் வணிகத் தடுப்புச் சட்டத்தின் சிறப்பு என்னவெனில், அதனை விளக்குவதில் வளைந்து கொடுக்கக்கூடிய அம்சங்கள் இருப்பதாகும்" என்று கூறினார். அவர் இப்படிச் சொன்னதற்குப் பதிலாக "நாங்கள் விரும்பினால் எந்தப் பங்குச் சந்தை முதலீட்டாளரையும் எந்த நேரத்திலும் குற்றவாளியாக்க முடியும்" என்று கூறியிருக்கலாம்.

2008இல் நாட்டில் ஏற்பட்ட பொருளாதார நெருக்கடியின் போது, அமெரிக்க நீதித்துறையும் எஸ்.இ.ஸி.யும் முதலீட்டு நிதியங்களை இலக்கு வைத்தன என்றபோதும், அமெரிக்கச் சட்டப் பேரவைப் பிரமுகர்களின் வெளிப்படையான, ஒழுங்கீனமான பங்குச் சந்தை உட்தகவல் வணிக நடவடிக்கைகளைக் குறித்து அவர்கள் கண்களை இறுக மூடிக்கொண்டிருந்தார்கள் என்பதும் உண்மையே. அந்தப் பொருளாதார நெருக்கடிக் காலத்தில், அன்றைய சபாநாயகர் ஜோன் போஹ்னர், கீழவைத் தலைவர் நான்ஸி பெலோஸி உட்பட அமெரிக்கச் சட்டப் பேரவை உறுப்பினர்கள் அரச கருவூலச் செயலாளர் ஹாங் போல்சனிடமிருந்து பங்குச் சந்தை குறித்த உட்தகவல்களை ஏராளமாகப் பெற்றிருக்கிறார்கள். இதுகுறித்து வாஷிங்டன் போஸ்ட் பத்திரிகை பின்வருமாறு செய்தி வெளியிட்டிருந்தது:

"பொருளாதார நெருக்கடியின்போது, பங்குச் சந்தையில் தமது முதலீடுகளைக் கையாள்வதில் முறைகேடுகளில் ஈடுபட்ட 34 அமெரிக்கச் சட்டப்பேரவை உறுப்பினர்களில் சபாநாயகர் ஜோன் போஹ்னரும் ஒருவராவார். இவர்கள் அரச கருவூலச் செயலாளர் போல்சனுடனோ, அவருக்குப் பின்பு பதவியேற்றுக்கொண்ட திமோத்தியுடனோ, மத்திய அரசின் சேமிப்பு வங்கித் தலைவர் பென் பெர்னாக்கியுடனோ தொலைபேசி வழியாக அல்லது நேரடியாகச் சந்தித்துப் பேசி உட்தகவல்களைப் பெற்றுத் தங்களது பங்குச் சந்தை முதலீடுகளைக் கையாண்டிருக்கிறார்கள். இந்த முறைகேட்டைச் செய்தவர்களில் 19 பேர் ஜனநாயகக் கட்சியையும், 13 பேர் குடியரசுக் கட்சியையும் சேர்ந்தவர்கள். இவர்கள் மேற்சொன்ன அதிகாரிகளிடம் உட்தகவல்களைப் பெற்று, இரண்டு வேலை நாட்களுக்குள் 166 தடவைகள் தங்களது முதலீட்டு நிலைப்பாடுகளைப் பங்குச்சந்தையில் மாற்றியுள்ளார்கள்."

இந்தச் செய்தியைத் தாமதமாக, அறிந்தபோது அதிர்ச்சியடைந்தேன். நான் கைது செய்யப்பட்ட வேளையில், அமெரிக்கச்

சட்டப் பேரவைப் பிரமுகர்கள் உட்தகவல்களின் அடிப்படையில் வணிகம்செய்வது சட்டப்படி சரியானதாக இருந்ததா என்ன! இந்த உட்தகவல் வணிகம் எப்போதோ ஒருமுறை நடந்த ஒன்றல்ல. தமது முதலீட்டைப் பாதுகாத்து வளர்ப்பதற்காகத் தினசரி நடைபெற்ற தீவிரமான வணிகம் இதுவாகும். இந்த 34 பிரமுகர்களில் ஒருவர்மீதுகூட நீதித்துறையோ, எஸ்.இ.ஸியோ கை வைக்கவில்லை. இவர்கள்மீது விசாரணை ஏதும் நடத்தப்படவில்லை.

இதுகுறித்து, ஜனாதிபதி ஜார்ஜ் டபிள்யூ. புஷ்ஷின் நெறிமுறை வழக்கறிஞராகப் பதவி வகித்திருந்த ரிச்சர்ட் பெய்ன்டர் “அமெரிக்கச் சட்டப் பேரவைப் பிரமுகர்கள் இத்தகைய செயலில் ஈடுபட்டது மிகப்பெரிய குற்றம். இத்தகைய செயல் தனியார்த் துறையிலோ, நிர்வாக அதிகாரிகள் மட்டத்திலோ நடைபெற்றிருந்தால் எஸ்.இ.ஸி. நிச்சயமாக விசாரணையை மேற்கொண்டிருக்கும்” என்று கருத்துத் தெரிவித்திருந்தார்.

இன்னொரு ஆய்வு, 1993–1998 காலப்பகுதியில் அமெரிக்க செனட்டர்களுடைய பங்குச் சந்தை முதலீடுகளின் சராசரி வளர்ச்சி, பங்குச் சந்தையின் சராசரி வளர்ச்சியை விட 12.3 வீதம் அதிகமாக இருந்தது என்று காட்டுகிறது. இவை குறித்தெல்லாம் பொதுமக்கள் 2011 நவம்பர் 13ஆம் தேதிவரை ஒன்றுமே அறியாதிருந்தார்கள். புகழ்பெற்ற ஒரு தொலைக்காட்சியின் 60 நிமிட விவரணச் சித்திரமே இதுகுறித்துப் பொதுமக்களுக்கு வெளிச்சம் போட்டுக் காட்டியது. இந்த விவரணச் சித்திரத்தில், எவ்வாறு அமெரிக்கச் சட்டப் பேரவைப் பிரமுகர்கள் பல்வேறு வழிகளிலும் உட்தகவல்களைத் திரட்டித் தங்களது பங்குச் சந்தை வணிகத்தைக் கொழிக்கவைக்கிறார்கள் என்பது தெளிவாக விளக்கப்பட்டது.

முதலீட்டு நிதியத்தின் அதிபர்கள்மீது நீதித்துறை, உட்தகவல் வணிகக் குற்றங்களைச் சுமத்தி, மரண அடியை ஒத்த அதிகபட்சத் தண்டனைகளை வழங்கிக்கொண்டிருந்த காலத்தில்தான், அமெரிக்கச் சட்டப் பேரவை உறுப்பினர்களின் இந்த விதிமீறல்கள்பற்றிய செய்திகளெல்லாம் பொதுமக்களின் பார்வைக்கு வந்தன. இந்தச் செய்திகள் பொதுமக்களின் கோபத்தை மென்மேலும் அதிகரிக்க வைத்தன.

இதனால் சங்கடத்திற்கு உள்ளான அமெரிக்கச் சட்டப் பேரவை சில மாதங்களுக்குப் பின்னர் ‘2012: முதலீட்டுச் சட்டம்’ என்றொரு சட்டத்தை நிறைவேற்றியது. சட்டத்தை உருவாக்குபவர்களும் அவர்களுடைய உத்தியோகத்தர்களும்

நிர்வாக சேவையின் உயரதிகாரிகளும் தமது துறைகள் சார்ந்து பெற்றுக்கொள்ளும் அந்தரங்கமான தகவல்களைச் சொந்த வணிக நலன்களுக்காகப் பயன்படுத்துவது இச்சட்டத்தின் மூலமாகத் தடைசெய்யப்பட்டது.

எனினும், இதுவொரு கண்துடைப்புச் சட்டமாகவே விளங்கியது. சட்டங்களை உருவாக்குபவர்கள் பங்குச் சந்தையில் முதலீடு செய்வதை இந்தச் சட்டம் குறிப்பாகத் தடுக்கவில்லை. முதலீட்டு நிறுவனங்களின் நிதிமேலாளர்கள் சட்டங்களை உருவாக்குபவர்களைத் தொடர்ந்து சந்தித்துக்கொண்டேதான் இருந்தார்கள். இந்தச் சட்டம் நிறைவேறிய பின்னரும்கூட, சட்டத்தை உருவாக்குபவர்கள் என்ற முறையில் தாங்கள் பெற்றிருந்த தகவல்களைப் பயன்படுத்திப் பங்குச் சந்தை வணிகத்தில் ஈடுபடுவதை அமெரிக்கச் சட்டப் பேரவைப் பிரமுகர்கள் நிறுத்திக்கொள்ளவில்லை.

பராரா சிறப்புக் குழு தமது 2020 அறிக்கையில் இதை வெளிப்படையாகயே தெரிவித்துள்ளது. அமெரிக்க நீதித்துறையைப் பொறுத்தளவில், சட்டத்தை உருவாக்குபவர் களுக்கு உட்தகவல் வணிகம் தொடர்பில் ஒருவிதமான விதிகளும், அவர்களுக்குத் தேர்தலில் வாக்களித்துத் தெரிவுசெய்த மக்களுக்கு முற்றிலும் வேறான விதிகளும் இருந்தன.

எல்லைகளற்ற சட்டம்

எனது வழக்கு நடந்து முடிந்து சில வருடங்கள் கழிந்த பின்பாக, நீதிமன்றத்தில் அரசுத் தரப்பில் முதன்மை வழக்குரைஞராகச் செயற்பட்ட ஜொனதன் ஸ்ட்ரீட்டெர் அவர்கள் 2012 டிசம்பர் 5ஆம் தேதி நடைபெற்ற 'ப்ளூம்பெர்க்' முதலீட்டு நிதியங்களின் மாநாட்டில் "உட்தகவல் வணிகத் தடுப்புப் பற்றிய சட்டங்கள் முதலீட்டு நிறுவனங்களுக்கும் நிதிமேலாளர்களுக்கும் குழப்பத்தை ஏற்படுத்தக்கூடியவை யாக ஒழுங்கற்று உள்ளன. இந்த விஷயத்தில் எது சட்டரீதி யானது, எது சட்டரீதியற்றது என்பதுபற்றிப் பெருங்குழப்பமே எஞ்சியுள்ளது. குழப்பமான சட்டங்களின் எல்லைகளோ தெளிவற்றிருக்கின்றன அல்லது எல்லைகளே இல்லாதிருக் கின்றன" என்று ஒப்புக்கொண்டார்.

என்னுடைய வழக்கின் சூத்திரதாரியான ப்ரீத் பராரா தன்னை வால் ஸ்ட்ரீடின் 'ஷெரிப்' எனப் பெருமையுடன் கூறிக்கொண்டார். அவர் குறுகிய காலத்திற்குள் எங்கும் வியாபித்தவராகவும், பாதிப்பை ஏற்படுத்துபவராகவும் இருந்தார். எனினும், அவர் தன்னுடைய பதவிக்குரிய கண்ணியத்தோடும் பொறுப்போடும் நடந்துகொள்ளவில்லை.

வால் ஸ்ட்ரீட்டின் முதலீட்டு நிதியங்களின் மீது பராரா தொடுத்திருந்த போரில், அவர் உண்மையை அசட்டை செய்து விட்டு வெறிநாய் போன்று பாய்ந்தார். வேட்டையாளராக மாறிய பராரா குற்றம் சுமத்தப்பட்டவர்கள் தமது தரப்பை வெளிப்படுத்துவதற்கு முன்னரே ஊடகச் சந்திப்புகளைக் கூட்டி, குற்றம் சுமத்தப்பட்டவர்களைக் குறித்துப் பரபரப்பான செய்திகளை வெளியிட்டு ஊடகங்களுக்குத் தீனி போட்டார். உட்தகவல் வணிகத் தடைச் சட்டத்திற்கு அவரது இஷ்டப்படியே வியாக்கியானங்களைக் கொடுத்து, ஏறத்தாழ 80 பிரதிவாதி களுக்குத் தண்டனை வாங்கிக் கொடுத்தார். அவருடைய இந்த அடாவடியான நீதிபரிபாலனம் நல்லவேளையாக அதிக நாட்களுக்கு நீடிக்கவில்லை.

'மார்க் கியூபன்' வழக்கில் அரசுத் தரப்பு தோல்வியைத் தழுவியதும், நியூ யோர்க் தென்மாவட்ட நீதிபதிகள் பராராவைப் பகிரங்கமாகவும் கடுமையாகவும் விமர்சிக்கத் தொடங்கினார்கள். அது மட்டுமல்லாமல், பிரதிவாதிகளுக்கு பராரா வாங்கிக்கொடுத்த தீர்ப்புகள் மேன்முறையீட்டில் தலைகீழாக மாற்றப்பட்டன. 2013ஆம் ஆண்டளவில் பராராவின் வீழ்ச்சி ஆரம்பமாகியது. 2014இல் மேல்முறையீட்டு நீதிமன்றம் "பராரா, தான் விரும்பியவாறு சட்டங்களை உருவாக்குகிறார்" என்று கூறியதோடு பராராவின் அணுகுமுறைகளில் காணப்பட்ட தான்தோன்றித்தனத்தையும் எதேச்சதிகாரத்தையும் கண்டித்தது. இரண்டு முக்கியமான வழக்குகளில் தீர்ப்புகள் மாற்றியமைக்கப்பட்டன. பராராவால் வாங்கப்பட்ட பல தீர்ப்புகள் இப்போது மேல்முறையீட்டு நீதிமன்றத்தில் விசாரணையில் உள்ளன.

இவை நடைபெற்ற சிறிது காலத்திற்குள், பராராவைப் பற்றி இரண்டாவது மாவட்ட நீதிபதி வலெரி கப்ரோனி குறிப்பிடும்போது, "அவரொரு மீடியா வெடிகுண்டு" என்று கேலிசெய்தார். தென்மாகாணத்தின் முன்னாள் வழக்குரைஞர் ஒருவர் "பராரா ஊடகங்களுக்கு மயங்கிய பாம்பு. நீதிபதி களுக்கும் பொதுமக்களிடமும் அவர் மீதான பொறுமை குறைந்துகொண்டே வருகிறது" என்றார்.

2016ஆம் வருடத்தில், பராரா பெரும் சிக்கலுக்கு ஆளானார். அவர்மீதும், பத்துக்கும் மேற்பட்ட அரசுத் தரப்பு வழக்குரைஞர்கள்மீதும் எஃப்.பி.ஐ. அதிகாரிகள் மீதும் டேவிட் கனெக் என்பவர் வழக்குத் தொடுத்தார்.

டேவிட் கனெக் நான்கு பில்லியன் டாலர்கள் முதலீட்டைக் கொண்டிருந்த 'லெவல் குளோபல்' என்ற

முதலீட்டு நிதியத்தில் உயர் பதவியில் இருந்தவர். இவர்மீதும் பராரா குழுவால் உட்தகவல் வணிகக் குற்றச்சாட்டுச் சுமத்தப்பட்டது. ஆனால் அப்படியொரு குற்றச்செயலில் அவர் ஈடுபடவேயில்லை. எனவே, தன்மீது குற்றம் சுமத்தியவர்களுக்கு எதிராக டேவிட் கனெக் வழக்குத் தொடுத்தார். பிரதிவாதிகள் தொடுக்கும் வழக்குகளையும் முன்வைக்கும் வாதங்களையும் வழக்கம்போலத் தள்ளிவிடாமல்; இந்த வழக்கில் உண்மையைக் கண்டறிய வேண்டுமென்று நீதிபதி தீர்ப்பளித்தார். தேசிய வழக்கறிஞர்கள் சங்கம், "தென் மாகாணத்தின் அரசுத் தலைமை வழக்கறிஞர்மீது குடிசார் உரிமையின் கீழ் வழக்குத் தொடுக்கப்படுவது அரிதிலும் அரிது. பராரா மோசமான முறையில் செயற்பட்டுள்ளார்" என்று அறிக்கை வெளியிட்டது.

இந்த வழக்கு, தன்னைத் தானே 'வால் ஸ்ட்ரீட் ஷெரிப்' என்று அழைத்துக்கொண்ட அந்த மனிதரை மேலே செல்ல விடாது தடுத்து நிறுத்தியது. இதற்குப் பின்னர் ப்ரீத் பராரா ஒரேயொரு உட்தகவல் வணிக வழக்கைக்கூடத் தொடுக்க வில்லை. நியாயத் தராசு இப்போது நீதியின் பக்கம் சாய்ந்தது. ஆனால் கலியன் நிறுவனத்தையும் என்னையும் பொறுத்தளவில் அது காலம் தாழ்த்தியே நிகழ்ந்தது.

2007இல், ஓர் அநாமதேயக் கடிதத்தின் அடிப்படையில் எஸ்.இ.ஸி. அதிகாரிகள் கலியன் நிறுவனத்தின் மீது ஒரு விசாரணையை நடத்தியிருந்தார்கள். அவர்கள் கலியன் ஊழியர்களில் இருபதுக்கும் மேற்பட்டவர்களை நேரில் விசாரணை செய்தபோதும், கலியனுக்குள் எந்தவிதத் தவறான செயற்பாடுகளையும் காண முடியவில்லை. விசாரணை இவ்வாறு நீர்த்துப் போய்விட்டதால், எஃப்.பி.ஐ. அதிகாரிகள் கலியனின் முன்னாள் ஊழியர்கள் இருவரைத் தேடிச்சென்றனர்.

அந்த முன்னாள் ஊழியர்களில் ஒருவரான ரூமி கான் அம்மையாரை நாங்கள் பத்து வருடங்களுக்கு முன்பே கலியன் நிறுவனத்திலிருந்து நீக்கியிருந்தோம். அடுத்த முன்னாள் ஊழியரின் பெயர் அலி ஃபார். இந்த இருவரும் தங்களுடைய சொந்த நிறுவனங்கள் ஊடாக உட்தகவல் வணிகம்செய்து மாட்டிக்கொண்டவர்கள். அவர்களை நெருக்கிய எஃப்.பி.ஐ. இருவரும் எனக்கு எதிராகச் சாட்சியமளித்தால், அவர்களுக் கான தண்டனைகள் குறைக்கப்படும் என்று வாக்குறுதி அளித்தது. இப்படியாகத்தான் இந்த இருவரும் ஒத்துழைக்கும் சாட்சிகளானார்கள்.

கலியனின் முன்னாள் ஊழியர்கள் அரசுத் தரப்புச் சாட்சிகளாகி, என்மீதான ஆரம்பக்கட்ட விசாரணைக்கு

அடித்தளமாக இருந்தார்கள். எனினும், அவர்களது சாட்சியங்கள் குழப்பமாகவும், மொத்த விசாரணையையும் பாழாக்குவதாகவும் இருப்பதாக அரசுத் தரப்புக் கருதியதால், அவர்களுடைய சாட்சியத்தை நீதிமன்ற விசாரணையின்போது தவிர்த்துக்கொண்டது. ரூமி கான் அம்மையார் சரமாரியாகப் பொய்களைச் சொல்லியிருந்ததால், அவருடைய நேர்மை ஜூரி சபையால் சந்தேகிக்கப்படும் என்று அரசுத் தரப்பு எண்ணியது. எனது வழக்கு விசாரணைக்கு மூன்று மாதங்களுக்கு முன்னராக, அலி ஃபார் சுத்தமானவராகி, தானே எல்லா வற்றையும் செய்ததாக ஒப்புக்கொண்டார். இவைகுறித்து அடுத்தடுத்த அத்தியாயங்களில் விரிவாக எழுதுவேன்.

8

ரூமி கான்

அரசாங்கத்தால் எனக்கு வழங்கப்பட்ட குற்றப்பத்திரிகையானது ரூமி கான், அலி ஃபார் இருவரும் வெளிப்படையாக அரசாங்கத்துடன் ஒத்துழைத்து வழங்கிய பொய்ச் சாட்சியங்களின் அடிப்படையிலேயே புனையப்பட்டிருந்தது. என்னை வலையில் சிக்கவைப்பதற்காக எஃப்.பி.ஐக்கும் இந்த இரண்டு குற்றவாளிகளுக்கும் இடையே மின்னல் வேகத்தில் பேரம் நடந்து முடிந்திருந்தது. அரசாங்கம் என்மீது தொடுத்திருந்த வழக்கு முழுமையாகவே தொலைபேசி ஒட்டுக் கேட்டலிலும் இந்தக் குற்றவாளிகளின் வாக்குமூலத்திலுமே தங்கியிருந்தது.

காலப்போக்கில், அரசுத் தரப்பு இவர்கள் இருவரின் சாட்சியங்களும் நீதிமன்றத்தில் எடுபடாது என்பதைப் புரிந்துகொண்டது. நீதிமன்றத்தில் சாட்சியமளிக்க இவர்கள் இருவரும் அழைக்கப்படவே இல்லை. ஆனால் சேதம் நடந்து முடிந்துவிட்டது. என்மீதான மாபெரும் விசாரணை என்ற அலை பெருக்கெடுத்தது.

எனது கைதின் ஆரம்பத்திலிருந்தே, அரசுத் தரப்பு ரூமி கான், அலி ஃபார் ஆகியோரின் வாக்குமூலங்களை வைத்துக்கொண்டு கொக்கரித்துக்கொண்டிருந்தது. அரசுத் தரப்பு வழக்குரைஞர்களுடைய ஒவ்வொரு வார்த்தையை யும் ஊடகங்கள் விழுங்கி வாந்தி எடுத்தன. மக்களிடம் கிளுகிளுப்பை ஏற்படுத்துவதற்கு ஊடகங்கள் வெறித்தனமாகச் செயற்பட்டன. எந்தவொரு ஊடகமும் அரசுத் தரப்பின்

வார்த்தைகளைச் சிறிதாவது ஆராய்ந்து, உறுதிப்படுத்திக் கொண்டு செய்திகளை வெளியிடவேயில்லை. "ரூமி கானும், அலி ஃபாரும் பரந்த அளவில் ஓர் உட்தகவல் வணிக வலையமைப்பை இயக்குகிறார்கள். அதன் மையப்புள்ளியாக ராஜ் ராஜரட்ணம் விளங்குகிறார்" என்று ஊடகங்கள் கொச்சை யாகச் செய்திகளை வெளியிட்டன.

புகழ்பெற்ற தொலைக்காட்சி நட்சத்திரம் வன்னா வைட்டையே தோற்கடிக்கக் கூடியளவுக்கு பராரா ஊடகச் சந்திப்புகளில் சொற்பொழிவுகளில் மிளிர்ந்தார். அவரது சொற்பொழிவுத் தொடரின் முதலாவது சொற்பொழிவு நான் கைதுசெய்யப்பட்ட சில மணிநேரங்களில் நிகழ்த்தப்பட்டது. அந்த ஊடகச் சந்திப்பில், உட்தகவல் வணிக வலையமைப்பின் வரைபடத்தை பராரா வெளியிட்டார். அந்த வரைபடம் உயர் தொழில்நுட்பத்தால் வடிவமைக்கப்பட்டிருந்தது. ஒரு படம் ஆயிரம் சொற்களுக்குச் சமமானது. அந்த வரைபடத்தில் என்னுடைய முகம் மையத்தில் வைக்கப்பட்டிருந்தது. எனது முகத்தைச் சுற்றிப் பல்வேறு நிறுவனங்களது நிர்வாகிகளின் முகங்களும் காணப்பட்டன. அந்த முகங்கள் அம்புக்குறிகளால் எனது முகத்தோடு இணைக்கப்பட்டிருந்தன. பராராவால் எனக்கு 'தலைமைக் குற்றவாளி' முத்திரை குத்தப்பட்டது.

'ஒருவர் குற்றவாளி என்று நிரூபிக்கப்படும்வரை அவர் நிரபராதியே' என்ற அமெரிக்க நீதியமைப்பின் அடிப்படையையே ஒரேயொரு அதிரடி நடவடிக்கையால் பராரா சிதறடித்து விட்டார். பராராவின் வார்த்தைகளைக் கல்வெட்டுகள் போல ஊடகங்கள் பற்றிக்கொண்டன. அந்தக் கல்வெட்டைப் பின்பற்றித் தமது சொந்த வரைபடங்களை உருவாக்கி வெளியிட்டன. அவர்கள் புகழ் பெறுவதற்காகவும், பணம் சம்பாதிப்பதற்காகவும் நான் அவர்களது ஊடகத் தூண்டிலில் தங்க மீனாகச் சிக்கியிருந்தேன்.

என்மீதான கைது நடவடிக்கையால் எனக்கு ஏற்பட் டிருந்த அதிர்ச்சி, மன உளைச்சல் போன்றவற்றிலிருந்து மெல்ல மெல்ல நீங்கி நிதானத்திற்கு வந்தேன். ஆழமாகச் சிந்தித்து முடிவுகளை எடுக்க வேண்டியிருந்தது. என்மீதான குற்றப்பத்திரிகையில் இடம்பெற்றிருந்த அம்சங்களைத் தனித்தனியாகப் பிரித்து வைத்துக்கொண்டு கவனமாக ஆய்வு செய்தேன். இதன்மூலமாகத்தான் என்னைப் பாதுகாப்பதற் கான தடுப்பரண்களை உருவாக்கிக்கொள்ள முடியும். இந்த ஆய்வுகளின் போக்கில், எனக்கு எதிராகப் பொய்ச்சாட்சியம் அளித்தவர்களைக் குறித்து எனது கவனத்தைக் குவித்தேன்.

நான் அறிந்த ரூமி கான்

1996 ஜனவரி மாதத்திலேதான், எனக்கு ரூமி கானுடன் முதன்முதலாகத் தொடர்பு ஏற்பட்டது. அப்போது நான் 'நீடம்' நிறுவனத்தில் பணியில் இருந்தேன். ரூமி கான் 'இன்டெல்' நிறுவனத்தில் பணியிலிருந்தார். அவரே முதலில் தொலைபேசியில் என்னை அழைத்து இனிமையாகப் பேசினார். இன்டெல் நிறுவனத்தின் அடிப்படைத் தொழிலான 'நுண்செயலி' உற்பத்தியில் நிலவும் போட்டிகளைக் குறித்து என்னுடைய அபிப்பிராயத்தை அறிவதற்கு ரூமி கான் விரும்பினார். அவருடைய இந்த அழைப்பு புதுமையான ஒன்றல்ல. ஏனெனில், நிறுவனங்களின் விற்பனைப் பகுதியைச் சேர்ந்த ஆய்வாளர்கள், முதலீட்டுத் தொழிலில் உள்ளவர்களை இப்படியாக அழைத்து அபிப்பிராயம் கேட்பது வழக்கமான ஒன்றுதான். நான் என்னுடைய கருத்தை அவரிடம் கூறினேன். இந்த முதலாவது அழைப்புக்குப் பின்னர், சில மாதங்களுக்கு ஒருதடவை ரூமி கான் என்னைத் தொலைபேசியில் அழைத்து, 'குறைக் கடத்தி' (செமி கண்டக்டர்) தொழில்நுட்ப நிறுவனங்களைப் பற்றி என்னிடம் உரையாடுவார். காலம் செல்லச் செல்ல, ஏனைய நிறுவனங்களின் பங்குகளைப் பற்றியும் எனது அபிப்பிராயங்களைக் கேட்கலானார்.

1997 ஜனவரி மாதத்தில், நான் கலியன் நிறுவனத்தைத் தொடக்கினேன். ரூமி கான் என்னுடன் தொடர்ந்தும் உரையாடிக்கொண்டிருந்தார். சிலிக்கன் பள்ளத்தாக்கில் செயற்படும் 'லைலே' குழுவினரினால் வெளியிடப்படும் நுண்செயலித் தொழில்நுட்பம் சார்ந்த அறிக்கைகளின் பிரதிகளை ரூமி கான் எனக்குத் தொடர்ச்சியாக அனுப்பி வைத்துக்கொண்டிருந்தார். இந்த அறிக்கைகளை ஆர்வத்துடன் வாசிப்பேன். 1997ஆம் ஆண்டின் பிற்பகுதியில், இன்டெல் நிறுவனத்தில் பணிபுரிவது தனக்கு மகிழ்ச்சியைத் தரவில்லையென்றும் வால் ஸ்ட்ரீட் நிறுவனம் ஒன்றில் 'குறைக் கடத்தி' ஆய்வாளர் பணியே தனக்கு உகந்ததென்றும் ரூமி கான் என்னிடம் கூறினார். அத்துடன், தன்னுடைய சுயவிபரக் கோவையை எழுதுவதற்கு என்னுடைய உதவியை நாடினார். மேலும், கலிஃபோர்னியாவில் இருந்த பங்குச் சந்தை தரகு நிறுவனங்களுடன் நேர்முகச் சந்திப்புகளை ஏற்படுத்திக்கொள்ளவும் என்னுடைய உதவியைக் கேட்டார். இந்தத் தொழிலில் ஈடுபட்டிருந்த பலருக்கும் உதவி செய்ததைப் போலவே, ரூமி கானுக்கும் உதவிகளைச் செய்து கொடுத்தேன்.

❋ 118 ❋ ராஜ் ராஜரட்ணம்

1998 பிப்ரவரி மாதத்தில், கலியன் நிறுவனம் பில்லியன்கணக் கான டாலர்கள் முதலீடுகளை நிர்வகித்து வந்தது. நாம் எமது ஆய்வு அணியை விரிவுபடுத்தினோம். எமது ஆய்வாளர்கள் தாங்கள் கவனத்தைச் செலுத்திவரும் நிறுவனங்களுக்கு அருகாமையில் இருக்க வேண்டுமென்று தீர்மானித்தோம். எனவே, சிலிக்கன் பள்ளத்தாக்கின் மையம் என்று கருதப்படும் 'சாந்தா க்ளாரா'வில் ஆறு தொழில்நுட்ப ஆய்வாளர்களுடன் எமது கிளை அலுவலகத்தை நிறுவினோம்.

ரூமி கான் மீண்டும் என்னைத் தொடர்புகொண்டு, கலியனில் பணியாற்ற அவருக்கு ஒரு வாய்ப்புத் தருமாறு கேட்டுத் தனது விண்ணப்பப் படிவத்தை முறையாக அனுப்பி வைத்தார். அவருடைய விண்ணப்பப் படிவம் உண்மை யிலேயே வலுவானதாக இருந்தது. அவர் கொலம்பியா பல்கலைக்கழகத்தில் பொறியியல் பட்டப் படிப்பையும், பேர்க்லி பல்கலைக்கழகத்தில் எம்.பி.ஏ. பட்டப் படிப்பையும் முடித்திருந்தார். ஒரு நிறுவனத்தினுடைய தொழில்நுட்பத்தை அல்லது நிதியோட்டத்தைப் புரிந்துகொள்வதில் அவருக்கு எந்தவிதமான பிரச்சினையும் இருக்காது என்று நம்பினேன். ஆனால் அவருடைய பகுப்பாய்வு செய்யும் திறன், அவருடைய தொழில் அறம் குறித்து எனக்குப் பெரிதாக நம்பிக்கை இருக்கவில்லை. ரூமி கான் அப்போதும் இன்டெல் நிறுவனத்தில் பணியிலிருந்தார் என்றே நான் நம்பினேன். எனினும், அவருடைய தொழில் திறன்பற்றி அறிந்துகொள்வதற்காக நான் இன்டெல் நிறுவனத்தின் முகாமைத்துவப் பிரிவைத் தொடர்புகொள்ளவில்லை. அதற்குப் பதிலாக, அவர் தயாரித்திருக்கும் தொழில் சார்ந்த ஓர் அறிக்கையை எனக்கு அனுப்பிவைக்குமாறு ரூமி கானைக் கேட்டுக்கொண்டேன். அந்த அறிக்கை எனக்கு அனுப்பிவைக்கப்பட்டதும், அதை விரைவாகப் பரிசீலித்தேன். அந்த அறிக்கை கைதேர்ந்த ஒருவருடைய வேலையைப் போன்றிருந்தது. எனது பார்வையில் ரூமி கான் ஆற்றல் வாய்ந்தவர்போலத்தான் தென்பட்டார்.

1998 மே மாதத்தில், எங்களது 'சாந்தா க்ளாரா' அலுவலகத்தில், இளநிலைத் தொழில்நுட்ப ஆய்வாளராக ரூமி கானை வேலைக்கு அமர்த்தினோம். ஆனால் சில வாரங்களி லேயே தொழில்நுட்ப ஆய்வாளர் என்ற அவரது முகமூடி கிழிந்து தொங்கியது. கொடுக்கப்பட்ட பணிகளை அவரால் சரிவரச் செய்ய முடியவில்லை. செயலூக்கம் இல்லாதவராக இருந்தார். நிறுவனத்தின் ஒழுங்கு விதிகளுக்கு அமைய அவரால் நடக்க முடியாமலிருந்தது. அவரது ஆய்வுச் செயற்பாடு களில் எங்களது நிறுவனம் எதிர்பார்த்த அளவுக்குத் தரம்

இருக்கவில்லை. மிக விரைவிலேயே என்னுடைய கணிப்பி லிருந்து ரூமி கான் வெகுவாகத் தாழ்ந்துவிட்டார். அவர் கவனத்துடனும் திறனுடனும் ஆய்வுகளைச் செய்வதற்குத் தகுதியவற்றராக இருந்தார். எங்களது நிறுவனத்தில் அவரொரு பிரச்சினையாக மாறிக்கொண்டிருந்தார்.

அவர் தனது பணியைத் திறம்படச் செய்யாதது மட்டுமல்லாமல், கலியனின் ஆய்வு அறிக்கைகளைப் பயன்படுத்தித் தனது சொந்தப் பணத்தைப் பங்குச் சந்தையில் முதலீடுசெய்து கொழுத்த இலாபத்தை ஈட்டிக்கொண்டார். கலியன் ஆய்வுகளை வைத்துத் தான் பெரும் பணம் சம்பாதித்துள்ளதாகத் தனது நண்பர்களிடம் பெருமை பீற்றினார். இது எமது காதுகளுக்கும் எட்டியது.

தொழில்சார் ஒழுங்கு விதிகளைப் பெரும்பாலான முதலீட்டு நிதியங்கள் கண்டிப்புடன் கடைப்பிடித்தன. அதேபோன்று நாங்களும் கலியன் நிறுவனத்தில் ஒழுங்கு விதிகளைக் கண்டிப்புடன் பேணிவந்தோம். கலியனில் பணிபுரியும் ஊழியர்கள் சொந்தமாக வணிகம்செய்ய அனுமதிக்கப்படவில்லை. எனவே, எமது நிறுவனத்தின் விதியை ரூமி கான் மீறிய அந்தக் கணமே அவரை வேலை நீக்கம் செய்திருக்க வேண்டும். அதைச் செய்யாதது மிகப்பெரிய தவறு என்பது இப்போது புரிகிறது.

தொழில் விஷயமாக நான் கலிஃபோர்னியாவுக்குச் சென்றபோது, ரூமி கான் தனிப்பட்ட முறையில் மும்முரமாகச் செய்துவரும் பங்குச் சந்தை வணிகத்தைப் பற்றி அறிந்து கொண்டேன். அவரிடம் நேரடியாகவே விசாரித்தேன். தான் கலியனின் ஒழுங்கு விதிகளை மீறியதை ரூமி கான் ஒப்புக்கொண்டார்.

ஆனால் விதிகளை மீறியதைக் குறித்து அவரிடம் மன உளைச்சலோ, குற்ற உணர்வோ காணப்படவேயில்லை. கலியனின் ஆய்வுகளைப் பயன்படுத்தி ஏறத்தாழ 30 மில்லியன் டாலர்களை, தான் சம்பாதித்துள்ளதாக அவர் வெகு சாதாரணமாக என்னிடம் கூறியபோது அதிர்ச்சியடைந்து விட்டேன். இதற்குமேல் வேறெந்தக் கேள்வியையும் அவரிடம் கேட்க வேண்டிய அவசியம் இருக்கவில்லை. அவரை கலியன் நிறுவனத்திலிருந்து உடனடியாகப் பணி நீக்கம் செய்தேன்.

ஆனால் விஷயம் இத்துடன் முடிந்துவிடவில்லை. கலியனின் 'சாந்தா க்ளாரா' அலுவலகத்தில் பணிபுரிந்த ஸாரா என்னைத் தொலைபேசியில் அழைத்தார். அவர் சான்

பிரான்சிஸ்கோவில் நடைபெற்ற தொழில்நுட்பம் குறித்த மாநாடு ஒன்றில் ரூமி கானைச் சந்தித்திருந்தார். அந்த மாநாட்டில், எமது நிறுனத்தின் பெயர் பொறித்த அட்டையைக் கழுத்தில் மாட்டிக்கொண்டு ரூமி கான் வலம்வந்ததைக் கண்டு ஸாரா அதிர்ச்சியடைந்திருக்கிறார்.

அந்த மாநாட்டில், ரூமி கான் தன்னை கலியனின் ஊழியர் எனச் சொல்லிக் கள்ளத்தனமாகப் பதிவுசெய்திருக்கிறார். கலியனின் ஊழியர் என்ற முறையில் பல்வேறு அதிகாரிகளையும் நிபுணர்களையும் தொடர்புகொண்டிருக்கிறார். இந்த மாநாட்டில் மட்டுமல்லாமல், பல்வேறு மாநாடுகளிலும் ரூமி கான் தன்னை கலியனின் ஊழியர் என அடையாளப்படுத்திக் கொண்டு கலந்துகொள்வதை அறிந்துகொண்டோம். அவர் கலியனிலிருந்து நீக்கப்பட்டுப் பல மாதங்களான பின்பும், இந்த முறைகேட்டைத் தொடர்ந்து செய்துகொண்டிருக்கிறார். கலியனைப் பிரதிநிதித்துவம் செய்யும் திருட்டுத்தனத்தை நிறுத்துமாறு ரூமி கானை எச்சரிக்கும்படி என்னுடைய நிர்வாக உதவியாளரிடம் சொன்னேன்.

அந்தச் சம்பவத்திற்குப் பிறகு ரூமி கானுடன் எனக்கு எந்தவிதமான தொடர்பும் இருக்கவில்லை. இந்தக் காலகட்டத்தில் கலியன் 175 ஊழியர்களைக்கொண்ட நிறுவனமாக விரிவடைந்தது. ஐந்து கலியன் அலுவலகங்களின் முகாமைத்துவத்தில், ஐந்து பில்லியன் டாலர்களுக்கும் மேற்பட்ட சொத்துகளை நாங்கள் நிர்வகித்தோம். ஆறு தனித்தனி முதலீட்டு நிதியங்களை நடத்திக்கொண்டிருந்தோம். இந்தக் காலகட்டத்தைப் போல, வேறெந்தக் காலத்திலும் எமது வணிக நடவடிக்கைகள் இவ்வளவு சுறுசுறுப்பாகவும் முனைப்பாகவும் இருந்ததில்லை.

2005 ஜூலை மாதத்தில், மறுபடியும் ரூமி கான் எங்கிருந்தோ என்னை அழைத்தார். இந்த முறை அவரிடம் ஒரு கண்ணீர்க் கதை இருந்தது. மீண்டும் அவர் வேலை தேடிக்கொண்டிருந்தார். அவருடைய பணம் முழுவதையும் பங்குச் சந்தையில் இழந்து விட்டார். அவருடைய வீடு ஐந்து மில்லியன் டாலர்களுக்கு அடைமானம் வைக்கப்பட்டிருந்தது. உடனடியாக வேலையைத் தேடிக்கொள்ள வேண்டிய நிர்ப்பந்தத்திற்குள் அவர் இருந்தார்.

அவரின் கதையைக் கேட்டு நான் ஆச்சரியப்பட வில்லை. ஏனெனில், ரூமி கான் தனது சொந்த நிறுவனத்தை ஆரம்பிப்பதற்கு முன்னர், கலியனில் ஒன்பது மாதங்கள் மட்டுமே இளநிலை ஆய்வாளராகப் பணியாற்றி அரைகுறை அனுபவத்தையே பெற்றிருந்தார். குறிப்பாக, தீவிரமான முதலீட்டு ஆய்வுகளில் அவர் மிகக்குறைந்த காலமே பணியாற்றினார். அவர்

கலியனில் தனது பணிக் காலம் முழுவதையும் அசட்டையான செயற்பாடுகளிலும் அரட்டை அடிப்பதிலுமே செலவிட்டார்.

இப்போது, ரூமி கான் மறுபடியும் என்னிடம் வேலை கேட்டார். அவரை மீண்டும் வேலைக்கு அமர்த்தும் நோக்கம் எனக்கு இருக்கவில்லை. எனினும், அவரோடு பொறுமையாக உரையாடினேன். அந்த உரையாடலில் அவர் அறிந்திருந்த சில முதலீட்டு நிதியங்களைப் பற்றியும், வேறு சில பொதுவான விஷயங்களைக் குறித்தும் பேசினோம். இவையெல்லாம் முதலீட்டு உலகில் மிகச் சாதாரணமான, வெளிப்படையான பேச்சுகளே. அதாவது, ஒரு டென்னிஸ் விளையாட்டு ஆர்வலரிடம் 'ஃபெடரர் என்ற வீரர் அடுத்த விம்பிள்டன் போட்டியிலும் வெற்றிபெறுவாரா?' என்று அரட்டையடிப்பதைப் போன்றதாகும். சினிமா ஆர்வலர் ஒருவரிடம் சமீபத்தில் வெளியான திரைப்படத்தைக் குறித்துப் பேசுவதைப் போன்றதாகும். இதில் எந்தத் தீங்கும் இல்லை.

2005 ஜூலை 5ஆம் தேதி, ரூமி கான் என்னைச் சீண்டும் வகையில் பின்வரும் மின்னஞ்சலை அனுப்பிவைத்தார்:

"உங்களோடு நான் மேற்கொண்ட உரையாடலில் கூறியவாறு, குறிப்பிட்ட நிறுவனங்களில் எனக்கு மதிப்பார்ந்த மேலாண்மை (எட்ஜ்) உள்ளது. உங்களது நிறுவனத்தில் நான் பணியாற்றிய காலத்தில் கடின உழைப்பாளியாக விளங்கினேன் என்பது உங்களுக்கு ஞாபகம் இருக்கும். அத்துடன், நான் பணத்தைப் பெருக்குவதில் பேரார்வம் உடையவள் என்பதையும் நீங்கள் அறிந்தீருப்பீர்கள். நீங்கள் எனக்கு இன்னொருமுறை சந்தர்ப்பம் வழங்கினால், அதனால் ஏமாற்றம் அடைய மாட்டீர்கள் என்றே எண்ணுகிறேன். எந்தெந்த நிறுவனங்களை நான் பார்த்துக்கொள்ள வேண்டும் என்று நீங்கள் கூறுகிறீர்களோ, அவற்றைக் கவனித்துக் கொள்வேன். வேலை செய்வதுதான் எனக்குப் போதை. தற்சமயம் நிலைமைகள் எனக்குச் சாதகமாக இல்லை. நான் பல்வேறு தொழில் நிறுவனங்களுடன் நல்லுறவை உருவாக்க விரும்புகிறேன். கலியனைச் சேர்ந்தவனாக இருந்தால், இதனை என்னால் திறம்படச் செய்ய முடியும் என்று நம்புகிறேன்."

அரசுத் தலைமை வழக்குரைஞர் ஊடகங்களுக்குக் கசிய விட்ட செய்திகளில், ரூமி கான் பயன்படுத்திய 'எட்ஜ்' என்ற சொல்லுக்கு 'உட்தகவல் வணிகம்' என்று அர்த்தம் கற்பித்தார். உண்மையில், முதலீட்டுத் தொழில் உலகத்தில் 'எட்ஜ்' என்ற பதம் தீவிரமாக ஊடுருவி ஆராய்ந்து ஒரு நிறுவனத்தின்

அடிநாதத்தைக் கண்டறிதல் என்பதையே குறிக்கிறது. 'எட்ஜ்' என்பது பல்லாயிரம் புத்தகங்களைக் கொண்ட நூலகத் திற்குள் நுழைந்து குறிப்பிட்ட புத்தகத்தைத் தேடாமல், அந்தப் புத்தகத்தின் இருப்பிடத்தை தெரிந்துகொண்டு அதை எடுத்துக்கொள்வதைப் போன்றதாகும். எமது காலைநேரக் கூட்டங்களில் பகுப்பாய்வாளர்கள் பங்குச் சந்தை குறித்த தங்களது பரிந்துரைகளைச் சமர்ப்பிக்கும்போது, அவர்களை நோக்கி முக்கியமாகக் கேட்கப்படும் கேள்வி "இந்த விஷயத்தில் உங்களது எட்ஜ் எது?" என்பதே. அந்தப் பகுப்பாய்வாளர் எவ்வளவு வேலை செய்திருக்கிறார், அவர் தனது பரிந்துரையில் எவ்வளவு நம்பிக்கை வைத்துள்ளார் என்பதை அறிவதற்கே இந்த 'எட்ஜ்' கேள்வி முன்வைக்கப்படுகிறது.

ரூமி கான் அந்த மின்னஞ்சலில் எங்களது மொழியில் பேசியிருந்தார். இது அவர் வேலை கேட்டு அனுப்பிய மின்னஞ்சல் விண்ணப்பத்தின் ஓர் அம்சமாகும். ஏனெனில், குறிப்பிட்ட நிறுவனங்களைக் குறித்துத் தனக்கு 'எட்ஜ்' உண்டென்பதையே அவர் அந்த மின்னஞ்சலில் அழுத்திக் குறிப்பிட்டிருந்தார்.

அரசுத் தரப்பு வழக்குரைஞர்கள் பொதுமக்களிடம் இரண்டு நிகழ்வுகளை மறைத்துவிட்டார்கள். ரூமி கான் வேலை தேடிக்கொண்டிருந்த காலத்தில், 2006 ஆகஸ்ட் 21, 2006, அக்டோபர் 12 ஆகிய தேதிகளில், வேறு இரண்டு முதலீட்டு நிறுவனங்களுக்கும் மின்னஞ்சல்களை அனுப்பிவைத்திருந்தார். அந்த மின்னஞ்சல்களிலும் பல்வேறு நிறுவனங்களில் தனக்கு 'எட்ஜ்' இருக்கிறது என்று குறிப்பிட்டிருந்தார். என்னோடு தொடர்புகொள்ளும்போது உபயோகித்த அதே சொல்லையே அந்த மின்னஞ்சல்களில் ரூமி கான் பயன்படுத்தினார். அரசுத் தரப்பு 'எட்ஜ்' என்ற சொல்லை ஊடகங்களுக்குக் கெட்டித்தனமாகக் கடத்தியிருந்தபோதும், அந்தச் சொல்லை என்மீதான நீதிமன்ற விசாரணையின்போது பயன்படுத்தவில்லை.

மறுபடியும் ரூமி கானை கலியனில் வேலைக்கு அமர்த்தும் எண்ணமே என்னிடம் இருக்கவில்லை. வேலை தொடர்பான அவரின் கோரிக்கைக்கு முற்றுப்புள்ளி வைத்துவிட்டேன். ஆனால் ரூமி கான் தொடர்ந்து என்னை நச்சரித்தவாறே இருந்தார். அடுத்த நான்கு வருடங்களிலும் மின்னஞ்சல்களை யும், கணினிவழிக் குறுந்தகவல்களையும் எனக்கு அனுப்பிக் கொண்டேயிருந்தார். என்னைத் தொலைபேசியில் அழைத்துக் கொண்டேயிருந்தார். நான் அவரை விட்டு விலகிச் செல்ல எவ்வளவு முயற்சித்தேனோ, அவ்வளவுக்கு அவர் என்னோடு நெருங்கியிருக்க முயற்சித்தார். என்னைத் தொடர்புகொள்ளக்

கடுமையாகப் பிரயத்தனம் செய்தார். கலியனில் ஒரு வேலையைப் பெற்றுக்கொள்வது அல்லது எமது ஆய்வாளர்களுடன் தொடர்பை ஏற்படுத்துவதே அவருடைய நோக்கமாக இருந்தது. எங்களது தொழில் வளர்ச்சி உச்சத்திலிருந்தபோது, அவருடைய முயற்சி மென்மேலும் தீவிரமாகியது. ரூமி கானுடைய தொழில்முறை எதுவெனில், வால் ஸ்ட்ரீட்டில் வதந்தி வியாபாரம் செய்வது அல்லது மற்றவர்களுடைய வேலையைக் கவ்விக்கொள்வதாகும். என்னுடைய நிர்வாக உதவியாளர்களும் அவருடைய பெயரை அறிந்திருந்தார்கள். அவரை என்னிடமிருந்து தூர நிறுத்துவது எப்படியென்றும் அறிந்திருந்தார்கள். ரூமி கான் என்னைத் தொடர்புகொள்ள முயன்றபோதெல்லாம், எனது நிர்வாக உதவியாளர்கள் சாக்குப்போக்குகளைச் சொல்லித் தட்டிக் கழித்துவிட்டார்கள்.

பல காலத்திற்குப் பின்னர், எஃப்.பி.ஐ. விசாரணையின் போது, சிலசமயங்களில் 67 என்ற சிறப்பு இலக்கத்தைப் பயன்படுத்தித் தனது தொலைபேசியின் இலக்கத்தை மறைத்துக் கொண்டு, என்னோடு தொடர்புகொள்ள முயற்சித்ததை ரூமி கான் ஒப்புக்கொண்டார். நான் ஒரு முதலீட்டு நிறுவனத்தின் தலைவர் என்ற முறையில் பகுப்பாய்வாளர்கள், பங்குச் சந்தை வணிகர்கள், நிதி மேலாளர்கள் போன்றவர்களுடன் வாரத்திற்கு 50-100 தடவைகள் தொலைபேசியில் பேசினேன். சிலருடன் தினசரி பேசினேன். ரூமி கான் இவர்களில் ஒருவர் அல்ல.

ஒவ்வொரு நாளும் 500-1000 மின்னஞ்சல்கள் எனது உள்பெட்டியை வந்தடைந்தன. இவற்றில் பெரும்பாலான மின்னஞ்சல்களை கலியனின் உள்ளக ஆய்வாளர்களும், விற்பனைப் பகுதி அலுவலர்களுமே அனுப்புவார்கள். ஓயாத வேலை எமது அலுவலகத்தில் பனிப் புயலைப் போன்று சீறி அடித்துக்கொண்டிருந்து. அதிகரித்துவரும் வேலை அழுத்தங்களுக்கு மத்தியில் நாங்கள் கூர்மையாகவும் நிதான மாகவும் இயங்க வேண்டியிருந்தது. எங்களுடைய வணிகம் சார்ந்த முடிவுகளைத் தீர்மானிப்பதற்கு ரூமி கானின் ஓயாத மின்னஞ்சல்களும், கணினிவழிக் குறுந்தகவல்களும் எந்தவகையிலும் அவசியப்படவில்லை.

கலியனுக்கு ரூமி கானின் சேவை தேவைப்படவேயில்லை. எனக்கு அவர் இம்சையாகவே இருந்தார். ஆனால் அவர் எனக்குப் பாரிய அபாயமாக இருப்பார் என்பதை நான் அப்போது உணர்ந்திருக்கவில்லை.

நானும் எனது வழக்கறிஞர்களும் என்மீதான குற்றச்சாட்டு களை ஆராய்வதில் மூழ்கியிருந்தபோது, குற்றப்பத்திரிகையில்

அரசாங்கம் குறிப்பாக மூன்று நிறுவனங்களின் மீது தனது கவனத்தைக் குவித்திருந்ததைக் கண்டு வியப்படைந்தேன். ரூமி கான் தன்னுடைய வாக்குமூலத்தில், இந்த நிறுவனங்களைக் குறித்த இரகசியத் தகவல்களை என்னிடம் கூறியதாகவும், அந்தத் தகவல்களை நான் எனது வணிகத்திற்காகப் பயன்படுத்தினேன் எனவும் குறிப்பிட்டிருந்ததே அரசாங்கத்தின் கவனம் இந்த மூன்று நிறுவனங்களின் மீதும் திரும்புவதற்குக் காரணமாகயிருந்தது.

என்னுடைய பெரும்பாலான வணிக நடவடிக்கைகளில் ஒரு சின்னஞ்சிறிய பகுதியே இந்த மூன்று நிறுவனங்களுடனும் நான் செய்த வணிகம். இந்த வணிகத்திற்காக நான் ரூமி கானின் அறிவுறுத்தல்களிலோ தகவல்களிலோ தங்கியிருப்பதற்கு எந்தக் காரணமுமே இல்லை. ஏனெனில், இந்த நிறுவனங்களைக் குறித்து நாங்கள் ஆழமாக ஆய்வுசெய்து கடல் போன்று திரட்டி வைத்திருந்த தகவல் வெள்ளத்தினிடையே ரூமி கானின் தகவல்கள் ஒன்றுமேயில்லை.

எனினும், நான் ரூமி கானின் தகவல்களின் அடிப்படையில் இந்த மூன்று நிறுவனங்களின் விஷயத்தில் சட்டவிரோத வணிகத்தை மேற்கொண்டதாகவே அரசாங்கம் குற்றம்சாட்டியது.

பொலிகொம்

குற்றப்பத்திரிகையில் முதலாவதாக 'பொலிகொம்' நிறுவனம் குறிப்பிடப்பட்டிருந்தது. 2005ஆம் ஆண்டின் முடிவில், பொலிகாமின் 1.3 மில்லியன் பங்குகளை கலியன் சொந்தமாக்கியிருந்தது. இவற்றின் பெறுமதி 20 மில்லியன் டாலர்களாகும். இந்தக் கொடுக்கல் வாங்கல்களை நாங்கள் சரியான முறையில் ஆவணப்படுத்தி வைத்திருந்தோம்.

2006 ஜனவரி மாதத்தின் முற்பகுதியில், ரூமி கான் என்னைத் தொலைபேசியில் அழைத்துப் புதுவருட வாழ்த்துகள் கூறினார். வாழ்த்துகளிடையே, பங்குச் சந்தையில் எவை நல்ல நிலையிலுள்ள பங்குகள் என்று என்னுடைய கருத்தைக் கேட்டார். 'இன்டெர்ஸில்' நிறுவனத்தின் பங்குகள் நல்ல நிலையில் இருப்பதாகக் கூறினேன். ரூமி கானோ தனக்குப் பிடித்தது பொலிகொம் பங்குகள் என்றார்.

முந்தைய ஆண்டு, 2005 ஜனவரி மாதம் 9–10ஆம் தேதிகளில், நானும் கலியனின் தொழில்நுட்ப ஆய்வாளர்களும் 'நீடம்' நிறுவனத்தின் வருடாந்தத் தொழில்நுட்ப மாநாட்டில் கலந்துகொண்டது எமது ஆவணங்களில் பதிவாகியுள்ளது. நிறுவனங்களைக் குறித்து வெளியாகும் செய்திகளை

உடனுக்குடன் அறிந்துகொள்வதற்கான தளமாக அந்த மாநாடு விளங்கியது. மாநாட்டில் கலியன் அணியினர் 95 தொழில்நுட்ப நிறுவனங்களின் முதன்மை நிர்வாகிகளுடன் பிரத்தியோகக் கலந்துரையாடல்களை ஒழுங்கு செய்திருந்தனர். நாங்கள் எவ்வளவு கடுமையாக உழைப்பவர்கள் என்பதற்கு இந்த மாநாடும் ஒரு சிறந்த எடுத்துக்காட்டாகும்.

2005 ஜனவரி 10ஆம் தேதி, காலை 11.00 மணிக்கு கலியனின் ஆய்வுத் தொடர்பாளரான நட் கோயின் பொலிகொம்மின் முதன்மை உத்தியோகத்தரான டான் ஃப்ளொயிட்டுடன் தனிச் சந்திப்பொன்றை மேற்கொண்டார். சந்திப்பு முடிந்தவுடன் 'பொலிகொம்மின் போக்கு நம்பகரமானதாக இருக்கிறது' என்று காலை 11.42 மணிக்கு எனக்குச் செய்தி அனுப்பினார். கலியனுடன் வணிகம் செய்துகொண்டிருந்த 'தோமஸ் வெய்ஸல் பாட்னர்ஸ்' நிறுவனத்தின் ஆய்வறிக்கையும் நட் கோயினின் கருத்துக்கு வலுவூட்டியது. எனவே, கலியன் நிறுவனம் பொலிகொம்மின் 60,000 பங்குகளை ஜனவரி 25ஆம் தேதி வாங்கியது.

இந்தத் தகவல்கள் அனைத்துமே அரசாங்கத்திற்குக் கிடைத்திருந்தன. ஆனால் அவற்றில் ஒன்றையாவது என்மீதான குற்றப்பத்திரிகையில் அரசுத் தரப்புச் சுட்டிக்காட்டவில்லை. மாறாக, வணிகம் நடந்துமுடிந்து கிட்டத்தட்ட ஒன்றரை வருடங்களான பின்பாக ரூமி கான் எனக்குக் அனுப்பிவைத்த தனிப்பட்ட, தேவையற்ற, பதிலளிக்கப்படாத கணனிவழிக் குறுந்தகவல்களைத் தங்களது குற்றச்சாட்டுக்கு ஆதாரமாக அரசுத் தரப்பு பைத்தியக்காரத்தனமாக முன்வைத்தது.

01.09.2006 பிற்பகல் 02.47 மணிக்கு, ரூமி கானிடமிருந்து எனக்கொரு குறுந்தகவல் இவ்வாறு வந்தது: 'எனது வழிகாட்டல் இல்லாமல் 'பொலிகொம்' பங்குகளை வாங்க வேண்டாம். எனது வழிகாட்டல் உங்களுக்குத் தேவையா என்பதை உறுதி செய்யுங்கள்.'

இதற்கு நான் பதிலளிக்கவில்லை. ஆனால், ரூமி கான் தொடர்ந்தும் எனக்குக் குறுந்தகவல்களை அனுப்பிக் கொண்டேயிருந்தார். அவ்வளவும் பதிவாகியுள்ளன.

01.09.06 – பி.ப. 5.47 : ஹாய்...

01.10.06 – மு.ப. 9.58: ஹாய் நீங்கள் இருக்கிறீர்களா?

01.12.06 – மு.ப.10.30: ஹாய் நீங்கள் இருக்கிறீர்களா?

01.13.06 – பி.ப.12.43: ஹாய்... 'மைக்ரோசிப்' குறித்து உங்களது கருத்து என்ன?

01.17.06 – பி.ப. 04.16: ராஜ்... நீங்கள் 'இன்டெல்' நிறுவனத்தில் சிறந்த நிலையில் உள்ளீர்கள்.

01.18.06 – பி.ப. 01.53: ஹாய்...

01.19.06 – பி.ப. 01.30: ஹாய்... உங்களை அழைக்கவா?

01.19.06 – பி.ப. 02.21: ஹாய்... எஸ்.ஐ.ஆர்.எப் நிறுவனம் பற்றி என்ன நினைக்கிறீர்கள்? அங்கே நிறைய விஷயங்கள் தவறாகப் போய்க்கொண்டுள்ளன.

01.19.06 – பி.ப. 05.57: நீங்கள் இருக்கிறீர்களா?

01.20.06 – மு.ப.11.26: ஹாய்...

01.23.06 – மு.ப.10.30: குட் மார்னிங்.

01.23.06 – மு.ப.11.42: நீங்கள் இருக்கிறீர்களா?

01.23.06 – பி.ப. 12.58: இது என்னுடைய மின்னஞ்சல் முகவரி...

01.24.06 – பி.ப.02.09: ஹாய்... 'இன்டெர்ஸில்'

01.25.06 – பி.ப. 11.35: ஹாய்...

இன்டெர்ஸில், மைக்ரோசிப், எஸ்.ஐ.ஆர்.எப் ஆகிய நிறுவனங்களைக் குறித்து எனது எண்ணங்களை அறிந்து கொள்வதற்காக ரூமி கான் எடுத்த விடாமுயற்சிக்கு மேலுள்ள கணினிவழிக் குறுந்தகவல்கள் சாட்சியமாகின்றன. அரசாங்கமும் இதுகுறித்து அறிந்திருந்தது. ஆனால் இதையெல்லாம் விட்டுவிட்டு, ரூமி கான் எனக்கு அனுப்பியிருந்த அடுத்த குறுந்தகவலுக்கு அரசாங்கம் தாவியது. இந்த ஒரு குறுந்தகவலுக்கு மட்டுமே பதிலளித்திருந்தேன்.

25.01.2006 – ரூமி கான்: இன்டெர்ஸில் நன்மை தரும்.

26.10.2006 – ராஜ்: யோசனைக்கு நன்றி.

ரூமி கான் தன்னுடைய 'சிறந்த' ஆலோசனைகளை அனுப்பி என்னைத் தொந்தரவு செய்வதற்கு வெகுகாலம் முன்பாகவே நான் பொலிகொம் பங்குகளை வாங்கியிருந்தேன். பதிவாகியுள்ள உண்மைகளைச் சுலபமாக மாற்றியமைக்க முடியாது. ஆனால் சுலபத்தில் தட்டிக்கழிக்க முடியும். எங்களது நிறுவனப் பதிவேடுகளில் பொலிகொம் வணிகம் குறித்த

எல்லாமே தெளிவாகவும் சரியாகவும் பதிவாகியுள்ளன. ஆனால், அரசாங்கமோ ரூமி கான் எனக்கு அனுப்பிய தொடர் குறுந்தகவல்களின் அடிப்படையிலேயே நான் பொலிகொம் பங்குகளை வாங்கினேன் என்றது. குறுந்தகவல் மூலமாக நடந்த இந்தச் சாதாரண, தேவையற்ற உரையாடலைப் பூதாகரமாக்கி 'உட்தகவல் வணிகம்' எனக் குற்றம் சாட்டியது.

ஹில்டன்

குற்றப்பத்திரிகையில், ரூமி கானிடம் நான் உட்தகவல் பெற்று வணிகம் செய்ததாகக் குறிப்பிடப்பட்டிருந்த இரண்டாவது நிறுவனம் ஹில்டன் ஹோட்டல்கள் நிறுவனமாகும். கலியன் நிறுவனத்தின் பதிவேடுகளைப் புரட்டிப் பார்த்தால், அதில் ஹில்டன் குறித்த முன்னோட்ட ஆய்வுகள் 2007ஆம் ஆண்டு, கோடைகாலத்திலேயே கலியன் பகுப்பாய்வாளர்களால் தொடங்கப்பட்டுவிட்டது என்பதை எவரும் உறுதி செய்துகொள்ளலாம்.

ஹில்டன் நிறுவனமானது தனியார் பங்கு வியாபார நிறுவனம் ஒன்றினால் வாங்கப்பட இருக்கிறது என்ற செய்தி பரவிக்கொண்டிருந்தபோது, 2007ஆம் ஆண்டு, மே மாதம், 24ஆம் தேதியன்று காலை 8.29 மணிக்கு 'சிட்டி பாங்க்' ஒரு மின்னஞ்சலை கலியனுக்கும் வேறுசில நிறுவனங்களுக்கும் அனுப்பிவைத்தது. அந்த மின்னஞ்சலில் பின்வருமாறு குறிப்பிடப்பட்டிருந்தது:

> "ஹில்டன் நிறுவனத்தின் விற்பனைகுறித்து எம்மிடம் திட்டவட்டமான அறிதல் இல்லை. அதேவேளையில், தனியார் பங்கு வியாபார நிறுவனங்கள் ஹில்டன் போன்ற ரியல் எஸ்டேட் நிறுவனங்களைக் கொள்முதல் செய்வது தற்சமயம் சாத்தியமாக உள்ளது என்பதையும், ஹில்டன் நிறுவனத்துடைய மதிப்பீடு சக நிறுவனங் களைக் காட்டிலும் சமீபகாலத்தில் குறைவாக உள்ளது என்பதையும் சுட்டிக்காட்ட விரும்புகிறோம்."

ஹில்டன் நிறுவனத்தை நெருக்கமாகக் கண்காணித்து வந்த கலியனின் பகுப்பாய்வாளர் ஜோர்ஜ் தனியார்ப் பங்கு வியாபார நிறுவனம் ஒன்றினால் ஹில்டன் நிறுவனம் கொள்முதல் செய்யப்பட அனைத்துச் சாத்தியங்களும் உள்ளனவென்றும் அதன் பங்குகளை வாங்குவது நன்மை பயக்கும் என்றும் நம்பினார். நாங்கள் ஹில்டனின் பங்குகளை வாங்கத் தொடங்கி னோம். 2007 ஜூன் 30ஆம் தேதி, ஹில்டனின் 15.7 மில்லியன் மதிப்புள்ள 475,000 பங்குகளை கலியன் சொந்தமாக்கியது.

2007 ஜூலை 3ஆம் தேதியன்று, நாங்கள் முன்கூட்டியே கணித்திருந்தவாறு ஹில்டன் நிறுவனம் 'ப்ளாக்ஸ்டோங் குழுமம்' என்ற தனியார்ப் பங்கு வியாபார நிறுவனத்தினால் வாங்கப்பட்டது. நாங்கள் எங்களிடமிருந்த ஹில்டன் பங்குகளை விற்று எமது முதலீட்டாளர்களுக்குப் பெரும் இலாபத்தைப் பெற்றுக்கொடுத்தோம். எங்களது பகுப்பாய்வாளர் ஜோர்ஜ் கலியனின் நிதி மேலாளர்களுக்கு 'நாம் மிகப்பெரிய அதிர்ஷ்டசாலிகள்' என்றொரு செய்தியை மின்னஞ்சலில் அனுப்பிவைத்தார்.

இது குருட்டு அதிர்ஷ்டம் இல்லை. நாங்கள் மாதக்கணக்காக ஆய்வுகளை மேற்கொண்டும் பல மணிநேரங்கள் கலந்தாலோசித்தும், கடும் உழைப்பினூடாக எடுத்த தீர்மானங்களே எங்களது வெற்றிகளுக்கு வழிவகுத்தன.

கலியனின் ஆய்வு ஆவணங்கள் இதை நிரூபணம் செய்தன. அந்த ஆய்வுகள் ஆழமாகவும் துல்லியமாகவும் இருந்தன. ஆனால் அரசாங்கம் இவை எதையுமே பொருட்படுத்தாமல், இவை எதிலும் சம்பந்தப்படாமல் தனது வீட்டின் மூலைக்குள் முடங்கிக் கிடந்த ரூமி கானின் பொய்ச் சாட்சியத்தைப் பிடித்துக்கொண்டு தொங்கியது.

ஜூலை முதலாம் தேதி காலையில், ரூமி கான் என்னைத் தொலைபேசியில் அழைத்து, ஹில்டனின் பங்குகள்குறித்து என்னிடம் அரட்டையடிக்க முயன்றார். அந்தக் காலை நேரத்தில் அவருடன் சாவகாசமாக அரட்டையடிப்பதற்கு எனக்கு நேரம் இருக்கவில்லை. முக்கியமாக, அப்போது ஹில்டனின் விற்பனை குறித்த விபரங்கள் பொதுவெளியில் அறிவிக்கப்பட்டுவிட்டன. அதைக் குறித்தே அவர் என்னிடம் உரையாடினார். அவர் கூறிய எந்தத் தகவலும் யாருக்கும் புதிதல்ல.

எனினும், அரசுத் தரப்பு மீண்டும் தரவுகளை உதாசீனம் செய்தார்கள். ஹில்டன்குறித்த எமது பகுப்பாய்வுத் தொகுப்புக்களை அசட்டை செய்தார்கள். கலியனின் காலைநேரக் கூட்டங்களில் ஹில்டன் பங்குகள் குறித்துக் கலந்தாலோசிக்க நாங்கள் செலவுசெய்த பல மணிநேரத்தை அவர்கள் கவனிக்கவே இல்லை. மாறாக, பதிவுசெய்யப்படாத ஓர் அழைப்பை, ரூமி கானின் தொலைபேசிக் கட்டணப் பட்டியலில் இருந்த எனது கைபேசி இலக்கத்தைத் தங்களுடைய அசைக்க முடியாத ஆதாரம் என்று முன்வைத்தார்கள். இந்த அழைப்புக் குறித்த தகவல்களை ஊடகங்களுக்குக் கசியவிட்டார்கள். ஊடகங்களும் அந்த ஆதாரமில்லாத செய்திகளைப் பெருந்தொற்றுப்போல மக்களிடையே பரப்பின. கலியன்

குறித்து 'திகில்' கட்டுரைகளை எழுதி வெளியிட்டன. ஊடகப் பரபரப்பு அலையில் அடித்துச் செல்லப்பட்ட பொதுமக்களின் அபிப்பிராயங்கள் கலியனுக்கு எதிராகத் திரண்டுகொண்டிருந்தன.

கூகுள்

குற்றப்பத்திரிகையில், மூன்றாவதாகக் குறிப்பிடப்பட்டிருந்த நிறுவனம் கூகுள். அந்தக் காலகட்டத்தில் கூகுள் இணையம் மிக வேகமாக வளர்ந்துகொண்டிருந்தது. கலியனின் இணைய ஆய்வாளர் ஸ்டீவ் கரானொவ் கூகுள் நிறுவனத்தைப் பின்தொடர்ந்து விரிவான ஆய்வுகளைச் செய்துகொண்டிருந்தார். அவர் கூகுள் நிறுவன முகாமையாளரை அடிக்கடி சந்தித்து உரையாடி, அந்த நிறுவனத்தினுடைய போக்குகளைப் பற்றி மிகவும் துல்லியமான ஆய்வுகளைச்செய்து வைத்திருந்தார்.

கலியனுக்கும் கூகுளுக்குமிடையே இருந்த தொடர்புகள் நன்கு ஆவணப்படுத்தப்பட்டுள்ளன. அவை பலருக்கும் கிடைக்கக்கூடியதாகவும் இருந்தன. 2004 ஆகஸ்ட் மாதத்தில், கூகுள் நிறுவனத்தின் பங்குகளைப் பொதுமக்கள் வாங்கக்கூடிய நிலை வந்தபோது, கலியன் முதலீட்டு நிதியம் கூகுளில் முதலீடு செய்தது. கூகுள் நிறுவனப் பங்குகளில் கலியனின் நிலை முக்கியமானதாவும் ஸ்திரமாகவும் இருந்தது.

ஒரே தவறை அரசுத் தரப்பு மீண்டும் மீண்டும் வேண்டுமென்றே செய்தது. என்மீது சுமத்தப்பட்ட குற்றச்சாட்டில், மாதக் கணக்காகக் கூகுள் நிறுவனம் குறித்து நாங்கள் செய்த பகுப்பாய்வுகளையும் தொழில் உத்திகளையும் குறித்து அரசுத் தரப்பு ஒரு வார்த்தையாவது குறிப்பிடவில்லை. கூகுள் நிறுவனத்தில் கலியனது ஸ்திரமான நிலையையும் அவர்கள் முற்றாக உதாசீனம் செய்துவிட்டனர். எமது பதிவேடுகள் எல்லாவற்றையுமே அரசுத் தரப்புப் பார்வையிடுமாறு நாங்கள் ஒப்படைத்திருந்தோம். அவர்கள் பதிவேடுகளைத் திறந்து பார்த்ததாகக்கூடத் தெரியவில்லை. கலியன் நிறுவனத்தின் பகுப்பாய்வாளர்களையும் நிதி மேலாளர்களையும் அரசுத் தரப்பு நேர்காணவில்லை. எமது முதலீட்டுக் கருதுகோள்களை விளக்கிய ஆய்வுத் தொகுதிகளை அரசுத் தரப்பு விளங்கிக் கொள்ள முயற்சியே எடுக்கவில்லை.

ஆழமான பகுப்பாய்வுகளே எமது தொழிலின் அடிநாதமாகும். ஆனால் அரசுத் தரப்பு வழக்குரைஞர்கள் இந்த உண்மையைக் கருத்தில்கொள்ள மறுத்தனர். மாறாக,

ரூமி கானின் பொய் வாக்குமூலத்தின் அடிப்படையிலேயே அவர்கள் குற்றச்சாட்டுகளை முன்வைத்தார்கள். ரூமி கானின் அங்கலாய்ப்பான வார்த்தைகளிலேயே அரசுத் தரப்பு முழுமையாகத் தங்கியிருந்தது.

அதாவது, 2007 ஜூலை 17ஆம் தேதியன்று, ரூமி கான் என்னைத் தொலைபேசியில் அழைத்தார். கூகுள் நிறுவனத்தின் காலாண்டு வருவாய் அறிக்கை திருப்தியற்றதாக இருக்கிறது என்று முதலீட்டுத் தொடர்பாளர்கள் மூலமாகத் தான் கேள்விப்பட்டதாகச் சொன்னார். ரூமி கானுடைய முதலீட்டுத் தொடர்பாளர்கள்கள் யாரென்பது குறித்து எனக்கு எதுவுமே தெரியாது. நான் கலியன் அணியின் கடுமையான உழைப்பையே எனது வணிகத்துக்காக நம்பியிருந்தேனே தவிர, ரூமி கானின் அரட்டைப் பேச்சுகள் என்னில் எந்தத் தாக்கத்தையும் செலுத்தப்போவதில்லை. அத்தோடு அந்த உரையாடலை மறந்தும் போனேன்.

ரூமி கானுடைய வார்த்தைகளைத் தவிர வேறெந்தச் சாட்சியமும் இல்லாத நிலையிலும், கூகுள் நிறுவனப் பங்குகள் விஷயத்தில் ரூமி கானுடன் சேர்ந்து உட்தகவல் வணிகத்தில் ஈடுபட்டேன் என்றே அரசுத் தரப்பு குற்றம் சாட்டியது. மேற்குறிப்பிட்ட மூன்று நிறுவனங்களுடனான என்னுடைய வணிகம் தொடர்பாக ஒரே மாதிரியாகவே, கண்மூடித்தனமாகவே அரசுத் தரப்புச் செயற்பட்டது.

எனக்கு எதிரான சாட்சியங்களில் ரூமி கானே முதன்முதலாக அரசாங்கத்துடன் ஒத்துழைத்தவர். 'த்ராய் நகரத்து ஹெலனின் முகமே ஏராளம் கப்பல்களை முடுக்கிவிட்டது' என்பார்கள். ரூமி கானுடைய பொய்ச் சாட்சியமோ அரசுத் தரப்பிலிருந்த ஏராளமானவர்களின் பதவி உயர்வுகளுக்கு வழிவகுத்தது. அரசாங்கத்தோடு ஒத்துழைத்த சாட்சியங்களில் மிக முக்கியமானவராக ரூமி கான் இருந்தார்.

நான் அறியாத ரூமி கான்

அரசுத் தரப்புக் கவனமாகப் பரிசோதனை செய்திருந்தால், ரூமி கான் எனக்கு அனுப்பிய செய்திகள் வெறுமையான அரட்டைகளே எனக் கண்டுபிடித்திருக்கலாம். எனது கைதிற்குப் பின்னர், நாங்கள் ஆய்வுகளைச் செய்து ரூமி கான் குற்றவாளியாக ஏற்கெனவே நீதிமன்றத்தால் தீர்ப்பளிக்கப்பட்டவர் என்ற உண்மையை உடனடியாகவே வெளிக்கொணர்ந்தோம். குற்றமிழைத்தவர்களை அரசுத் தரப்பு ஒத்துழைக்கும் சாட்சிகளாக ஏற்றுக்கொள்வது வழக்கமில்லாதது. அரசுத்

தரப்பு கலியன் நிறுவனத்தின் பகுப்பாய்வு அறிக்கைகளை எல்லாம் புறந்தள்ளிவிட்டு, ரூமி கானின் சாட்சியத்தை முன்நிறுத்திய செயலானது எல்லாவிதமான சட்டவிதிகளையும் மீறுவதாகும். எங்கள் எல்லோரையும் போலவே, எனது தலைமை வழக்கறிஞர் ஜோனும் ரூமி கானைக் குறித்த தகவல்கள் வெளிக்கொணரப்பட்டபோது அதிர்ச்சியடைந்தார். ரூமி கானை ‘மனித குலத்தின் குற்ற அலை’ என்று குறிப்பிட்டார். இந்த விஷயத்தில் அவருடைய கூற்று உண்மைக்கு மிக நெருக்கமாகவே இருக்கிறது.

அமெரிக்க நீதித்துறை சாட்சிகளைக் கையாளும் முறை குறித்து நீங்கள் கொஞ்சம் தெரிந்துகொள்ள வேண்டியிருக்கிறது. சாட்சிகளில் இரண்டு பெரும் பிரிவுகள் உள்ளன. முதலாவது பிரிவு, அப்பழுக்கற்ற சாட்சிகள். இரண்டாவது பிரிவு, ஒத்துழைக்கும் சாட்சிகள்.

அப்பழுக்கற்ற சாட்சிகள் குற்றம் சாட்டப்பட்டிருக்கும் சம்பவத்தைக் குறித்து நேரடியான அறிவைக் கொண்டவர்கள். குற்றத்தோடு எந்தவகையிலும் தொடர்பற்றவர்கள்.

அரசாங்கத்துடன் ஒத்துழைக்கும் சாட்சியாக இருப்பவர் தன்னிடம் குற்றத்தைப் பற்றி நேரடியான தகவல் இருப்பதாக அரசுத் தரப்பு வழக்குரைஞர்களுக்குத் தெரிவிப்பார். எனினும், இவ்வாறு ஒத்துழைப்புச் சாட்சியானவரைக் குற்றத்தில் தொடர்புடையவராகவே அரசுத் தரப்புக் கருதும். ஆனால் நடந்த குற்றத்திற்கு எதிரானவர் என்று அவர் அரசுத் தரப்பால் சித்தரிக்கப்படுவார். இதற்கு விலையாக, குற்றம் சாட்டப்பட்டவர் அரசுத் தரப்புடன் ஒத்துழைக்க வேண்டும்.

இவ்வாறு ஒத்துழைப்பவர்களின் முதுகிலே சவாரி செய்துதான் அரசுத் தரப்புப் பெரும்பாலான வழக்குகளைத் தொடுக்கின்றது. நீண்ட காலமாகவே அரசுத் தரப்பால் பின்பற்றப்படும் இந்த மூலோபாயம் இறால் போட்டுச் சுறாப் பிடிப்பதைப் போன்றதாகும். இந்தவகையில் அரசாங்கம் ரூமி கானுடைய ஒத்துழைப்பைப் பின்பற்றியே எனக்கு எதிரான தவறான சட்ட நடவடிக்கையை மேற்கொண்டது. நானே சுறா மீன். எனக்கு எதிரான வழக்கு ஊடகங்களில் தலைப்புச் செய்தி ஆகியது. ரூமி கானுக்கு எதிரான வழக்கு பொடி மீன் போன்றது. அது யாருடைய நன்மதிப்பையும் பாழடிக்காது.

அரசாங்கம் ஒத்துழைக்கும் சாட்சி ஒருவரிடமிருந்து எதை எதிர்பார்க்கிறது என்ற கேள்விக்கு, இந்த எதிர்பார்ப்பின் தரம் இடத்துக்கு இடம் வேறுபடுகிறது என்பதே பதிலாகும். ஆனால்

நியூ யோர்க் தென்மாவட்டத்தில் அதனுடைய தரம் மாற்ற முடியாததாக இருக்கிறது என்பது பிரசித்தம்.

இங்கு ஒத்துழைப்பவர் என்ற தகுதியைப் பெறுவதற்கு, சாட்சியம் அளிப்பவர் ஆதியிலிருந்து இன்றுவரை செய்த தவறுகளை அரசுக்குத் தெரியப்படுத்த வேண்டும். இதுவே நீதித்துறையில் ‘சாட்சித் தேர்வு’ என்று சொல்லப்படுகிறது. இந்தத் தேர்வில் தங்களது கடந்த காலத் தவறுகளை ஒப்பித்த பின்பே, ஒப்பித்தவை நம்பத்தகுந்தவையாக இருந்தால் மட்டுமே, ஒத்துழைக்கும் சாட்சிகள் வழக்கில் தங்களது சாட்சியங்களை வழங்க முடியும். ஒத்துழைக்கும் சாட்சி தன்னிடமிருக்கும் ஆதாரங்கள், கைபேசிகள், கணினிகள், தொடர்புடைய ஆவணங்கள் அனைத்தையும் அரசுத் தரப்பிடம் ஒப்படைக்க வேண்டும்.

ஒத்துழைப்புச் சாட்சியம் வழங்கும்போது, ஒரு பகுதியைச் சொல்லி மறுபகுதியை மறைக்கக் கூடாது. இப்படி இருட்டடிப்புச் செய்து தங்களது நண்பர்களையோ குடும்பத்தாரையோ வழக்கிலிருந்து காப்பாற்ற முயற்சிசெய்யக் கூடாது. ஒத்துழைப்புச் சாட்சியமளிப்பவர் எப்போதும் நேர்மையையும் தூய்மையையும் கடைப்பிடிப்பவராக இருப்பது அவசியமாகும்.

குறிப்பிட்ட ஒத்துழைக்கும் சாட்சியாளர் உண்மையுள்ளவர், அனைத்துத் தகவல்களையும் ஒளிவுமறைவின்றி அரசாங்கத்திடம் சமர்ப்பிப்பவர், அந்தத் தகவல்கள் பயனுள்ளவை, அந்தத் தகவல்களின் மூலமாகப் பிரதிவாதியைக் கைதுசெய்ய முடியும் என்று அரசாங்கம் கருதினால், ஒத்துழைக்கும் சாட்சியாளரோடு அரசாங்கம் ஓர் உடன்படிக்கையை ஏற்படுத்திக்கொள்ளும். இந்த உடன்படிக்கையின்படி, ஒத்துழைக்கும் சாட்சியாளர் அரசாங்கத்திடம், தான் சில விஷயங்களில் குற்றவாளி என்று சுய ஒப்புதல் அளித்து மன்றாட வேண்டும். அதற்குப் பின்னர் அந்தச் சாட்சியாளர் அரசாங்கத்தின் கைப்பாவையாகிவிடுவார். மற்றவர்களுக்கு எதிராகச் சாட்சியம் சொல்லும்படி எந்த நேரத்தில் அழைக்கப் பட்டாலும், அதை நிறைவேற்ற ஓடோடிச் செல்ல வேண்டும்.

இவ்வாறு, ஒத்துழைக்கும் சாட்சியாளர் தனது கடமையை நிறைவேற்றுவாரானால், அரசுத் தரப்பு வழக்குரைஞர்கள் ஒத்துழைக்கும் சாட்சியாளருடைய குற்றங்களைக் குறித்து நீதிமன்றத்திற்குக் கடிதம் எழுதி, அத்துடன் அரசாங்கத்திற்கு அவர் செய்த உதவிகளையும் குறிப்பிடுவார்கள். இந்தக் கடிதங்கள் தங்கத்தைப் போன்று மதிப்பு வாய்ந்தவை. தென்மாவட்டத்து நீதிபதிகளில் பலர் முன்னாள் அரசுத் தரப்பு

வழக்குரைஞர்கள். எனவே, சாட்சியாளர்களின் ஒத்துழைப்பிலே தான் நீதிபரிபாலனம் தங்கியிருக்கிறது என்பதை அவர்கள் நன்கு அறிந்திருக்கிறார்கள். இப்படி ஒத்துழைக்கும் சாட்சி களாக மாறுபவர்கள் – குறிப்பாக மதிப்பார்ந்த பதவிகளில் இருப்பவர்கள் – சிறைக்குச் செல்வது அரிது.

அதேவேளையில், ஒத்துழைக்கும் சாட்சியாளர் நேர்மையின்றிப் பொய் உரைத்தால் ஏற்படும் விளைவுகள் பாரதூரமானவை. அவர் சொல்லும் பொய்யானது, அவர் அரசாங்கத்துடன் செய்துகொண்ட உடன்படிக்கையைக் கிழித்தெறிவதைப் போன்றது என்றே அரசுத் தரப்புக் கருதும். எனவே, நீதிபதிக்குக் கடிதம் அனுப்பப்படுவதில்லை. இந்தச் சாட்சியாளரின் மீதான தீர்ப்பில் எந்தவிதமான கருணையும் காட்டப்படுவதில்லை. இந்தச் சாட்சியாளர், தான் குற்றவாளியென ஏற்கெனவே அளித்த ஒப்புதல் வாக்குமூலத்தைத் திரும்பப் பெறுவதற்கு எந்த வாய்ப்புமே கிடையாது. அவருக்கு இன்னொரு சந்தர்ப்பம் அளிக்கப்படுவதற்கும் வாய்ப்பில்லை.

அரசாங்கம் ரூமி கானுடன் ஒத்துழைக்கும் உடன்படிக்கையை ஏற்படுத்தியபோது, அவர் வழங்கும் தகவல்களை முன்வைத்து என்மீது குற்றம் சுமத்தி, என்னைக் கைதுசெய்யத் தீர்மானித்தது. ஆனால் ரூமி கான் விஷயத்தில் அரசாங்கம் மிகப்பெரிய தவறிழைத்துவிட்டது. எனது வழக்கறிஞர்கள் ரூமி கானின் கடந்த காலத்தை இலேசாக அலசிப் பார்த்ததுமே இது வெட்டவெளிச்சமாகிவிட்டது. ரூமி கான் ஏற்கெனவே குற்றம் இழைத்தவர் என்பதால், அவர் ஒத்துழைக்கும் சாட்சியாளர் என்ற தகுதியை இழந்திருக்கிறார்.

எனது கைதுக்குப் பின்னான காலத்தில், நான் ரூமி கானைக் குறித்து ஏராளமாக வாசித்தேன். கற்பனைக்கும் எட்டாத செய்திகளெல்லாம் அவரைக் குறித்து ஊடகங்களிலும், எஃப்.பி.ஐ. அதிகாரிகள் வழங்கிய நேர்காணல்களிலும் விரவிக் கிடந்தன. ரூமி கான் கலிஃபோர்னியாவில் சொந்தமாக ‘டிஜிட்டல் ஏஜ்’ என்ற நிதி நிறுவனத்தை ஆரம்பித்திருக்கிறார். பணம் தாராளமாகக் கிடைத்தபோது, ரூமி கான் மிகவும் ஆடம்பரமாக வாழ்ந்தார். அவர் மேற்குக்கரையில் பத்து மில்லியன் டாலர்களுக்கு வீடு வாங்கினார் என்றும், இரண்டு இலட்சம் டாலர்களுக்கு ஒரு ஃபெராரி கார் வாங்கியுள்ளார் என்றும் தெரிந்துகொண்டேன். கலைப் பொருட்களையும் விலையுயர்ந்த நகைகளையும் வாங்கிக் குவித்திருந்தார்.

ரூமி கானின் குணச்சித்திரத்திற்குள் ஒரு கீழ்மையான கோபக்கனல் கனன்றுகொண்டேயிருப்பதை, அவரைக்

குறித்து ஆழமாக ஆய்வுசெய்தால் நாம் கண்டுகொள்ளலாம். ஆரம்பத்தில், அவரிடம் ஒரேயொரு பணியாளர் மட்டுமே இருந்தார். ரோகித் மாலிக் என்ற அந்த நபர் ரூமி கானின் உறவினராவார். ரோகித் மாலிக்கோடு ரூமி கானுக்கு முரண்பாடு வந்தபோது, ரோகித் மாலிக் தன்னுடைய விசா முடிவடைந்த பின்னரும் அமெரிக்காவில் தங்கியிருக்கிறார் என்று ரூமி கான் குடிவரவு அதிகாரிகளுக்கு அறிவித்துவிட்டார்.

ரூமி கான் கலியன் நிறுவனத்தில் வேலைக்குச் சேர்வதற்கு முன்னரே போலியான முதலீட்டு நிதியத்தைச் சட்டத்திற்குப் புறம்பான முறையில் நடத்தியிருக்கிறார் என்பதையும் நாங்கள் அறிந்துகொண்டோம். அத்தோடு, கலிஃபோர்னியாவின் நீதிமன்றப் பதிவேடுகளிலிருந்து ஒரு முக்கியமான தகவலைத் தெரிந்துகொண்டோம். இது ரூமி கான் 'இன்டெல்' நிறுவனத்தில் பணியாற்றிய காலத்தில் நடைபெற்றதாகும். ரூமி கான் சட்டவிரோதமான நடவடிக்கைகளில் ஈடுபடுகிறாரோ என்று சந்தேகம் இருப்பதாக இன்டெல் நிறுவனம் அரசாங்கத்திற்கு அறிவித்திருந்தது. எனவே, எஃப்.பி.ஐ. இரகசியமாக ரூமி கானைக் கண்காணிக்கத் தொடங்கியது. இன்டெல் நிறுவனத்தை விட்டு ரூமி கான் விலகி இரண்டு வருடங்கள் கழிந்த பின்னர், 2000ஆம் ஆண்டு இலையுதிர் காலத்தில், ரூமி கானிடம் இன்டெல் நிறுவனத்தில் உட்தகவல் வணிகம் செய்தது குறித்து எஃப்.பி.ஐ. விசாரணை செய்தது.

ரூமி கான் முதலில் உட்தகவல் வணிகம் குறித்த குற்றச்சாட்டை வன்மையாக மறுத்தார். பின்னர், தான் இன்டெல் நிறுவனத்தில் உட்தகவல் வணிகத்தில் ஈடுபட்டதாக ஒப்புக்கொண்டார். தான் சிறைக்குச் செல்ல நேரிடலாம் என்ற அச்சத்தினால் எஃப்.பி.ஐ.யுடன் ஒத்துழைக்க ரூமி கான் சம்மதித்தார். தனது தண்டனையைக் குறைப்பதற்காக கலிஃபோர்னியா அரசுத் தரப்பு வழக்குரைஞர்களுடன் ரூமி கான் ஒத்துழைக்க வேண்டியிருந்தது. தனது தண்டனைக் குறைப்புக்காக மற்றவர்களைக் குற்றவாளியாக்கும் அருவருக்கத்தக்கச் செயலில் ரூமி கான் 2000ஆம் ஆண்டிலேயே ஈடுபட்டார். இப்படியாகத்தான் நான் அப்போதே அவருடைய இலக்காகிவிட்டேன். எனக்கு உட்தகவல்களை வழங்கியதாக அவர் அரசுத் தரப்பிடம் கூறினார். எஃப்.பி.ஐ. என்னைக் குறித்த ஓர் ஆழமான விசாரணையில் 2000ஆம் ஆண்டிலேயே இறங்கியது. என்னோடு வணிகம்செய்த தரகர்களிடமிருந்து தகவல்களைச் சேகரித்தது. எனினும், அப்போது ரூமி கான் என்னை வலையில் சிக்கவைக்க எடுத்துக்கொண்ட முயற்சி

படுதோல்வியடைந்தது. இதுபற்றியெல்லாம் எனது கைதுவரை எனக்கு எதுவுமே தெரியாமலிருந்தது.

இன்னொருபுறத்தில், கலிஃபோர்னியா அரசுத் தலைமை வழக்குரைஞர் அலுவலகம் ரூமி கானுடைய ஒத்துழைப்பைப் பாராட்டி, அவர் தமது வாழ்வில் குற்றமற்ற புதியதொரு அத்தியாயத்தைத் தொடங்கியிருக்கிறார் என்றும், வருங்காலங் களில் சட்டத்திற்கு ஒழுகி நடப்பார் என்றும் ரூமி கானுக்குச் சாதகமாக நீதிமன்றத்திற்கு நற்சான்றிதழ் கடிதமொன்றை அனுப்பியிருந்தது.

இதனால் ரூமி கானுக்குச் சிறைத்தண்டனை தவிர்க்கப் பட்டது. நீதிமன்றத்தால் வெறும் 120,000 டாலர்கள் அபராதப் பணமும் ஆறு மாதக்கால வீட்டுக் காவலும் மட்டுமே ரூமி கானுக்கு விதிக்கப்பட்டது. ஒத்துழைக்கும் சாட்சிகளுக்கு அரசுத் தரப்பு வழங்கும் சலுகையாலேயே இது சாத்தியமாகியிருந்தது.

கலிஃபோர்னியா அரசுத் தரப்பு வழக்குரைஞர்கள் ரூமி கான் மீதான விசாரணையையும் தீர்ப்பையும் பொதுமக்கள் அறிய முடியாதவாறு இரகசியமாகவே வைத்திருந்தார்கள். ஆனால் தங்களது சகபாடிகளான நியூ யோர்க் தென்மாவட்டத்து அரசுத் தரப்பு வழக்குரைஞர்களிடமிருந்து இவற்றை மறைக்க வில்லை.

எனது வழக்கை நாங்கள் துருவித் துருவி ஆய்வு செய்வதின் ஓர் அங்கமாக, கலிஃபோர்னியா நீதிமன்றத் தீர்ப்புகளைப் பார்வையிடுவதற்கு 2010இல் விண்ணப்பித்தோம். அவ்வாறு பெற்றுக்கொண்ட நீதிமன்றத் தீர்ப்பு ஆவணங்களை அலசி ஆராய்ந்தோம். ரூமி கான் வழக்கின் நீதிமன்றத் தீர்ப்பில் "இன்றுவரை கிடைத்த தகவல்களின் அடிப்படையில், ராஜ் ராஜரட்ணத்தை இன்டெல் நிறுவனத்தின் உட்தகவல் வணிகத்தோடு முடிச்சுப்போட முடியாது" என்று குறிப்பிடப் பட்டிருந்தது. கெட்டிக்காரியின் பொய்யும் புரட்டும் 2000ஆம் ஆண்டே உடைந்து சிதறின. ஆனால் இந்த விஷயம் இரகசியமாக அரசுத் தரப்புக்குள்ளேயே அமுக்கப்பட்டுவிட்டது.

2001ஆம் ஆண்டு, ரூமி கான் அரசுத் தரப்புடன் செய்து கொண்ட ஒத்துழைப்பு உடன்படிக்கையில் பின்வருமாறு கூறப்பட்டிருக்கிறது:

"நான் எனது ஒத்துழைப்புச் சாட்சியத்தைப் பற்றியோ, வழக்குச் சம்பந்தமான தகவல்களையோ அரசாங்கத்தின்

முன் அனுமதியின்றிப் பொதுவில் வெளியிட மாட்டேன். அரசுத் தலைமை வழக்குரைஞர் அலுவலகத்தைச் சேர்ந்தவர்களின் வழிகாட்டுதலின்படியே நான் நடப்பேன். எதிர்காலத்தில் எந்தவிதக் குற்ற நடவடிக்கைகளிலும் ஈடுபட மாட்டேன்."

ஆனால் ரூமி கான் தெளிவாகவே இந்த உடன்படிக்கையை மீறியிருந்தார். நேர்மையான வழியில் வணிகம் செய்யாமல், தொடர்ந்தும் சட்டவிரோதச் செயல்களில் ஈடுபட்டார். பங்குச் சந்தை விவகாரங்களில் ஆழ்ந்து பகுப்பாய்வு செய்யும் ஆற்றல் ரூமி கானுக்குக் கிடையாது. எனவே, அவர் குறுக்குவழியை நாடி, சிலிக்கன் பள்ளத்தாக்கில் ஓர் இரகசிய வலையமைப்பைக் கட்டுவதில் மீண்டும் ஈடுபட்டார். இந்த வலையமைப்பு ஏராளமான பணத்தை ஈட்டுவதற்கான சுலப வழியாக இருந்தது. உட்தகவல் வணிகம் போதை வஸ்துவைப் போல அவரைப் பற்றிக்கொண்டது.

பத்து வருடங்களுக்கு முன்னர், அதாவது அவர் வால் ஸ்ட்ரீட்டில் நுழைவதற்கு முன்பு, வருடத்திற்கு 100,000 டாலர்களை மட்டுமே ஊதியமாகப் பெற்று இன்டெல் நிறுவனத்தில் இடைநிலை ஆய்வாளராகப் பணியாற்றிக்கொண்டிருந்த ரூமி கான், உட்தகவல் வணிகத்தின் மூலமாகச் செழித்து வளர்ந்து ஆடம்பர வாழ்க்கையில் மூழ்கிப்போனார். 2007 ஆகஸ்ட் மாதத்தில், ஹில்டன் நிறுவனம் விற்கப்பட்டதற்குப் பின்னர் அரசாங்கம் பரவலாகச் சோதனைகளை மேற்கொண்டபோது, ரூமி கானுடைய பெயர் முன்னுக்கு வந்தது.

ரூமி கானைக் குறித்து எஃப்.பி.ஐ.யும் எஸ்.இ.ஸி.யும் நன்கு அறிந்திருந்தன. ஹில்டன் பரிவர்த்தனையில் ரூமி கான் மிதமிஞ்சிய வணிகத்தில் ஈடுபட்டிருந்தது அரசாங்கத்தின் கவனத்தை ஈர்த்தது. அவர்கள் விசாரணையில் இறங்கியபோது, ஹில்டன் பரிவர்த்தனைக்குப் பின்னர் ரூமி கான் 15,000 டாலர்களை தீப் ஷா என்பவருக்கு அனுப்பியதைக் கண்டுபிடித்தனர். தீப் ஷா 'மூட்டிய்' என்ற முதலீட்டு நிறுவனத்தில் ஹோட்டல்கள் பகுதியின் ஆய்வாளராக இருந்தவர். ஹில்டன் விற்பனை நடைபெற்ற வேளையில் மும்முரமாகச் செயற்பட்டவர்.

2007 நவம்பர் 20ஆம் தேதியன்று, எஃப்.பி.ஐ. அதிகாரிகளான காங், கத்லீன் இருவரும் ரூமி கானின் வீட்டுக்குச் சென்று அவரை விசாரணை செய்தார்கள். ரூமி கானின் பதில் நன்கு திட்டமிடப்பட்டது போன்றிருந்தது. ஹில்டன் வணிகத்தில் தான் உட்தகவல் எதையும் பெற்றுக்கொள்ளவில்லை என்று

அவர் கூறினார். "நான் ஹில்டன் பங்குகளை விலைக்கு வாங்கு வதற்குக் காரணம் பாரிஸ் ஹில்டனுடைய கைதும் அதனால் ஏற்பட்ட விளம்பரமுமேயாகும். அது ஹில்டன் பங்குகளுக்கு நன்மையளிக்கும் எனக் கருதினேன்" என்று நகைப்புக்கிடமான முறையில் ரூமி கான் அதிகாரிகளுக்குப் பதிலளித்தார்.

'மூட்டிய்' நிறுவனத்தோடு ரூமி கான் மேற்கொண்ட தொலைபேசி உரையாடல் பதிவுகளையும், தீப் ஷாவுக்கு அனுப்பிவைத்த பணத்தையும் எஃப்.பி.ஐ. ஆதாரமாக முன்வைத்தபோது, ரூமி கானுக்குச் செய்வதற்கு ஒன்று மில்லாமல் போனது. வழக்கம்போலவே, அவர் தன்னைக் காப்பாற்றிக்கொள்வதற்காக ஒத்துழைக்கும் சாட்சியாக மாறுவதற்குச் சம்மதித்தார். என்னையும் ஏனையவர்களை யும் எஃப்.பி.ஐ.யின் வலையில் சிக்கவைக்க உதவுவதாக அதிகாரிகளிடம் மன்றாடினார்.

ரூமி கான், தான் உட்தகவல் வணிகம் செய்ததற்கான சான்றுகளை அதிகாரிகளிடம் வெளிப்படுத்தியதோடு, ஏனைய நிறுவனங்களின் மேலாளர்களையும் அதிபர்களையும் சுட்டிக்காட்டினார். மறுபடியும் அவருடைய சுட்டுவிரல் முனையில் காரணமே இல்லாமல் நிறுத்தப்பட்டேன். கடமையுணர்வும் பொறுப்புணர்வுமுள்ள அதிகாரிகளும் வழக்குரைஞர்களும் ரூமி கானின் பொய்களை உடனடியாகவே புறந்தள்ளிவிட்டிருப்பார்கள்.

ஏனெனில், அமெரிக்கச் சட்டங்களின்படி அவரொரு தகுதியற்ற ஒத்துழைக்கும் சாட்சியாவார். அவர் மீதான முந்தைய குற்றச்சாட்டுகளில் ஒத்துழைப்புச் சாட்சியாக மாறியதற்காக அரசாங்கத்திடமிருந்து சலுகைகளைப் பெற்றுவிட்டு, அரசாங்கத்தினுடனான உடன்படிக்கையில் சட்டத்திற்கு ஒழுகி நடப்பேன் என உறுதிமொழி அளித்துவிட்டு, இப்போது அந்த உடன்படிக்கையை மீறியிருக்கிறார். இப்படியான குழறுபடியாளருக்கு மறுபடியும் ஒத்துழைப்புச் சாட்சியாகும் சலுகையைச் சட்டம் வழங்குவதில்லை. அப்படிச் செய்வது ஒத்துழைத்தல் என்ற கருதுகோளுக்கு எதிரானது.

என்னையும் கலியன் நிறுவனத்தையும் மாட்டிவிடத் துணிந்தால் மட்டுமே தனக்கு இன்னொரு வாய்ப்பை அரசாங்கம் வழங்கும் என்று ரூமி கான் கருதியதாலேயே, அவரது சகுனித்தனமான சுட்டுவிரல் என்னை நோக்கி நீண்டது. சட்டத்திற்கு விரோதமான முறையில் இரண்டாவது தடவையாக ஒத்துழைக்கும் சாட்சியாகி, என்னை வலையில் சிக்கவைக்க ரூமி கான் இன்னொரு தடவை முயற்சித்தார்.

எனவே, என்னைச் சிக்கவைப்பதற்காக எனக்கு வலிந்து தொலைபேசி அழைப்புகளை மேற்கொள்வதற்குச் சம்மதித்தார். இந்த அழைப்புகளை எஃப்.பி.ஐ. ஒட்டுக் கேட்க ஏற்பாடு செய்யப்பட்டது. எஃப்.பி.ஐ.யின் இறுதி இலக்கு ஒட்டுக் கேட்பதேயாகும். ஒருவரது தொலைபேசியை ஒட்டுக் கேட்பதற்கான அனுமதியை நீதிபதியிடமிருந்து எஃப்.பி.ஐ. பெற்றுக்கொள்வதற்கு நியாயமான காரணங்கள் இருக்க வேண்டும். இதுகுறித்து அடுத்த அத்தியாயத்தில் விரிவாக விளக்குவேன்.

2008 ஜனவரி – மார்ச் காலப்பகுதிக்குள் மூன்று தடவைகள் ரூமி கான் என்னைத் தொலைபேசியில் அழைத்து இன்டெல், ஸிலிங்ஸ், ப்ரோட்கொம் ஆகிய நிறுவனங்களைப் பற்றி என்னைப் பேசும்படி தூண்டினார். இவ்வாறான சதிநோக்க முள்ள அழைப்புகளை மேற்கொள்வதற்கு எஃப்.பி.ஐ. அதிகாரி காங் எவ்விதமாக ரூமி கானுக்குப் பயிற்சியளித்தார் என்பது எனக்குத் தெரியாது. ஆனால் எனது வழக்கு விசாரணையின் போது, நீதிமன்றத்தில் அளிக்கப்பட்ட ஒரு சாட்சியம் இதனை வெளிப்படுத்தியது. என்னைச் சிக்கவைப்பதற்காகப் பொய்கள் உட்பட எந்தவிதமான தந்திரோபாயங்களையும் உபயோகிக்குமாறு அதிகாரி காங் ஒத்துழைக்கும் சாட்சிகளிடம் கூறியிருக்கிறார்.

ரூமி கான் குறிப்பிட்ட இந்த மூன்று நிறுவனங்களில் ஒன்றிலாவது முதலீடு செய்யும் எண்ணம் எனக்கு இருக்க வில்லை. பின்னான காலங்களிலும் நான் இந்த நிறுவனப் பங்குகளில் வணிகம் செய்யவில்லை. அப்படியானால், நான் ரூமி கானிடமிருந்து இந்தத் தொலைபேசி உரையாடல்கள் வழியாக உட்தகவல் பெற்றுக்கொண்டேன் என எப்படிக் கூற முடியும்?

இந்த நிறுவனங்களில் நான் முதலீடு செய்யும் எண்ணத்தில் இருக்கவில்லை என்பதை அதிகாரி காங் நன்கு அறிந்திருந்தார். ஆனாலும், வழக்கு விசாரணையின்போது இந்த உண்மையை காங் மறைத்துவிட்டார். வழக்கைத் தொடர்ந்து வெற்றிகரமாக நடத்தவே அவர் இந்த இருட்டடிப்பைச் செய்தார். ஏனெனில், இந்த வழக்கில் காங் வெற்றியடைந்தால் அவருக்குப் பதிவு உயர்வும் பெரும் புகழும் கிட்டும். எஃப்.பி.ஐ.யின் பல அதிகாரிகள் கடின உழைப்பாளிகள், நேர்மையுடையவர்கள், விதிகளைக் கடைப்பிடிப்பவர்கள். காங் அவர்களோ எஃப்.பி.ஐ.யில் உள்ள சிலபல ஒட்டுண்ணிகளில் ஒருவர்.

இவையெல்லாம் நடந்துகொண்டிருந்தபோதே, ரூமி கான் தன்னுடைய தோட்டக்காரரின் பெயரில் ஒரு கைபேசியைக்

கமுக்கமாக வாங்கியிருந்தார். இது அரசாங்கத்தோடு ஒத்துழைக்கும் அவரது முயற்சிக்கு விஷ ஊசி போடுவதைப் போன்றது. அரசாங்கம் தன்னுடைய சொந்தக் கைபேசியை ஒட்டுக் கேட்கும் என்பதாலேயே, புதிதாக வாங்கிய இரகசியக் கைபேசியிலிருந்து தன்னுடைய உட்தகவல் வணிக வட்டச் சகாக்களுக்கு ரூமி கான் அபாய எச்சரிக்கையை வழங்கினார்.

ரூமி கானின் அபாய எச்சரிக்கையைக் கேட்டவுடன் தீப் ஷா தனது சொந்த நாடாகிய இந்தியாவுக்குப் பறந்துவிட்டார். அவரின் மீது எஸ்.இ.ஸி.யால் வழக்குத் தொடுக்கப்பட்டிருக்கிறது. தீப் ஷா இன்றுவரை தேடப்படும் நபராகவே இருக்கிறார்.

ரூமி கான் ஆலோசகராகப் பணியாற்றிய 'த்ரிவியும் கப்பிட்டல்' நிறுவனத்தின் மேலதிகாரி ஒருவர் ரூமி கானுக்கு அனுப்பிய, ரூமி கானுக்குப் பாதகமான மின்னஞ்சல்களையும் ரூமி கான் அழித்துவிட்டார்.

இந்த இரண்டு செயல்களும் ரூமி கான் அரசாங்கத்துடன் ஏற்படுத்திக்கொண்ட ஒத்துழைக்கும் உடன்படிக்கைக்கு எதிரானவை. சாதாரணமான சூழலில், இவ்வாறான தவறுகள் அவரை ஒத்துழைக்கும் சாட்சி என்ற நிலையிலிருந்து நீக்கப்படுவதற்குப் போதுமானவையாகும். அத்தோடு விசாரணை வளையத்திற்குள் சிக்க இருந்தவர்களுக்கு ரூமி கான் எச்சரிக்கைத் தகவல்களை வழங்கியது நீதிபரிபாலனத்திற்கு இடையூறு செய்தல் என்ற வகையில் இன்னொரு தனியான விசாரணைக்கு இட்டுச் செல்லப்பட வேண்டியதாகும். ஆனால் என் வழக்கைப் பொறுத்தவரையில் இந்தத் தவறுகள் எல்லாம் அரசுத் தரப்பால் கண்டுகொள்ளப்படவேயில்லை.

ரூமி கான் தனது தொழிலில் மட்டுமல்லாமல், சொந்த வாழ்க்கையிலும் பொய்மையும் ஏமாற்றுக் குணமும் நிறைந்தவராகவே இருந்தார். அவருடைய வீட்டுப் பணியாளர் நியாயமான ஊதியம் தனக்கு வழங்கப்படவில்லை என்று ரூமி கானின் மீது வழக்குத் தொடுத்திருந்தார். ரூமி கானோ போலியாக ஒரு தொழில் ஒப்பந்தத்தை உருவாக்கி, அதிலே தனது வீட்டுப் பணியாளரின் கையொப்பத்தையும் அவரே போட்டுவிட்டார். இந்த வழக்கு விசாரணைக்கு வந்தபோது, ரூமி கான் திரும்பத் திரும்பப் பொய்களைச் சொன்னார். அவர் பொய்களை மட்டுமே சொல்கிறார் என்று நீதிமன்றம் கண்டுபிடித்தபோது 'ஒத்துழைக்கும் சாட்சியாளர்' என்ற நிலையிலிருந்து ரூமி கானை அரசுத் தரப்புத் தள்ளிவிட்டது. ரூமி கான் நீதிமன்றத்திற்கு வெளியே தனது முன்னாள் வீட்டுப் பணியாளருடன் சமரசம் செய்துகொண்டார்.

ஆனால் அரசுத் தரப்பு இவ்வளவு நாளும் ரூமி கானின் சாட்சியத் தகுதி குறித்துக் கண்மூடித்தனமாக இருந்து விட்டு, இப்போது அவரைத் தகுதி நீக்குவதற்கு காரணம் என்ன? ரூமி கானால் கூறப்பட்ட பொய்யான தகவல்களின் அடிப்படையில் என்னை ஒட்டுக் கேட்பதற்காகவே இதுவரை அரசுத் தரப்புக் கண்மூடியிருந்தது. காரியம் முடிந்ததும் ரூமி கானைக் கச்சிதமாகக் கழற்றிவிட்டது.

பிரதிபலிப்புகள்

ரூமி கானுடைய நீண்ட குற்ற வரலாற்றை எஃப்.பி.ஐ. நன்கு அறிந்திருந்தது. உட்தகவல் வணிகம், பொய்கள், போலிக் கையெழுத்துகள், நீதிமன்றச் செயற்பாட்டுக்கு இடையூறு செய்வது என்றெல்லாம் ரூமி கான் குற்றமிழைத்திருக்கிறார். குற்றத்தின் கறை படிந்தவரையே எனக்கு எதிராக எஃப்.பி.ஐ. சில ஆண்டுகளாகப் பயன்படுத்தியிருக்கிறது. அந்தக் கறைபடிந்த சாட்சியத்தை ஆதாரமாக வைத்தே, எஃப்.பி.ஐ. என்மீதான விசாரணைகளில் இறங்கியது. ரூமி கானின் சாட்சியத்திலிருந்து அரசுத் தரப்புக்கு உருப்படியாக எதுவுமே கிடைக்கவில்லை என்றபோதும், திட்டமிட்டே ரூமி கானின் சாட்சியத்தை அரசுத் தரப்பு பொதுவெளியில் கசியவிட்டது. இதன் மூலமாகப் பொதுமக்களின் அதிருப்தியையும் கோபத்தையும் என்மீது ஏவிவிட்டது.

முக்கியமாக, பொலிகொம் பங்குகளைப் பற்றிய குற்றச்சாட்டு எனக்கு வேதனை அளித்தது. இதுவே, எனது வழக்கு வழமை யான விசாரணைப் போக்கில் செல்லாமல் முழுமையான 'குற்றவியல்' வழக்காக மாறுவதற்கு அடிப்படைக் காரணமாக இருந்தது. 'என்னுடைய வழிகாட்டல் இல்லாமல் பொலிகொம் பங்குகளை வாங்க வேண்டாம்' என்று ரூமி கான் எனக்கு அனுப்பிய குறிப்பே என்னைச் சுடுவதற்கான துப்பாக்கிபோல அமைந்துவிட்டது.

உண்மையில், பொலிகொம் விஷயத்தில் நான் ரூமி கானிடமிருந்து எந்த வழிகாட்டலையும் பெற்றுக்கொள்ள வில்லை. பொலிகொம் நிறுவனத்துடனான என்னுடைய வணிகம் கலியன் நிறுவனத்தின் கடுமையான பகுப்பாய்வுகளின் வழியேதான் மேற்கொள்ளப்பட்டது. அதற்கான அத்தனை ஆதாரங்களும் கலியனில் ஆவணப்படுத்தப்பட்டுள்ளன.

எனினும், வழமைபோலவே அரசுத் தரப்பு வழக்குரைஞர் களின் வார்த்தைகளை வாங்கி ஊடகங்கள் வாந்தியெடுத்தன. பின்வரும் செய்தியை ஊடகங்கள் கிளிப்பிள்ளைகள் போன்று திரும்பத் திரும்பக் கூறிக்கொண்டிருந்தன:

"ராஜ் ராஜரட்ணமும் ரூமி கானும் குறுந்தகவல் பரிமாற்றங்களை நிகழ்த்திய பின்பாக, தொலைபேசியிலும் உரையாடி பொலிகொம் பங்குகளில் பெருமளவில் உட்தகவல் வணிகம் செய்தது விசாரணையில் தெரியவந்துள்ளது."

என்னுடைய தலைமை வழக்கறிஞர் ஜோன் ரூமி கானை நீதிமன்ற விசாரணைக் கூண்டிலேற்றி, அந்த அம்மையாருடைய பொய்களை ஏன் அம்பலப்படுத்தவில்லை என்று பலமுறை ஆச்சரியப்பட்டிருக்கிறேன். அது நிகழ்ந்திருந்தால், எனக்கு எதிரான குற்றச்சாட்டுகளை இட்டுக்கட்ட அரசுத் தரப்பு எப்படிப்பட்ட கீழானவரைப் பயன்படுத்தியிருக்கிறது என்பதை நாங்கள் நிரூபித்திருக்கலாம். நான் பலமுறை இதுகுறித்து ஜோனுக்கு ஆலோசனை வழங்கியபோதும், ரூமி கானை எனக்கு எதிரான பொருட்படுத்தக் கூடிய சாட்சியாக ஜோன் கருதவேயில்லை.

ரூமி கானுடைய குற்றங்களுக்காக, குறிப்பாக எஃப்.பி.ஐ.க்குத் தொடர் பொய்களைக் கூறியதற்காக எட்டு முதல்பத்து வருடச் சிறைத்தண்டனை வழங்கப்படுவதே சட்ட விதியாகும். ஆனால் அவருக்கு ஒரு வருடச் சிறைத்தண்டனையே விதிக்கப்பட்டது.

ரூமி கான் மீதான வழக்கு விசாரணையின்போது, அவர் நீதிமன்றத்தில் பின்வருமாறு கூறினார்:

"நான் எனது பணம் முழுவதையும் இழந்துவிட்டேன். நான் கற்ற கல்வி பயனற்றதாகப் போய்விட்டது. என்னை எனது குடும்பத்தாரும் நண்பர்களும் புறந்தள்ளிவிட்டார்கள். நான் எனது நாட்களை அநாதை போன்று தனிமையில் கழிக்கிறேன்."

ரூமி கான் கலியனிலிருந்து நீக்கப்பட்டதன் பின்பாக, ஐந்து வருடங்கள் கழித்து அவர் என்னோடு தொடர்புகொள்ள முயன்றபோது, ஏன் அவரது அழைப்பை ஏற்றுக்கொண்டேன் என்று இப்போது சிந்தித்துப் பார்க்கிறேன். முதலாவதாக, காலம் கசப்புகளை மழுங்கடித்திருந்தது. ரூமி கான் பல்வேறு சிரமங்களை எதிர்கொண்டார். அவரைத் திரும்பவும் கலியனில் வேலைக்கு அமர்த்த நான் எண்ணவில்லை. ஆனால் அவர் என்னைத் தொலைபேசியில் அழைத்தால், அவ்வப்போது அவரோடு உரையாடுவது எனக்குப் பிரச்சினையாகத் தோன்றவில்லை. கலியனின் முன்னாள் பணியாளர்களில் எவர் என்னை அழைத்தாலும் அவர்களோடு பேசுவேன்.

அதேவேளையில், ரூமி கான் குற்றவாளியான விஷக்கிருமி என்று எனக்கு முன்னமே தெரிந்திருந்தால், அவருடன்

ஒருபோதும் பேசியிருக்க மாட்டேன். அவர் சட்டத்தை அறவே அசட்டை செய்தவர் என்பதை அறியாமல் இருந்துவிட்டேன். அவர் தனது தொழிலிலும் தனிப்பட்ட வாழ்விலும் சட்டத்தை மதிக்காதவர். இது நான் அறிந்திராத ரூமி கான்.

நான் மூன்று தீயசக்திகளின் கூட்டுச் சதிக்கு இலக்காகி யிருந்தேன்:

1. ரூமி கான் : இவர் தன்னைக் காப்பாற்றிக்கொள்வதற்காக என்மீது போலியான குற்றச்சாட்டுகளை முன்வைத்தார். பேராசைக்காரரான இந்த அம்மையார் தொழிலில் ஆற்றல் குறைந்தவர். தன்னுடைய பணத்தாசைக்கும் ஆடம்பர வாழ்க்கைக்கும் உட்தகவல் வணிகத்தையே நம்பியிருந்தார்.

2. எஃப்.பி.ஐ. அதிகாரி காங்: இவர் எனது கைப்பேசியை ஒட்டுக் கேட்பதற்காக நீதிமன்றத்தில் தாக்கல்செய்த பிரமாணப் பத்திரத்தில் பொய்களை மட்டுமே கூறியிருந்தார். கலியனைக் குறித்த உண்மையானதும் சரியானதுமான தகவல்கள் இவரால் வேண்டுமென்றே தவிர்க்கப்பட்டன. காங் தாக்கல்செய்த பிரமாணப் பத்திரம் பொய்களால் நிரம்பியது என்று பின்னர் நீதிமன்றம் கண்டித்தாலும், இந்தச் செயலுக்காக காங் தண்டிக்கப்படவில்லை. இதுதான் அமெரிக்க நீதித்துறையின் இன்னொரு முகம்.

3. அரசுத் தலைமை வழக்குரைஞர் ப்ரீத் பராரா: எனது வழக்கில் வெற்றி பெற வேண்டும் என்ற ஒரே காரணத்திற்காக, இவர் சட்டத்தை மதிக்காது எவ்வளவு தூரத்திற்கும் கீழிறங்கத் தயாராக இருந்தார். இவர் தந்திரமுள்ள காகத்தைப் போன்றவர். புகழ்ப் போதை இவரைப் பிடித்தாட்டியது. என்மீதான கட்டுக் கதைகளைச் சத்தியமான உண்மைக் கதைகள் என்று மடைமாற்றி ஊடகங்களுக்குக் கசியவிட்டார். பின்பு ஒரு தருணத்தில் பராரா "உட்தகவல் வணிக வழக்குகள் எனது வாழ்க்கையை எந்தவிதத்திலும் மாற்றவில்லை. ஆனால் எனது கௌரவத்தை உயர்த்தின" என்று சொன்னார்.

இது திமிரா? அல்லது மனமாற்றமா? எப்படியாயினும் இந்த மூவர் கூட்டணி உண்டாக்கிய பொய்ப் புயலினால் ஏற்பட்ட சீரழிவு மிகப் பிரம்மாண்டமானது. இவர்களின் கூட்டுச் சதியால் கலியன் நிறுவனம் அழிந்துபோனது. 81 மனிதர்களின் வாழ்க்கை நாசமாகியது.

ரூமி கானின் வரலாறு

1995 ஒகஸ்ட்: ரூமி கான் 'இன்டெல்' நிறுவனத்தில் பணிக்குச் சேர்கிறார்.

1996 ஜனவரி: 'நீடம்' நிறுவனத்தில் பணியிலிருந்த ராஜ் ராஜரட்ணத்தைத் தொலைபேசி வழியாக ரூமி கான் தொடர்புகொள்கிறார்.

1997 ஜனவரி: ராஜ் ராஜரட்ணம் கலியன் முதலீட்டு நிதியத்தை ஆரம்பிக்கிறார்.

1997 பிற்பகுதி: ரூமி கான் தொலைபேசியில் ராஜ் ராஜரட்ணத்தை அழைத்து, இன்டெல் நிறுவனத்தின் மீது தனக்கு அதிருப்தியுள்ளதாகக் கூறி, வால் ஸ்ட்ரீட்டில் ஒரு வேலையைப் பெற்றுத் தருமாறு கேட்டுக்கொள்கிறார்.

1998 ஏப்ரல்: இன்டெல் பங்குகள் பரிவர்த்தனையில் ரூமி கான் சட்டத்திற்குப் புறம்பான வகையில் செயற்பட்டதற்காக இன்டெல் நிர்வாகத்தால் வேலை நீக்கம் செய்யப்படுகிறார்.

1998 மே: கலியனின் 'சாந்தா க்ளாரா' அலுவலகத்தில் இளநிலைத் தொழில்நுட்ப ஆய்வாளராக ரூமி கான் வேலைக்குச் சேர்ந்துகொள்கிறார். இந்த வேளையில், இன்டெல் நிறுவனத்திலிருந்து ரூமி கான் வேலை நீக்கம் செய்யப்பட்டிருந்ததை கலியன் நிர்வாகம் அறிந்திருக்கவில்லை.

1999 ஜனவரி: கலியனின் ஒழுக்க விதிகளை மீறியதால் ரூமி கான் கலியனிலிருந்து வேலை நீக்கம் செய்யப்படுகிறார்.

1999 ஜூன்: ரூமி கான் சொந்தமாக 'டிஜிட்டல் ஏஜ்' என்ற நிறுவனத்தைத் தொடங்குகிறார்.

2000: ரூமி கான் இன்டெல் நிறுவனத்தில் பணியாற்றிய போது, இன்டெல் நிறுவனப் பங்குகளை விற்பனை செய்தது குறித்து எஃப்.பி.ஐ. அதிகாரிகள் ரூமி கானை விசாரணை செய்கிறார்கள். ரூமி கான் தனது குற்றத்தை ஒப்புக்கொண்டு, ஒத்துழைக்கும் சாட்சியாக மாறி கலியனை இலக்குவைக்கிறார். ஆனால் விசாரணையின்போது கலியன் நிறுவனம் குற்றமற்றதாகக் காணப்படுகிறது.

2007 நவம்பர்: உட்தகவல் வணிகம் குறித்து இரண்டாவது தடவையாக எஃப்.பி.ஐ. அதிகாரிகள் ரூமி கானிடம் விசாரணை செய்கிறார்கள். ரூமி கான் தனது தண்டனைக் குறைப்புக்காக அரசாங்கத்துடன் ஒத்துழைக்கச் சம்மதிக்கிறார்.

ராஜ் ராஜரட்ணத்திற்கு, தான் உட்தகவல்களை வழங்கியதாக எஃப்.பி.ஐ.யிடம் பொய் சொல்கிறார்.

2008 ஜனவரி: ராஜ் ராஜரட்ணத்தை வலையில் சிக்க வைப்பதற்காக, எஃப்.பி.ஐ. அதிகாரி காங்கின் வழிநடத்தலுக்கு உட்பட்டு ரூமி கான் தொடர்ச்சியாக ராஜ் ராஜரட்ணத்திற்குத் தொலைபேசி அழைப்புகளை மேற்கொள்கிறார்.

2008 ஆகஸ்ட்: ராஜ் ராஜரட்ணத்தின் கைபேசியை ஒட்டுக் கேட்பதற்கான அனுமதியைப் பெறுவதற்காக, அதிகாரி காங் பொய்களால் நிரம்பிய பிரமாணப் பத்திரத்தை நீதிமன்றத்தில் தாக்கல் செய்கிறார்.

9

ஒட்டுக் கேட்டல்

அமெரிக்க நீதித்துறை வரலாற்றிலேயே என்மீதான வழக்கில்தான், பல விஷயங்கள் முதன்முதலாக நடந்தேறின. இந்த வழக்கில்தான், முதல் தடவையாக ஒன்றுக்கொன்று தொடர்பில்லாத பல்வேறு தொழில் நிறுவனங்களை ஒரே பொதியாக்கி ஒரே வழக்கிற்குள் அரசாங்கம் அடக்கியது. இந்த வழக்கிலேதான், முதன்முதலாக ஒரு முதலீட்டு நிறுவனத்தோடு எந்தக் கலந்தாலோசனையோ நேர்காணலோ நடத்தாது அந்த நிறுவனத்தின் மீது ஒருதலைப்பட்சமாகவும் தன்னிச்சையாகவும் உட்தகவல் வணிகக் குற்றம் அரசுத் தரப்பால் சுமத்தப்பட்டது.

இந்த வழக்கில்தான், உட்தகவல் வணிகக் குற்றம் சுமத்தப்பட்டவருக்கு அதிகபட்சத் தண்டனையாக 11 வருடங்கள் சிறைவாசம் விதிக்கப்பட்டது. இந்த வழக்கில்தான், முதன்முத லாக 53 மில்லியன் டாலர்கள் பிரதிவாதியிட மிருந்து பறிமுதல் செய்யப்பட்டது. இந்த வழக்கில்தான், எஸ்.இ.ஸி.க்குப் பிரதிவாதி நஷ்டஈடாக 90 மில்லியன் டாலர்களை வழங்க வேண்டுமென்று நீதிமன்றம் கட்டளையிட்டது. இந்த வழக்கில்தான், முதன்முதலாக நிதித் தொழில் சார்ந்த குற்றச்சாட்டு ஒன்றில் தொலைபேசி ஒட்டுக் கேட்கப்பட்டு, அதைச் சாட்சியமாகப் பயன்படுத்தி வழக்குக் கட்டமைக்கப்பட்டது.

தொலைபேசியை அரசாங்கம் ஒட்டுக் கேட்கும் சட்ட விதியானது மாஃபியா வன்முறைக் கும்பல்களையும், பாதாளக் குழுக்களையும் கட்டுப்படுத்தவும் கையாளவுமே உருவாக்கப்பட்டது. 'டைட்டல்–3' என்றழைக்கப்படும் சட்டம் முன்னெப்போதுமே நிதி நிறுவனங்களின் தலைவர்கள், அலுவலர்கள் ஆகியோருக்கு எதிராகப் பயன்படுத்தப்பட்ட தில்லை. இந்த விஷயத்தில் நானே அமெரிக்க அரசின் சோதனை எலியாக இருந்தேன்.

ஒட்டுக் கேட்டல் சட்டத்தை நிதித் தொழில் வழக்கு ஒன்றில் உபயோகித்து அரசுத் தரப்பு புதிய சாதனையை நிலைநாட்ட முயன்றது. இதுவே எனது வழக்கில் அரசுத் தரப்பின் முதல் வெற்றியாகும். நான் தொடர்ந்து நடத்திக் கொண்டிருந்த மேன்முறையீட்டு வழக்குகளிலும் இந்த ஒட்டுக் கேட்டல் சட்டமே எனக்குப் பெரும் முட்டுக்கட்டையாக இருந்தது. இவற்றையெல்லாம் அமெரிக்க நீதித்துறையின் உச்சக்கட்டப் பைத்தியக்காரத்தனம் என்றே சொல்லலாம்.

ஒட்டுக் கேட்டலின் சுருக்க வரலாறு

அரசாங்கம் ஒட்டுக் கேட்பது என்பது தனிநபர்களுக்கு இடையேயான தொலைபேசி உரையாடல்களை இரகசிய மாக ஒட்டுக் கேட்டுப் பதிவு செய்வதாகும். இந்தச் செயல் தனிமனித சுதந்திரத்தை ஆராதிக்கும் அமெரிக்க அரசியல் கோட்பாட்டின் ஆணிவேரையே அறுப்பதாகும்.

இந்தக் காரணத்தாலேயே, ஒட்டுக் கேட்கும் சட்டத்தை அமல்படுத்துவது குறித்து அமெரிக்கச் சட்டப் பேரவைக்குள் காரசாரமான விவாதங்கள் நிகழ்ந்த பின்பாக, இந்தச் சட்ட அமலாக்கத்திற்கு அமெரிக்கச் சட்டப் பேரவை கண்டிப்பான நிபந்தனைகளுடன் அனுமதி வழங்கியது.

1967ஆம் ஆண்டளவில், அமெரிக்காவில் பெரும் குற்றச் செயல்கள் தலைவிரித்தாடின. இத்தாலிய மாஃபியாக் குழுக்களும், 'லா கொஸ நோஸ்ரா' குழுவும் அமெரிக்கர்களின் அன்றாட வாழ்க்கையைப் பயங்கரமாக்கின. இந்தக் குழுக்கள் இரகசியத்தைக் காப்பதை ஒரு மதமாகவே கடைப்பிடித்து வந்தன. இவர்களிடம் காகித ஆவணப் பதிவுகளோ பத்திரங்களோ குறைந்தளவிலேயே புழக்கத்திலிருக்கும். இதனால் இந்தக் குழுக்கள் அரசாங்கத்தின் கண்காணிப்பு வளையத்திற்குள்ளிருந்து சுலபமாகத் தப்பித்துக்கொண்டிருந்தன.

இந்தக் குழுக்களின் வன்முறையும் குற்றங்களும், பாதாள உலக இரகசியச் செயற்பாடுகளும் அமெரிக்கச் சட்டங்களைத் தடுமாறச் செய்தன. திரைப்படங்களில் காண்பிக்கப்படுவதைப்

போலவே இந்தக் குழுக்களைச் சேர்ந்தவர்கள் இரகசியமாகக் கடுமையான குற்றங்களில் ஈடுபடும் அதே சமயத்தில், நேர்மையான தொழிலொன்றைச் செய்வதுபோலப் பொதுவெளியில் காட்சியளிப்பார்கள். இவர்களைக் குறித்த உண்மையான தகவல்களை யாராவது காவல்துறைக்கு வழங்கினால், அந்த நபரை ஈவிரக்கமில்லாமல் கொன்றுவிடுவார்கள்.

இப்படியாகத் திட்டமிட்டுக் குற்றம்செய்யும் குழுக்களின் தொலைபேசிகளை அரசாங்கம் ஒட்டுக் கேட்பதன் மூலமாகக் குற்றங்களைக் கட்டுப்படுத்தலாம் என்று அமெரிக்கச் சட்டப் பேரவையிடம் நீதித்துறை கோரிக்கை வைத்தது. இவ்வாறாகத்தான் 1968இல் அமெரிக்கச் சட்டப் பேரவை ஒட்டுக் கேட்டலுக்குச் சட்டப்பூர்வமான அனுமதி வழங்கியது. எனினும், ஒட்டுக் கேட்டல் சட்டம் எந்தவிதத்திலும் தனிநபர்களது உரிமைகளைப் பாதிக்கக் கூடாது என்றும், குற்றச் செயலை விசாரிக்கும்போது, தொலைபேசியை ஒட்டுக் கேட்பது முதலாவது நடவடிக்கையாக இல்லாமல் கடைசி முயற்சியாகவே இருக்க வேண்டுமென்றும் அமெரிக்கச் சட்டப் பேரவை திட்டவட்டமாகக் கூறியிருந்தது.

உதாரணமாக, 2005–2012 காலப்பகுதிக்குள், ஒட்டுக் கேட்பதற்காக 19,000க்கும் அதிகமான பிரமாணப் பத்திரங்கள் எஃப்.பி.ஐ.யினால் நீதிமன்றத்தில் தாக்கல் செய்யப்பட்டன. இந்தப் பிரமாணப் பத்திரங்களில் அநேகமாக எல்லாமே மாஃபியாக் குழுக்களையும், போதைப்பொருள் கடத்தல் குழுக்களையும் ஒட்டுக் கேட்பதற்கு அனுமதி கோரியவையாகும். இவற்றில் ஆறு பிரமாணப் பத்திரங்களைத் தவிர, மற்றவை எல்லாவற்றுக்கும் நீதிமன்றத்தால் அனுமதி வழங்கப்பட்டிருந்தது.

இரகசிய வன்முறைக் குழுக்களுடைய தொலைபேசிகளை அரசாங்கம் ஒட்டுக் கேட்பது நியாயமான செயலே. ஏனெனில், இந்தக் குழுக்களது நடவடிக்கைகளுக்கு அல்லது வியாபாரத்திற்குச் சாட்சியமாக ஆவணங்கள் பெரும்பாலும் இருப்பதில்லை. பணப் பரிமாற்றமும் பெரும்பாலும் இரகசிய வழிகளிலேயே நடக்கிறது. இவர்களைப் பற்றிய தகவல்களைச் சொல்பவர்கள் அல்லது இவர்களுக்கு எதிராகச் சாட்சியமளிப்பவர்கள் அரிதிலும் அரிது. எனவே, இவ்வாறான குற்றக் குழுக்களைக் கையாளுவதற்கு அரசாங்கத்திற்கு ஒட்டுக் கேட்டல் என்ற ஆயுதம் தேவைப்படுகிறது.

என்னை ஒட்டுக் கேட்டல்

அமெரிக்க வரலாற்றிலேயே முதல் தடவையாக, உட்தகவல் வணிக வழக்கு ஒன்றில் ஒட்டுக் கேட்கும் சட்டத்தை

அரசாங்கம் உபயோகித்தபோது, அது என்மீதே பாய்ந்தது. இதை வெட்கமின்றி அறிவித்தவாறே அரசுத் தலைமை வழக்குரைஞர் பராரா ஊடகச் சந்திப்புகளில் மார்தட்டிக் கொண்டார். ஒட்டுக் கேட்கப்பட்ட எனது தொலைபேசி உரையாடல்கள் முழுவதையுமல்லாமல், தந்திரமாகத் தேர்வு செய்த சில துண்டு துணுக்குச் சொற்களையே அவர் ஊடகங் களுக்குக் கசியவிட்டார். ஊடகங்களோ ஒரு மிகப்பெரிய சதிக் கும்பலை அம்பலப்படுத்துவது போன்ற பரவசத்தோடு, என்னைக் குறித்த செய்திகளை உலகெங்கும் பரப்பித் தள்ளினார்கள். இதுதான் ஒட்டுக் கேட்டலின் மாபெரும் சக்தியாகும்.

நான் தமிழ்ப் படங்களில் வரும் வில்லன்போலத் தோற்றமளிக்கிறேன் என்று எனது நண்பர்கள் என்னை அவ்வப்போது கிண்டலடிப்பது உண்மைதான் எனினும், நான் நிஜ வாழ்க்கையில் அப்படிப்பட்டவனல்ல; கலியன் நிறுவனமும் பாதாள உலகக் குற்றக் குழு அல்ல.

கலியன் நிறுவனத்தினர் சட்டத்திற்குப் புறம்பான வணிகங்களை நடத்தியவர்களல்ல. நாங்கள் எஸ்.இ.ஸி.யில் பதிவுசெய்யப்பட்ட, நன்கு அறியப்பட்ட சட்டப்பூர்வமான முதலீட்டு நிதியத்தை நடத்திவந்தவர்கள். எங்களிடம் ஏராளமான தனியார்களும் நிறுவனங்களும் முதலீடுகளைச் செய்திருந்தார்கள். அவர்களது சார்பில் நாங்கள் பல்வேறு முதலீட்டு மூலோபாயங்களை மேற்கொண்டு பங்குச் சந்தையில் தொழில் செய்தோம். எமது செயற்பாடுகள்பற்றி எஸ்.இ.ஸி. பல தடவைகள் கணக்கு ஆய்வுகளும் விசாரணைகளும் செய்துள்ளது. கலியன் நிறுவனம் எப்போதுமே திறந்த புத்தகம். எங்களது வணிக நடவடிக்கைகள் குறித்து எழுப்பப்பட்ட எல்லாக் கேள்விகளுக்குமே நாங்கள் சரியான பதில்களை வழங்கியும், ஆவணங்களைக் கையளித்தும் விதிகளை முறையாகக் கடைப்பிடித்து வந்தோம். அதுமட்டுமன்றி, நாங்கள் வேறொரு புதுமையையும் செய்தோம். எங்களது காலை நேரத்து நிர்வாகக் கூட்டங்களில் முதலீட்டாளர்களையும் பங்குபெற அனுமதித்தோம்.

இவ்வாறு மிக வெளிப்படையாகவும் முறையான ஆவணப் பதிவுகளுடனும் வணிகம் செய்துகொண்டிருந்த என்மீது இரகசிய வன்முறைக் குழுக்களுக்கு உபயோகிக்க வேண்டிய ஒட்டுக் கேட்டல் சட்டம் எப்படிப் பாயலாம்?

என்மீது ஒட்டுக் கேட்டல் சட்டம் பாய்ந்ததைக் குறித்து பராரா ஊடகங்களிடம் பெருமையாகக் கொக்கரித்துக்

கொண்டிருந்தபோது, எனது வழக்கறிஞர்களோ என்னை ஒட்டுக் கேட்பதற்கான நீதிமன்ற அனுமதியை எவ்வாறு எஃப்.பி.ஐ. பெற்றுக்கொண்டது என்று மலைத்தார்கள். இது எப்படிச் சாத்தியமாகியது என்று அவர்கள் ஆய்வுசெய்தார்கள்.

என்னை ஒட்டுக் கேட்பதற்கான பிரமாணப் பத்திரம், எனது கைதுக்கு ஒரு வருடத்திற்கு முன்புதான் நீதிமன்றத்தில் தாக்கல் செய்யப்பட்டுள்ளது. எஃப்.பி.ஐ. அதிகாரி காங்கால் தாக்கல் செய்யப்பட்டிருந்த பிரமாணப் பத்திரம் பல்வேறு பொய்களையும் குறைபாடுகளையும் கொண்டிருப்பதைக் கண்டபோது திகைத்துப்போனோம்.

சாத்தியமானதற்கான காரணம்

தொலைபேசியை ஒட்டுக் கேட்பதற்கு அனுமதி கோரி எஃப்.பி.ஐ. நீதிமன்றத்தில் பிரமாணப் பத்திரத்தைத் தாக்கல் செய்யும்போது, ஒட்டுக் கேட்டல் ஏன் 'சாத்தியம்' என்பதற்கான காரணத்தை முதலில் குறிப்பிட வேண்டும். அதாவது, ஒரு குறிப்பிட்ட தொலைபேசி சமீபத்தில் அமெரிக்காவுக்கு எதிரான குற்றச் செயல்களில் பயன்படுத்தப்பட்டது என்று ஆதாரம் காண்பிப்பது அவசியமாக இருந்தது. இந்த விஷயத்தில் 'சாத்தியமான' காரணமாக ரூமி கானை எனக்குத் தொலைபேசி அழைப்புகளை மேற்கொள்ளுமாறு தூண்டி, நானும் ரூமி கானும் பொதுவெளிக்கு வராத பங்குச் சந்தைத் தகவல்களைப் பரிமாறிக்கொள்வதை ஒட்டுக் கேட்டு, அவற்றைச் 'சாத்தியமான காரணம்' எனப் பதிவுசெய்வதே எஃப்.பி.ஐ.யின் நோக்கமாக இருந்தது.

ஒட்டுக் கேட்பதற்கான எஃப்.பி.ஐ.யின் பிரமாணப் பத்திரம் இரண்டு விஷயங்களை அடிப்படையாகக் கொண்டிருந்தது. முதலாவதாக, அவர்களுடைய பிரமாணப் பத்திரம் ரூமி கானின் வார்த்தைகளிலும் செயற்பாடுகளிலும் முழுவதுமாகத் தங்கியிருந்தது. எனவே, ரூமி கானை நம்பலாம் என்ற உறுதியை நீதிமன்றத்திற்கு எஃப்.பி.ஐ. வழங்கியிருந்தது.

ரூமி கானுடைய குற்றங்கள் நிறைந்த வாழ்க்கைப் பின்னணியை நாங்கள் அறியும்போது, அரசுத் தரப்புக்கு இது சுலபமான வேலையாக இருந்திருக்காது என்பதைப் புரிந்து கொள்ளலாம். உண்மையில், எஃப்.பி.ஐ. அதிகாரி காங் ரூமி கானின் குற்றப் பின்புலத்தை வெள்ளையடித்து நீதிபதியிடம் மறைத்துவிட்டார். இது மாபெரும் தவறு.

இரண்டாவதாக, நிகழ்ந்த குற்றத்தைக் காரணம் காட்டி ஒட்டுக் கேட்க நீதிமன்றத்தில் அனுமதி பெறுவதே

முறையாகும். ஆனால் எனது விஷயத்தில் ஏற்கெனவே பதிவுசெய்யப்பட்ட தொலைபேசி உரையாடல்களைச் சுட்டிக்காட்டி, எதிர்காலத்தில் குற்றமிழைக்கலாம் எனச் சொல்லி எஃப்.பி.ஐ. நீதிமன்றத்தில் அனுமதி கேட்டது. தன்னுடைய பிரமாணப் பத்திரத்தை வலுப்படுத்துவதற்காகப் பதிவுசெய்யப்பட்ட தொலைபேசி உரையாடல்களையும் நீதிமன்றத்தில் சமர்ப்பித்திருந்தது.

அதிகாரி காங்கின் வழிகாட்டலுடன் ரூமி கான் என்னைத் தொலைபேசியில் அழைத்து, மூன்று நிறுவனங்களைப் பற்றிப் பேசிக்கொண்ட குறுகிய உரையாடலை இரகசியமாகப் பதிவுசெய்திருந்தார். இந்தப் பதிவே ஒட்டுக் கேட்பதற்கான அனுமதியைப் பெறுவதற்கு அதிகாரி காங்கின் துருப்புச் சீட்டாக அமைந்தது.

ரூமி கானுக்கும் எனக்கும் இடையே நடந்த அந்த உரையாடலில் 'ப்ரோட்கொம்', 'இன்டெல்', 'ஸிலிங்ஸ்' ஆகிய மூன்று நிறுவனங்ளைப் பற்றி பேசினோம். இந்த மூன்று நிறுவனங்களையும் கலியனின் தொழில்நுட்ப ஆய்வாளர்கள் அக்கறையாகப் பின்தொடர்ந்து ஆய்வுகளைச் செய்து வந்தார்கள். எனினும், இந்த நிறுவனங்களைக் குறித்து நாங்கள் எந்த முடிவான தீர்மானங்களும் எடுக்கவில்லை.

ரூமி கானால் பதிவுசெய்யப்பட்ட உரையாடல் எந்த விதத்திலும் உட்தகவல் வணிகத்துடன் தொடர்புடையதல்ல. முதலீட்டுத் தொழிலில் இருப்பவர்கள் சர்வ சாதாரணமாகத் தெரிவிக்கும் அபிப்பிராயங்களே அந்த உரையாடலில் உள்ளன. ஆனால் இந்த உரையாடலை அதிகாரி காங் தனக்கு வேண்டியவாறு திரித்து, அவை சந்தேகத்திற்குரியவை என நிரூபிப்பதற்காகத் தான்தோன்றித்தனமான விளக்கங்களையும் கூறியிருந்தார்.

இந்தத் தொலைபேசி உரையாடலைக் குறித்து எஃப்.பி.ஐ. தன்னுடைய விளக்கத்தை நீதிமன்றத்திற்கு இவ்வாறு கூறியது:

> "ரூமி கான் அவர்கள் ராஜ் ராஜரட்ணத்திடம் 'இன்டெல் குறித்து?' என்று கேட்டபோது, ராஜ் ராஜரட்ணம் 'இன்டெலின் பங்குகளின் வளர்ச்சி 7 சதவீதம் தொடக்கம் 10 சதவீதம்வரை சென்று பின்பு 8 சதவீதமாகும்' என்று சொல்லியுள்ளார்."

உண்மையில் நான் சொன்னது இதுதான் எனில், இது ஒட்டுக் கேட்பதற்கான அனுமதியைப் பெறுவதற்குப் போதுமான

காரணமாக இருந்திருக்கலாம். ஆனால் எனது வழக்கறிஞர்கள் அந்த உரையாடலின் உண்மைத்தன்மையை ஆய்வுசெய்த போது, எஃப்.பி.ஐ.யின் தில்லுமுல்லுவைக் கண்டுபிடித்தார்கள்.

எஃப்.பி.ஐ. அதிகாரி காங் அந்த உரையாடல் பதிவிலிருந்த முழுமையான தகவல்களை நேர்மையாக நீதிமன்றத்திற்குச் சமர்ப்பிக்கவில்லை. என்னைக் குற்றச்சாட்டிலிருந்து விடுவிக்கக் கூடிய தகவல்களைத் தந்திரமாக நீதிமன்றத்திற்கு மறைத்து விட்டார். 'நான் நினைக்கிறேன்' என்றுதான் ரூமி கானிடம் சொல்லியிருந்தேன். ஆனால் அதிகாரி காங் அந்த வார்த்தை களை மறைத்துவிட்டு, அந்த உரையாடல் என்னுடைய தீர்மானம் என்று திரித்து நீதிமன்றத்திற்குக் கூறியுள்ளார். கலியனின் ஆய்வுகளை அடிப்படையாக வைத்தே இன்டெல் குறித்த என்னுடைய அபிப்பிராயத்தை ரூமி கானிடம் கூறியிருந்தேன். ஆனால் எஃப்.பி.ஐ. "ராஜ் ராஜரட்ணம் இன்டெல் நிறுவனத்தின் பங்குச் சுட்டெண்களை அறிந்துவைத்திருக்கிறார். இதற்குப் போதிய நியாயமான காரணம் இல்லை" என்றது.

ஸிலிங்ஸ் நிறுவனத்தின் விஷயத்திலும் எஃப்.பி.ஐ. இதைப் போன்ற தந்திரத்தையே கையாண்டது. அரசுத் தரப்பின் பிரமாணப் பத்திரத்தில் "ராஜ் ராஜரட்ணம் 'ஸிலிங்ஸ் பங்கு களின் வளர்ச்சி வால் ஸ்ட்ரீட்டின் சாராசரி வளர்ச்சியைவிடக் குறைவாக இருக்கும் என்று எதிர்பார்க்கப்படுகிறது' என்றார். அப்போது ரூமி கான் 'இந்தத் தகவலை நீங்கள் அந்த நிறுவனத்திற்குள்ளிருந்து பெற்றுக்கொண்டீர்களா?' எனக் கேட்டார். அதற்கு ராஜ் ராஜரட்ணம் 'விஷயம் தெரிந்த ஒருவரிடமிருந்து இதை அறிந்துகொண்டேன்' என்றார்" எனக் குறிப்பிடப்பட்டிருந்தது.

இந்த உரையாடல் எனக்குச் சுத்தமாகவே ஞாபகத்தில் இல்லை. இது மிகச் சாதாரணமான உரையாடல் என்பதாலேயே என் ஞாபகத்தில் தங்கவில்லை. "விஷயம் தெரிந்த ஒருவர் யார்?" என்று அரசுத் தரப்பு கேள்வி எழுப்பியிருந்தது. அவ்வாறு விஷயம் அறிந்த கலியனின் முதலீட்டு ஆய்வாளர்கள், வெளியிலுள்ள முதலீட்டு ஆய்வாளர்கள், நிதியியல் நிபுணர்கள் என்று ஏராளமானவர்கள் என்னுடைய தொழில் வட்டாரத்தில் உள்ளார்கள். அவர்களிடமிருந்து எப்போதும் பங்குச் சந்தை நிலவரம் குறித்த ஊகங்களையும் அபிப்பிராயங்களையும் தெரிந்துகொள்கிறேன். இது எனது தொழிலின் பகுதியே தவிர, உட்தகவல் பெறும் சட்டவிரோதச் செயல் கிடையாது.

இதையெல்லாம் எஃப்.பி.ஐ. ஆய்வுசெய்யாமல், தவறான சந்தேகங்களையும் தகவல்களையும் தன்னுடைய பிரமாணப்

பத்திரத்தில் வழங்கி, ஒட்டுக் கேட்பதற்கான அனுமதியைத் தந்திரமாக நீதிமன்றத்தில் பெற்றுக்கொண்டது.

பொய் வெள்ளம்

1968இல், ஒட்டுக் கேட்கும் சட்டத்தை அமல்படுத்த அமெரிக்கச் சட்டப் பேரவை அனுமதி வழங்கியபோது, ஒரு குற்ற விசாரணையைப் பொறுத்தவரை ஒட்டுக் கேட்பதைக் கடைசி முயற்சியாகவே அரசாங்கம் கைக்கொள்ள வேண்டும் எனக் குறிப்பிட்டிருந்தது. ஆனால் என் வழக்கில் அதுவே முதல் முயற்சியாகவும் அடிப்படையாகவும் இருந்தது. இது சட்டத்திற்கு முரணானது என்பது வெளிப்படை.

முதலீட்டு நிதியங்கள் சம்பந்தமான வழக்குகளில் புலன்விசாரணைக்கு வேறு வழிமுறைகளையே அதுவரை காலமும் அரசுத் தரப்பு கையாண்டிருந்தது. நேர்முக விசாரணை, நீதிமன்ற அழைப்பாணை, நிறுவனங்களின் பதிவுகளையும் கணக்குவழக்குகளையும் பரிசோதிப்பது போன்றவையே இத்தகைய நிதித் தொழிற்துறை சார்ந்த வழக்குகளில் கடைப்பிடிக்கப்பட வேண்டிய மரபான வழிமுறைகளாகும்.

ஆனால் இத்தகைய மரபான வழிமுறைகளை மாஃபியா போன்ற குற்றக் குழுக்கள் மீதான புலன்விசாரணையில் உபயோகிப்பது சாத்தியமில்லை என்ற ஒரேயொரு காரணத்தாலேயே ஒட்டுக் கேட்கும் சட்டத்திற்கு அமெரிக்கச் சட்டப் பேரவை அனுமதி வழங்கியிருந்தது. ஏனெனில், மாஃபியாக் குழுக்கள் அரசாங்கத்தின் விசாரணைகளுக்கு ஒத்துழைப்பதில்லை. தங்களுக்கு எதிரான சாட்சியங்களையும் அவர்கள் கொன்றொழித்துவிடுவார்கள். ஆனால் கலியன் நிறுவனம் எந்தவொரு விசாரணையிலும் எப்போதும் நன்கு ஒத்துழைத்தே வந்திருக்கிறது.

எடுத்துக்காட்டாக, எனது கைதிற்கு முன்னான காலத்தில், எனது இளைய சகோதர் ரங்கனின் முதலீட்டு நிதியமான 'செட்னா'வின் முக்கியத் தரகு நிறுவனமான யு.பி.எஸ். 'செட்னாவின் கணக்குவழக்குகளில் முறைகேடுகள் இருக்கலாம்' என்று எஸ்.இ.ஸி.க்கு எச்சரிக்கை வழங்கியிருந்ததால், செட்னா நிறுவனத்தின் மீது எஸ்.இ.ஸி. விசாரணையை மேற்கொண்ட போது, செட்னாவில் முதலீடு செய்திருப்பவர்கள் என்ற முறையில் கலியன் நிறுவனத்தையும் எஸ்.இ.ஸி. அணுகி விசாரித்தது.

நாங்கள் அந்த விசாரணையின்போது, எஸ்.இ.ஸி.க்குப் பூரண ஒத்துழைப்பை வழங்கினோம். கலியனின் பெருந்தொகை யான ஆவணங்களை அவர்கள் பார்வையிட ஏற்பாடுசெய்து

கொடுத்தோம். தேவைப்பட்ட எந்தவொரு ஆவணத்தையும் எஸ்.இ.ஸி. எங்களிடமிருந்து பெறக்கூடியதாக இருந்தது. நாங்கள் எதையுமே மறைக்கவில்லை.

ஒட்டுக் கேட்பதற்கான அனுமதியைப் பெறுவதற்காக எஃப்.பி.ஐ. நீதிமன்றத்தை அணுகியபோது 'ராஜ் ராஜரட்ணத்தையும் ஏனைய இலக்குகளையும் நேர்முக விசாரணை செய்வதற்கு இன்னும் நேரம் நெருங்கவில்லை. மீறிச் செய்தால், அது வழக்கின் போக்கில் மோசமான பாதிப்பை ஏற்படுத்தும்' என்று சொல்லியிருந்தது.

இது வடிகட்டிய பொய்யாகும். நான் ஏற்கெனவே இரண்டு தடவைகள் நேர்முக விசாரணைக்கு உட்படுத்தப்பட்டிருந்தேன். நாள் முழுவதும் நடைபெற்ற, பதிவுசெய்யப்பட்ட அந்த விசாரணையில் கேட்கப்பட்ட எல்லாக் கேள்விகளுக்கும் பொறுமையாகப் பதிலளித்திருந்தேன். கலியன் ஊழியர்களில் இருபது பேர் நேர்முக விசாரணைக்கு உட்படுத்தப்பட்டபோது, அவர்களும் என்னைப் போன்றே அரசாங்கத்துடன் நன்கு ஒத்துழைத்து, ஒவ்வொரு கேள்விக்கும் பதிலளித்தார்கள்.

ஒட்டுக் கேட்பதற்கான பிரமாணப் பத்திரத்தில் 'இந்த விசாரணயோடு தொடர்புடைய ஆவணங்கள் இன்னும் முழுமையாகக் கண்டுபிடிக்கப்படவில்லை' என்றும் எஃப்.பி.ஐ. குறிப்பிட்டிருந்தது. ஆனால் இதுவும் அபாண்டமான பொய்யாகும். எஃப்.பி.ஐ.க்கு கலியனின் நான்கு மில்லியன் ஆவணங்களை எஸ்.இ.ஸி. மூலமாக அணுகிப் பரிசோதனை செய்யத் தாராளமாக வாய்ப்பிருந்தது.

'கலியனுக்கு நீதிமன்ற அழைப்பாணை அனுப்பினால், அது விசாரணையைப் பாழடித்துவிடும். விசாரணை குறித்த தகவல்கள் பங்குச் சந்தை வணிகர்களுக்குள் பரவிவிடும்' எனவும் எஃப்.பி.ஐ. கூறியிருந்தது. ஆனால் எஸ்.இ.ஸி. ஏற்கெனவே 200 நீதிமன்ற அழைப்பாணைகளை வெவ்வேறு வால் ஸ்ட்ரீட் நிறுவனங்களுக்கு அனுப்பிவைத்திருந்தது.

எனது தொலைபேசியை ஒட்டுக் கேட்கும் அனுமதியைப் பெற்றுக்கொள்வதற்காக எஃப்.பி.ஐ. பொய்யை வெள்ளமாப் பாயவிட்டு நீதிமன்றத்தைத் தவறாக வழிநடத்தியிருப்பது இப்போது உங்களுக்குத் தெளிவாகப் புரிந்திருக்கும். பொய் வெள்ளத்தில் நனைந்து ஊறிப்போயிருந்த பிரமாணப் பத்திரத்தை எஃப்.பி.ஐ. நீதிமன்றத்தில் தாக்கல் செய்தது சந்தேகத்திற்கு இடமற்ற விதிமீறலாகும்.

எனது வழக்கறிஞர்கள் எஃப்.பி.ஐ.யின் இந்த விதிமீறலைச் சுட்டிக்காட்டி நீதிமன்றத்தில் கடுமையாக வாதிட்டார்கள். எனது தொலைபேசியை ஒட்டுக் கேட்பதற்கான சரியான காரணங்களை நீதிமன்றத்தில் சமர்ப்பிக்காமலேயே ஒட்டுக் கேட்க அனுமதி பெறப்பட்டிருப்பதால், ஒட்டுக் கேட்டது மூலமாகப் பதிவுசெய்யப்பட்ட தொலைபேசி உரையாடல்களை நீதிமன்றம் சாட்சியங்களாக ஏற்றுக்கொள்ளாமல் தள்ளிவிட வேண்டும் என்று எனது வழக்கறிஞர்கள் வாதிட்டார்கள். அரசுத் தரப்பு வழக்குரைஞர்களோ எஃப்.பி.ஐ.யின் விதிமீறல்களைப் பூசிமெழுகுவதற்கே முயற்சித்தார்கள். ஒட்டுக் கேட்ட பதிவுகள் விஷயத்தில் பதிலளிக்கத் தங்களுக்குக் கால அவகாசம் தேவையென்று நீதிமன்றத்தைக் கோரினார்கள்.

சட்டம் கற்காத எனக்கு இது மிகவும் எளிமையான விஷயமாகவே தெரிந்தது. எஃப்.பி.ஐ. பொய்களை வெள்ளமாக அள்ளிவிட்டிருப்பதை நாங்கள் நீதிமன்றத்தில் நிரூபித்து விட்டோம். இது எனக்கு மிகுந்த உற்சாகத்தைக் கொடுத்தது. எனது தலைமை வழக்கறிஞர் ஜோன் பரவசத்தின் உச்சத்திற்குப் போய் "எங்களுக்கு வெற்றி உறுதி! ஒட்டுக் கேட்ட பதிவுகள் விசாரணையிலிருந்து தள்ளப்படும்" என்றார். ஆனால் எங்களது அணியிலிருந்த ஏனைய வழக்கறிஞர்கள் நிதானமாக இருந்தார்கள். அரசுத் தரப்புக்கு எதிராகச் செயற்பட நீதிமன்றம் தயங்குகிறது என்றே அவர்கள் கணித்தார்கள். அரசுத் தரப்பில் உயர்மட்டங்களிலுள்ளவர்கள் இந்த வழக்கில் இறங்கி இருப்பதால் நீதிமன்றத்தின் தயக்கம் இரட்டிப்பாகும் என்றார்கள்.

இது விஷயத்தில், 2010 ஆகஸ்ட் 16ஆம் தேதியன்று, நீதிமன்றம் பிறப்பித்த கட்டளை வழக்கறிஞர்கள் உலகத்தை வியப்பில் மூழ்கடித்தது. 'ஒட்டுக் கேட்டுப் பதிவுசெய்யப்பட்ட தொலைபேசி உரையாடல்களை இந்த வழக்கில் சாட்சியங் களாகப் பயன்படுத்தலாமா என்பதைக் குறித்துப் பகிரங்க விசாரணை நடத்தப்பட வேண்டும்' என்று நீதிபதி ரிச்சர்ட் ஜே. ஹோல்வெல் ஆணையிட்டார். இந்த விசாரணையில், ஒட்டுக் கேட்பதற்காக எஃப்.பி.ஐ.யால் தாக்கல் செய்யப்பட்ட பிரமாணப் பத்திரம் குறித்து நீதிமன்றத்தில் – பொதுமக்கள் முன்னிலையில் – அரசுத் தரப்பினர் தமது நியாயப்பாட்டை விளக்க வேண்டியிருந்தது. அரசுத் தரப்பினரைக் கூண்டிலேற்றிக் குறுக்கு விசாரணைசெய்து, அவர்களது பொய்களையும் இருட்டடிப்புகளையும் அம்பலப்படுத்துவதற்கான வாய்ப்பை நீதிமன்றம் எங்களுக்கு வழங்கியிருந்தது; பெரும் மகிழ்ச்சி யடைந்தேன்.

தொலைபேசியை ஒட்டுக் கேட்பதற்கான 'டைட்டல் – 3' சட்டம் நாட்டில் அமலுக்கு வந்ததற்குப் பின்பாக, அந்தச் சட்டத்தை முன்வைத்து ஒரு விசாரணை முதன்முதலாகப் பொதுமக்கள் முன்னிலையில் நடைபெறப்போகிறது. அரசுத் தரப்பு மார்தட்டிப் பெருமையடித்துக்கொண்ட கலியன் வழக்கு தலைகீழாகக் கவிழப்போகிறது. இது என்னைக் குற்றச்சாட்டுகளிலிருந்து விடுவிக்கும் முதற்படியாகவும் விதிமீறல்களில் ஈடுபட்ட எஃப்.பி.ஐ. அதிகாரிகளுக்குத் தண்டனை வழங்கும் நிகழ்வாகவும் அமையப்போகிறது என்று மனதார நம்பினேன். இந்தப் பகிரங்க விசாரணை நீதியை நிலைநாட்டுவதற்கான சத்தியக் களமாகத் திகழப்போகிறது என்று எண்ணினேன்.

10

பகிரங்க விசாரணை

தொலைபேசிகளை ஒட்டுக் கேட்பதற்காக நீதிமன்றங்களில் எஃப்.பி.ஐ.யால் தாக்கல் செய்யப்பட்ட ஒரு தொகைப் பிரமாணப் பத்திரங்களில் 99.9 சதவீதமானவை நீதிமன்றங் களால் ஏற்றுக்கொள்ளப்பட்டு, ஒட்டுக் கேட்க அனுமதி வழங்கப்பட்டிருக்கிறது. இருப்பினும் என் விஷயத்தில் பொய் சொல்லி அனுமதி வாங்க வேண்டிய தேவை அதிகாரி காங்குக்கு ஏன் ஏற்பட்டது?

என்னை ஒட்டுக் கேட்டுப் பதிவுசெய்யப்பட் டிருந்த தொலைபேசி அழைப்புகளிலிருந்து சில பகுதிகளை எடுத்து அரசுத் தலைமை வழக்குரைஞர் பராரா அவற்றை எப்படித் திரித்திருந்தார் என்பதை முன்னரே உங்களுக்கு விரிவாக விளக்கிவிட்டேன். அந்தத் திரிபுப்படுத்தப்பட்ட துண்டு துணுக்கு உரையாடல்களைக் கொண்டு அரசுத் தரப்பானது ஜூரி சபையைத் தவறாக வழிநடத்திவிடலாம் என்று கவலைப்பட்டோம். ஏனெனில், முதலீட்டு நிதிய அலுவலர்களும் நிதி மேலாளர்களும் எவ்வாறு செயற்படு கிறார்கள், ஒருவரோடு ஒருவர் எவ்வாறு தொடர்பு கொள்கிறார்கள் என்பதைப் பற்றியெல்லாம் ஜூரி சபையினர் எந்தப் புரிதலும் அற்றவர்களாகவே இருந்தார்கள். எனவே, தொலைபேசி உரையாடலி லிருந்து ஒரு வார்த்தையைப் பிய்த்தெடுத்துத்

திரித்துச் சொல்வதால், அரசுத் தரப்பு வழக்குரைஞரால் ஜூரி சபையைத் தன் வழியில் இட்டுச்செல்ல முடியும்.

இன்னொரு முக்கியமான விஷயம் எதுவெனில், என்னுடைய தனிப்பட்ட கைப்பேசி மட்டுமே ஒட்டுக் கேட்கப்பட்டிருந்தது. எனது அலுவலகத் தொலைபேசியை ஒட்டுக் கேட்பதை எஃப்.பி.ஐ. வேண்டுமென்றே தவிர்த்திருக்கிறது என்றே நினைக்கிறேன். ஏனெனில், அலுவலகத் தொலைபேசி வழியாகத்தான் வணிகம் குறித்த என்னுடைய பெரும்பாலான உரையாடல்கள் நிகழ்ந்தன. அந்த உரையாடல்கள் நான் பிற நிறுவனங்களோடு கிரமமாக உரையாடல்களை நிகழ்த்தியிருக்கிறேன் என்பதைக் காட்டக்கூடியவை. அந்த உரையாடல்களில் ஆய்வுகள், ஊகங்கள், தகவல் குறிப்புகள் ஆகியவை பேசுபொருட்களாக இருந்தன. பேசப்பட்ட விஷயங்கள் எதுவுமே பொதுவெளிக்கு வந்திராத இரகசியத் தகவல்கள் அல்ல. இந்த உரையாடல் பதிவுகள் ஜூரி சபைக்கு எங்களது வணிக நடவடிக்கைகள் குறித்து முழுமையானதும் துல்லியமானதுமான வரைபடத்தை வழங்கியிருக்கும். ஏனெனில், இந்த உரையாடல்களின் அடிப்படையில்தான் நாங்கள் எங்களது நிறுவனத்தில் தீர்மானங்களை எடுத்தோம்.

அதிகாரி காங் எனது கைப்பேசியை ஒட்டுக் கேட்பதற்காகத் தாக்கல் செய்திருந்த பிரமாணப் பத்திரத்தைக் குறித்த பகிரங்க விசாரணை 20.10.2010 அன்று நீதிபதி ஹோல்வெல் முன்னிலையில் தொடங்கப்பட்டு, நான்கு நாட்களுக்கு நீடித்தது. இந்த விசாரணையின்போது, நீதிபதி ஹோல்வெல் கலியனின் மீதான விசாரணையானது, 2007இல் செட்னா முதலீட்டு நிதியத்தின் மீது நடத்தப்பட்ட விசாரணையின் உபவிளைவே என்று புரிந்துகொண்டார்.

பகிரங்க விசாரணையின்போது 'கலியன்மீது நாங்கள் மேற்கொண்ட புலன்விசாரணையில் எங்களுடைய நோக்கங்கள் முழுமையடையாததால், விசாரணை இடையில் நின்றுவிட்டது' என்று அரசுத் தரப்பு அறிவித்தது. இந்த அறிவிப்பானது வழக்கு முடிந்துவிட்டது அல்லது குறைந்த பட்சம் ஒட்டுக் கேட்ட பதிவுகள் தள்ளுபடியாகின்றன என்ற நம்பிக்கையை வழங்கக்கூடியது.

நீதிபதி ஹோல்வெல் சாட்சியங்களை விசாரித்த பின்னர், என்னைக் ஒட்டுக் கேட்பதற்காக எஃப்.பி.ஐ.யால் நீதிமன்றத்தில் தாக்கல் செய்யப்பட்ட பிரமாணப் பத்திரத்தில் பொய்களும் இருட்டடிப்புகளும் நிறைந்திருக்கின்றன என்றும், ஒட்டுக் கேட்பதற்குத் தவறான முறையில் நீதிமன்றம்

ராஜ் ராஜரட்ணம்

அனுமதியளித்திருக்கிறது என்றும் கண்டுபிடித்தார். எஃப்.பி.ஐ.யால் தாக்கல் செய்யப்பட்ட பிரமாணப் பத்திரத்திற்கும், பகிரங்க விசாரணையில் சாட்சிகள் அளித்த வாக்குமூலங்களுக்கும் இடையேயுள்ள முரண்பாடுகளையும் நீதிபதி சுட்டிக் காட்டினார்.

எனினும், இவ்வாறு முறைகேடாகப் பதிவு செய்யப்பட்ட தொலைபேசி உரையாடல்களைச் சாட்சியங்களாக ஏற்றுக் கொள்ளக் கூடாது என்ற எங்களது தரப்புக் கோரிக்கையை நீதிபதி ஹோல்வெல் நிராகரித்துவிட்டர். இது பெரும் புதிராகவேயிருந்தது. உயர்நீதிமன்றம் ‘டைட்டல் – 3’ சட்டம் குறித்து விளக்கமளிக்கையில் ‘சட்டத்தில் குறிப்பிடப்பட்டுள்ள நிபந்தனைகளை முறையாகப் பூர்த்திசெய்யாமல் தாக்கல் செய்யப்படும் பிரமாணப் பத்திரத்தை நிராகரித்துவிடலாம்’ என்று கூறியுள்ளது. அத்துடன் அமெரிக்கச் சட்டப் பேரவையும் இவ்வாறான முறைகேடுகளைக் கட்டுப்படுத்தும் விதிகளை இயற்றிவைத்துள்ளது.

நீதிபதி ஹோல்வெலின் இந்த நிராகரிப்பு எங்களுக்குக் கொடுத்த பேரதிர்ச்சியிலிருந்து நானும் எனது வழக்கறிஞர் அணியும் இன்றுவரை மீளவில்லை. அரசுத் தரப்பின் அழுத்தமும், ஊடக அலையுமே நீதிபதி ஹோல்வெலை அநீதியின் முன்னே அடிபணியச் செய்தன என்றே நாங்கள் கருத வேண்டியுள்ளது.

எனது வழக்கு விசாரணை நடந்து முடிந்து 18 மாதங் களுக்குப் பின்னர், 2012 நவம்பர் 16ஆம் தேதியன்று கொலம்பியா பல்கலைக்கழகத்தில் ‘நீதிபரிபாலனம்’ குறித்து முழுநாள் மாநாடு ஒன்று நடைபெற்றது. அந்த மாநாட்டில் நீதிபதி ஹோல்வெல் உரையாற்றும்போது “தொலைபேசிகளை ஒட்டுக் கேட்பதன் மூலமாகப் பெறப்படும் சாட்சியம் ஜூரி சபையைத் தவறாக வழிநடத்துவதற்கு மிக அதிகமான வாய்ப்புகள் உள்ளன. ஜூரி சபையின் முன்னே ஒலிக்கவிடப்படும் ஒட்டுக் கேட்கப்பட்ட ஓர் உரையாடல் பதிவில் ‘ஞாயிற்றுக் கிழமை இரவு உணவுக்கு என்ன சமைக்கப்போகிறீர்கள்?’ என்று ஒருவர் தனது தாயாரிடம் கேட்பதுகூடக் குற்றமாகத் தோற்றமளிக்கும்” என்றார்.

இதற்கு ஒரு வருடத்துக்குப் பின்னர், 2014 ஜனவரி 7ஆம் தேதியன்று, நீதிபதி ஹோல்வெல் ஃபிரண்ட்லைன் பத்திரிகைக்கு வழங்கிய நேர்காணலில், அவரிடம் “ஒட்டுக் கேட்பதன் மூலமாகப் பெறப்படும் சாட்சியம்குறித்து ஒரு தீர்ப்பை வழங்குவது எவ்வளவு கடினமாகயிருந்தது?” என்று கேட்கப்பட்டது.

அந்த மிக முக்கியமான கேள்விக்கு நீதிபதி ஹோல்வெல் பின்வருமாறு பதிலளித்தார்:

"அது உண்மையிலேயே மிகவும் கடினமானது. யாராவது ஒரு நீதிபதி இதுகுறித்து வேறுவிதமாகக் கூறினால், நிச்சயமாகவே அது பசப்புப் வார்த்தையாகவே இருக்கும். பொதுவெளியில் பிரபலமான வழக்கில், அதுவும் *நியூ யோர்க் போஸ்ட்* பத்திரிகையில் ஒவ்வொரு நாளும் தலைப்புச் செய்தியாக இடம் பிடித்த வழக்கில் தீர்ப்பு வழங்குவது மிகக் கடினமான பணியாகும்."

அரசுத் தலைமை வழக்குரைஞர் பராராவின் ஊடக உத்திகள் பொதுசன அபிப்பிராயத்தை மட்டுமின்றி, நீதிபதிகளையும் எந்தளவுக்குப் பாதித்திருக்கின்றன என்பதை நீதிபதி ஹோல்வெல் அவர்களின் பதிலிலிருந்து நாம் விளங்கிக்கொள்ளலாம். பராராவின் ஊடக உத்திகள் ஜூரி சபையை எந்தளவுக்குப் பாதித்திருந்தன என்பதுபற்றி நாம் என்றுமே அறியப்போவதில்லை.

எஃப்.பி.ஐ.யால் முறைகேடாக ஒட்டுக் கேட்கப்பட்ட தொலைபேசி உரையாடல்களை வழக்கில் சாட்சியமாகச் சேர்த்துக்கொள்வதற்கு நீதிபதி ஹோல்வெல் அனுமதி வழங்கியதைக் கண்டு சட்ட நிபுணர்களும் நீதியரசர்களும் வியப்படைந்தார்கள். நீதிபதி ஹோல்வெலின் தீர்ப்புக்கு எதிராக, பதவியிலிருக்கும் நீதியரசர்கள் ஏதாவது செய்யச் சட்டம் அனுமதிக்காது. எனது நற்பேறாக, ஓய்வுநிலை நீதியரசர்கள் எனக்குச் சாதகமாக நீதிமன்றத்தில் அறிக்கை தாக்கல் செய்தார்கள். அந்த அறிக்கையில், நீதிபதி ஹோல்வெலுடைய தீர்ப்பில் தங்களுக்கிருக்கும் அதிருப்தியைத் தெரிவித்த ஓய்வுநிலை நீதியரசர்கள் 'முறைகேடாக ஒட்டுக் கேட்கப்பட்ட தகவல்களை நீதிமன்றம் மதிப்பற்ற தகவல்களாகவே கருத வேண்டும்' என அடிக்கோடிட்டுக் குறிப்பிட்டிருந்தார்கள்.

1968இல், ஒட்டுக் கேட்க அனுமதிக்கும் 'டைட்டல் – 3' சட்டத்தை வடிவமைத்து உருவாக்கிய மூலவர்களில் ஒருவர் பேராசிரியர் ரொபெர்ட் ப்ளாக்லி. சட்டத்துறையில் ஒப்பற்ற நிபுணரான அவரும் எனக்குச் சாதகமான அறிக்கையை நீதிமன்றத்திற்கு அனுப்பிவைத்தார். அறிக்கையின் சாரம் பின்வருமாறு:

"நாற்பது வருடங்களுக்கு முன்னர் அமெரிக்கச் சட்டப் பேரவை 'டைட்டல் – 3' சட்டத்தை நிறைவேற்றியபோது, இந்தச் சட்டம் அமெரிக்க அரசியல் சாசனம் வழங்கியுள்ள தனிமனிதச் சுதந்திரத்தை எந்தவகையிலும் பாதிக்கக் கூடாது

என்பதில் முழுக் கவனம் எடுத்திருந்தது. இந்தச் சட்டத்தை உபயோகிக்கும்போது, சட்டத்தில் குறிப்பிடப்பட்டுள்ள நிபந்தனைகள் முழுமையாகப் பூர்த்திசெய்யப்பட்டிருக்க வேண்டும். இந்த நிபந்தனைகளைப் பூர்த்திசெய்யாமல் ஒருவருடைய தொலைபேசியை ஒட்டுக் கேட்பது குற்றச் செயலாகும். விதிகளை மீறி ஒட்டுக் கேட்டுப் பெறப்படும் தகவல்கள் செல்லுபடியற்றவை. விதியை மீறியவர்கள் பாதிக்கப் பட்டவருக்கு முழுமையான நஷ்டஈட்டை வழங்க வேண்டும். இதுவே 1968ஆம் ஆண்டிலிருந்து கடைப்பிடிக்கப்பட்டு வரும் சட்டமாகும். அதனை இப்பொழுது நீதித்துறை மாற்றிவிடக் கூடாது."

சட்ட நிபுணரான ஜோஷ் கோயனும் நீதிபதி ஹோல்வெலுடைய தீர்ப்பைப் பின்வருமாறு கடுமையாக விமர்சித்தார்:

> "இந்தத் தீர்ப்பு 'டைட்டல் – 3' சட்டத்தையே தலைகீழாக்கி விட்டது. ஒட்டுக் கேட்பதற்கான அனுமதியைப் பெறுவ தற்குத் தேவையான நிபந்தனைகள் ராஜ் ராஜரட்ணம் விஷயத்தில் முழுமையாகப் பூர்த்திசெய்யப்படவில்லை. நீதிபதி ஹோல்வெலுளுடைய தீர்ப்பு 'டைட்டல் – 3' சட்டத்தின் ஆணிவேரையே அசைத்துவிடுகிறது.

பிரதிபலிப்புக்கள்

ஒட்டுக் கேட்கும் சட்டம் பொதுமக்களால் விளங்கிக் கொள்ளப்பட்டதை விடவும் அதிகச் சிக்கல் சிடுக்குக் கொண்டது. ஒரு தொலைபேசி உரையாடலில் இடம்பெறும் சொற்கள், வசனங்கள், தொனி போன்றவை எந்தச் சந்தர்ப்பத்தில் நிகழ்த்தப்பட்டவை என்பதை இருட்டடிப்புச் செய்துவிட்டு, அரசுத் தரப்பு வழக்குரைஞர்கள் தாங்கள் விரும்பியவாறு உரையாடலைத் திரித்து அபத்தமான அர்த்தங்களைக் கற்பித்துவிடுகிறார்கள். எனவே, நீதிமன்றமும் விஷயத்தைத் தவறாக விளங்கிக்கொள்கிறது.

என்னை ஒட்டுக் கேட்ட விஷயத்தில், 'டைட்டல் – 3' சட்டவிதிகளை அரசுத் தரப்பு முறையாகக் கடைப்பிடிக்க வில்லை. இது சட்டத்திற்கு முரணானது. முறைகேடாக ஒட்டுக் கேட்கப்பட்ட பதிவுகளைச் சாட்சியங்களாக ஏற்றுக் கொள்ளாமல் நீதிமன்றம் நிராகரித்திருக்க வேண்டும். அதைச் செய்ய நீதிமன்றம் தவறிவிட்டது.

ஒட்டுக் கேட்பதற்கு அனுமதி கோரித் தாக்கல் செய்யப் படும் பிரமாணப் பத்திரத்தில் பொய்களைச் சொல்வதற்கு

நீதிமன்றம் அனுமதித்தால், யாருடைய தொலைபேசியை வேண்டுமானாலும் ஒட்டுக் கேட்க எஃப்.பி.ஐ. நோகாமல் அனுமதியைப் பெற்றுக்கொள்ளலாம்.

அமெரிக்காவில், சாதாரண மக்களுக்கு ஒரு சட்டமும், அரசாங்கத்திற்கு இன்னொரு சட்டமும் இருக்கின்றன என்று முதன்முறையாக அறிந்துகொண்டேன். நான் நீதிமன்றத்தோடு மட்டுமல்லாமல், உலகின் மிகச் சக்தி வாய்ந்த அமெரிக்க அரசு இயந்திரத்திற்கு எதிராகவும் போராட வேண்டிய நிலை ஏற்பட்டிருக்கிறது.

11

அலி ஃபார்

கலியன் வழக்கில், அலி ஃபாரது பாத்திர மானது, இந்த வழக்கில் அரசுத் தரப்பு எவ்வாறு பிரதிவாதிகளைப் பயமுறுத்தியும் பேரம் பேசியும் வழக்கை முன்னெடுத்துச் சென்றதற்கான மிகச்சிறந்த உதாரணமாகிறது.

1999ஆம் ஆண்டின் முற்பகுதியில், நான் அலி ஃபாரை முதன்முதலாகச் சந்தித்தபோது, அவர் 'ப்ருடென்ஷியல்' என்ற நிதி நிறுவனத்தில் 'குறைக்கடத்தி' தொழில்நுட்பப் பகுப்பாய்வாள ராகப் பணியிலிருந்தார். கலியன் நிறுவனத்தோடு அவரது நிறுவனம் வணிகத் தொடர்பில் இருந்ததால், அவர் என்னோடும் கலியனின் நிதி மேலாளர்களுடனும் தொழில் சார்ந்து உரையாடு வதற்காக வந்திருந்தார்.

அலி ஃபார் என்னிடம் கூறியவற்றிலிருந்து அவரது முன்கதைச் சுருக்கத்தைக் கீழ்வருமாறு தொகுத்துக்கொள்ளலாம்:

அலி ஃபாருடைய தகப்பனார் ஈரான் இராணுவத்தில் அதிகாரியாக இருந்தவர். மன்னர் ஷாவினுடைய வீழ்ச்சிக்குப் பின்னர், ஏராளமான ஷா விசுவாசிகளைப் போலவே அவரும் குடும்பத்தோடு ஈரானிலிருந்து வெளியேறினார்.

1970களின் பிற்பகுதியில், அலி ஃபாரின் குடும்பம் கலிஃபோர்னியாவில் குடியேறியது. கெட்டிக்கார மாணவரான அலிஃபார் பொறியியலில்

இளங்கலைப் பட்டத்தையும் சட்டம், வணிகம் என இரண்டு துறைகளில் முதுநிலைப் பட்டங்களையும் பெற்றுக்கொண்டார்.

அலி ஃபார் தனது கல்வியை முடித்ததும், குறைக்கடத்தி உற்பத்தித் தொழிலில் ஈடுபட்டிருந்த பல தொழில்நுட்ப நிறுவனங்களில் பணியாற்றினார். பின்னர், வால் ஸ்ட்ரீட்டுக்குச் சென்று ப்ருடென்ஷியல் நிதி நிறுவனத்தில் இணைந்து கொண்டார். தொழில்நுட்ப அறிவுள்ளவர்கள் தமது திறமையை வால் ஸ்ட்ரீட்டில் காலூன்றுவதற்காக உபயோகிப்பது இயல்பான மாற்றமே. குறைக்கடத்தித் தொழிநுட்பத் துறையில் அலி ஃபார் பெற்றிருந்த அனுபவம் அந்தத் துறையில் ஈடுபட்டிருந்த நிறுவனங்களின் பங்குகளை மதிப்பிட்டுத் தேர்ந்தெடுப்பதில் அவருக்குக் கைகொடுத்தது.

இவ்வாறு தேர்ந்தெடுக்கப்பட்ட பங்குகள் ப்ருடென்ஷியல் விற்பனையாளர்களால் கலியன் உட்பட அவர்களுடைய வாடிக்கையாளர்களுக்குப் பரிந்துரைக்கப்பட்டன. அவர்களுடைய பரிந்துரைகள் நன்மையளிக்கும் என்று நாங்கள் கருதினால் ப்ருடென்ஷியல் ஊடாக வணிகம் செய்வோம். இந்த வணிகத்தில் ப்ருடென்ஷியல் தரகுக் கட்டணத்தைப் பெற்றுக்கொள்ளும். இது முதலீட்டுத் தொழிலில் சட்டப்பூர்வ மானது. அலி ஃபார் இதுகுறித்த வேலைகளுக்காகவே கலியனுக்கு வந்து என்னைச் சந்தித்தார்.

அலி ஃபார் தனது பரிந்துரைகளை முன்மொழிந்த பின்னர், வாடிக்கையாளர்களுக்கு ஆய்வறிக்கைகளையும் சந்தை நிலவரங்களையும் பரிந்துரைக்கும் தற்போதைய வேலையில் தனக்கு ஆர்வமில்லை என்றும், பங்குகளை வாங்கும் துறையில் பணியாற்றுவதே தனது விருப்பமென்றும், சாந்தா க்ளாராவில் இருக்கும் கலியன் அலுவலகத்தில் குறைக்கடத்தித் தொழில்நுட்ப ஆய்வாளராகப் பணியாற்றுவதற்குத் தான் விரும்புவதாகவும் என்னிடம் தெரிவித்தார்.

1999 ஜூன் மாதத்தில், கலியனின் சாந்தா க்ளாரா அலுவலகத்தில் அலி ஃபாரைக் குறைக்கடத்தி ஆய்வாளராகப் பணியமர்த்தினேன். கொடுக்கப்பட்ட வேலைகளை அலி ஃபார் மிகத் திறமையாகச் செய்தார். அவர் அங்கு பணியாற்றிய காலத்தில் ‘மானிடத்தின் குற்ற அலை’ ரூமி கானும் அங்கே பணியிலிருந்தார்.

அலி ஃபார் சில வருடங்கள் சாந்தா க்ளாராவில் பணியாற்றிய பின்னர், தான் கலியனில் முதலீட்டு நிதி மேலாள ராகப் பணியாற்ற விரும்புவதாக என்னிடம் தெரிவித்தார். அவரை நியூ யோர்க் நகரத்திற்கு வருமாறு உற்சாகமூட்டினேன்.

எனது ஆலோசனையை ஏற்றுக்கொண்டு, நியூ யோர்க்குக்கு இடம்பெயர்ந்த அலி ஃபோர், எனது வீட்டுக்குப் பக்கமாகயிருந்த அடுக்குமாடிக் கட்டடத்திற்குக் குடிவந்தார். அலுவலகத்தில் வேலை நேரம் முடிந்ததும், நானும் அலி ஃபோரும் இணைந்து 15 நிமிடங்கள் ஒன்றாக நடைபோட்டு எங்களது வீடுகளுக்குத் திரும்புவோம். நாங்கள் இருவரும் விரைவிலேயே நெருங்கிய நண்பர்களானோம்.

துரதிர்ஷ்டவசமாக, அலி ஃபோரால் நிதி மேலாளராகத் திறமையாகச் செயலாற்ற முடியவில்லை. சிறந்த பகுப்பாய்வாளர் ஒருவர் சிறந்த நிதி மேலாளராகவும் இருப்பார் என்று சொல்லிவிட முடியாது.

சிறந்த நிதி மேலாளர் தொழில்சார் இடர்களைத் துணிச்சலுடன் எதிர்கொள்பவராக இருக்க வேண்டும். பங்குச் சந்தையின் திசைகளையும் அலைவுகளையும் உற்று நோக்கியவாறு இருக்க வேண்டும். பங்குச் சந்தையில் திடீர்த்திடீரென ஏற்படும் மாறுதல்களுக்கு ஏற்ப உடனடியாகச் செயல்பட வேண்டும். பங்குச் சந்தையை இயக்கும் பல்வேறு சக்திகளையும் இணைத்து வைத்துக்கொண்டு இடையறாது செயலாற்ற வேண்டும்.

அலி ஃபோர் எங்களது தொழில்நுட்ப முதலீட்டு நிதியில் ஒரு பகுதியையே நிர்வகித்துவந்தார். 2004–2005 காலப்பகுதியில் கலியனின் நிதி மேலாளராக அலி ஃபோர் மேற்கொண்ட நடவடிக்கைகள் எல்லாமே படுதோல்வியைத் தழுவின. பெரும்பாலான நிதி மேலாளர்கள் தொழிலில் கடுமையான கட்டங்களைத் தாண்டி முன்னேறிச் செல்வதுண்டு. ஆனால் இரண்டு வருடங்கள் என்பது மிக அதிகமான காலம். அலி ஃபோர் தொழில்சார் இடர்களைத் தைரியமாக எதிர்கொண்டு துரிதமாகச் செயல்படவில்லை. பங்குச் சந்தை குறித்த சில தகவல்களையும் போக்குகளையும் அளவுக்கு அதிகமாக ஆராய்ச்சி செய்வதிலேயே அவள் நேரத்தைக் கழித்துக்கொண்டிருந்தார்.

என்மீது நம்பிக்கை வைத்து கலியனில் முதலீடு செய்தவர்களின் பணத்தைக் காப்பாற்றுவதும் பெருக்குவதும் என்னுடைய கடமை. எனவே அலி ஃபோரை இனியும் நிதி மேலாளர் பதவியில் வைத்திருப்பது சரியற்றது என்ற முடிவுக்கு வந்தேன். அலி ஃபோரை வேறொரு பணியில் அமர்த்துவதற்குத் தீர்மானித்தேன்.

2006இல், கலியனின் இளநிலைத் தொழில்நுட்ப ஆய்வாளர்களை வழிநடத்தும் பொறுப்புமிக்க பணியில் அலி

ஃபாரை அமர்த்தினேன். இந்தப் பதவி அலி ஃபாருடைய திறனுக்கு மிகப் பொருத்தமானது என்று எண்ணினேன். அவரும் அந்தப் பதவியை முகச் சுழிப்பில்லாமல் ஏற்றுக்கொண்டார். ஆனால் அவருக்குப் புதிய பதவியில் திருப்தியில்லை என்பதைப் பின்னர் அறிந்துகொண்டேன். நான் ஏற்கெனவே ஊகித்திருந்தது போலவே, 2006ஆம் ஆண்டின் இறுதியில், அலி ஃபார் என்னிடம், தான் கலிஃபோர்னியாவுக்கே திரும்பிச் சென்று சொந்தமாக முதலீட்டு நிதியம் ஆரம்பிக்கப்போவதாகக் கூறினார்.

நான் அலி ஃபாரை மனதார வாழ்த்திவிட்டு, அவரது புதிய முயற்சிக்கு ஆதரவு வழக்குவதற்காக, எனது சொந்த நிதியிலிருந்து ஒரு பகுதியை அவரிடம் முதலீடு செய்தேன். கலியன் பணியிலிருந்து விலகிச்சென்று தங்களது சொந்த முதலீட்டு நிதியத்தை ஆரம்பித்த எல்லோருக்கும் இதையே செய்துவந்தேன். ஆனால் எனது வழக்கு விசாரணையின்போது, அரசுத் தரப்பு வழக்குரைஞர்கள் நான் அலி ஃபாரிடம் முதலீடு செய்தது அவரிடமிருந்து உட்தகவல்களைப் பெறுவதற்கே என்று கதை கட்டினார்கள்.

2007ஆம் ஆண்டின் நடுப்பகுதியில், 'ஸ்பிரிக்ஸ்' என்ற முதலீட்டு நிதியத்தை அலி ஃபார் ஆரம்பித்தார். அந்த நிறுவனம் அமோகமாக இயங்கி, 2008இல் உச்சத்தைத் தொட்டது. அந்த வருடத்தில் 'ஸ்பிரிக்ஸ்' நிறுவனம் பத்து சதவீத இலாபம் அடைந்திருந்தது. அந்தக் காலகட்டத்தில், பங்குச் சந்தையின் வீழ்ச்சி காரணமாகப் பெரும்பாலான முதலீட்டு நிதியங்கள் நஷ்டத்தையே சந்தித்திருந்தன. சராசரி நஷ்டம் 18 சதவீதமாக இருந்தது.

அலி ஃபாரின் இந்த வளர்ச்சியை மறுபார்வை பார்க்கும் போது, அலி ஃபார் தனது சகாக்களான ஈரானிய வம்சாவழித் தொழில்நுட்ப நிபுணர்களிடமிருந்து உட்தகவல்களைப் பெற்றுக்கொண்டிருந்தார் என்றே தெரிகிறது. உட்தகவல் வணிகத் தடுப்புச் சட்டத்தின் பல சரத்துகள் தெளிவற்றவை யாக இருக்கலாம். ஆனால் இரண்டு விஷயங்கள் உறுதியாகவே சட்டவிரோத உட்தகவல் வணிகம் என்ற வரையறைக்குள் அடங்குபவை:

1. ஒரு நிறுவனத்தில் இரகசியமாகக் காக்கப்படும் வருவாய் அறிக்கையை நிறுவனத்தின் பணியாளர்களிடமிருந்து இரகசியமாகப் பெற்றுக்கொள்வது.

2. ஒரு நிறுவனம் இன்னொரு நிறுவனத்துடன் இணைக்கப்படும் அல்லது ஒரு நிறுவனம் இன்னொரு நிறுவனத்தால் கொள்முதல் செய்யப்படும் என்பது போன்ற தகவல்களை இரகசியமாகப் பெற்றுக்கொள்வது.

2008 டிசம்பரில், 'அதெரோஸ்' என்ற நிறுவனத்தின் விற்பனைப் பிரிவுத் துணைத் தலைவரான அலி ஹரிரி ஒரு செயற்குழுக் கூட்டத்துக்குப் பின்னர், அலி ஃபாரைத் தொலைபேசியில் அழைத்து "அதெரோஸ் நிறுவனத்தின் வருமானம் வால் ஸ்ட்ரீட்டின் மதிப்பீட்டிலிருந்து வீழ்ச்சி யடைந்துகொண்டிருக்கிறது" என்று பார்ஸி மொழியில் கூறினார். அலி ஃபார் உடனடியாகவே, அந்த நிறுவனப் பங்குகளின் மதிப்பு இறங்கும் என்று பங்குச் சந்தையில் 'பந்தயம்' கட்டி ஊக வணிகம் செய்தார்.

அன்று பிற்பகலில் பங்குச் சந்தை மூடப்பட்ட பின்னர், அதெரோஸ் நிறுவனம் தன்னுடைய வருமானம் வீழ்ச்சி யுற்றதை முன்னறிவித்தல் செய்தது. அந்த நிறுவனத்தின் பங்குகளின் மதிப்பு 25 சதவீதம் வீழ்ச்சியடைந்தது. அதெரோஸின் பங்குகள் மதிப்பிறங்கும் என்று முன்கூட்டியே அலி ஃபார் ஊக வணிகம் செய்திருந்ததால் பெரும் இலாபத்தைச் சம்பாதித்துக்கொண்டார். உட்தகவல் வணிகம் என்பதற்கு இதுவே தரமான உதாரணம்.

அலி ஃபாருக்குத் தொலைபேசி மூலமாக அலி ஹரிரி உட்தகவல் அளித்ததை எஃப்.பி.ஐ. ஒட்டுக் கேட்டுப் பதிவு செய்துகொண்டதால், அலி ஃபார் கையும் களவுமாக மாட்டிக்கொண்டார். 2009 ஏப்ரலில், எஃப்.பி.ஐ. சத்தமில்லாமல் அலி ஃபாரைக் கைதுசெய்தது. என்னுடைய கைது விஷயத்தில் நடந்தது போன்று ஆரவாரங்கள், ஊடகப் பரபரப்புகள் எதுவுமே இருக்கவில்லை.

அதெரோஸ் பங்குகளிலும், ஏனைய பங்குகளிலும் அலி ஃபார் உட்தகவல் வணிகம் செய்ததற்கான மறுக்க முடியாத ஆதாரங்களை எஃப்.பி.ஐ. திரட்டி வைத்திருந்தது. அந்த ஆதாரங்களை அலி ஃபாருக்கு எஃப்.பி.ஐ. காண்பித்தபோது, குற்றத்தை ஒப்புக்கொள்வதைத் தவிர வேறுவழி அவருக்கு இருக்கவில்லை.

எனவே, தான் குற்றவாளி என்று அலி ஃபார் மன்றாடியத தோடு நிறுத்திக்கொள்ளாமல், அரசுத் தரப்புடன் பேரத்தில் இறங்கினார். அரசுத் தரப்போடு பேரம் பேசுதல் என்பது ஒருவர் ஒத்துழைக்கும் சாட்சியாக மாறி, ஓர் குறிப்பிட்ட

இலக்குக்கு எதிராகச் சாட்சியமளித்தல் என்று பொருள்படும். இந்தப் பேரம் பேசுதலில் சிலவேளைகளில் உண்மைக்கு அறவே மதிப்பில்லாமல் இருக்கும். ஒத்துழைக்கும் சாட்சிகள் வழங்கும் தகவல்கள் அதிகரிக்க அதிகரிக்க அவர்களுக்கு வழங்கப்படும் தண்டனையின் அளவு குறைந்துகொண்டே போகும். இதனால் ஒத்துழைக்கும் சாட்சிகள் பல கற்பனைத் தகவல்களை அள்ளிவிடுவதற்குத் தூண்டப்படுவார்கள்.

ஒத்துழைக்கும் பேரத்தை எஃப்.பி.ஐ. மிகவும் தந்திரமாகவே கையாண்டார்கள். அவர்கள் அலி ஃபாரைப் பயன்படுத்தி, அவரைவிடப் பெரிய இரையொன்றைப் பிடிப்பதற்கு முயற்சித்தார்கள்; நானே அந்தப் பெரிய இரை.

அலி ஃபார் தன்னைத் தண்டனையிலிருந்து காப்பாற்றிக் கொள்வதற்காக, அவர் என்னுடன் மேற்கொண்டிருந்த வணிகத்தைப் பற்றிக் கட்டுக் கதைகளை உருவாக்கினார். ஈரானிய வம்சாவழித் தொழில்நுட்ப நிபுணர்களிடமிருந்து உட்தகவல்களைப் பெற்று என்னிடம் கொடுத்ததாக எஃப்.பி.ஐ.யிடம் வாக்குமூலம் அளித்தார். அவர் குறிப்பிட்ட தொழில்நுட்ப நிபுணர்களை நான் ஒருபோதுமே சந்தித்திருக்க வில்லை. தொலைபேசியில் அவர்களோடு பேசியதில்லை. அவர்களைப் பற்றிக் கேள்விப்பட்டதுகூட இல்லை.

அலி ஃபார் தன்னைக் காப்பாற்றிக்கொள்ளும் தவிப்பினால் மேலே மேலே சென்றார். இருபதிற்கும் மேற்பட்ட நிறுவனங்களைக் கொண்ட பட்டியல் ஒன்றை அரசுத் தரப்பு வழக்குரைஞர்களுக்கு வழங்கினார். அந்த நிறுவனங்களோடு தனக்கிருந்த தொடர்புகளையும் எடுத்துக் கூறினார். அவர்களிட மிருந்து வரிசையாக உட்தகவல்களைப் பெற்று, அவற்றை எனக்கு அனுப்பிவைத்ததாகக் கூறினார்.

அலி ஃபாரின் ஒத்துழைக்கும் சாட்சியத்தின் உடனடி விளைவு என்னவென்றால், என்மீது ஏற்கெனவே சுமத்தப்பட் டிருக்கும் குற்றச்சாட்டுகளுடன், அலி ஃபார் புதிதாகச் சொல்லியிருக்கும் குற்றச்சாட்டுகளையும் சேர்த்துச் சுமக்க வேண்டிய நிலைக்குத் தள்ளப்பட்டேன்.

அலி ஃபார் எனது நண்பராக இருந்தவர். அவர் இவ்வாறு எனது முதுகில் குத்தியதால் திகைத்துப்போய் நின்றிருந்தேன். அரசுத் தரப்போடு அவர் செய்துகொண்ட ஒத்துழைக்கும் உடன்படிக்கைக்கு அமைய, அவர் எனக்கு எதிராகப் பொய்ச் சாட்சியம் அளிப்பதற்கு ஆயத்தமாக இருந்ததைக் கண்டு அதிர்ச்சியடைந்தேன். அவருடைய கோழைத்தனம் எனக்குக் கடும் விசனத்தை ஏற்படுத்தியது.

அலி ஃபாரின் பொய் வாக்குமூலம் எனது வழக்கை மேலும் சிக்கலாக்கியது. எனது வழக்கறிஞர் அணியை மேலும் விரிவாக்கி, அவர் சொல்லியிருக்கும் புதிய குற்றச்சாட்டுக்களுடன் தொடர்புடைய நிறுவனங்களின் வணிக நடவடிக்கைகளைக் குறித்துக் கடுமையான ஆய்வுகளைச் செய்ய வேண்டியிருந்தது. இதற்கெனத் தனியாகப் பல மில்லியன் டாலர்களைத் தாரைவார்க்க வேண்டியிருந்தது.

அலி ஃபாரின் வாக்குமூலம் விளைவித்த சேதத்தால், அவரது வாக்குமூலத்தில் குறிப்பிடப்பட்டிருந்த ஈரானிய வம்சாவழித் தொழில்நுட்ப நிபுணர்கள் தங்களது வேலைகளை இழந்தார்கள். கலியனுடன் இணைந்து தொழில்செய்த ஏனைய நிறுவனங்களுக்கும் சேதம் பரவியது. இவையெல்லாம் கமுக்கமாகவே நடைபெற்றன. இவைகுறித்த செய்திகள் ஊடகங்களுக்குக் கசிந்துவிடாமல் அரசுத் தரப்புப் பார்த்துக்கொண்டது. எனவே, அலி ஃபார் கைதுசெய்யப்பட்டது குறித்து நான் அறிந்திருக்கவில்லை.

அலி ஃபார் கைதுசெய்யப்பட்டதற்கு ஒரு மாதம் கழித்து, 2009 மே மாதத்தில், அவரது புதிய சட்டாம்பிள்ளையான எஃப்.பி.ஐ.யின் வழிகாட்டலுக்கு இணங்க அவர் என்னைத் தொலைபேசியில் அழைத்து, தனது உடல்நலக் குறைவு காரணமாகத் தன்னுடைய முதலீட்டு நிதியத்தை மூடுவதாகத் தெரிவித்தார். இது எஃப்.பி.ஐ. ஒட்டுக் கேட்டுப் பதிவு செய்துகொண்டிருந்த ஓர் அழைப்பாகும். அலி ஃபார் என்னிடம் பங்குச் சந்தையைப் பற்றிப் பேச முயற்சித்தார். ஆனால் அந்த உரையாடலில் என்னுடைய கவனம் முழுவதும் என்னுடைய நண்பரின் உடல் நலம் குறித்தேயிருந்தது.

அலி ஃபார் என்னைச் சிக்கவைப்பதற்கு விடாமுயற்சி செய்தார். அவருக்கு எஃப்.பி.ஐ. துணையாக நின்றது. அலி ஃபார் எனக்கு ஏழு தொலைபேசி அழைப்புகளை அடுத்துவந்த வாரங்களில் மேற்கொண்டார். இந்த அழைப்புகளையும் எஃப்.பி.ஐ. ஒட்டுக் கேட்டுப் பதிவுசெய்துகொண்டிருந்தது. பங்குச் சந்தையைக் குறித்துப் பேசுவதற்கு அலி ஃபார் என்னைத் தூண்டிக்கொண்டேயிருந்தார். ஆனால் அந்தத் தூண்டுதலால் அலி ஃபாருக்கும் எஃப்.பி.ஐ.க்கும் எந்தப் பயனும் இருக்கவில்லை. என்னுடைய உரையாடல்களில் அவர்கள் குற்றம் கண்டுபிடிப்பதற்கு எதுவுமே கிடைக்கவில்லை.

இப்போது யோசித்துப் பார்க்கும்போது, அலி ஃபாரின் தொலைபேசி அழைப்புகளில் எஃப்.பி.ஐ. அதிகாரி காங்குடைய வழிநடத்துதலைத் தெளிவாக அடையாளம் காண முடிகிறது.

அலி ஃபாரின் தொலைபேசி அழைப்புகள் கிட்டதட்ட ரூமி கானின் தொலைபேசி அழைப்புக்களை ஒத்திருந்தன. அந்தப் பெண்மணி என்னுடைய தயாள குணத்தைப் பயன்படுத்தியதைப் போலவே அலி ஃபாரும் பயன்படுத்தினார்.

எஃப்.பி.ஐ.யின் வழிகாட்டுதலோடு, மொத்தமாக 244 தொலைபேசி அழைப்புகளை அலி ஃபார் பல்வேறு நபர்களுக்கும் மேற்கொண்டிருந்தார். அனைத்து உரையாடல்களும் எஃப்.பி.ஐ.யால் ஒட்டுக் கேட்கப்பட்டுப் பதிவுசெய்யப்பட்டன. இந்த அழைப்புகள் எல்லாமே முதலீட்டு அலுவலர்களைச் சிக்கவைப்பதற்கான முயற்சிகளேயாகும். இவற்றில் பெரும்பாலான தொலைபேசி அழைப்புகளை அலி ஃபார் தன்னுடைய முன்னாள் சகாக்களான கலியன் அலுவலர்களுக்கே மேற்கொண்டிருந்தார்.

கலியன் அலுவலர்களைப் பயமுறுத்தி, எனக்கு எதிராகச் சாட்சியமளிக்க வைப்பதே எஃப்.பி.ஐ.யின் நோக்கமாகும். ஆனால் அந்த நோக்கம் தோல்வியையே தழுவியது. அந்த நூற்றுக்கணக்கான உரையாடல்களில் எஃப்.பி.ஐ.க்கு ஒன்றுமே அகப்படவில்லை. என்னில் குற்றம் சுமத்தக்கூடிய தகவல்கள் எதுவுமே கிடைக்கவில்லை. ஏனெனில், அப்படி எதுவும் அங்கு இருக்கவில்லை.

2009 அக்டோபர் மாதத்தில் நான் கைதுசெய்யப்பட்டதற்குப் பின்பு, அலி ஃபார்குறித்து இரகசியம் காக்க வேண்டிய அவசியம் எதுவும் எஃப்.பி.ஐ.க்கு இருக்கவில்லை. எனவே, அலி ஃபாரைக் கைது செய்ததுபற்றி அவர்கள் ஊடகங்களுக்கு அறிவித்தார்கள். அந்தக் கைது நடவடிக்கையைப் பரபரப்புச் செய்தியாக்கிப் பரவச் செய்யும் அவசியம் இப்போது அரசுத் தரப்புக்கு ஏற்பட்டிருந்தது. இத்துடன் இணைத்து, அரசுத் தரப்பு என்னைக் குறிவைத்துக் கற்பனையில் சித்தரித்து வைத்திருந்த உட்தகவல் வணிக வலையமைப்புப்பற்றிய செய்திகளும் ஊடகங்களுக்கு அரசுத் தரப்பால் கசியவிடப்பட்டன. பொறுப்புமிக்க இடத்திலிருக்கும் அரசுத் தரப்பினர் ஊடகங்களைத் தவறாக வழிநடத்தும் வெட்கக்கேடு தொடர்ந்துகொண்டிருந்தது.

2009 நவம்பர் மாதத்தில், அலி ஹரிரியை எஃப்.பி.ஐ. கைதுசெய்தது. அந்த நபருடன் எனக்கோ அல்லது கலியன் நிறுவனத்திற்கோ எந்தவிதமான தொடர்பும் இல்லாதிருந்த போதும், அந்த நபரையும் என்னுடன் உட்தகவல் வணிக வலையமைப்பில் இணைத்து ஒரு சித்திரத்தை உருவாக்க அரசுத் தரப்பு முயற்சித்தது. எப்போதும் போலவே, இந்த

முயற்சிக்கும் ஊடகங்கள் முக்கியத்துவத்தைக் கொடுத்து அடித்துப்பிடித்துச் செய்திகளை வெளியிட்டன.

இது என்னுடைய வழக்கை மேலும் சிக்கலான சதிப்பின்னலாக மாற்றியது. அரசுத் தரப்புக்கு அலி ஹரிரியின் ஒத்துழைப்புத் தேவைப்படவில்லை. எனவே அலி ஹரிரி, தான் குற்றவாளி என்று மன்றாடியபோதும், அவருடனான ஒத்துழைப்புப் பேரத்திற்கு அரசுத் தரப்பு இணங்கவில்லை. 2011 ஜனவரியில், அலி ஹரிரிக்கு 18 மாதச் சிறைத்தண்டனை விதிக்கப்பட்டது.

அலி ஹரிரி நீதிமன்றத்தில் இவ்வாறு கூறினார்:

"எனக்கு ஒரு பெரிய வாய் இருந்தது. நான் செய்தது முற்றிலும் தவறானது. நான் அலி ஃபாரின் மீது பழியைப் போட விரும்பவில்லை. குற்றம் என்னுடையதே. ஒருவர் சிலிக்கன் பள்ளத்தாக்கில் தொழில்நுட்பவியலாளராகப் பணியாற்றும் போது, அவருடைய சிந்தனையிலிருந்து உட்தகவல் வணிகம் வெகு தொலைவில் இருக்கிறது. அந்த நபர் ஒன்றைக் கூறுகிறார். ஆனால் அதைக் குறித்துச் சிந்திப்பதில்லை."

மீண்டும் ஒருமுறை பத்திரிகைகள் தவறுதலாகவோ அல்லது அரசுத் தரப்புக்குக் காவடி தூக்கியோ தங்களது தலையங்கங்களில் 'கலியன் வழக்கில் எதிரிக்குச் சிறை' என்று விளாசித் தள்ளின. அலி ஹரிரிக்கு கலியனுடனோ என்னுடனோ எள்ளளவு தொடர்பும் இருந்ததில்லை என்ற உண்மையைக் குறித்து ஊடக அறமற்ற இந்தப் பத்திரிகையாளர்களுக்கு எந்த அக்கறையுமில்லை.

அலி ஹரிரி விஷயமானது, உட்தகவல் வணிக வரைபடத்தில் என்னை மையத்தில் வைப்பதற்காக அரசுத் தரப்பால் முன்னரே வகுக்கப்பட்ட சதி வியூகமாகும். இது கலியன் வழக்கின் பரிமாணத்தை ஊதிப் பெருக்கி, பொதுமக்களைத் தவறாக வழிநடத்த மேற்கொள்ளப்பட்ட முயற்சியாகும். ஊடகங்களைச் சேர்ந்த ஒருவராவது அலி ஹரிரி எவ்வாறு கலியனுடனும் என்னுடனும் இணைக்கப்படலாம் என்று கேள்வி கேட்கவில்லை. அரசுத் தலைமை வழக்குரைஞர் பராரா திரைக்குப் பின்னாலிருந்து இந்தப் பொம்மலாட்டத்தைக் கச்சிதமாக நடத்திக்கொண்டிருந்தார்.

பராரா அடிக்கடி உட்தகவல் வணிக வலைப்பின்னலைக் குறித்த வரைபடங்களை ஊடகங்களுக்கு வழங்கிக் கொண்டிருந்தார். அந்த வரைபடங்களில் நடுநாயகமாக

என்னைக் குறித்திருந்தார். இந்த வலைப்பின்னலின் பிரதான மூளையாக நானே செயற்படுகிறேன் என்று ஊடகங்களுக்கு விளக்கினார். இந்த வரைபடங்கள் பொதுமக்களின் மூளைகளைக் கழுவும் வகையில் தேசிய அளவில் ஊடகங்களில் வெளியாகின.

எனது வழக்கில் எதிர்பாராத ஒரு திருப்பமும் நிகழ்ந்தது. எனது முன்னாள் நண்பரான அலி ஃபாரின் மனச்சாட்சி அவரை வதைத்திருக்க வேண்டும். 2011 பிப்ரவரி மாதத்தில், அதாவது, எனது வழக்கு நீதிமன்றத்தில் விசாரணைக்கு வருவதற்கு இரண்டு மாதங்களுக்கு முன்னதாக, அவர் பாவமன்னிப்பு வாக்குமூலம் ஒன்றை வழங்கியிருந்தார். அதாவது, எனக்கு எதிராக அவரால் கூறப்பட்டிருந்த அனைத்துக் குற்றச்சாட்டுகளும் அவரால் இட்டுக் கட்டப்பட்டவையே என்று தெரிவித்தார். எனவே, அவரது கற்பனையில் தோன்றிய குற்றச்சாட்டுகள் தள்ளிவிடப்பட்டன. ஆனால், இதுகுறித்து அரசுத் தரப்பினர் ஊடகங்களிடம் எதுவுமே சொல்ல வில்லை. அலி ஃபாரின் பொய் வாக்குமூலத்தைக் குறித்து நீதிமன்றத்தில் மூச்சும் காட்டவில்லை.

எனினும், அலி ஃபாரின் ஒத்துழைப்புக்கான வெகுமதி அவருக்குக் கிடைத்தது. அவருக்குத் தண்டனையாக ஒரு வருடக் கால நன்நடத்தையும், 100,000 டாலர்கள் அபராதமும் மட்டுமே விதிக்கப்பட்டன. அவர் அரசுத் தரப்புக்கு ஒத்துழைப்பு வழங்காதிருந்திருந்தால், அவர் இழைத்திருந்த குற்றங்களுக்காக அமெரிக்கச் சட்டங்களின்படி ஐந்து வருடங்கள் சிறையில் தள்ளப்பட்டிருப்பார்.

அலி ஃபாருக்கு வழங்கப்பட்ட தீர்ப்புக் குறித்து அவருடைய வழக்கறிஞர் மிகத் துல்லியமாக இவ்வாறு சொன்னார்:

> "இந்தத் தீர்ப்பு வழங்கியிருக்கும் செய்தி தெளிவானது. ஒருவர் பொய் சொன்னாலும் சொல்லாவிட்டாலும், அவர் அரசுத் தரப்புடன் புத்திசாதுரியமாக நடந்துகொண்டால், அரசுத் தரப்பு அவரைப் பக்குவமாகப் பாதுகாத்துவிடுகிறது."

அரசுத் தரப்பு இப்போது பெரியதொரு பிரச்சினைக்கு முகம் கொடுத்தது. அலி ஃபார், ரூமி கான் இருவருமே எனக்கு எதிரான வழக்கில் அரசுத் தரப்புச் சடுதியாக முன்னேறிச் செல்லத் துணை புரிந்தவர்கள். அவர்கள் திட்டமிட்டு எனக்குச் செய்த தொலைபேசி அழைப்புகள் வழக்கில் சாட்சியமாக இருக்கத் தகுதியற்றவை என்று சொல்லப்பட்டுவிட்டது. ரூமி கான் ஒத்துழைக்கும் சாட்சி என்ற நிலையிலிருந்து தகுதி நீக்கப்பட்டுவிட்டார். அலி ஃபாரோ எனக்கு எதிரான

தன்னுடைய வாக்குமூலம் கற்பனையானது என ஒப்புக்கொண்டு விட்டார். ஆனால் அவர்களுடைய வார்த்தைகள் என்னைக் கைதுசெய்யுமளவுக்குத் தகுதியுடைவை என அமெரிக்க நீதித்துறை கருதுகிறது. இது முரண்பாட்டின் உச்சம்.

என்மீதான வழக்கை வாபஸ் வாங்கி அவமானப்பட அமெரிக்க நீதித்துறை தயாராக இல்லை. எனவே, தங்களுடன் ஒத்துழைக்கக்கூடிய புதிய சாட்சிகளைத் தேடுவதில் அரசுத் தரப்பு மும்முரமாக ஈடுபட்டது. எனக்கு எதிராகப் பலமான வழக்கொன்றைக் கட்டமைப்பதற்காக, ஒத்துழைக்கும் சாட்சிகளைத் தேடி அவர்கள் வேட்டை நாய்களைப் போன்று புறப்பட்டார்கள்.

12

டானியல் கேஸி

முதலீட்டு நிதியத் தொழில் ஒரு யுத்தத்தைப் போன்றது. ஒவ்வொரு நாள் காலையிலும் அலுவலகத்திற்குச் செல்வது போர்க்களம் புகுவதைப் போன்றது. 'நீச்சலடி அல்லது மூழ்கிச் செத்துமடி' என்பதுபோன்ற சூழல். நீங்கள் மூழ்கிக்கொண்டிருக்கும்போது, உயிர்காப்பு மேலங்கிகளை எளிதில் காண முடியாது.

முதலீட்டு நிதிய உலகு மேலாதிக்க மனநிலை யுள்ள வெள்ளை இன ஆண்களின் பிடியிலேயே இருக்கிறது. அந்த உலகில் அரிதாகத் தோன்றிய ஒரு பெண் நட்சத்திரம்தான் டானியல் கேஸி.

2006இல், நதீம் ஜன் முகமெட் என்ற கலியனின் பகுப்பாய்வாளரின் மூலமாக டானியை முதன்முதலாகச் சந்தித்தேன். நான் அவரைச் சந்தித்த இருபது நிமிடங்களுக்குள்ளேயே டானி என்னிடம் "வாழ்க்கையில் எனக்கு மிகவும் பிடித்தமானவை பங்குகள், விளையாட்டு, செக்ஸ் ஆகிய மூன்று விஷயங்களே" என்றவர் சற்று நிறுத்தி "ஆனால் இந்த வரிசையில் அல்ல" என்று சொன்னார். அவரைப் போன்ற ஒருவரை எனது வாழ்க்கையில் முன்பின் சந்தித்திராத எனக்கு அவருடைய துள்ளலான பேச்சு சுவாரஸ்யமாக இருந்தது. டானி தன்னிடமுள்ள படைக்கலம் தனது மிடுக்கான நடை என்று சொல்லாமல் சொல்லுபவர் போலிருந்தார். அவர் எந்த உரையாடலிலும் தனது தளுக்கான பேச்சால் மற்றவர்களை அடக்கிவிடுவார். எந்தச் சபையிலும் தன்மீது கவனம் திரும்புமாறு செய்வார்.

சில மாதங்களுக்குப் பின்பு, ஒரு தொழில்நுட்பவியல் மாநாட்டில் இரண்டாவது தடவையாக டானியைச் சந்தித்தேன். அதன் பின்னர், தொழில்சார் கூட்டங்களில் நாங்கள் சில தடவைகள் சந்தித்துக்கொண்டோம். டானி அடிக்கடி என்னைத் தொலைபேசியில் அழைத்து, பங்குச் சந்தையின் ஏற்ற இறக்கங்கள், பல்வேறு நிறுவனங்களின் பங்குகள் குறித்தெல்லாம் பேசுவார். டானி சிறந்த வாயாடி. நானும் அவருடன் வெளிப்படையாகப் பேசிக்கொண்டாலும், எனது நிறுவனத்தினுடைய பங்கு வணிக நிலவரங்களைக் குறித்து அவரிடம் மூச்சும் விடுவதில்லை.

டானி 15 ஆண்டுகளுக்கும் மேலாகப் பகுப்பாய்வாள ராகவும் நிதி மேலாளராகவும் 'நியூ காஸல் பார்ட்னர்' முதலீட்டு நிதியத்தில் பணியாற்றுகிறார். நியூ காஸல் அலுவலகத்தில் நிலவும் இரைச்சல் தன்னுடைய கவனத்தைக் கலைப்பதால், இப்போது வீட்டில் இருந்தவாறே வேலை செய்வதாக அவர் என்னிடம் சொல்லியுள்ளார்.

டானி என்னுடன் நடத்திய தொலைபேசி உரையாடல் களை 2008ஆம் ஆண்டின் தொடக்கத்தில் எஃப்.பி.ஐ. ஒட்டுக் கேட்டுப் பதிவுசெய்யத் தொடங்கியது. அந்த உரையாடல் களின் போது, டானி 'அக்கமாய்', 'ஏ.எம்.டி.' நிறுவனங்களைக் குறித்த உட்தகவல்களை எனக்கு வழங்கியதாக எஃப்.பி.ஐ. குற்றம் சாட்டியது.

அக்கமாய் நிறுவனம்

அக்கமாய் நிறுவனத்தை கலியன் நன்கு அறிந்திருந்தது. அந்த நிறுவனம் இணையவலைப் போக்குவரத்தை வேகமாக இயக்கக்கூடிய தொழில்நுட்பத்தை மேம்படுத்தியிருந்தது. இணையவலைகள் தொடர்பிலான கலியனின் பகுப்பாய்வாளர் ஜெஸிக்கா குறகொஸ் அக்கமாய் நிறுவனத்தை நெருக்க மாகப் பின்தொடர்ந்து வந்தார். கலியனின் நிதி மேலாளர்களும் அக்கமாயின் வணிக நிலவரங்களை உற்றுக் கவனித்துக் கொண்டிருந்தார்கள்.

2008 மார்ச் மாதத்தில், அக்கமாயின் பங்குகள் மதிப்பிறங்கப் போகின்றன என்றும் அதன் பங்குகள்மீது நாங்கள் 'குறுகிய நிலை' எடுத்துப் பங்குச் சந்தையில் பந்தயம் கட்டலாம் என்றும் ஜெஸிக்கா பரிந்துரைத்தார். அவர் சமர்ப்பித்த வாராந்திர உள்ளக அறிக்கைகளும் அக்கமாய் பங்குகளின் மதிப்புச் சரியப் போகிறது என்பதை உறுதி செய்தன. அக்கமாய் பங்குகளின் மதிப்புக் குறையும் என்று நாங்கள் பந்தயம் கட்டி ஊக வணிகம் செய்தோம்.

2008 மே 22ஆம் தேதியன்று 'கோல்ட்மன் சக்ஸ்' நிறுவனம் கண்டிப்பாக விற்பனைசெய்யப்பட வேண்டிய பங்குகள் பட்டியலில் அக்கமாயையும் சேர்த்துக்கொண்டது. இது அக்கமாய் பங்குகள் சரியப்போகின்றன என்பதற்குத் தெளிவான குறியீடாகும். அன்றே நாங்கள் அக்கமாய் பங்குகளின் வீழ்ச்சியின் மீது மேலும் பந்தயம் கட்டினோம்.

அக்கமாய் நிறுவனம் தனது காலாண்டு வருவாய் அறிக்கையை 2008 ஜூலை 30ஆம் தேதி வெளியிட்டது. அதற்கு ஆறு நாட்களுக்கு முன்பாகவே, அதாவது ஜூலை 24ஆம் தேதியன்று கலியன் நிறுவனம் மொத்தமாக 49 மில்லியன் டாலர்கள் பெறுமதியான பந்தயத்தை அக்கமாய் பங்குகள் மேல் வைத்திருந்தது.

அன்று இரவு (ஜூலை 24) நான் ஓய்வாக எனது குடும்பத்தினருடன் நேரத்தைக் கழித்துக்கொண்டிருந்தேன். இரவு 09.11 மணிக்கு, எனக்கு டானியிடமிருந்து தொலைபேசி அழைப்பு வந்தது. நான் வீட்டிலிருக்கும்போது, என்னை டானி தொலைபேசியில் அழைத்திருப்பது வழமைக்கு மாறானது.

டானி தனது வழமையான நாடகப் பாணியில் "அக்கமாய் சரியப் போகிறது... என்னுடைய ஆளிடமிருந்து இப்போதுதான் தகவல் வந்தது" என்றார். "நான் அதன் பங்குகளின் மீது ஏற்கெனவே 'குறுகிய நிலை' எடுத்துவிட்டேன்" என்று பதிலளித்தேன். உண்மையில், என்னுடைய பதில் முன் யோசனையற்று வாய் தவறி விழுந்த வார்த்தைகளே. பொதுவாகவே, முதலீட்டுத் தொழிலில் உள்ளவர்கள் தங்களது வணிகத் தீர்மானங்களை – குறிப்பாக ஒரு நிறுவனத்தின் பங்குகள் சரியப்போகின்றன என்ற கணிப்பை – பிற நிறுவனங்களுடன் பகிர்ந்துகொள்வதில்லை. ஏனெனில், சரியப் போகும் பங்குகள்மீது ஏராளமான நிறுவனங்கள் 'குறுகிய நிலை' எடுத்தால், அதுவே அந்தப் பங்குகள் சரிவிலிருந்து மீள்வதற்கு வழி வகுத்துவிடும்.

வாய் தவறிக் கூறிய வார்த்தைகளைத் திரும்பப் பெற்றுக் கொள்ள முடியாது. எனவே நான் டானியிடம் "இரகசியமாக வைத்திருங்கள்" என்றேன்.

உண்மையில், நான் ஏற்கெனவே அறிந்திராத எதையுமே டானி புதிதாகச் சொல்லிவிடவில்லை. நாங்கள் ஏற்கெனவே அக்கமாய் பங்குகளின் சரிவை எங்களது ஆய்வுகளின் மூலமாகக் கணித்துத் துரிதமாகச் செயல்பட்டிருந்தோம்.

டானியின் அந்தத் தொலைபேசி அழைப்பை எஃப்.பி.ஐ. ஒட்டுக் கேட்டுப் பதிவுசெய்திருந்தது. டானி எனக்கு

உட்தகவல் வழங்கினார் என்பதற்கு அந்தப் பதிவையே ஆதாரமாக்கியது. அக்கமாய் நிறுவனம் குறித்த கலியனின் விரிவான ஆய்வறிக்கைகளைப் பரிசோதிக்கும் வாய்ப்பு அரசுத் தரப்புக்கு இருந்தபோதும், டானியுடனான தொலைபேசி உரையாடலுக்கு முன்பே அக்கமாய் பங்குகள் தொடர்பில் நாங்கள் முடிவெடுத்து நிறைவேற்றியிருந்ததை அரசுத் தரப்பு நன்கு அறிந்திருந்தபோதும், அவற்றையெல்லாம் அசட்டை செய்துவிட்டு அரசுத் தரப்பு என்மீது நியாயமற்ற முறையில் குற்றம் சுமத்தியது.

கலியன் வழக்கை எதிர்கொள்வதற்கான ஆயத்தங்களை நாங்கள் மேற்கொண்டபோது, டானி தொலைபேசி உரையாடலில் 'என்னுடைய ஆள்' எனக் குறிப்பிட்டது கீரென் டெய்லோர் என்பவரையே என்று எனது வழக்கறிஞர் குழு கண்டுபிடித்தது. அக்கமாய் நிறுவனத்தில் சந்தைப்படுத்தல் பிரிவின் இடைநிலை முகவராக கீரென் டெய்லொர் பணியிலிருந்தார். என்னைப் பொறுத்தவரை, என்னுடைய பேச்சுகளில் எல்லாச் சந்தர்ப்பங்களிலும் நான் 'என்னுடைய ஆள்' எனக் குறிப்பிடுவது கலியன் பணியாளர்களையே. எனவே, டானி 'என்னுடைய ஆள்' என்று சொன்னதற்குப் பெரிய முக்கியத்துவத்தைக் கொடுக்கவில்லை.

எனினும், எஃப்.பி.ஐ.யோ அரசுத் தரப்பு வழக்குரைஞர்களோ கீரென் டெய்லோரை விசாரணை செய்யவில்லை. இது வழமைக்கு மாறானதாகும். இதற்குப் பின்னே 'மாக்கியவெல்லி'த்தனமான காரணமிருக்கிறது. கீரென் டெய்லோர், தான் டானிக்கு உட்தகவல் கொடுக்கவில்லை என்று மறுத்தால், டானிக்கும் எனக்கும் எதிரான 'அக்கமாய்' குற்றச்சாட்டுகளை அரசுத் தரப்புக் கைவிட நேரிடும்.

உச்சமான முரண்நகையொன்றும் நிகழ்ந்தது. கீரென் டெய்லோர், தான் டானிக்கு எந்தவொரு உட்தகவலையும் வழங்கவில்லை என்று தனது வழக்கறிஞர் ஊடாக உறுதியான மறுப்பைத் தெரிவித்தார். சாதாரண இடைநிலை முகவரான தனக்கு நிறுவனத்தின் உட்தகவல்கள் தெரியவர வாய்ப்பே இல்லை என்றார். அரசுத் தரப்பு வழக்குரைஞர்கள் கீரென் டெய்லோர்மீது எந்தக் குற்றச்சாட்டையும் சுமத்தவில்லை. டானிக்கு எதிராகச் சாட்சியமளிக்குமாறு அவரைக் கேட்கவுமில்லை.

கலியன் வழக்கில் அடிக்கடி தெரியவரும் அபத்தம் எதுவெனில், உண்மையைவிட வெற்றியே முக்கியம் என்பதேயாகும். என்ன தந்திரம் செய்தாவது வழக்கில் வெற்றிபெற

வேண்டுமென்று கங்கணம் கட்டிக்கொண்டு செயற்பட்ட அரசுத் தரப்பு, நான் டானியிடம் கூறிய 'இரகசியமாக வைத்திருங்கள்' என்ற வார்த்தையை ஊதிப் பெருக்கி ஊடகங்களை உசுப்பி விட்டது.

ஊடகங்களோ உண்மையைக் கண்டறிவதை விட்டுவிட்டு 'இரகசியமாக வைத்திருங்கள்' என்ற வார்த்தையின் வாலைப் பிடித்துக்கொண்டன. 'உட்தகவல்' என்ற குற்றச்சாட்டு சுமத்தப்படுவதற்குப் பல மாதங்களுக்கு முன்பே, எங்களது கலியன் பகுப்பாய்வாளர் ஜெஸிக்கா அக்கமாய் பங்குகளில் 'குறுகிய நிலை' எடுக்குமாறு பரிந்துரைத்துத் தனது வாராந்திர ஆய்வு அறிக்கைகளை எனக்கு வழங்கியிருந்ததைக் குறித்து ஊடகங்கள் எதுவுமே பேசவில்லை. அரசுத் தரப்புக் கூறுவதை அலசி ஆராய்ந்து உண்மையைக் கண்டுபிடித்துப் பொதுமக்களிடம் தெரிவிக்கக் கடப்பாடுள்ள ஊடகங்கள் அதைச் செய்யத் தவறின. அரசுத் தரப்புக்கோ எல்லா உண்மைகளுமே தெரிந்திருந்தன. அந்த உண்மைகள் வழக்கையே நீர்த்துப் போகச் செய்யும் வல்லமையுடையவை. எனவே, எனக்கு எதிரான வழக்கில் வெற்றி பெறுவதற்கு அரசுத் தரப்பு, பொய்களை மட்டுமே நம்பியிருந்தது.

ஏ.எம்.டி. நிறுவனம்

டானி எனக்கு ஏ.எம்.டி. நிறுவனம் குறித்து உட்தகவல் வழங்கியதாக அரசுத் தரப்பு டானிமீது இன்னொரு குற்றத்தைச் சுமத்தியது. 2008 செப்டெம்பர் 2ஆம் தேதியன்று எஃப்.பி.ஐ.யால் பதிவுசெய்யப்பட்ட டானியின் தொலைபேசி அழைப்பை இதற்கு ஆதாரமாக அரசுத் தரப்பு முன்வைத்தது.

அந்தத் தொலைபேசி உரையாடலில், டானி என்னிடம் "ஏ.எம்.டி. நிறுவனம் அறிவித்திருக்கும் 'அசெட்லைட்' திட்டத்தி னால் அந்த நிறுவனப் பங்குகளின் விலை உயருமானால், யார் இந்த அழகிய பெண் கிளி என்று வால் ஸ்ட்ரீட்டிலுள்ள அனைத்து ஆண்களும் என்னை வியப்புடன் பார்ப்பார்கள். ஏனெனில், நான் ஏ.எம்.டி. குறித்து எல்லோருக்கும் மறைமுகமாகச் சொல்லியிருக்கிறேன்" என்று அவரது பாணியில் சவடால் கதைகளைச் செல்லிக்கொண்டே போனார். வெள்ளையின ஆண்கள் ஆதிக்கம் செலுத்தும் முதலீட்டு நிதியத் தொழிலுக்குள் தன்னை நிலை நிறுத்திக்கொள்வதற்கு டானி இத்தகைய வாய்ச் சவடால் பேச்சுகளையே தனக்குக் கவசமாக்கிக்கொண்டார்.

நான் அவரை இடைமறித்து "தயவுசெய்து இத்தகைய பாசாங்குப் பேச்சுகளுக்குள் உங்களை மறைத்துக்கொண்டு எதையாவது சாதிக்க நினைக்காதீர்கள்! நான் எப்போதாவது

இலங்கையன் என்ற எனது அடையாளத்தை மறைக்க முயற்சிக்கிறேனா?" என்று கேட்டேன்.

"என்ன செய்வது... இந்த ஆண்கள் மத்தியில் ஒரு பெண்ணாக என்னால் என்ன செய்ய முடியுமோ அதையே செய்கிறேன்" என்று அமைதியான தொனியில் சொன்ன டானி சட்டென உடைந்துபோய் "உண்மையிலேயே எனக்கு ஒன்றுமே தெரியாது" என்றார்.

பல்வேறு நிறுவனங்களைச் சேர்ந்த உயரதிகாரிகளின் பெயர்களைத் தனக்கு அவர்களைத் தெரியும் என்ற பாவனையோடு உச்சரித்துக் கொட்டும் வழக்கமும் டானிக்கு உண்டு. டானியுடனான சிறிது காலப் பழக்கத்திலேயே, இதெல்லாம் டானியின் வெறும் வாய்ச் சவடால் என்பதைக் கண்டுகொண்டேன். இவ்வாறான பகட்டான பேச்சுகள் மூலமாக டானி நடிகையைப் போன்று வால் ஸ்ட்ரீட் வட்டாரங்களில் உலா வந்தார். எல்லாம் தெரிந்தவர் போலவும், பிறர் அறியாத முக்கியச் செய்திகள் தன்னிடம் இருப்பது போலவும் பேசுவார். உண்மையில் அந்தப் பேச்சு ஊர் வம்பாக அல்லது செக்ஸ் குறித்த அங்கதப் பேச்சாகவே இருக்கும்.

2008ஆம் ஆண்டு முழுவதும் ஏ.எம்.டி. நிறுவனம் தனது 'அசெட்லைட்' திட்டம் குறித்துப் பேசிக்கொண்டிருந்தது. கலியன் நிறுவனம் ஏ.எம்.டி. நிறுவனத்தின் அந்தத் திட்டத்தை நெருக்கமாகப் பின்தொடர்ந்துகொண்டிருந்தது. இதற்கும் டானி என்னோடு தொலைபேசியில் பேசியதற்கும் எந்தத் தொடர்புமில்லை. ஏ.எம்.டி. நிறுவனத்தைக் குறித்து என்னோடு வம்பு பேசியதைப் போலவே, வேறு பலரோடும் டானி பேசிக் கொண்டிருந்தார் என்பதைப் பின்னர் அறிந்துகொண்டேன்.

உதாரணமாக, 2008 ஆகஸ்ட் 27ஆம் தேதி காலையில், தொலைபேசி வழியாக ரிச் கோர்டன் என்ற நிதி மேலாளரைத் தொடர்புகொண்ட டானி "ஏ.எம்.டி. பங்குகளை வாங்கிக் கொள்! இந்த விஷயம் வெளியே தெரியவந்தால் நான் தொலைந்தேன். என்னுடைய தொழிலே அழிந்துபோகும்; மார்த்தா அம்மையாரைப் போலச் சீரழிந்து போய்விடுவேன். நான் சொல்வதைக் கேள்! என்னைக் கேள்வி கேட்காமல் சொல்வதை மட்டும் செய்! உடனடியாகப் பங்குகளை வாங்கிக் கொள்!" என்றெல்லாம் வாய்ச் சவடால் அடித்திருக்கிறார்.

அன்று பிற்பகலில், டானி கைப்பேசி மூலமாகத் தன்னுடைய வாயிற் காவலாளியைத் தொடர்புகொண்டு, தன்னுடைய வீட்டுத் தொலைபேசியில் வரும் இரைச்சலைச் சரிசெய்து தருமாறு கேட்டுவிட்டு, அந்தக் காவலாளியிடம்

சமனற்ற நீதி

"உங்களுக்கு ஏ.எம்.டி. பங்குகள் குறித்து ஏதாவது தகவல்கள் வேண்டுமானால் நான் தருகிறேன். நான் பொதுவாக இதைச் செய்வதில்லை. செய்யவும் கூடாது. நீங்கள் இதை யாருக்கும் சொல்லமாட்டீர்கள் என்றே நம்புகிறேன். என்னுடைய அம்மாவுக்குக்கூடச் சொல்லவில்லை. ஏ.எம்.டி.யின் பங்குகள் 30 சதவீதம் உயரலாம். நான் இதைச் சொன்னதாக நீங்கள் யாரிடமும் மூச்சும் காட்டக் கூடாது" என்று பேசியிருக்கிறார்.

ஒலிப்பதிவு செய்யப்பட்ட இந்த உரையாடல்களை அரசுத் தரப்பு 'உட்தகவல்கள்' என்று வகைப்படுத்தியது. உண்மை என்னவென்றால், ஏ.எம்.டி. நிறுவனத்தின் பங்குகளை டானி வாங்கி வைத்திருந்தார். அவர் அந்த நிறுவனத்தை அளவுக்கு மீறி நேசித்தார். அதை மற்றவர்களுக்கு – வாயிற் காவலாளி உட்பட – சொல்லாமல் அவரால் இருக்க முடியாது.

என்னைக் கைதுசெய்த அதே நாளில், டானி, அவரது முதலாளியும் நியூ காஸல் நிறுவனத்தின் தலைவருமான மார்க் குர்லாண்ட், ஐ.பி.எம். நிறுவனத்தின் துணைத் தலைவர் ரொபெர்ட் மொஃபெட் ஆகிய மூவரும் எஃப்.பி.ஐ.யால் கைதுசெய்யப்பட்டார்கள். சன் மைக்ரோ சிஸ்டம்ஸ், ஏ.எம்.டி. நிறுவனங்களின் உட்தகவல்களை ரொபெர்ட் மொஃபெட் டானிக்கு வழங்கியதாகவும், டானி அந்தத் தகவல்களை மார்க் குர்லாண்டோடு பகிர்ந்துகொண்டு உட்தகவல் வணிகம் செய்ததாகவும் அரசுத் தலைமை வழக்குரைஞர் பராரா குற்றம் சாட்டினார். அத்துடன், டானி அந்த உட்தகவல்களைப் பயன்படுத்தி ஏ.எம்.டி. நிறுவனப் பங்குகளையும் வாங்கியதாகக் குற்றம் சாட்டப்பட்டது. கைது செய்யப்பட்ட மூவரும் 'நியூ காஸல் வட்டம்' என்று அரசுத் தரப்பால் குறிப்பிடப்பட்டனர்.

பிறகென்ன! நியூ காஸல் வட்டத்தைத் தாங்கள் 'கலியன் வட்டம்' எனக் கருதிய ஒன்றுடன் அரசுத் தரப்பு முடிச்சுப் போட்டுவிட்டது. மார்க் குர்லாண்டையோ, ரொபெர்ட் மொஃபெட்டையோ எனக்கு முன்பின் தெரியாது. பராரா மீண்டும் ஊடகங்களையும், அதன் வழியாகப் பொதுமக்களையும் தவறாக வழிநடத்தினார். "மிகப்பெரிய அளவில் ஒருங்கிணைக்கப்பட்டிருக்கும் உட்தகவல் வணிக வலையமைப்பின் நடுநாயகம் ராஜ் ராஜரட்ணமே" என்றுகூறி எனது தலையில் குற்ற வெள்ளத்தைக் கொட்டிவிட்டார்.

ஆரம்பத்தில், நியூ காஸல் வட்டத்தினர் தாங்கள் குற்றவாளிகள் அல்ல என்று கூறியதால், அவர்களுக்குப் பிணை வழங்கப்பட்டது. ஆனால் விரைவிலேயே மார்க் குர்லாண்டும்

ரொபெர்ட் மொஃபெட்டும் தங்களுக்கு ஏற்பட இருக்கும் சேதத்தைக் குறைப்பதற்காகக் குற்றத்தை ஒப்புக்கொண்டனர். முதலாமவருக்கு 27 மாதங்களும், அடுத்தவருக்கு ஆறு மாதங்களும் சிறைத்தண்டனை விதிக்கப்பட்டது.

இந்த இருவரும் அரசுத் தரப்பின் அச்சுறுத்தலுக்குப் பணிந்து மண்டியிட்டார்கள் என்றே கருத வேண்டியுள்ளது. ரொபெர்ட் மொஃபெட் கைதுசெய்யப்படுவதற்கு முன்னர், ஐ.பி.எம். நிறுவனத்தின் அடுத்த தலைமை நிறைவேற்று அதிகாரியாகப் பதவி ஏற்கக்கூடும் என்ற பேச்சுகள் அடிபட்டுக்கொண்டிருந்தன. அவரது கைதுக்குப் பின்னர், அவர் தன்னுடைய வேலையையும் 50 மில்லியன் டாலர்கள் ஓய்வூதியத்தையும் இழந்தார். மார்க் குர்லாண்டின் கைதிற்குப் பின்னர், பில்லியன் கணக்கான டாலர்களை நிர்வகித்து வந்த நியூ காஸல் முதலீட்டு நிதியம் இழுத்து மூடப்பட்டது. ஏராளமான ஊழியர்கள் தங்களது வேலைகளை இழந்தனர். பராரா ஏற்படுத்திய சேதம் மிகப் பெரிதாகவே இருந்தது.

கைதான மூவரில் டானி மட்டுமே தன்மீது சுமத்தப்பட்ட குற்றச்சாட்டை எதிர்த்து, தன்னிடமிருந்த பணத்தையெல்லாம் செலவுசெய்து ஓராண்டுவரை போராடினார். அவரது வழக்கு நீதிமன்றத்தில் விசாரணைக்கு வருவதற்கு இரண்டு மாதங்களுக்கு முன்னதாக, 2011 ஜனவரி 11ஆம் தேதியன்று அரசுத் தரப்பிடம் அடிபணிவதைத் தவிர டானிக்கு வேறுவழி இருக்கவில்லை. அவர் தனது தோல்வியை ஒப்புக்கொள்வதற்கு முதல் நாள் என்னைத் தொலைபேசியில் அழைத்து, தான் எடுத்திருக்கும் முடிவைக் கம்மிய குரலில் சொன்னார். டானியின் குரலில் உள்ளோடிய வலியை என்னால் உணர முடிந்தது.

எஃப்.பி.ஐ.யால் ஒட்டுக் கேட்கப்பட்ட தொலைபேசி உரையாடல் பதிவுகளில் வெளிப்படும் தன்னுடைய நாடகப் பாணிப் பேச்சினால் ஜூரி சபை தனக்கு எதிராகத் திரும்பி விடும் என்று டானி கருதினார். குற்றத்தை ஒப்புக்கொள்வதால் தண்டனை குறையும், தொழிலுக்கு ஏற்படக்கூடிய ஆபத்துக் குறையும் என்றெல்லாம் நம்பினார். பராராவின் மிரட்டலுக்கும் நரித் தந்திரங்களுக்கும் டானி அடிபணிய நேரிட்டது எனது மனதில் நெருடலை உண்டாக்கியது.

குற்றத்தை ஒப்புக்கொள்ளும் மனுவில் சன் மைக்ரோ சிஸ்டம்ஸ், ஐ.பி.எம், லெனோவா ஆகிய நிறுவனங்களின் பங்குகளில் தான் உட்தகவல் வணிகம் செய்ததாக டானி ஒப்புக்கொண்டார். இந்த நிறுவனங்கள் எனக்கு எதிரான குற்றச்சாட்டுகளில் இல்லாதவை. இவற்றில் ஒரேயொரு

நிறுவனத்தின் பெயர்கூட என்மீதான குற்றப்பத்திரிகையில் குறிப்பிடப்படவில்லை. இருந்தபோதும் டானி அந்த நிறுவனங்களின் பங்குகள்மீது செய்த வணிகத்தை என்னோடு தொடர்புப்படுத்தி அரசுத் தரப்பு ஊடகங்களுக்குச் செய்தி வழங்கியது. ஊடகங்களும் எந்தக் கேள்வியையும் எழுப்பாமல், அரசுத் தரப்போடு நன்றாக ஒத்துழைத்துத் தலையாட்டிப் பொம்மைகளாக நடந்துகொண்டன.

டானிக்கு இரண்டரை வருடச் சிறைத்தண்டனை விதிக்கப்பட்டது. டானிமீது எனக்கு மிகுந்த மரியாதை உண்டு. அவர் ஒத்துழைக்கும் சாட்சியாக மாறி அடுத்தவரைக் குறித்துப் பொய்ச் சாட்சியம் அளிக்கவில்லை. தான் நிரபராதி என்று தன்னால் முடிந்தவரை போராடினார். அவர் குற்றத்தை ஒப்புக்கொண்ட பின்னும்கூட, எனது வழக்கறிஞர் அவரைத் தொடர்புகொண்டபோது 'நான் ராஜ் ராஜரட்ணத்திற்கு எந்தவித உட்தகவலையும் வழங்கவில்லை. கீரென் டெய்லோரை ராஜ் ராஜரட்ணத்திற்குத் தெரியாது' என்றொரு பிரமாணப் பத்திரத்தை எழுதிக்கொடுத்தார். இதுதான் டானியின் உண்மையான குணச்சித்திரம். இத்தகைய நற்பண்புகளை அவர் தன்னுடைய நாடகப் பாணிப் பேச்சுகளால் மறைத்து வைத்திருக்கத் தேவையில்லை.

அரசுத் தரப்பு கீரென் டெய்லோர்மீது குற்றவியல் வழக்கு எதையும் தொடுக்கவில்லை. ஆனால் எஸ்.இ.ஸி. அவர்மீது குடிமையியல் வழக்கொன்றைத் தொடுத்தது. கீரென் டெய்லோர் எதிர் வழக்காடாமல் எஸ்.இ.ஸி.யோடு சமரசத்திற்குச் சென்று *145,000* டாலர்கள் அபராதத்தை மட்டுமே செலுத்தி வழக்கை முடித்துக்கொண்டார்.

அலி ஃபாருக்கு உட்தகவல் கொடுத்த அலி ஹரிரிக்கு விதிக்கப்பட்ட ஒன்றரை வருடச் சிறைத்தண்டனையுடன் இதை ஒப்பிட்டுப் பார்த்தால், உட்தகவல் வணிகத் தடைச் சட்டங்கள் அமெரிக்காவில் எவ்வாறு தாறுமாறாகவும் சமனற்றும் நடைமுறைப்படுத்தப்படுகின்றன என்பதை விளங்கிக்கொள்ளலாம்.

13

ராஜீவ் கோயல்

எனக்கு எதிராக அரசுத் தரப்பு தொடுத்த வழக்கின் அடித்தளம் ரூமி கான், அலி ஃபார் ஆகியோருடைய ஒத்துழைக்கும் சாட்சியங்களே. எனது வழக்கறிஞர் அணி அந்தச் சாட்சியங்களிலுள்ள முரண்களையும் பொய்களையும் வெளிச்சம் போட்டுக் காட்டிவிட்டது.

இந்த அனுபவத்திலிருந்து கற்றுக் கொண்டது ஒன்றுண்டு. அதாவது, அரசுத் தரப்பு வழக்குரைஞர்கள் தங்களது சோம்பேறித்தனத்தையும் நிதி நிறுவனங்கள், பங்குச் சந்தை இரண்டிலிலும் தங்களுக்கு இருக்கும் அனுபவமின்மையையும் அறிவீனத்தையும் ஈடுசெய்வதற்கு மூர்க்கத்தன மான அதிகாரத்தையும் கடும் சூழ்ச்சியையும் பயன்படுத்துவார்கள்.

அந்த இரண்டு ஒத்துழைக்கும் சாட்சியங்களும் நொறுங்கி விழுந்த நிலையில், அரசுத் தரப்பின் கொள்ளிக் கண் எனது சக பிரதிவாதிகளின் பக்கம் திரும்பியது. அந்தக் கொள்ளிக் கண்ணில் முதலாவதாக அகப்பட்டவர் வார்ட்டன் பள்ளியில் எனது சக மாணவரும், இன்டெல் கேப்பிடல் நிறுவனத்தின் இடைநிலை மேலாளருமான ராஜீவ் கோயல்.

நான் கைதுசெய்யப்பட்ட அதே நாளில் ராஜீவும் எஃப்.பி.ஐ.யால் கைதுசெய்யப்பட் டிருந்தார். க்ளியர்வேர் நிறுவனத்தில் இன்டெல் நிறுவனத்தின் முதலீடு குறித்து ராஜீவ் கோயல் எனக்கு உட்தகவல் வழங்கியிருக்கிறார் என்று

அரசுத் தரப்புக் குற்றம் சாட்டியது. ராஜீவ் கைதுசெய்யப்பட்டதும், பராரா தன்னுடைய வழமையான நாடகத்தை ஊடகங்களுக்கு முன்னால் நடத்திக்காட்டிப் பரபரப்பைத் தூண்டிவிட்டார்.

என்னைப் போலவே ராஜீவும் அரசுத் தரப்பின் பொய்க் குற்றச்சாட்டுகளால் அதிர்ந்துபோனார். தான் குற்றவாளி அல்ல என்று உறுதியாகச் சொன்னார். உண்மையும் அதுதான். அவர் நிச்சயமாகவே நிரபராதி.

ராஜீவின் வழக்கறிஞர்கள் எனது வழக்கறிஞர் அணியோடு இணைந்துகொண்டார்கள். அவர்கள் கூட்டாக நின்று அரசுத் தரப்பின் தவறுகளைச் சுட்டிக்காட்டி வாதிடத் தயாரானார்கள். இந்தக் குற்றச்சாட்டை எதிர்கொண்டு தோற்கடிக்க முடியும் என்பதில் எங்கள் யாருக்குமே சந்தேகம் இருக்கவில்லை.

ஆனால் ராஜீவ் விரைவிலேயே நழுவல் போக்கைக் கடைப்பிடிக்கத் தொடங்கினார். அரசுத் தரப்பின் குற்றச்சாட்டை என்னோடு சேர்ந்து நின்று மறுப்பதில் அவர் தீவிரம் காட்டவில்லை. அரசுத் தரப்புடன் ஒத்துழைத்து எனக்கு எதிராகச் சாட்சியமளித்தால், தான் குறைந்த சேதத்துடன் தப்பித்துக்கொள்ளலாம் என்று அவர் கணக்குப் போட்டிருக்க வேண்டும். ராஜீவ் என்னுடைய ஆத்ம நண்பர் என்றே அதுநாள்வரை கருதியிருந்தேன். ராஜீவின் வாழ்க்கையில் பல்வேறு பலவீனங்கள் இருப்பதை அறிந்திருக்கவில்லை. ஆனால் அரசுத் தரப்பு அந்தப் பலவீனங்களைக் கண்டுபிடித்து, அவற்றின் மூலமாகத் தனது வாதங்களுக்கு உயிரூட்டியது.

முன்கதை

1981இல் நான் ராஜீவை வார்ட்டன் பள்ளியில் சக மாணவராகச் சந்தித்தேன். அப்போது எனக்கு அவருடன் சாதாரணப் பழக்கமே இருந்தது. அவ்வப்போது படிப்பு சம்பந்தமான விஷயங்களைப் பகிர்ந்துகொள்வோம். 1983இல் ராஜீவ் பட்டம் பெற்றதும், நியூ யோர்க் நகரத்தில் 'மெட்ரோபொலிட்டன் லைஃப்' நிறுவனத்தில் வேலை தேடிக்கொண்டார். சில ஆண்டுகளுக்குப் பின்னர், ராஜீவ் அவரது தாயகமான இந்தியாவுக்கே திரும்பிச்சென்று அங்கே தொழில்செய்தார். 2000ஆம் ஆண்டு ஜனவரியில் மீண்டும் அமெரிக்காவுக்கே வந்த ராஜீவ் 'இன்டெல் கேப்பிடல்' நிறுவனத்தில் வேலைக்குச் சேர்ந்தார்.

எங்களிடையே இப்போது நெருங்கிய நட்பு உருவானது. வார்ட்டன் பள்ளிப் பழக்கம், ஒத்த கலாச்சாரப் பின்னணி

என்பவற்றுக்கு மேலாக, எங்களது குடும்பங்களும் ஒரே தன்மையானவை. எங்கள் இருவருக்குமே ஒரேமாதிரியாக, ஒத்த வயதினரான இரண்டு மகள்களும் ஒரு மகனும் இருந்தார்கள். இரண்டு குடும்பங்களுமாகச் சேர்ந்து ஐரோப்பாவுக்குச் சென்று கோடைக்கால விடுமுறையைக் கழிக்குமளவுக்கு ஒருவரையொருவர் நன்கு புரிந்துகொண்டு, நெருக்கமான குடும்ப நண்பர்களாகயிருந்தோம்.

நாங்கள் இருவருமே ஒரே துறையில் பணியாற்றுவதால், நிறுவனங்களதும் தொழில்நுட்பத் துறையினதும் இயங்குதிசை களைக் குறித்தெல்லாம் கருத்துக்களைப் பரிமாறிக் கொள்வதுண்டு. தொழில்நுட்பத் துறை குறித்து ராஜீவோடு உரையாடுவது மிகவும் உற்சாகமான அனுபவம். தொழில்நுட்ப நிறுவனங்களைக் குறித்த மதிப்பீடுகளை நானும் ராஜீவும் எதிரெதிர்க் கோணங்களிலிருந்து நோக்குவோம். இந்தச் சுவாரஸ்யமான உரையாடல்கள் அறிவுப் பகிர்வாய் அமைந்தன.

எங்களுடைய நட்பு மிகவும் ஆழமாக இருந்ததால், ராஜீவ் தனது சொந்தப் பிரச்சினைகளிலும் எனது வழிகாட்டலை நாடினார். இன்டெல் நிறுவனப் பணியில் ராஜீவ் தேக்க நிலையில் இருந்தார். அவர் இந்தியாவுக்குத் திரும்பிச்சென்று, அங்கே ஒரு தொழிலைத் தொடங்க விரும்பினார். இந்த விருப்பத்தை விரைந்து செயலாக்குமாறு ராஜீவை ஊக்கப்படுத்தினேன். என்னுடைய எல்லா நண்பர்களுக்கும் உதவுவது போலவே, எனது தொழில்சார் தொடர்புகளை உபயோகித்து, ராஜீவின் அடுத்த கட்ட வளர்ச்சிக்கு என்னாலான உதவிகளைச் செய்தேன்.

புதிய தொழில் முயற்சிகளை நாடும் நண்பர்களுக்கு வாய்ப்புகளை அமைத்துக் கொடுக்கும் மதிப்பார்ந்த நிலையில் கலியன் நிறுவனத்தின் அதிபர் என்ற முறையில் நானிருந்தேன். அப்போது கலியன் தொழிலின் உச்சத்திலிருந்தது. தொட்ட தெல்லாம் துலங்கியது. அமெரிக்காவில் மட்டுமல்லாமல், வெளிநாடுகளைச் சேர்ந்த முதலீட்டாளர்களும் எமது ஸ்திரமான வளர்ச்சியைக் கவனித்துக்கொண்டிருந்தார்கள். நிறுவனங்களின் தலைவர்களும் உயரதிகாரிகளும் கலியனில் முதலீடுசெய்ய ஆர்வம்கொண்டிருந்தார்கள். இதனால், முன்பு நினைத்தும் பார்த்திராத அதிகார வெளிகளுக்குள் என்னால் கம்பீரமாகப் பிரவேசிக்க முடிந்தது.

இந்தியாவில் முதலீடு செய்துள்ள தனியார்ப் பங்கு நிதியமொன்றுடன் ஒரு சந்திப்பை ராஜீவுக்கு ஏற்பாடு செய்துகொடுத்தேன். இந்தியாவின் பெருநிறுவனமான டாடா

சமனற்ற நீதி

குழுமம் மற்றுமொரு தனியார்ப் பங்கு நிதியத்தைத் தொடங்கத் திட்டமிட்டபோது, டாடா குழுமத்திற்கு ஒரு விண்ணப்பத்தைச் சமர்ப்பிக்குமாறு ராஜீவுக்கு ஆலோசனை சொன்னேன். ஆனால் இன்டெல் நிறுவனத்திலிருந்து விலகிச்செல்ல ராஜீவ் தயங்கினார். சவால்களுக்கு முகம் கொடுக்க அவர் தயாரில்லை.

பொருளாதாரரீதியாகத் தனக்கு ஏற்பட்டிருக்கும் பல்வேறு அழுத்தங்களைக் குறித்து ராஜீவ் என்னுடன் மனம் திறந்து பேசினார். இது எங்களது நட்பால் நடந்ததா அல்லது என்னுடைய அதிகரித்துவரும் பொருளாதாரச் சுபீட்சத்தால் நடந்ததா அல்லது இரண்டுமே சேர்ந்ததா என்பதைக் குறித்து எனக்குத் தெளிவில்லை. நான் நல்ல நிலையில் இருப்பதைத் தெரிந்துகொண்ட நண்பர்கள் என்னிடம் கடன் கேட்பதும், தொண்டு நிறுவனங்கள் என்னிடம் நன்கொடை கோருவதும் எனக்கொன்றும் புதிதல்ல. அவ்வப்போது நண்பர்களுக்குச் சத்தமில்லாமல் கடன் கொடுத்து உதவியிருக்கிறேன். நான் அவர்களிடம் கடன் உறுதிப் பத்திரம் எதுவும் கேட்பதில்லை. அவர்களால் முடியும்போது பணத்தைத் திருப்பினால் போதும் என்பேன். ராஜீவும் என்னிடம் கடன் கேட்கும் நிலையிலேயே இருந்தார்.

2005ஆம் ஆண்டு கோடைக்காலத்தில், ராஜீவ் வீடு வாங்குவதற்காக அவசரமாக என்னிடம் 100,000 டாலர்கள் கடன் கேட்டார். உடனடியாக அந்தத் தொகையை அவருக்கு வழங்கினேன். பணத்தைப் பெற்றுக்கொண்டதற்கான கடனுறுதிப் பத்திரத்தை ஆகஸ்ட் மாதத்தில் ராஜீவ் என்னிடம் கொடுத்தார். அந்தப் பத்திரத்தில் 'உங்களது உதவிக்கு நன்றி. என்னால் முடிந்தளவுக்கு விரைவாகக் கடனை மீளச் செலுத்துவேன்' என்று எழுதியிருந்தார்.

இதற்கு ஓராண்டுக்குப் பின்பாக, இந்தியாவிலிருந்து தொலைபேசியில் என்னை அழைத்த ராஜீவ், தன்னுடைய தந்தையார் மருத்துவமனையில் அவசரச் சிகிச்சைப் பிரிவில் அனுமதிக்கப்பட்டிருப்பதாகவும் மும்பையிலுள்ள தங்களது குடும்ப வீட்டை இழந்துவிடும் நிலையிலிருப்பதாகவும் சொல்லி, அவசரமாக 500,000 டாலர்கள் கடன் தருமாறு வேண்டினார். ராஜீவ் மிகவும் பீதியடைந்திருப்பதை அவரது குரல் காட்டியது. இது என்னுடைய மனதை நெகிழச்செய்தது. நியூ யோர்க்கில் வாழும் எனது பெற்றோர் முதுமையில் படும்பாட்டை நேரடியாகப் பார்த்துக்கொண்டிருக்கிறேன். ராஜீவ் கடனை ஒழுங்காகத் திருப்பித் தருவார் என்ற நம்பிக்கையோடு, அவர் கேட்ட தொகையை அன்றே அனுப்பி வைத்தேன்.

ராஜீவ் இந்தியாவிலிருந்து அமெரிக்காவுக்குத் திரும்பிய பின்பாக, அவ்வப்போது என்னைத் தொலைபேசியில் அழைத்து, பங்குச் சந்தை நிலவரங்களைக் குறித்து ஆலோசனை கேட்பார். எந்தெந்தப் பங்குகளை வாங்கலாம், விற்கலாம் என்று அவருக்கு ஆலோசனை சொல்வேன். ஆனால் பல்வேறு நிறுவனங்களில் கலியனுக்கு இருந்த பங்குகளின் நிலைமைகளைக் குறித்து அவருடனோ, எனது தொழில்சார் நண்பர்களுடனோ எனது வேறெந்த நண்பர்களுடனோ ஒருபோதுமே பகிர்ந்துகொண்டதில்லை. அப்படிச் செய்தால், அது என்னுடைய முதலீட்டாளர்களின் நலனுக்குத் துரோகம் செய்வதாகவே இருக்கும். என்னுடைய முதல் கரிசனம் கலியனில் முதலீடு செய்திருப்பவர்கள் குறித்ததாகவே இருந்தது.

ஆனால் ராஜீவுடனும் வேறு பலருடனும் எனக்குப் பிடித்த நிறுவனங்களைப் பற்றியும், பங்குச் சந்தைமீது செல்வாக்குச் செலுத்தக்கூடிய விஷயங்கள், போக்குகள் குறித்தும் வெளிப்படையாகப் பேசியுள்ளேன். அறிவுப்பூர்வ மான தொழில்சார் உரையாடல்களைச் செய்வது எனக்கு எப்போதுமே உவப்பானது.

எனக்கும் ராஜீவுக்கும் இடையே நடந்த சிநேகிதமான தொலைபேசி உரையாடல்களை எஃப்.பி.ஐ. ஒட்டுக் கேட்டுப் பதிவுசெய்துகொண்டது. இதுகுறித்து என்னிடமோ ராஜீவிடமோ எந்த விசாரணைகளையும் மேற்கொள்ளாமலேயே, எஃப்.பி.ஐ. எங்கள் இருவரையும் அதிரடியாகக் கைதுசெய்தது. பாரதூரமான ஊழல் நிகழ்ந்திருப்பதற்கான சான்றுகள் பதிவுசெய்யப்பட்ட உரையாடல்களில் உள்ளன என்று எஃப்.பி.ஐ. குற்றம் சாட்டியது.

ராஜீவ் குற்றத்தை ஒப்புக்கொள்ள மறுத்தார். தன்னை நிரபராதி எனப் பிரகடனம் செய்தார். என்னோடு இணைந்து நின்று அரசுத் தரப்புக்கு எதிராகச் சட்டப் போராட்டம் நடத்துவதென உறுதி பூண்டார். அவரது உறுதியை உடைத்து விடலாம் என்ற நம்பிக்கையோடு அரசுத் தரப்புத் தன்னுடைய முழுப் பலத்தையும் பிரயோகித்து அவரை அச்சுறுத்தியது. வருத்தம் தரும் செய்தி என்னவென்றால், ராஜீவ் உடைந்துதான் போனார்.

க்ளியர்வயர்

இந்தப் பகுதிக்குள் நுழைவதற்கு முன்பு ஒரு விஷயத்தை உங்களிடம் தெளிவுபடுத்திவிடுகிறேன். எஃப்.பி.ஐ.யால் ஒட்டுக் கேட்டுப் பதிவுசெய்யப்பட்ட எனக்கும் ராஜீவுக்கும்

இடையேயான உரையாடல்களைப் பற்றி எனக்குச் சரிவர ஞாபகமில்லை. ஏனெனில், அவை ஞாபகத்தில் பத்திரமாகப் பொத்திவைப்பதற்குரிய உரையாடல்கள் அல்ல. அவை இரு நண்பர்களுக்கு இடையே நடைபெற்ற சாதாரணமான அன்றாட உரையாடல்கள் மட்டுமே.

ஆனால் அந்த உரையாடல்கள் நிகழ்ந்த சந்தர்ப்பங்களி லிருந்து குறிப்பிட்ட சில வார்த்தைகளை மட்டுமே தனியாகப் பிய்த்தெடுத்து வைத்துக்கொண்டு அரசுத் தரப்பு நீண்ட வியாக்கியானம் செய்தது. இதன்மூலமாக அதனுடைய கரங்கள் க்ளியர்வயர் நிறுவனத்திற்கு நீண்டது.

2008இல், க்ளியர்வயர் நிறுவனம் '4–ஜி' தொழில்நுட்பத்தில் கொடிகட்டிப் பறந்தது. அமெரிக்காவின் அலைக்கற்றைகளில் பாதிக்கும் மேல் இந்த நிறுவனத்தின் வசமேயிருந்தது. 2008 பிப்ரவரி 15ஆம் தேதியன்று, கலியனின் பகுப்பாய்வாளர் நாஃப் ஜோஸெப் 'த ஸ்ட்ரீட்' என்ற இணையதளத்தில் அன்று வெளியாகியிருந்த கட்டுரையை மேற்கோள் காட்டி கலியன் நிதி மேலாளர்களுக்கு மின்னஞ்சல் அனுப்பினார். அதில், அடுத்த சில நாட்களுக்குள் க்ளியர்வயர் நிறுவனம் இன்டெல் நிறுவனத்துடன் இணைந்து பெரிய முதலீட்டைச் செய்யப் போகிறது என்ற முக்கியமான தகவல் இடம்பெற்றிருந்தது. அன்றைக்கே க்ளியர்வயர் பங்குகளின் மதிப்பு 5 சதவீதம் உயர்ந்தன. நாங்கள் க்ளியர்வயர் நிறுவனப் பங்குகளின் நிலவரத்தை மிக உன்னிப்பாகக் கவனித்துக்கொண்டிருந்தோம்.

இந்தக் காலகட்டத்தில் நான் ராஜீவோடு நிகழ்த்திய உரையாடல்களை எஃப்.பி.ஐ. ஒட்டுக்கேட்டுப் பதிவுசெய்திருந்தது. எமது உரையாடல்களில் எந்தவிதத்திலும் உட்தகவல் பரிமாற்றம் நடக்கவில்லை. இன்டெல் நிறுவனத்திற்கும் க்ளியர்வயர் நிறுவனத்திற்கும் இடையே நடந்த வணிகப் பரிவர்த்தனைகளில் ராஜீவுக்கு எந்தப் பாத்திரமும் வழங்கப்பட்டிருக்கவில்லை என்பதையும் இங்கே அழுத்தமாகச் சுட்டிக்காட்டுகிறேன். நாங்கள் எப்போதும் போலவே பங்குச் சந்தை விவகாரங்களைக் குறித்தும் உரையாடியிருந்தோம். ஆனால் அங்கேயும் எந்த இரகசியங் களும் பேசப்பட்டிருக்கவில்லை. வால் ஸ்ட்ரீட்டில் பகிரங்கமாக அறிவிக்கப்பட்டிருந்த விஷயங்களையே அலசி ஆராய்ந்து அசைபோட்டோம். அந்த உரையாடல்கள் எந்தவிதத்திலும் சட்டவிரோதமானவை அல்ல. இதை உறுதிப்படுத்தும் விதமாகவே ராஜீவின் சாட்சியமும் இருந்தது. எனது வழக்கறிஞர் டெர்ரி லினம் ராஜீவைக் குறுக்கு விசாரணை செய்தபோது, க்ளியர்வயர் நிறுவன விஷயத்திலும் சரி, அலைக்கற்றைகள்

விஷயத்திலும் சரி எங்கள் இருவரதும் ஆராய்ச்சிக் கோணங்களும் கருத்துகளும் முற்றிலும் வெவ்வேறானவை என்பதை ராஜீவ் ஒப்புக்கொண்டார்.

டெர்ரி லினத்துடைய குறுக்கு விசாரணை மிகவும் முக்கியமானது. அவர் ராஜீவின் வாயிலிருந்து ஓர் உண்மையை வரவழைத்துவிட்டார். க்ளியர்வயர் நிறுவனத்தை மதிப்பீடு செய்யும் விஷயத்தில் நானும் ராஜீவும் கருத்து வேறுபாடு கொண்டிருந்தோம் என்ற உண்மை மிக முக்கியமானது. அதுவரை பொதுவெளிக்கு வந்திராத இரகசிய உட்தகவலை ராஜீவ் எனக்கு வழங்கியிருந்தால், அங்கே கருத்து வேறுபாட்டுக்கு இடமே இருந்திருக்காது.

ராஜீவுடன் நான் மார்ச் 20, 21ஆம் தேதிகளில் நடத்திய அந்த உரையாடல்கள் என்மீதோ கலியனின் வணிகத் தீர்மானங்களின் மீதோ எந்தவிதத் தாக்கத்தையும் ஏற்படுத்த வில்லை. முன்னரும் பலதடவைகள் குறிப்பட்டது போலவே, கலியன் அணியின் சுயாதீன ஆராய்ச்சியே எனது வணிகத் தீர்மானங்களின் அஸ்திவாரமாகும். கிடைக்கும் ஒவ்வொரு பகிரங்கத் தகவல் துணுக்கையும் சல்லடைபோட்டு ஆய்வு செய்வதற்கு கலியன் அணியினரைப் பயிற்றுவித்திருந்தேன்.

இன்டெல்

எனது வழக்கறிஞர் குறுக்கு விசாரணையில் ராஜீவை அம்பலப்படுத்தியதும் அரசுத் தரப்பு சுதாகரித்துக்கொண்டது. வழக்கை மேலும் வலுவாக்க ராஜீவுக்குப் பயிற்சி அளித்தது. க்ளியர்வயர் குற்றச்சாட்டு மட்டுமே போதாது, இன்னுமொரு 'உட்தகவல் வணிகம்' குறித்துச் சாட்சியம் வழங்குமாறு அரசுத் தரப்பு ராஜீவை நெருக்கியது. அழுத்தத்துக்கு அடிபணிந்த ராஜீவ், தான் இன்டெலில் பணியாற்றிய ஒன்பது ஆண்டுகளில் 'ஒரேயொரு' தடவை அந்த நிறுவனத்தின் காலாண்டு வருமான முடிவுகள்பற்றி எனக்கு உட்தகவல் அளித்ததாகச் சாட்சியமளித்தார்.

நீதிமன்றத்தில் வழக்கு விசாரணை தொடங்குவதற்கு முன்பாக எஃப்.பி.ஐ.க்கு ராஜீவ் வழங்கிய வாக்குமூலத்தோடு இந்தப் புதிய சாட்சியம் முரண்பட்டது. இதை எனது வழக்கறிஞர்கள் சுட்டிக்காட்டியபோது, தன்னுடைய முந்தைய வாக்குமூலத்தை எஃப்.பி.ஐ. தவறாகப் பதிவுசெய்து விட்டது என்று ராஜீவ் பூசிமெழுகினார்.

நானும் ராஜீவும் இன்டெல் நிறுவனம் குறித்து அடிக்கடி பேசியுள்ளோம். கலியன் குறித்தும் நாங்கள் விரிவாகப்

பேசியுள்ளோம். இவையெல்லாம் சட்டத்துக்குப் புறம்பான தகவல் பரிமாற்றங்களல்ல. இரண்டு நண்பர்கள் தங்களது தொழில் நிறுவனங்களைக் குறித்துப் பேசிய இயல்பான பேச்சுகள் என்பதற்கு அப்பால் அவை ஒன்றுமேயில்லை. தொழில் அறத்தை மீறுமாறு ஒருபோதும் ராஜீவைக் கேட்டிருக்க மாட்டேன். அவரும் அப்படி மீறியிருக்க மாட்டார்.

இன்டெல் நிறுவனத்தின் துணைப் பிரிவு ஒன்றில் இடைநிலை மேலாளராக இருந்த ராஜீவுக்கு, இன்டெல் நிறுவனத்தின் காலாண்டு வருவாய் அறிக்கை பகிரங்கமாக வெளியிடப்படுவதற்கு முன்பாகவே அதன் முடிவுகளைப் பற்றி அறிந்துகொள்ள எந்த வாய்ப்புமே இல்லை. இதை அவர் எஃப்.பி.ஐ.க்கு வழங்கியிருந்த முந்தைய வாக்குமூலத்தில் குறிப்பிட்டிருக்கிறார். அத்துடன், இன்டெல் நிறுவனத்தின் வருமானம் குறித்த தனது மதிப்பீடுகளை விடவும் கலியன் ஆய்வாளர்களது மதிப்பீடுகளே சிறந்தவை என்றும் ஒப்புக் கொண்டிருந்தார்.

எனது கைப்பேசியை எஃப்.பி.ஐ. ஓயாமல் ஒட்டுக் கேட்டுப் பதிவு செய்திருந்தபோதும், நானும் ராஜீவும் இன்டெலின் காலாண்டு வருமான முடிவுகளைக் குறித்து உரையாடும் ஒரு வார்த்தைகூட அந்தப் பதிவுகளில் இருக்கவில்லை. இன்டெலின் காலாண்டு வருமான முடிவுகள் குறித்து 'ஒரேயொரு' தடவை எனக்குச் சொன்னதாக ராஜீவ் குறிப்பிட்டாலும், தான் என்ன சொன்னார் என்பது தனக்குச் சரியாக நினைவில்லை என்றார். இன்டெலின் முதலீட்டாளர் தொடர்பு அதிகாரியான அலெக்ஸ் லீம்க் என்பவரிடமிருந்து தனக்கு 'ஏதோ ஒரு தகவல்' கிடைத்ததாகவும், அந்தத் தகவலை என்னிடம் கூறியதாகவும் ராஜீவ் குத்துமதிப்பாக ஜூரி சபைக்குக் கூறிவைத்தார். அரசுத் தரப்பாலும் எனது வழக்கறிஞர்களாலும் அவர் குறுக்கு விசாரணை செய்யப்பட்டபோதுகூட, அவரால் அந்தத் 'தகவல்' குறித்து எதையுமே நினைவுகூர முடியவில்லை.

அரசுத் தரப்பு வழக்குரைஞர் ராஜீவிடம் "திரு. அலெக்ஸ் லீம்க் உங்களிடம் என்ன சொன்னார் என்பது உங்களுக்கு ஞாபகமில்லையா?" என்று கேட்டபோது "இல்லை" என்று ராஜீவ் பதிலளித்தார். இதே கேள்வியை எனது வழக்கறிஞர் கேட்டபோதும் "இல்லை" என்றே ராஜீவ் பதிலளித்தார்.

அரசுத் தரப்பு வழக்குரைஞர் ராஜீவிடம் "அது நல்ல தகவலா அல்லது கெட்ட தகவலா என்பதாவது உங்களுக்கு ஞாபகமிருக்கிறதா?" என்று கேட்டபோது "ஞாபகமில்லை" என்றே ராஜீவ் பதிலளித்தார்.

அரசுத் தரப்பு வழக்குரைஞர் "ஏழு வருடங்களுக்கு முன்பாக நீங்கள் ராஜ் ராஜரட்ணத்திற்குத் தகவல் சொல்லி யிருக்கிறீர்கள். ஆனால் அந்தத் தகவல் இப்போது உங்களுக்கு ஞாபகத்தில் இல்லை என்பதுதானே உங்களது வாக்குமூலம். . . இல்லையா?" என்று கேள்வி கேட்டு எடுத்துக்கொடுக்க, ராஜீவ் உடனேயே "ஆம் ஐயா" என்றார். அரசுத் தரப்பு எவ்வாறு குற்றச்சாட்டைத் தயாரிக்கிறது என்பதற்கு இந்தச் சுற்றிவளைப்புக் கேள்வி இன்னொரு உதாரணம்.

அரசுத் தரப்பு வழக்குரைஞர்களில் ஒருவரான ரீட் ப்ரொட்ஸ்கி தனது முடிவுரையின்போது, வேண்டுமென்றே நீதிமன்றத்தையும் ஜூரி சபையையும் தவறான வழியில் இட்டுச்செல்ல முயன்றார். அவர் தனது முடிவுரையில் "அலெக்ஸ் லீம்கிடமிருந்து சாதகமான ஒரு தகவலைப் பெற்றுக்கொண்ட ராஜீவ் 'முன்பைவிட இப்போது நிலைமை மோசமில்லை, சிறிது முன்னேற்றம் ஏற்பட்டிருக்கிறது' என்று ராஜ் ராஜரட்ணத்திடம் தெரிவித்திருக்கிறார்" என்று கூறினார்.

ஆனால் அரசுத் தரப்பு வழக்குரைஞரின் இந்தக் கூற்று ராஜீவின் சாட்சியத்திற்கு முற்றிலும் முரணானது. அலெக்ஸ் லீம்க் தன்னிடம் என்ன சொன்னார் என்பது தனக்கு ஞாபகமில்லை என்பதே ராஜீவின் சாட்சியம். நீதிமன்றத்தில் பிரதிவாதியின் வழக்கறிஞர் இவ்வாறு அப்பட்டமாகத் திரித்துக் கூறியிருந்தால், நீதிமன்றம் அவர்மீது உடனடியாகவே கடுமையான நடவடிக்கையை எடுத்திருக்கும். ஆனால் அரசுத் தரப்பு வழக்குரைஞர் அப்பட்டமான பொய்யைக் கூறியிருந்தும், அவர்மீது நீதிமன்றம் எந்த நடவடிக்கையும் எடுக்கவில்லை.

எழுத்திலோ வேறெந்த வடிவத்திலோ எந்தவிதச் சாட்சியமும் இல்லாமலிருக்க, இருந்த ஒரேயொரு சாட்சியும் தனக்கு எதுவுமே ஞாபகமில்லையென்று சொல்லிவிட்ட நிலையில், பிரதிவாதிமீது எவ்வாறு குற்றம் சுமத்த முடியும்? சாட்சியின் வாக்குமூலத்தையே தலைகீழாக மாற்றி வாதிடுவதெல்லாம் எந்தவகையில் நீதியாகும்? சட்டம் தங்களது கைப்பொம்மை என்ற மமதையுடன் அரசுத் தரப்பு வழக்குரைஞர்கள் தங்களது இஷ்டப்படி சட்டத்தை வளைத்தார்கள்.

என்னுடைய வழக்கறிஞர் ஜோன் டௌட் தன்னுடைய தொகுப்புரையில் ஜூரி சபையினரை விளித்து இவ்வாறு கூறினார்:

> "கனவான்களே, சீமாட்டிகளே! திரு. ராஜீவ் கோயலின் சாட்சியத்தை திரு. ப்ரொட்ஸ்கி இவ்வாறு திரிபுபடுத்தியது

ஏன் என்று நினைக்கிறீர்கள்? அரசுத் தரப்பின் வாதத்தி லுள்ள மிகப்பெரிய ஓட்டையை அடைப்பதற்கு அவருக்கு இந்தப் பொய் தேவையாக இருக்கிறது. ராஜீவ் அவர்கள் எனது கட்சிக்காரரிடம் என்ன சொன்னார் என்பதை அரசுத் தரப்பால் ஆதாரத்துடன் முன்வைக்க முடியவில்லை. ஆதாரத்தை முன்வைக்காமல் எனது கட்சிக்காரரைத் தண்டிக்க முடியாது. ராஜீவ் எனது கட்சிக்காரரிடம் கூறிய தகவல் இரகசியமானதா அல்லது பகிரங்கமானதா என்பதை நீங்கள் எவ்வாறு நிர்ணயம் செய்யப்போகிறீர்கள்? அது இரகசியத் தகவலே என்று ஆதாரமின்றி உங்களால் நிர்ணயம்செய்ய முடியாது. எனவே, எனது கட்சிக்காரர்மீது சுமத்தப்பட்டுள்ள இந்தக் குற்றச்சாட்டை நீங்கள் தள்ளுபடி செய்தாக வேண்டும். இதைத் தடுப்பதற்காகத்தான் திரு. ப்ரொட்ஸ்கி ராஜீவின் சாட்சியத்தைத் திரிபுப்படுத்தியிருக்கிறார்."

கலியன் வழக்கில் ஜூரி சபைக்கு அரசுத் தரப்பு வழங்கிய தகவல்கள் மிதமிஞ்சி இருந்தன. ஆனால் உண்மையோ மிகச் சில அத்தியாவசியத் தகவல்களுக்குள் அடங்கியிருக்கிறது. அரசுத் தரப்பு வழக்குரைஞர்கள் தாறுமாறாகத் தகவல்களைக் கொட்டித் தகவல் குன்றை உண்டாக்கி, அதில் ஏறி நின்று ஒரு குற்றப் புனைகதையைச் சிருஷ்டித்துக்கொண்டிருந்தார்கள். தகவல்களைக் கூடைகூடையாக ஜூரி சபையின் மீது கொட்டினார்கள். ஜூரி சபையோ இந்தச் சுமையைத் தாங்க முடியாமல், எதையும் ஒழுங்காகப் பரிசீலிக்க முடியாமல், எதையும் சரியாகக் கிரகிக்க முடியாமல் திணறியது.

நீதிபதி ஹோல்வெல் அமைதி காத்தார். ஜூரி சபையைப் போலவே அவரும் குழம்பிப்போயிருப்பதால், தன்னுடைய குழப்பத்தை மறைப்பதற்காகவே அவர் எதுவுமே பேசாதிருந்தார் என்று நான் நினைத்ததுண்டு.

ராஜீவின் சரணாகதி

என்னுடைய ஆத்ம நண்பராக இருந்த ராஜீவ் எனக்கு எதிராகப் பொய்ச் சாட்சியம் சொல்லுமளவுக்கு எப்படிச் சறுக்கி விழுந்தார்?

இதற்கான விடைக்கும் உட்தகவல் வணிகத்திற்கும் எந்தவிதச் சம்பந்தமுமில்லை. நான் ராஜீவுக்குக் கடனாகக் கொடுத்த 600,000 டாலர்களை வைத்தே அரசுத் தரப்பு அவரை மண்டியிடவைத்தது என்பதே உண்மை.

என்னிடமிருந்து ராஜீவுக்கு இந்தத் தொகை கைமாறிய தகவலை வைத்துக்கொண்டு, தாங்கள் மாபெரும் சதியொன்றைப்

புலனாய்ந்து கண்டுபிடித்துவிட்டதைப் போல அரசுத் தரப்பு கொக்கரித்தது. எனக்கு ராஜீவ் உட்தகவல் வழங்கிய தற்காக, நான் அவருக்குக் கொடுத்த சன்மானமே இந்தத் தொகை என்று அரசுத் தரப்புச் சாதித்தது. இது அரசுத் தரப்புக்குக் கிடைத்த அருமையான துருப்புச் சீட்டாகவும் இருந்ததற்கு ராஜீவின் தவறுகளே காரணங்களாகின்றன.

ஏனெனில், இந்தத் தொகையை ராஜீவ் தன்னுடைய வருமானவரி அறிக்கைகளில் குறிப்பிடவில்லை. அவர் எனக்குச் சொல்லியிருந்தது போன்று, தனது குடும்பத் தேவைகளுக்காகவும் இந்தத் தொகையை அவர் பயன்படுத்தவில்லை. சுவிஸ் வங்கி உள்ளிட்ட வெளிநாட்டு வங்கிகளில் கணக்குகளைத் திறந்து இந்தத் தொகையை அவர் வைப்புச் செய்திருந்தார். தன்னுடைய தனிப்பட்ட ஆடம்பர வாழ்க்கைக்காகத் தாராளமாகச் செலவு செய்தார்.

இந்தத் தகவல்களெல்லாம் அரசுத் தரப்புக்கு அல்வா போன்றிருந்தன. ஒரு பிரதிவாதியிடமிருந்து மற்றொரு பிரதிவாதிக்குப் பணம் கைமாறியிருப்பதும், அந்தப் பணம் வெளிநாட்டு வங்கிகளில் வைப்புச் செய்யப்பட்டிருப்பதும் வழக்கை வலுவாக்குவதற்கான பலமான ஆதாரங்கள்.

ராஜீவின் இந்தக் குழறுபடிகள் என்னை அதலபாதாளத்தில் தள்ளிவிட்டு, அரசுத் தரப்பை உச்சத்தில் கொண்டுபோய் வைத்தன. உண்மைகளோ, சந்தர்ப்பச் சூழ்நிலைகளோ அரசுத் தரப்புக்கு பொருட்டல்ல. ராஜீவின் வரி ஏய்ப்பைச் சுட்டிக்காட்டி, அவரை ஒத்துழைக்கும் சாட்சியாகுமாறு அரசுத் தரப்பு அச்சுறுத்தியது.

இப்படியான சூழ்நிலையில் சிக்கிக்கொண்ட அறங்களற்ற மனிதர்களுக்கு முன்னே ஒரேயொரு தெரிவுதான் இருக்கிறது. அரசுத் தரப்பிடம் மண்டியிட்டு ஒத்துழைப்பதைத் தவிர அவர்களுக்கு வேறு வழிகளில்லை.

ராஜீவுக்கு நான் சன்மானம் வழங்கவில்லை; அந்தத் தொகையை அவருக்குக் கடனாகவே கொடுத்திருந்தேன் என்பதை நிரூபிக்கும் ஆவணம் என்னிடமிருந்தது. இந்த உண்மை அரசுத் தரப்புக்குப் பெரும் தடைக்கல்லாகியது. அந்தத் தொகையை ராஜீவ் சன்மானமாகவே பெற்றுக்கொண்டார் என்று அரசுத் தரப்புச் சோடித்து ஜூரிகளின் மூளைகளைக் கழுவினால் மட்டுமே, உட்தகவலுக்காகவே பணம் வழங்கப் பட்டது என்று அரசுத் தரப்பால் சாதிக்க முடியும்.

ராஜீவ் என்னிடம் முதற்தடவை பெற்றிருந்த 100,000 டாலர்களுக்காக அவர் வழங்கியிருந்த கடன் உறுதிப் பத்திரத்தை

எனது வழக்கறிஞர்கள் நீதிமன்றத்தில் சமர்ப்பித்தார்கள். இரண்டாவது தடவை பெற்றுக்கொண்ட 500,000 டாலர்கள் உட்தகவலுக்காக வழங்கப்பட்ட சன்மானமே என்று ராஜீவ் சாதித்தார். எனினும், எனது வழக்கறிஞரின் குறுக்கு விசாரணைக்குப் பதிலளிக்க முடியாமல் தட்டுத் தடுமாறிய ராஜீவ் ஒருகட்டத்தில், அந்த 500,000 டாலர்களுக்கும் உட்தகவலுக்கும் சம்பந்தமில்லை என்று ஒப்புக்கொண்டார். அரசுத் தரப்பு வழக்குரைஞர்கள் எரிச்சலின் உச்சத்திற்குப் போயினர். அவர்களின் இந்த ஒத்துழைக்கும் சாட்சியும் குப்புறக் கவிழ்ந்துவிட்டார்.

இந்தக் குறுவரலாற்றுக்கு விசித்திரமான முத்தாய்ப்பு உண்டு. நான் தண்டனை பெற்று, சில ஆண்டுகள் கழிந்த பின்பாக இது நடந்தது. என்னோடு இணைந்து என்னுடைய சகோதரர் ரங்கனும், ராஜீவிடமிருந்து உட்தகவலைப் பெற்றுக்கொண்டார் என்று அரசுத் தரப்புக் குற்றம் சாட்டியது.

என்மீது சுமத்தப்பட்ட அதே குற்றங்களையே ரங்கன் மீதும் அரசுத் தரப்பு சுமத்தியது. எனவே, என்னிடமிருந்த தகவல்களையும் ஆவணங்களையும் எனது வழக்கறிஞர் மூலமாக ரங்கனுடைய வழக்கறிஞருக்கு அனுப்பிவைத்தேன்.

முன்பு இதே குற்றச்சாட்டின் மீது எனக்குத் தீர்ப்பு வழங்கியிருந்த ஜூரி சபை என்னைக் குற்றவாளி என்றே தீர்ப்பளித்திருந்தது. இம்முறை வேறொரு ஜூரி சபை ரங்கனின் வழக்கை விசாரித்து ரங்கன் நிரபராதியே என்று தீர்ப்பளித்தது. ரங்கனும் நானும் ஒரே நிறுவனம் குறித்து, ஒரே நபரிடமிருந்து, ஒரே உட்தகவலைப் பெற்றோம் என்றுதான் குற்றம் சாட்டப்பட்டிருந்தோம். நாங்கள் இருவரும் உண்மையிலேயே ராஜீவிடம் உட்தகவல் பெற்று வணிகம் செய்தவர்களாயின், ஒரே குற்றத்திற்கு இரண்டுவிதமான தீர்ப்புகள். சமனற்ற நீதி!

பிரதிபலிப்புகள்

க்ளியர்வயர், இன்டெல் ஆகிய நிறுவனங்களின் உட்தகவல்களை ராஜீவிடமிருந்து பெற்றுக்கொண்டேன் என்று நிரூபணம்செய்ய அரசுத் தரப்பு எடுத்த பெருமுயற்சி படுதோல்வியில் முடிந்தது. உட்தகவல் எதுவும் கொடுக்கப்படவு மில்லை, பெறப்படவுமில்லை.

ராஜீவின் உண்மையான குற்றங்கள் இரண்டு:

1. பல ஆண்டுகளாக வெளிநாட்டு வங்கிக் கணக்குகள் மூலமாக வரி ஏய்ப்புச் செய்தது.

2. எஃப்.பி.ஐ.யால் கைதுசெய்யப்பட்டதும், தன்னுடைய மடிக்கணினியிலிருந்த வெளிநாட்டு வங்கிக் கணக்கு களின் விபரங்களை அழித்து நீதித்துறையின் நடவடிக்கை களில் குறுக்கீடு செய்தது.

ராஜீவ் கைதுசெய்யப்பட்டதும், இன்டெல் நிறுவனம் அவரை வேலைநீக்கம் செய்துவிட்டதால், சட்டரீதியான போராட்டத்திற்குத் தேவைப்படும் பெருமளவிலான நிதிவளங்கள் அவரிடம் இருக்கவில்லை. எனவே, குற்றத்தை ஏற்றுக் கொண்டு அரசுத் தரப்புடன் ஒத்துழைத்து, எனக்கு எதிராகச் சாட்சியமளிக்க ராஜீவ் முடிவுசெய்தார்.

அரசுத் தரப்பு வழங்கிய குற்றப்பத்திரிகையில் பல விடுபடல்கள் இருந்தன. ராஜீவும் நானும் சதிகாரர்களாக இருந்திருந்தால், அந்தச் சதி ஏழெட்டு வருடங்களில் 'ஒரேயொரு' தடவை மட்டுமே தலைகாட்டியது எப்படி? அந்த 'ஒரேயொரு' தடவை அவர் என்னிடம் இன்டெல் நிறுவனத்தைப் பற்றிச் சொன்ன தகவல் நல்லதா, கெட்டதா என்பதைக்கூட அவரால் நினைவுகூர முடியாமல் போனது எப்படி?

ராஜீவ் புதிய தொழிலொன்றைத் தொடங்குவதற்காக இன்டெல் நிறுவனத்திலிருந்து விலக யோசித்தபோதெல்லாம் அவரை ஊக்குவித்தே வந்துள்ளேன். ராஜீவ் பெறுமதியான தகவலாளியாக இருந்திருந்தால், இன்டெல் நிறுவனத்தை விட்டு விலகுமாறு அவரைத் தூண்டியிருக்க மாட்டேன். அவர் அங்கு தொடர்ந்தும் பணியிலிருந்து உட்தகவல் தருவதை அல்லவா விரும்பியிருப்பேன். 2008 மார்ச் 20ஆம் தேதி எஃப்.பி.ஐ. பதிவுசெய்த உரையாடலில் ராஜீவ் என்னிடம் "நான் இன்டெலில் பணியாற்றுவதில் சலிப்படைந்து விட்டேன்... எனக்கு வேறொரு இடத்தில் வேலை வாங்கித் தாருங்கள்" எனக் கேட்டது பதிவாகியுள்ளது. இந்த உண்மை களை எல்லாம் எதிர்கொண்டபோது, ராஜீவ் சாட்சிக் கூண்டில் தளம்பித் தடுமாற வேண்டியிருந்தது.

எங்கள் கைதுக்கு இரண்டு வாரங்களுக்கு முன்பாக, ராஜீவ் தனது மகளை பென்ஸில்வேனியா பல்கலைக்கழகத்துக்கு அழைத்துச் சென்றிருந்தார். அங்கே எங்களுடைய வார்ட்டன் பள்ளிச் சகாவான துஷார் மோடியைச் சந்தித்த ராஜீவ் "நான் ராஜ் ராஜரட்ணத்தின் உள்வட்டத்திற்குள் நுழைய முயற்சி செய்துகொண்டிருக்கிறேன்" என்று அவரிடம் சொன்னாராம். எனது வழக்கு விசாரணை முடிந்து பல நாட்களுக்குப் பின்பாக, இந்தச் செய்தியை துஷார் மோடி என்னிடம் தெரிவித்தார். ராஜீவின் இந்தக் கூற்று அவருடைய மறைமுகத் திட்டத்தைப்

பற்றியும், அவருடைய குணாதிசயத்தைப் பற்றியும் பல செய்திகளைச் சொல்கிறது. ஆத்ம நண்பர் எனக் கருதியிருந்த ஒருவரின் சுயரூபத்தை அறிய முடியாத ஏமாளியாகிவிட்டேன்.

ராஜீவ் அரசுத் தரப்புடன் ஒத்துழைத்து எனக்கு எதிராகச் சாட்சியமளித்ததால் சிறைத் தண்டனையிலிருந்து தப்பித்துக்கொண்டார். வரி ஏய்ப்பு, நீதித்துறை நடவடிக்கை களில் குறுக்கீடு ஆகிய குற்றங்களுக்காக இரண்டு வருடக்கால நன்னடத்தை மட்டுமே அவருக்கு நீதிமன்றத்தால் விதிக்கப் பட்டது. நட்பைப் பணயம் வைத்து அவர் நடத்திய சூதாட்டம் அவருக்கு நன்மையையே கொணர்ந்தது.

14

ஆடம் ஸ்மித்

என்னைக் கைதுசெய்ததும், கலியன் குறித்து முதலாவது ஊடகச் சந்திப்பை நடத்திய அரசுத் தரப்பு, தொடர்ந்து 2010 நவம்பர்வரை ஏராளமான ஊடகச் சந்திப்புகளை நடத்தி "கலியன் நிறுவமானது ஒரு குற்றக் குழு. உட்தகவல் வணிகம் உட்படச் சட்டவிரோதமான நடவடிக்கைகளின் மீதே அந்த நிறுவனம் கட்டியெழுப்பப்பட்டிருக்கிறது" என்று பிளிறிக்கொண்டிருந்தது. ஆனால் அரசுத் தரப்பு முன்வைத்த இந்தக் குற்றச்சாட்டுகளுக்கு ஒத்துழைப்புச் சாட்சியம் வழங்க கலியனின் ஒரேயொரு ஊழியர்கூட முன்வரவில்லை என்பதுதான் அரசுத் தரப்பு எதிர்கொண்ட முதன்மையான பிரச்சினை. நீதிமன்றத்தில் கலியன் வழக்கின் மீதான விசாரணை தொடங்குவதற்கு இன்னும் ஆறு மாதங்கள் மட்டுமே இருக்கும்போது, இத்தகைய ஓர் இக்கட்டில் தாங்கள் சிக்கியிருப்பதை அரசுத் தரப்பு உணர்ந்து கொண்டது.

பாரிய நிதி நிறுவனத்தில் முறைகேடுகள் நடைபெறுவதாக அரசாங்கம் கருதினால், அரசாங்கம் பின்பற்றும் நடைமுறை ஒன்றுண்டு. அரசாங்கம் தன்னுடைய வழக்கறிஞர்கள் ஊடாகக் குறித்த நிறுவனத்தை அணுகும். பொதுவெளிக்குத் தெரியாதவாறு, அரசாங்கமும் குறிப்பிட்ட நிறுவனமும் திரைமறைவில் பேச்சு வார்த்தைகளை நடத்துவார்கள். விசாரணையின் காரணமாகக் குறிப்பிட்ட நிறுவனத்தின் வணிக நடவடிக்கைகள் பாதிக்கப்படாமல் இருப்பதே

இந்தத் திரைமறைவுப் பேச்சுவார்த்தையின் நோக்கமாகும். குறிப்பிட்ட நிறுவனத்தில் ஏதும் முறைகேடுகள் நடந்துள்ளனவா எனக் கண்டறிவதற்கு அரசாங்கம் நிறுவனத்தின் ஆவணங் களை ஆழமாகப் பரிசோதிக்கும். நிறுவனப் பணியாளர்களை நீண்ட நேர்காணலுக்கு உட்படுத்தும். விசாரணையில் அரசாங்கம் ஏதாவது அத்துமீறுகிறதா என்பதைக் கண்காணிக்கவும் தங்களது தரப்பை எடுத்துச்சொல்லவும் அந்த நிறுவனத்தின் தலைவரும் பணியாளர்களும் தங்களுக்கான வழக்கறிஞர்களை அமர்த்திக்கொள்ளலாம்.

கலியன் நிறுவன விஷயத்தில் இவை எதுவுமே நடக்க வில்லை. அரசாங்கம் சொல்லாமல் கொள்ளாமல் என்னைத் திடீரெனக் கைதுசெய்து, நகரத்தின் தெருக்களில் அவமான நடை நடத்திச் சென்று, ஊடகங்களில் குற்றவாளி எனப் பிரகடனப்படுத்தியது. கலியனை 'ஊழல்வாதிகளின் குகை' என முத்திரை குத்தி நாசம் செய்தது.

இதெல்லாம் நடந்தேறியபோதும், கலியன் பணியாளர்கள் என்மீது சந்தேகமோ கோபமோ கொள்ளவில்லை. அரசுத் தரப்பு கலியன் பணியாளர்களை வளைத்து எனக்கு எதிராகத் திருப்புவதற்குப் பல முயற்சிகளைச் செய்தது. ஆனால் ஒரேயொரு கலியன் பணியாளர்கூட அதற்கு இணங்கவில்லை. மாறாக, கலியனின் நிதி மேலாளர்கள், முகவர்கள், பகுப்பாய்வாளர்கள், ஏனைய பணியாளர்கள் தங்களது வழக்கறிஞர்களோடு அரசுத் தரப்பையும், எனது வழக்கறிஞர் அணியையும் தனித்தனியாகச் சந்தித்து கலியனில் உட்தகவல் வணிகம் நடந்தது என்ற குற்றச்சாட்டை அடியோடு மறுத்தார்கள்.

வழக்கு விசாரணை நெருங்கி வருகையில், அரசுத் தரப்பின் வசமிருந்தது வலுவற்ற பொய்ச்சாட்சிகளின் கதம்பமே. ரூமி கானின் குற்றப் பின்னணியும் நம்பகமற்றத்தன்மையும் பூதாகரமாக எழுந்து நின்றன. அலி ஃபார் பின்வாங்கிவிட்டார். எஞ்சிய இரு சாட்சிகளான ராஜீவ் கோயலும் அனில் குமாரும் கலியனோடு எந்தவிதத் தொடர்பும் இல்லாதவர்கள்.

அரசுத் தரப்பு நெருங்கிவரும் ஆபத்தைத் தெளிவாகப் புரிந்துகொண்டது. ஒத்துழைக்கும் சாட்சியாக கலியன் பணியாளர் ஒருவரைக் கண்டுபிடிக்காவிட்டால் ஜூரி சபையைத் திருப்திப்படுத்த முடியாது. கலியன் ஊழியர்களோ அரசுத் தரப்பின் கபட நோக்கத்திற்கு இணங்க மறுக்கிறார்கள். மாறாக, வழக்கு விசாரணை நெருங்கிக்கொண்டிருக்கையில் கலியனின் உறுதிமிக்க ஊழியர்களின் வடிவில் உண்மை தலை நிமிர்ந்து நிற்கிறது. 'பொய் இறக்கை கட்டிப் பறக்கிறது, உண்மை

அதன் பின்னே நொண்டியபடி வருகிறது' என்று எழுத்தாளர் ஜொனதன் ஸ்விஃப்ட் சொன்னது மிகச் சரிதான்.

இப்போது அரசுத் தரப்பு பலவீனமான ஒரு கலியன் பணியாளரை எப்படியாவது பொறிவைத்துப் பிடிக்க வேண்டிய நிலைக்குத் தள்ளப்பட்டது. தன்னுடைய தேடுதல் வேட்டையின் முடிவில் அது ஆடம் ஸ்மித்தைக் கண்டுபிடித்தது.

கலியனில் ஆடம் ஸ்மித்

2002இல், ஆடம் ஸ்மித் தொழில்நுட்பப் பகுப்பாய்வாளராக கலியனில் இணைந்துகொண்டார். அதற்கு முன்பாக 'மோர்கன் ஸ்டான்லி' நிறுவனத்தின் சிலிக்கன் பள்ளத்தாக்குத் அலுவலகங்களில் தொழில்நுட்ப நிறுவனங்களைக் கையாளும் வங்கியாளராக ஸ்மித் பணியிலிருந்தார். முதலீட்டுத் தொழிலில் ஈடுபட ஆர்வமாகயிருந்த ஸ்மித் எங்கள் இருவருக்கும் பரிச்சயமான தொழில் சகா ஒருவர் மூலமாக கலியனில் இணைந்துகொண்டார்.

கலியனில் பகுப்பாய்வாளராகப் பணியைத் தொடங்கிய ஸ்மித் தன்னுடைய திறமையால் படிப்படியாக முன்னேறி 2006–2009 காலப்பகுதியில் கலியனின் நிதி மேலாளர்களில் ஒருவராக உயர்ந்து சிறந்த முறையில் பணியாற்றினார்.

ஸ்மித் இரண்டு அல்லது மூன்று மாதங்களுக்கு ஒருதடவை பணி நிமித்தமாக எங்களது தாய்வான் கிளைக்குச் செல்வார். அவர் நிர்வாகித்த நிதியில் 30 சதவீதம் தாய்வானிலுள்ள நிறுவனங்களின் பங்குகளில் முதலீடு செய்யப்பட்டிருந்தது. இந்தப் பயணங்களின்போது, தான் தினமும் அறிந்து கொண்டவை குறித்து ஸ்மித் ஓர் அறிக்கையைத் தயாரித்து கலியனின் பகுப்பாய்வாளர்களுக்கும் நிதி மேலாளர்களுக்கும் அனுப்பிவைப்பார். இவ்வாறாக அறிக்கைகளைச் சமர்ப்பிப்பது கலியன் அலுவலர்களின் வழக்கமாகயிருந்தது. இவ்வாறான ஒழுங்குமுறைகளாலும், ஆழமான ஆய்வுகளாலும், கடின உழைப்பாலும்தான் நாங்கள் கலியன் நிறுவனத்தைக் கட்டியெழுப்பினோம்.

ஸ்மித் பல்வேறு திறமைகள் வாய்க்கப் பெற்றவராக இருந்தபோதும், சில விஷயங்களில் பொறுப்பற்று நடந்து கொள்வதைக் காலப்போக்கில் தெரிந்துகொண்டேன். ஸ்மித் கலியனில் சேர்ந்த தொடக்கக்காலத்தில் நான் எவ்வாறு அவருக்கு வழிகாட்டினேனோ, அதுபோன்று கலியனில் புதிதாக இணைந்துகொண்ட சில பகுப்பாய்வாளர்களுக்கு

வழிகாட்டுமாறு ஸ்மித்தைக் கேட்டுக்கொண்டேன். ஸ்மித் அதை அரைகுறை மனதோடு இரண்டு மாதங்கள்வரை செய்ததற்குப் பின்பு, தனக்கு இதில் எந்தப் பயனுமில்லை என்று சொல்லி ஓதுங்கிக்கொண்டார். கலியன் குழுமத்தில் முதுநிலை உறுப்பினராகும் ஆர்வம் ஸ்மித்துக்கு இருப்பதாக அதுவரை நம்பியிருந்தேன். ஆனால் கலியனை முன்னிறுத்தாமல் தன்னை முன்னிறுத்தியே ஸ்மித் இயங்கிக்கொண்டிருந்தார். நான் அவரை எங்களது அணியின் வீரராக அல்லாமல் வாடகைக்குப் பெற்ற துப்பாக்கியாகவே கருதத் தொடங்கினேன். ஸ்மித், ஸ்மித்தில் மாத்திரமே கண்ணாய் இருந்தார்.

நான் கைதுசெய்யப்பட்டதும் ஸ்மித் குழம்பிப்போனார். கலியனின் அனைத்துப் பணியாளர்களுக்கும் நியூ யோர்க்கின் மிகச்சிறந்த வழக்கறிஞர்களை ஏற்பாடுசெய்து கொடுத்தது போலவே, ஸ்மித்துக்கும் வழக்கறிஞரை ஏற்பாடுசெய்து கொடுத்தோம். இந்த வழக்கறிஞர்கள் தங்களுடைய கட்சிக் காரரின் சாட்சியம் எனக்கோ கலியனுக்கோ பாதகமானாலும் சாதகமானாலும் தங்களது கட்சிக்காரர் சார்பில் நின்று மட்டுமே செயலாற்றக் கடமைப்பட்டவர்கள்.

என்னுடைய வழக்கறிஞர் அணி கலியன் பணியாளர்களை நேர்காண விரும்பியது. ஆனால் நேர்காணல் அளிப்பதோ மறுப்பதோ கலியன் பணியாளர்களின் விருப்பமே. இதுகுறித்து அவர்கள் சுயாதீனமாக முடிவெடுக்க முடியும். ஒரு நிறுவனம் சீராக இயங்கிக்கொண்டிருக்கும்போது, அதன் பணியாளர்கள் அங்கு நடக்கும் செயல்பாடுகளைக் குறித்து வழக்கறிஞர் களுக்குச் சாட்சியம் வழங்குவது சிக்கலான காரியமே. ஏனெனில், அவர்களது சாட்சியம் நிறுவனத்திற்கு எதிராக அமைந்தால் அவர்களுக்கு நிறுவனத்தால் அழுத்தங்கள் ஏற்படும். சில சமயங்களில் வேலையைக்கூட இழக்க நேரிடலாம். ஆனால் இங்கே சூழ்நிலை முற்றிலும் வேறானது. அரசுத் தரப்பானது, தான் கலியன் நிறுவனத்தின் மீது சுமத்தியிருந்த குற்றச்சாட்டு களை நிரூபிக்கும் முன்பே, கலியன் நிறுவனத்தை அடியோடு அழித்துவிட்டது. எனவே கலியனின் முன்னாள் பணியாளர்கள், கலியனால் தங்களுக்குப் பாதிப்பு ஏற்படலாம் என்ற அச்சமின்றி வழக்கறிஞர்களிடம் மனம் திறந்து பேச முடிந்தது.

கலியனின் முன்னாள் பணியாளர்கள் எனது வழக்கறிஞர் அணியைச் சந்திக்கும்போது, நான் அங்கிருக்க வேண்டாம் என எனது வழக்கறிஞர்கள் கருதினார்கள். ஏனெனில், நான் அங்கிருந்தால் எனது முன்னாள் பணியாளர்கள் சுதந்திரமாகச் சாட்சியமளிப்பது தடைப்படலாம். நான் வழக்கறிஞர்களின்

கருத்தை முழுமையாக ஏற்றுக்கொண்டேன். உண்மைக்கு வழிவிட்டு நிற்பதில் எனக்கு எவ்விதத் தயக்கமும் இல்லை.

கலியனின் ஏனைய பணியாளர்களைப் போலவே, ஸ்மித்தும் எனது வழக்கறிஞர் அணிக்குத் தன்னால் முடிந்தளவு உதவுவதற்குத் தாமாகவே முன்வந்தார். அவர் 2010 பிப்ரவரியிலும் ஜூலையிலுமாக இரு தடவைகள் எனது வழக்கறிஞர்களைச் சந்தித்துச் சாட்சியமளித்தார்.

தான் உட்தகவல் வணிகத்தில் ஈடுபட்டதில்லை என்றும், கலியனிலும் உட்தகவல் வணிகம் எதுவும் எக்காலத்திலும் நடந்ததாகத் தனக்குத் தெரியவில்லை என்றும் ஸ்மித் வழக்கறிஞர்களிடம் சாட்சியமளித்தார். என்னுடைய வழக்கறிஞர்கள் மிக விரிவாக ஸ்மித்தை நேர்காணல் செய்து, குறிப்புகள் எடுத்துக் கோப்புகளில் இட்டார்கள். கலியனில் எந்த முறைகேடுகளும் நடக்கவில்லை என்ற தனது கருத்தில் ஸ்மித் மிக உறுதியாகவே இருந்தார்.

ஸ்மித் தடம் புரள்கிறார்

கலியன் நிறுவனம் மூடப்பட்ட பின்பு, ஸ்மித் தனது சொந்த முதலீட்டு நிதியத்தை 'ரோஸ் லேன் கேப்பிடல்' என்ற பெயரில் தொடங்க முடிவுசெய்தார். 'போலரிஸ் இன்வெஸ்ட்மென்ட்' நிறுவனத்தின் ஸ்தாபக உறுப்பினராகிய ஜோன் பெர்னெல் ஸ்மித்தின் நிதியத்திற்கு ஆரம்ப முதலாக 25 மில்லியன் டாலர்களை வழங்கினார். ஜோன் பெர்னெல் நீடம் நிறுவனத்திலும், பின்பு கலியனிலும் எனது முதலீட்டாளர் களில் ஒருவராக இருந்தவர். அவர் என்னைத் தொலைபேசி யில் அழைத்து, ஸ்மித்தின் நிறுவனத்தில் முதலீடு செய்வது குறித்து என்னுடைய அபிப்பிராயத்தைக் கேட்டார். ஸ்மித் குறித்து வலுவான பரிந்துரையை வழங்கினேன்.

2010 ஜனவரியில், ஸ்மித்தின் முதலீட்டு நிதியம் இயங்கத் தொடங்கியது. இருந்தபோதும் அதனுடைய பாதை சீராக இருக்கவில்லை. கலியனுக்கு வாய்த்ததுபோல, ஸ்மித்துக்கு வலுவான ஆய்வுக் குழு அமையாமல் தொழிலில் தடுமாறினார். தனது சக்திக்கு அப்பாற்பட்ட விஷயங்களில் தலையைக் கொடுத்துச் சிக்கல்களுக்குள் மாட்டிக்கொண்டார். இடர்நிலை மேலாண்மை செய்யக்கூடிய கட்டமைப்பு அவரிடம் இருக்க வில்லை. ஜோன் பெர்னெல் என்னைத் தொலைபேசியில் அழைத்து, ஸ்மித்தின் போக்குக் குறித்துக் கவலை தெரிவித்தார். தன்னுடைய முதலீட்டாளர்களுக்கு ஸ்மித்தால் இலாபத்தைச்

சம்பாதித்துக் கொடுக்க முடியவில்லை. தொடங்கிய வேகத்தி லேயே ஸ்மித்தின் தொழில் படுத்துவிட்டது.

ஸ்மித்தின் முதலீட்டு நிதியம் சிக்கலில் மூழ்கியது எஃப்.பி.ஐ. அதிகாரி காங்குக்கு வாய்ப்பாகியது. காங்கின் நேர்மையை நான் கடுமையாக விமர்சித்தாலும், அவரது சூழ்ச்சித் திறனைப் பாராட்டியே ஆக வேண்டும். கலியன் வழக்கு விசாரணைக்கான நாள் நெருங்கி வருவதால், கலியனிலிருந்து ஊழியர் ஒருவரை ஒத்துழைக்கும் சாட்சியாக வளைக்க வேண்டுமென்று அலைந்துகொண்டிருந்த அதிகாரி காங்கின் கண்களில் ஸ்மித் ஏதோ ஒருவிதமாக அகப்பட்டுக்கொண்டார்.

ஸ்மித்துக்கு, ரொம் லின் என்ற நபர் பரிச்சயமானவர். இந்த ரொம் லின் எஃப்.பி.ஐ.க்குத் தகவல் கொடுப்பவர்களது பட்டியலில் இருப்பவர் என்பது ஸ்மித்துக்குத் தெரியாது. அதிகாரி காங், ரொம் லின்னை அணுகி, அவரை ஸ்மித்திடம் தொலைபேசியில் பேசவைத்தார்.

அதிகாரி காங் இந்த நேரத்தில் ஸ்மித்தைக் குறிவைத்தது நல்லதொரு தந்திரோபாயம். ஸ்மித் தொழிலில் நொடித்துப் போய், பொருளாதாரப் பிரச்சினைகளுக்கு முகம் கொடுக்க முடியாமல் தவித்துக்கொண்டிருந்தார். அதிகாரி காங்கால் நன்கு பயிற்றுவிக்கப்பட்டிருந்த ரொம் லின் தொலைபேசி வழியாக ஸ்மித்துக்குத் தூண்டில் வீசினார்.

ரொம் லின் பங்குச் சந்தை குறித்து ஸ்மித்தோடு உரையாடி னார். அந்த உரையாடலில் பல முறைகேடான தகவல்கள் பரிமாறப்பட்டன. எல்லாவற்றையும் எஃப்.பி.ஐ. பதிவுசெய்து கொண்டது.

சில நாட்களுக்குப் பின்பு, ஸ்மித்தைத் தேடிச்சென்ற அதிகாரி காங் பதிவுசெய்யப்பட்ட தொலைபேசி உரையாடல் களை ஒலிக்கவிட்டுக் காட்டினார். ஸ்மித் மீதான குற்றச் சாட்டுக்களையும், அதனால் அவருக்கு விளையக்கூடிய ஆபத்துகளையும் அதிகாரி காங் பட்டியலிட்டுக் கூறினார். எனக்கு அரசுத் தரப்புக் கொடுத்த நெருக்கடி இப்போது தன்னை நோக்கித் திரும்புவதை ஸ்மித் உணர்ந்துகொண்டார்.

அதிகாரி காங் கிடைத்த சந்தர்ப்பத்தைத் திறமையாக உபயோகித்தார். ஸ்மித்துக்கு இருபது வருடங்கள் சிறைத்தண்டனை விதிக்கப்படும் என்றும், ஸ்மித் தன்னுடைய மகனை நீண்ட நெடுங்காலம் காண முடியாது என்றும் காங் மிரட்டினார். இதே சொற்களைத்தான் என்னைக் கைது செய்யும்போதும் காங் அட்சரம் பிசகாமல் கூறியிருந்தார்.

202 ராஜ் ராஜரட்ணம்

ஸ்மித் உடனடியாக ஜோன் பெர்னெலை அழைத்து, தனக்கொரு சட்ட நிறுவனத்தை ஏற்பாடுசெய்து தருமாறு கேட்டுக்கொண்டார். ஜோன் பெர்னெல் ஏற்பாடுசெய்து கொடுத்த 'ஸ்வார்ட் & கிஸெல்' சட்ட நிறுவன வழக்கறிஞர் களுடன் ஸ்மித் ஒரு மணிநேரம் கலந்தாலோசனை நடத்தினார். உட்தகவல் வணிகத் தடைச் சட்டத்தின் தெளிவற்ற பக்கங்களைக் குறித்து வழக்கறிஞர்கள் தம்மால் முடிந்தளவுக்கு விளக்கங்களைக் கொடுத்தார்கள். அந்த விளக்கங்களின் அடிப்படையில் தான் செய்தது உட்தகவல் வணிகம் இல்லை எனத் தன்னால் நிரூபிக்க முடியும் என்று ஸ்மித் நம்பினார். ஆனால் வேண்டுமென்றே தெளிவின்றி விடப்பட்டிருக்கும் உட்தகவல் வணிகத் தடைச் சட்டம் அவரின் கழுத்துக்குக் கத்தி வைத்திருக்கிறது என்பது விரைவிலேயே அவருக்குப் புரிந்தது. அமெரிக்காவில் பெரும்பாலான பிரதிவாதிகளுக்கு இருப்பதுபோலவே, இப்போது ஸ்மித்துக்கு முன்னாலும் மூன்று தெரிவுகளே இருந்தன.

1. குற்றத்தை ஒப்புக்கொண்டு கிடைக்கும் தண்டனையைப் பெற்றுக்கொள்வது.

2. குற்றத்தை ஒப்புக்கொள்ளாமல் தன்னை நிரபராதி என நிரூபிக்கப் போராடுவது.

3. அரசாங்கத்துடன் ஒத்துழைத்துத் தனக்கு நேரவிருக்கும் சேதாரத்தைக் குறைப்பது.

ஸ்மித்பற்றிய என்னுடைய மதிப்பீடு துல்லியமானதுதான். அவர் தன்மீது மட்டுமே கவனமாகயிருந்தார்.

அரசுத் தரப்பினர் ஒத்துழைக்கும் சாட்சி ஒன்றைத் தெரிவுசெய்யும்போது, அவருக்கு என்ன தெரியும், அவர் கொடுக்கும் தகவல் பயனுள்ளதா, அவர் உண்மையைத்தான் பேசுகிறாரா, என்பதையெல்லாம் கவனத்தில் எடுப்பார்கள். ஆனால் என்னுடைய வழக்கில் இந்த நடைமுறை ஒருபோதுமே கடைப்பிடிக்கப்படவில்லை. வழக்கு விசாரணை நெருங்கிவரும் நிலையில், என்ன தகவல் பயனுள்ளது என்பது ஸ்மித்துக்குத் தெரியும்! என்ன தகவல் தமக்குத் தேவையென்று அரசுத் தரப்புக்குத் தெரியும்!

2011 ஜனவரி 28ஆம் தேதியன்று, ஒத்துழைக்கும் சாட்சியாக மாறுவதற்கான உடன்படிக்கையில் ஸ்மித் கையொப்பமிட்டார். எனக்கு எதிராகச் சாட்சியமளிக்கும் போது, ஸ்மித்தின் மனசாட்சி குறுகுறுத்துத் தத்தளித்திருக்கும்

என்றே நம்புகிறேன். ஆனால் அந்த உணர்ச்சிப்பூர்வமான தடையை அவர் தாண்டியதும், வேறு பலரையும் தேடித் தேடிக் குற்றம் சுமத்தி, அவர்களை அரசுத் தரப்பிடம் சிக்கவைப்பதில் ஆர்வமாகிவிட்டார்.

என்னுடைய கைது நடந்ததும், கலியனின் அனைத்து ஆவணங்களையும் பாதுகாப்பாக வைத்திருக்குமாறும் நிறுவனத்தின் மடிக்கணினிகளைத் திரும்பவும் ஒப்படைக்குமாறும் கலியனின் அனைத்துப் பணியாளர்களுக்கும் அறிவித்தல் விடுத்திருந்தேன். மடிக்கணினியைத் திரும்ப ஒப்படைக்காதவர் ஸ்மித் மட்டுமே. மடிக்கணினி தொலைந்துபோய்விட்டதாக அவர் சொன்னபோது, நான் அவரைச் சந்தேகிக்கவில்லை.

ஒத்துழைப்புச் சாட்சியாக மாறியதும் ஸ்மித் கதையையே மாற்றிவிட்டார். நான் கைதுசெய்யப்பட்ட அன்று, அவர் நியூ யோர்க் மேல் மாநிலத்திலுள்ள தனது பண்ணை வீட்டுக்குச் சென்று, அங்கே வைத்து மடிக்கணினியைச் சிதைத்து அழித்து விட்டதாக அரசுத் தரப்பு வழக்குரைஞர்களிடம் அவர் கூறினார். இந்தக் கதையில் ஒரு வெளிப்படையான செய்தி உள்ளது. கலியனுக்கும் எனக்கும் மறைத்து வைப்பதற்கு எதுவுமே இருக்கவில்லை. ஆனால் ஸ்மித்துக்கு மறைத்து வைப்பதற்கு ஏதோ இருந்திருக்கிறது. அது என்ன? அவர் எதை மறைப்பதற்காக மடிக்கணினியை அழித்தார்?

கலியன் பணி நிமித்தமாக ஸ்மித் காலாண்டுக்கு ஒருதடவை தாய்வான் நாட்டுக்குச் சென்றுவந்த காலங்களில், தாய்வான் தொழில்நுட்ப நிறுவனங்களின் அதிகாரிகளிடமிருந்து அவர் உட்தகவல் பெற்றுக்கொண்டிருந்தார் என்பதை எஃப்.பி.ஐ.க்கு அவர் வழங்கிய வாக்குமூலத்திலிருந்து நாங்கள் கண்டுபிடித்தோம். கலியனின் நிதி மேலாளராக ஸ்மித் நிர்வகித்த நிதியில் 30 சதவீதம் இந்த தாய்வான் நிறுவனங்களிலேயே முதலீடு செய்யப்பட்டிருந்தது.

ஸ்மித்தின் முதலீட்டுத் தீர்மானங்கள் உட்தகவல்களை அடிப்படையாகக்கொண்டு எடுக்கப்பட்டவை என்பது எனக்குத் தெரிந்திருக்கவில்லை. பங்குகளை வாங்குவது, விற்பதுபற்றிய தீர்மானங்களை கலியனின் நிதிமேலாளர்கள் தாங்களே சுயாதீனமாக எடுத்தார்கள். ஒரு நிதிமேலாளராக, நான் தாய்வான் தொழில்நுட்ப நிறுவனங்களில் எந்த முதலீட்டை யும் செய்ததில்லை. அப்படிச் செய்திருந்தால், அதிகாரி காங்கும் அரசுத் தலைமை வழக்குரைஞர் பராராவும் என்மீது உக்கிரமான தாக்குதல் நடத்துவதற்குத் தெளிவான பாதையை அது திறந்துவிட்டிருக்கும்.

அரசாங்கத்தின் கைப்பாவையாக ஸ்மித்

ஒத்துழைக்கும் சாட்சியாக மாறுவதற்கான உடன்படிக்கையில் ஸ்மித் கையொப்பமிட்டு ஐந்து நாட்கள் கழித்து, 2011 பிப்ரவரி 4 ஆம் தேதியன்று, அவர் 'கொர்னல் கிளப்' உணவகத்தில் ஜோன் பெர்னெலுடன் காலை உணவைச் சாப்பிட்டார். அங்கே ஜோன் பெர்னெலுடன் அவர் மனம்விட்டு ஒன்றே முக்கால் மணிநேரம் பேசினார். ஒத்துழைக்கும் சாட்சியாகும்படி எஃப்.பி.ஐ. தன்னைக் கடுமையாக அச்சுறுத்தியதாகச் சொன்னார்.

ஸ்மித் தன்னுடன் உரையாடிய விஷயங்களைக் குறித்து ஜோன் பெர்னெல் எனக்கு நீண்டதொரு மின்னஞ்சல் அனுப்புவாரென்றோ, இந்த உரையாடலின் அடிப்படையில் ஜோன் பெர்னெல் நீதிமன்றத்தில் சாட்சியம் அளிப்பாரென்றோ ஸ்மித் அப்போது கருதியிருக்க வாய்ப்பில்லை. ஏனென்றால், ஸ்மித் பல்வேறு விஷயங்களை மிகவும் வெளிப்படையாக ஜோன் பெர்னெலுக்குக் கூறியிருந்தார்.

வழக்கு விசாரணை நெருங்கிக்கொண்டிருந்தபோது, எனது வழக்கறிஞர் அணிக்குள் ஸ்மித்குறித்துக் குழப்பம் உண்டாகியது. என்னுடைய வழக்கறிஞர் அணியிடம் ஸ்மித் சாட்சியமளித்த இரண்டு சந்தர்ப்பங்களிலும் 'கலியனில் எந்தவித முறைகேடுகளும் நடக்கவில்லை' என்று உறுதியாகத் தெரிவித்திருந்தார். இப்போது ஒத்துழைப்புச் சாட்சியாக மாறியிருக்கும் ஸ்மித் தனது சாட்சியத்தை நீதிமன்றத்தில் எவ்வாறு புரட்டிப்போடுவார் என்பதை எங்களால் முன்கூட்டியே அனுமானிக்க முடியவில்லை.

ஆனாலும் எஃப்.பி.ஐ. எதையெல்லாம் ஸ்மித்துக்கு வலுக்கட்டாயமாகப் புகட்டியதோ, அதையெல்லாம் அப்படியே தனது சாட்சியத்தில் ஸ்மித் வாந்தி எடுக்கிறார் என்பது சீக்கிரமே புலனாகியது. மோர்கன் ஸ்டான்லி நிறுவனத்தில் ஸ்மித் பணியாற்றிய காலத்தில், அவரோடு பணியாற்றிய கமால் அஹமெட் என்பவரை ஸ்மித் தனது நாடகத்தில் முக்கியக் கதாபாத்திரமாக்கினார். கலியனில் ஸ்மித் பணியாற்றிய காலத்தில், கமால் அஹமெட் 'ஐ.ஸி.எஸ்.டி.', 'ஏ.டி.வை.டி.' நிறுவனங்களைக் குறித்து அவருக்கு உட்தகவல்கள் அளித்ததாகவும், அந்தத் தகவல்களை அவர் என்னிடம் சொன்னதாகவும் சாட்சியம் அளித்தார். இது அவர் முன்னர் எனது வழக்கறிஞர் அணிக்கு அளித்த சாட்சியத்தின் தலைகீழ் வடிவமாகயிருந்தது.

இந்தக் குற்றச்சாட்டை கமால் அஹமெட் முழுமையாகவே மறுத்தார். அவர் தனது வழக்கறிஞர் மூலமாக அரசுத் தரப்பு வழக்குரைஞர்களுக்கு அனுப்பிவைத்த கடிதத்தில் "நான் எந்த உட்தகவலையும் ஸ்மித்துக்கோ வேறு யாருக்குமோ வழங்கவில்லை. என்னுடைய வேலை விஷயங்களைக் குறித்து ஸ்மித் விஷமத்தனமாக என்னிடம் துருவித் துருவி விசாரித்துக் கொண்டிருந்தார். இதனால் எரிச்சலுற்ற நான் 2009ஆம் வருட ஆரம்பத்திலேயே ஸ்மித்தோடு பேசுவதை நிறுத்திக்கொண்டேன்" என்று குறிப்பிட்டிருந்தார்.

ஸ்மித் கூறுவது உண்மைதானா என்பதை அறிவதற்கு மிக எளிதான வழி கமால் அஹமெட்டை அரசுத் தரப்பு வழக்குரைஞர்கள் விசாரணை செய்வதே என்றுதான் நாம் நினைப்போம். ஆனால் அரசுத் தரப்பு கமால் அஹமெட்மீது குற்றமும் சுமத்தவில்லை, விசாரணையும் செய்யவில்லை. அவ்வாறு செய்திருந்தால் கமால் அஹமெட்டின் ஒவ்வொரு சொல்லும் கலியன் நிறுவனத்தில் முறைகேடுகள் நடக்கவில்லை என்பதை நிரூபித்திருக்கும். எனது வழக்கறிஞர்கள் ஸ்மித்தைக் குறுக்கு விசாரணை செய்யும்போது, ஸ்மித்தின் பொய்கள் வெட்ட வெளிச்சமாகியிருக்கும். இதனாலேயே, கமால் அஹமெட்டிடம் விசாரிப்பதை அரசுத் தரப்பு தவிர்த்துக்கொண்டது.

என்னுடைய வழக்குக்கு முன்போ, பின்போ கமால் அஹமெட்டுடன் எனக்கு எந்தப் பழக்கமும் இல்லை. பல ஆண்டுகளுக்கு முன்பாக, மோர்கன் ஸ்டான்லி நிறுவனத்தின் தொழில்நுட்ப மாநாட்டில், தான் என்னைச் சந்தித்திருக்கக் கூடும் என்று கமால் அஹமெட் தன்னுடைய வழக்கறிஞர் ஊடாக எனக்குத் தெரிவித்தார். இத்தகைய மாநாடுகளில் ஆயிரம் பேர்களுக்கு மேல் கலந்துகொள்வதுண்டு. ஒவ்வொருவரையும் ஞாபகத்தில் வைத்துக்கொள்வது என்னால் இயலாத காரியம். கமால் அஹமெட்மீது ஸ்மித் குற்றம் சுமத்தியதும், மோர்கன் ஸ்டான்லி நிறுவனத்தின் தொழில்நுட்பக் குழுவில் நிர்வாக இயக்குநராகப் பதவியிலிருந்த கமால் அஹமெட் பணியிலிருந்து இடைநிறுத்தப்பட்டு, என்னுடைய வழக்கு விசாரணையின் பின்பாக, 2011 ஒக்டோபரில் பணியிலிருந்து நீக்கப்பட்டார். அரசுத் தரப்புத் தங்களது தகிடுதத்தங்களால் உண்டாக்கிய சேதாரம் கமால் அஹமெட்டையும் விட்டுவைக்கவில்லை.

கமால் அஹமெட் உட்தகவல் வழங்கியதாக ஸ்மித் குறிப்பிட்ட காலத்துக்கு முன்பே, 'ஐ.ஸி.எஸ்.டி', 'ஏ.டி.வை.டி' நிறுவனங்களின் பங்குகளை கலியன் வைத்திருந்தது. இந்த நிறுவனங்களைக் குறித்து கலியன் ஆழ்ந்த பகுப்பாய்வுகளைச்

செய்திருந்தது என்பதற்கு கலியனின் வணிக ஆவணங்களும் வாராந்திர அறிக்கைகளும் ஆதாரங்களாகின்றன. இந்த ஆதாரங்கள் ஸ்மித்தின் குற்றச்சாட்டுகள் அப்பட்டமான பொய்களே என நிரூபித்திருக்கின்றன.

அரசுத் தரப்பு வழக்குரைஞர்கள் தயாரித்துக் கொடுக்கும் புனைகதையை எவ்வாறு தடுமாற்றமில்லாமல் நீதிமன்றத்தில் ஒப்பிக்க வேண்டுமென்று ஒத்துழைக்கும் சாட்சிகளுக்கு அரசுத் தரப்பு வழக்குரைஞர்கள் பயிற்சியளிக்கிறார்கள். பெரும்பாலும், அரசுத் தரப்பு வழக்குரைஞர்களால் முன்கூட்டியே 'ஸ்க்ரிப்ட்' தயாரிக்கப்பட்டுக் கவனமாக ஒத்திகை பார்க்கப் பட்ட பின்பே, ஒத்துழைக்கும் சாட்சிகள் நீதிமன்றத்தில் தோன்றி அரசுத் தரப்பின் வாதங்களுக்கு வலுவூட்டும் வகையில் மிகச்சிறந்த நடிப்பை வழங்குகிறார்கள். அரசுத் தரப்பு வழக்குரைஞர்களும் இவர்களுக்குச் சளைக்காமல் நடிப்பார்கள்.

இந்த நாடகத்தில், அரசுத் தரப்பு வழக்குரைஞர்கள் ஒத்துழைக்கும் சாட்சிகளிடம் கிடுக்கிப்பிடி போட்டு விசாரிப்பது போலவும், தாங்கள் இழைத்த குற்றங்களுக்காக எத்தனை வருடங்கள் சிறைத்தண்டனை விதிக்கப்படுமோ என்று ஒத்துழைக்கும் சாட்சிகள் அஞ்சி நடுங்குவது போலவும் காட்சிகள் அமைக்கப்படும். ஆனால் ஒத்துழைக்கும் சாட்சிகளுக்குச் சிறைத்தண்டனை விதிக்கப்படாது என்று ஏற்கெனவே திரைக்குப் பின்னால் வாக்குறுதி வழங்கப்பட்டிருக்கும். ஜூரி சபையே இந்த நாடகத்தின் முக்கியமான பார்வையாளர்கள். விசாரணை அமர்வில் இருக்கும் நீதிபதிகள் பெரும்பாலும் நியூ யோர்க் தென்மாவட்டத்தின் அரசுத் தரப்பு வழக்குரைஞர் களாக முன்பு பணியாற்றியிருப்பார்கள். அவர்கள் இந்த நாடகத்தில் கௌரவத் தோற்றத்தில் நடிப்பார்கள்.

ஆக, இந்த நாடகத்தில் பங்குபெறும் நீதிபதிகள், அரசுத் தரப்பு வழக்குரைஞர்கள், பிரதிவாதித் தரப்பு வழக்கறிஞர்கள், ஒத்துழைக்கும் சாட்சிகள் எல்லோருக்குமே இந்த நாடகத்தின் முடிவு முன்கூட்டியே தெரிந்திருக்கும். என்னுடைய வழக்கில் ஒத்துழைக்கும் சாட்சிகளாக இருந்த எவருமே, அவர்கள் கடுமையான குற்றங்களை இழைத்திருந்தபோதும்கூடச் சிறையில் ஒரேயொரு நிமிடத்தைக்கூடக் கழித்ததில்லை.

ஸ்மித் பல்வேறு முறைகேடுகளிலும், கண்ணியமற்ற செயல்களிலும் ஈடுபட்டிருக்கலாம். ஆனால் அவர் நிச்சயமாக முட்டாள் அல்ல. அதுவும் தன்னுடைய சொந்த நலனைப் பாதுகாப்பது என்று வந்துவிட்டால், அவரது மூளை மிகக் கூர்மையாக வேலை செய்யும். எனவே, வழக்கு விசாரணையின்

போது, தனது பொய்களை உண்மைகள் மாதிரியே நிறுவுவதில் அவர் மிகவும் விழிப்பாகச் செயல்பட்டார்.

கமால் அஹமெட் மூலமாகப் பெற்ற உட்தகவல்களை என்னிடம் கூறியதாக ஸ்மித் சாதிப்பதற்கு ஆதாரமாகப் பதிவுசெய்யப்பட்ட உரையாடல்களோ மின்னஞ்சல்களோ குறுந்தகவல்களோ எதுவுமே கிடையாது. எனவே, ஸ்மித் புதியதொரு கதையைப் புனைந்தார். அந்த உட்தகவல்களை மோர்கன் ஸ்டான்லி நிறுவனத்தின் தொழில்நுட்ப மாநாட்டில் வைத்து, அவர் என்னிடம் நேரிலேயே கூறியதாகக் கூசாமல் கதை அளந்தார்.

ஸ்மித் தனது சாட்சியத்தில் மேலும் மேலும் பொய்களை அள்ளிவிட்டுக்கொண்டிருந்தார். இன்டெர்ஸில் நிறுவனத்தின் வருமானத்தைக் குறித்த உட்தகவல்களை அவர் தாய்வானிலுள்ள இன்டெர்ஸில் ஊழியர்களிடமிருந்து பெற்று எனக்குக் கொடுத்ததாக மிகப் பலவீனமான பொய் ஒன்றையும் சொன்னார். ஆனால் நான் இன்டெர்ஸில் நிறுவனத்தோடு வணிகம் செய்த போது கையாண்ட உத்திகளுக்கும், ஸ்மித் தன்னுடைய சாட்சியத்தில் குறிப்பிட்ட உத்திகளுக்கும் இடையே முழுமையான முரண் இருப்பதை எனது வழக்கறிஞர்கள் சுட்டிக்காட்டியபோது, அரசுத் தரப்பு இன்டெர்ஸில் தொடர்பான குற்றச்சாட்டைச் சந்தடியின்றிக் கைவிட்டது. இன்டெர்ஸில் குற்றச்சாட்டில் அரசுத் தரப்பு நடந்துகொண்ட விதம் என்னுடைய வழக்கை அவர்கள் எவ்வாறு கண்மூடித்தனமாகக் கையாண்டார்கள் என்பதற்குச் சிறந்த உதாரணமாகிறது.

அவர்கள் போதிய ஆயத்தங்களைச் செய்யாமலேயே, எனக்கு எதிரான குற்றச்சாட்டுகளை நீதிமன்றத்தில் முன்வைத்தார்கள். அவர்களால் எவ்வளவு சேற்றை வீச முடியுமோ அவ்வளவு சேற்றையும் என்னை நோக்கிக் கண்மூடித்தனமாக வீசியடித்தார்கள். வீசியதில் கொஞ்சமாவது என்மீது ஒட்டிக்கொள்ளும் என்று நம்பினார்கள்.

ஆடம் ஸ்மித் சறுக்குகிறார்

ஸ்மித்தின் மீதான குறுக்கு விசாரணையை எனது வழக்கறிஞர் டெர்ரி லினம் மேற்கொண்டார். அற்புதமான குணநலன்கள் வாய்ந்த மனிதரான டெர்ரி லினம் சாட்சிகளைக் குறுக்கு விசாரணை செய்வதிலும் கைதேர்ந்த நிபுணர்.

வழக்கமாக வழக்கறிஞர்கள் கைக்கொள்ளும் உரத்த குரலில் கர்ஜிக்கும் நாடகப் பாணி உத்திகளை அவர் கடைப்பிடிப்ப தில்லை. மாறாக, அமைதியாக ஆனால் ஆழமான அறிவின்

துணைகொண்டு ஆவணங்களை விரிவாக ஆராய்ந்து, அதனடிப்படையில் அவர் தனது வாதங்களை முன்வைப்பார்.

ஆனால் பொய்களை வரிசையாகக் குழப்பமின்றிச் சொல்வதற்கு ஒத்துழைக்கும் சாட்சிகள் அரசுத் தரப்பு வழக்குரைஞர்களால் திறம்படப் பயிற்றுவிக்கப்பட்டிருக்கும் நிலையில், அந்தப் பொய்ச் சாட்சியங்களில் நீதிமன்றம் குறுக்கிடாமல் இருக்கையில், பிரதிவாதியின் வழக்கறிஞர் குறுக்கு விசாரணையில் பெரிதாக எதையும் சாதித்துவிட முடியாது.

குறுக்கு விசாரணையின்போது, 2011 பிப்ரவரி 4ஆம் தேதியன்று 'கொர்னல் கிளப்' உணவகத்தில் ஜோன் பெர்னெலுடன், தான் நடத்திய உரையாடலின் விவரங்கள் எதுவுமே தனக்கு நினைவில்லை என்று ஸ்மித் பதில் அளித்தார்.

ஆறேழு வருடங்களுக்கு முன்பாக கமால் அஹமெட்டுடன், தான் நடத்திய உரையாடல்களைக் குறித்து மிகத் தெளிவாக வாக்குமூலமளித்த அதே ஸ்மித், இப்போது இரண்டு மாதங்களுக்கு முன்பாக ஜோன் பெர்னெலுடன் ஒன்றே முக்கால் மணிநேரம் நடத்திய உரையாடலில் பேசப்படவை எதுவுமே தனக்கு நினைவில்லை என்று கூறுவதற்குக் காரணம் என்ன? திடீரென ஞாபக மறதி நோயால் பாதிக்கப்பட்டாரா? அல்லது அவருடைய புதிய எஜமானர்களான எஃப்.பி.ஐ. அளித்திருந்த பயிற்சியா?

என்னுடைய வழக்கறிஞர் அணி ஸ்மித்தின் பொய்களை முறியடிப்பதற்காக இருவரைச் சாட்சிக் கூண்டுக்கு அழைத்தது. முதலாவது சாட்சி ஜோன் பெர்னெல். அவருக்கு உண்மையின் பக்கம் நிற்க வேண்டும் என்ற அக்கறை இருந்ததே தவிர, பொய்ச் சாட்சியம் அளிக்க வேண்டிய இக்கட்டோ அவசியமோ இருக்கவில்லை. எனவே, அவர் ஒரு வலுவான சாட்சியாக வாய்த்தார்.

ஜோன் பெர்னெலைச் சாட்சியமளிக்க விடாமல் தடுக்க அரசுத் தரப்பு முயற்சித்தது. அவர் சாட்சியமளிப்பதற்கு இரண்டு நாட்களுக்கு முன்னதாக, அரசுத் தரப்பு வழக்குரைஞர்களில் ஒருவரான ப்ரொட்ஸ்கி அவரை மிரட்ட முயன்றார். இது சாட்சியைக் கலைப்பதற்கான முயற்சி என்பது மிகத் தெளிவு. எனினும், என் வழக்கில் அவ்வாறு கருதப்படவில்லை. அரசுத் தரப்பு வழக்குரைஞர்கள் சாட்சிகளை மிரட்டினாலும் பொய் சொல்லத் தூண்டினாலும் நீதிமன்றம் பாராமுகமாகயிருந்தது.

2011 பிப்ரவரி 4ஆம் தேதியன்று, காலை உணவின்போது, ஸ்மித் தன்னுடன் நடத்திய நீண்ட உரையாடலைக் குறித்து ஜோன் பெர்னெல் நீதிமன்றத்தில் விவரித்துக் கூறிக்கொண்டிருந்தபோது, நீதிபதி ஹோல்வெல் தேவையில்லாமல் குறுக்கீடுகளைச் செய்துகொண்டேயிருந்தார்.

ஒரு வழக்கு விசாரணையில், நீதிபதி எந்தப் பக்கமும் சாயாமல் நீதிமன்றத்தின் கண்ணியத்தைப் பேண வேண்டும். விசாரணைகளின் மூலமாக வழக்குக் குறித்த நேர்மையான, பூரணமான சித்திரத்தை ஜூரி சபைக்கு வழங்க வேண்டும். நீதிபதி ஹோல்வெல் அதைச் செய்யாமல் நீதிமன்றத்தின் கண்ணியத்தைச் சிதைத்துவிட்டார் என்றே கருதுகிறேன்.

ஏனெனில், நீதிபதி ஹோல்வெல் அரசுத் தரப்புச் சாட்சிகள் நீதிமன்றத்தில் நீண்ட சாட்சியங்களை அளித்தபோது, எந்தவொரு குறுக்கீடும் செய்யாமல் அவர்களைப் பேச அனுமதித்தார். ஆனால் எங்கள் தரப்புச் சாட்சியான ஜோன் பெர்னெல் முழுமையாகச் சாட்சியமளிப்பதற்கு நீதிபதி ஹோல்வெல் அனுமதிக்கவில்லை.

ஸ்மித் தன்னுடைய வணிக முறைகேடுகளைக் குறித்தும், அவர்மீது எஃப்.பி.ஐ. அதிகாரி காங் கடும் அழுத்தத்தைப் பிரயோகித்ததைக் குறித்தும் ஜோன் பெர்னெலிடம் கூறியதை, ஜோன் பெர்னெல் சாட்சியமாக அளித்துக்கொண்டிருந்தபோது, நீதிபதி ஹோல்வெல் ஜோன் பெர்னெலின் சாட்சியத்தைப் பாதியில் நிறுத்தினார். ஜோன் பெர்னெல் முழுமையாகச் சாட்சியமளிக்க அனுமதிக்கப்பட்டிருந்தால், அந்தச் சாட்சியம் ஜூரி சபைக்கு மிக முக்கியமானதாக இருந்திருக்கும். அது ஸ்மித்தின் பொய்ச் சாட்சியத்தைத் தும்பு தும்பாகக் கிழித்துப் போட்டிருக்கும். ஆனால் அது நிறைவேறாமல் நீதிபதி ஹோல்வெல் பார்த்துக்கொண்டார்.

ஸ்மித் ஒத்துழைக்கும் சாட்சியாக மாறுவதற்கு முன்னான காலத்தில், எனது வழக்கறிஞர் அணியுடனான இரண்டு நேர்காணல்களில் வாக்குமூலம் வழங்கியிருப்பதைக் குறித்து, குறிப்பாக "கலியனில் எவரும் எந்தக் காலத்திலும் உட்தகவல் வணிகத்தில் ஈடுபட்டதாக நான் அறியவில்லை" என்று அந்த நேர்காணல்களில் ஸ்மித் அடித்துச் சொன்னதைக் குறித்துக் குறுக்கு விசாரணையில் எனது வழக்கறிஞர்கள் ஸ்மித்திடம் துருவித் துருவிக் கேள்விகளைக் கேட்டனர். இந்த நேர்காணல்கள் ஒரு வருடத்திற்கு உள்ளான காலத்திலேயே நடந்திருந்தாலும், ஸ்மித், "அதை என்னால் நினைவுகூர முடியவில்லை" என்று பழைய பல்லவியையே பாடினார்.

எங்களது இரண்டாவது சாட்சியாகிய ‘அகின் காம்ப்’ சட்ட நிறுவனத்தின் வழக்கறிஞரான ரொப் ஹொட்ஸ் ஸ்மித்துக்கு எதிரான, அசைக்க முடியாத இரும்பு போன்ற உறுதியான சாட்சியாக இருந்தார். எனது வழக்கறிஞர் அணி ஸ்மித்துடன் மேற்கொண்ட இரண்டு நேர்காணல்களிலும் ரொப் ஹொட்ஸ் அங்கே சமூகமளித்திருந்தார். அந்த நேர்காணல்களில் ஸ்மித் அளித்த வாக்குமூலங்களைக் குறித்து ரொப் ஹொட்ஸ் நீதிமன்றத்தில் சாட்சியமளித்தார்.

ஜோன் பெர்னெலைப் போலவே, ரொப் ஹொட்ஸுக்கும் பொய்ச் சாட்சியமளிக்க வேண்டிய அவசியமோ, நிர்ப்பந்தமோ அணுவளவும் இருக்கவில்லை. நியூ யோர்க் தென்மாவட்டத்தின் அரசு வழக்குரைஞராக முன்பு பணியாற்றிய ரொப் ஹொட்ஸின் நேர்மைத்திறத்தை அவரை அறிந்தவர்கள் எப்போதும் புகழ்வதுண்டு.

ரொப் ஹொட்ஸ் சாட்சியம் வழங்கும்போதும், நீதிபதி ஹோல்வெல் எரிச்சலூட்டக்கூடிய அளவுக்குக் குறுக்கீடுகளைச் செய்துகொண்டேயிருந்தார். ரொப் ஹொட்ஸின் சாட்சியத்திலுள்ள முக்கியமான சில விவரங்களைத் தட்டிக் கழித்து உண்மையை அமுக்க முயன்றார். இதே நீதிபதிதான், எனது கைப்பேசியை ஒட்டுக் கேட்பதற்காகத் தாக்கல் செய்யப்பட்ட முறைகேடான பிரமாணப் பத்திரத்திற்கு அனுமதியளித்தவர் என்பதும் பின்பு ஒரு தருணத்தில், அந்தப் பிரமாணப் பத்திரம் முறைகேடானது எனத் தனது வாயால் வர்ணித்துவிட்டு, அப்படி முறைகேடாக ஒட்டுக் கேட்கப்பட்ட உரையாடல்களைச் சாட்சியமாக ஏற்றுக்கொண்டவர் என்பதும் என் நினைவில் இப்போது நிழலாடுகிறது.

நீதிபதி ஹோல்வெல் தன்னுடைய தனிப்பட்ட தேவையின் காரணமாக, இந்தப் பிரபலமான வழக்கை விரைந்து முடிக்க வேண்டிய கட்டாயத்தில் இருந்தார் என்பதே உண்மை. என்னைக் குற்றவாளி என அவர் தீர்ப்பு வழங்கியதற்குப் பின்பு, அவர் விரைவிலேயே நீதிபதிப் பதவியிலிருந்து விலகி, சொந்தமாக ஒரு சட்ட நிறுவனத்தை ஆரம்பித்தார். இது அசாதாரணமான நகர்வு.

ஏனெனில், அவர் நீதிபதியாக மிகக்குறுகிய காலமே கடமையாற்றியிருந்தார். அவர் ஓய்வு பெறும்வரை நீதிபதிப் பதவியிலிருக்க வாய்ப்பு இருந்தபோதும், நீண்டகாலத் திட்டமிடல் தேவைப்படும் சட்ட நிறுவனத் தொழிலை அவர் ஏன் தேர்ந்தெடுத்தார்?

என்னுடைய வழக்கைப் பலரும் தங்களுடைய தொழில் வளர்ச்சிக்குச் சாதமாகப் பயன்படுத்திக்கொண்டதைப் போலவே, நீதிபதி ஹோல்வெல்லும் பயன்படுத்திக் கொண்டார். அவர் நீதிபதிப் பதவியிலிருந்து விலகியதும், சர்வதேசப் பிரபலம் பெற்ற என்னுடைய வழக்குத் தொடர்பான தொலைக்காட்சி விவாதங்களிலும் பொதுக் கலந்துரையாடல் களிலும் பங்குபெற்றுத் தனது அபிப்பிராயங்களைக் கூறிப் பொதுமக்களின் கவனத்தைத் தன்னை நோக்கித் திருப்பிக் கொண்டார். இது அவரது புதிய சட்ட நிறுவனத் தொழிலுக்கு இலவச விளம்பரமாகவே அமைந்துபோனது. இவ்வாறாக இந்த வழக்கைத் தன்னுடைய சொந்த வளர்ச்சிக்காக நீதிபதி ஹேல்வெல் பயன்படுத்துவதற்காக, அவசர அவசரமாக விசாரணையை நடத்தி முடித்துத் தீர்ப்பை வழங்கி, என்னைச் சிறையில் தள்ளிவிட்டார்.

பிரதிபலிப்புக்கள்

வழக்கு விசாரணை முழுவதுமே, அரசுத் தரப்பு வழக்குரைஞர்கள் தங்களோடு ஒத்துழைத்த சாட்சிகளின் மீது கடுமையான அழுத்தங்களைச் சுமத்தி, எனக்கு எதிராகக் குற்றச்சாட்டுகளை வைக்குமாறு தூண்டினார்கள். அந்தக் குற்றச்சாட்டுகள் அரசுத் தரப்பால் முழுமையாக ஆய்வு செய்யப்பட்டுச் சரிபார்க்கப்படவில்லை. அதற்கும் அப்பால், கலியனில் முறைகேடுகள், ஊழல்கள் என்றெல்லாம் ஊடக உலகில் செய்தி அலையடிக்கும்போது, அந்த அலையால் ஜூரி சபையும் பொதுமக்களும் சுலபமாக மூழ்கடிக்கப்படுவார்கள் என்பதை அரசுத் தரப்பு வழக்குரைஞர்கள் நன்கு தெரிந்து வைத்திருந்தார்கள்.

எதற்கும் பொறுப்புக் கூறத் தேவையில்லாத, வானளாவிய அதிகாரத்தைக் கொண்டுள்ள அரசுத் தரப்பு வழக்குரைஞர்களால் இத்தகைய இழிவான தந்திரோபாயங்கள் அமெரிக்க நீதித்துறையில் கையாளப்படுகின்றன. இதைத் தடுக்க வேண்டிய நீதிபதி ஹோல்வெல் போன்றவர்களோ தங்களுடைய எதிர்கால நலன்களைக் கருதி அமைதியாகக் கண்களை மூடிக்கொண்டிருக்கிறார்கள்.

அச்சுறுத்தல்களுக்கு எளிதில் பணியக்கூடியவராகவும் அதிகாரி காங்கின் தந்திரமான கட்டளைகளைக் கூச்சமின்றி நிறைவேற்றுகிற மனிதராகவும் ஸ்மித் இருந்தார். தன்னுடைய சொந்த நிறுவனத்திலேயே உட்தகவல் வணிகத்தை நடத்திய அந்த மனிதர், தான் அகப்பட்டபோது, ஒத்துழைக்கும்

சாட்சியாக மாறி, மற்றவர்களைச் சிக்கவைப்பதற்காக எந்தத் தயக்கமுமின்றிப் பொய்களை அள்ளி வீசினார். சாட்சிக் கூண்டுக்குள் நின்று 'செலக்டிவ் அம்னீஷியா' எனும் ஞாபக மறதி நோயால் தாக்குண்டு பிரமை பிடித்தவர்போல 'நினைவில்லை' பல்லவியைப் பாடினார்.

ஒரு போலியான மின்னஞ்சலை உருவாக்குமாறு நான் அவரிடம் கேட்டதாக அப்பட்டமான பொய்யைச் சொல்லி, கலியன் மோசமான நிறுவனம் என்று ஸ்மித் சாதிக்க முனைந்தார். அவர் சொன்ன வக்கிரமான பொய் கலியன் நிறுவனம் அரும்பாடுபட்டுச் சேர்த்துவைத்திருந்த நற்பெயருக்கு மிகப்பெரிய களங்கத்தை ஏற்படுத்தியது. நான் ஓர் ஊழல் நிறுவனத்தை நடத்தியது போலவும், சட்டத்திற்குப் புறம்பான செயல்பாடுகளுக்காகப் போலி மின்னஞ்சல்களைத் தயாரிக்குமாறு கலியன் அலுவலர்களுக்கு உத்தரவிட்டது போலவுமான தோற்றப்பாடுகள் பொதுவெளியில் பெருந்தொற்றாகப் பரவுவதற்கு ஸ்மித்தின் பொய்யுரைகளே காரணங்களாகயிருந்தன.

வழக்கு முடிந்த பின்பு, நான் கலியனின் முன்னாள் அலுவலர்களோடு பேசியபோதெல்லாம், ஸ்மித்தின் பொய்களையும் மோசடிகளையும் குறித்து அவர்கள் கடுமையாக ஆத்திரமுற்றார்கள். ஸ்மித் என்மீது மட்டுமல்லாமல், ஒட்டுமொத்த கலியன் அலுவலர்கள்மீதும் சேற்றை வாரியிறைத் திருப்பதாகச் சொல்லிக் கொதித்தார்கள். ஸ்மித் அரசுத் தரப்புக்கு வளைந்து பணிந்து ஒத்துழைப்புச் செய்ததற்காக அவருக்கு நல்ல சலுகை கிடைத்தது. அவருக்குச் சிறைத்தண்டனை வழக்கப்படவில்லை. இரண்டு வருடக்கால நன்னடத்தை மட்டுமே விதிக்கப்பட்டது.

ஒத்துழைக்கும் சாட்சி ஏற்கெனவே குற்றம் இழைத்திருந் தால், அரசுத் தரப்போடு ஒத்துழைக்கும் அவரது கடப்பாடு முடிந்த பின்பே அவருக்குத் தண்டனை விதிக்கப்படுகிறது. அதாவது, ஒத்துழைக்கும் சாட்சியின் 'பாட்டு' எவ்வளவு தூரத்திற்கு வெற்றி அளிக்கிறதோ, அதன் அடிப்படையிலேயே அவருக்குத் தண்டனையும் குறைக்கப்படுகிறது. எனவே, தண்டனைக் குறைப்புக்காக மன்றாடும் ஓர் ஒத்துழைக்கும் சாட்சி வெறுமனே பாடினால் மட்டும் போதாது... இசையமைத்துப் பாட வேண்டும்.

தங்களது குற்றங்களை ஒப்புக்கொண்டு, தண்டனைக் குறைப்புக்காக மன்றாடி ஒத்துழைக்கும் சாட்சிகளாக

மாறுபவர்களின் வாக்குமூலத்தின் அடிப்படையில் பிரதிவாதி களைத் தண்டிக்கும் முறைமைதான் அமெரிக்க நீதித்துறையில் முதன்மையான பிரச்சினையாகவும் களங்கமாகவும் இருக்கிறது.

நீதியின் பாதையில் அரசுத் தரப்புக் குறுக்கிடுவதும், சாட்சிகளுக்கு எந்த வடிவத்திலாவது கையூட்டுகள் வழங்குவதும் குற்றம் என்றே சட்டவிதிகள் சொல்கின்றன. அரசுத் தரப்பு தனக்குச் சாதகமான வாக்குமூலத்தைப் பெறுவதற்காக ஒருவர் மீது அழுத்தங்களைப் போடக் கூடாது என்றே சட்டவிதிகள் சொல்கின்றன. சட்டவிதி கூறும் மொழியில் எந்த மயக்கமும் இல்லை. சாட்சிகள்மீது அழுத்தத்தைப் பிரயோகிப்பது கடுமையான குற்றம்! கண்டிப்பாகச் சட்டவிரோதம்!

ஒரு சாட்சியின் மீது பிரதிவாதித் தரப்பு வழக்கறிஞர்கள் அழுத்தத்தைப் பிரயோகித்தால், அது குற்றமாகக் கருதப்பட்டு, அழுத்தத்தைப் பிரயோகித்தவர் நீதிமன்றத்தால் தண்டிக்கப் படுவார். ஆனால் அரசுத் தரப்பு வழக்குரைஞர்கள் இதே வேலையைச் செய்தால், அவர்கள்மீது நீதிமன்றம் எந்தவொரு நடவடிக்கையும் எடுப்பதில்லை. என்னே ஒரு விசித்திரமான அமெரிக்க நீதிமுறை!

15

அனில் குமார்

நான் கைதான அதே நாளில், அதே நேரத்தில், அனில் குமாரும் நியூ யோர்க்கில் வைத்துக் கைதுசெய்யப்பட்டார். நான் கைதானதும் கைவிலங்கு மாட்டப்பட்ட நிலையில் வீட்டிலிருந்து எஃப்.பி.ஐ.யின் வாகனம் நின்ற தூரம்வரைக்கும் அதிகாரிகளால் நடத்திச்செல்லப்பட்டேன். அனில் குமார் கைதானதும் அவரைக் கைதுசெய்த எஃப்.பி.ஐ. அதிகாரிகளின் கைகளுக்குள்ளேயே மயங்கிச் சாய, அவரைத் தள்ளுவண்டியில் அள்ளிப்போட்டு மருத்துவனைக்குக் கொண்டு சென்றார்கள். இது அனில் குமாரின் பலவீனமான உள்ளத்தைப் படம்பிடித்துக் காட்டுகிறது. அந்த இக்கட்டான நிலையில், அவரால் தைரியமாகத் தலை நிமிர்ந்து நின்று பிரச்சினையை எதிர்கொள்ள முடியவில்லை.

அடுத்துவந்த மாதங்களில், அனில் குமார் அரசாங்கத்தின் நட்சத்திரச் சாட்சியாகவும் எனக்கு எதிரான பொய்த் தகவல்களின் மூல ஊற்றாகவும் மாறினார். அவர் புனையும் எந்தக் கதையையும் வாக்குமூலமென வாந்தியெடுக்க அவருக்கு அரசுத் தரப்பால் பூரணச் சுதந்திரம் வழங்கப்பட்டது. அவரது வாக்குமூலம் அவருக்கு எதிராக ஒருபோதுமே பயன்படுத்தப்படாது என்று அவருக்கு எஃப்.பி.ஐ. வாக்குறுதி அளித்திருந்தது. அனில் குமார் தனக்குக் கிடைத்த

பொய் சொல்லும் சுதந்திரத்தை அசிங்கமான கற்பனைக் கதைகளைக் கட்டுவதற்குப் பயன்படுத்திக்கொண்டார். அனில் குமார் என்னைக் குறித்துப் புனைந்த கதைகள் கலியனின் ஆவணப் பதிவுகளிலிருந்து முற்றிலும் மாறுபட்டவை.

அனில் குமார் சத்தியப் பிரமாணம் செய்து அளித்த தனது வாக்குமூலத்தில் "2002இல், நான் ராஜ் ராஜரட்ணத்தோடு எனது வார்ட்டன் பள்ளிக் காலத்துச் சகா என்ற முறையில் தொடர்புகொள்ளும்வரை, சமூகத்திற்கு முன்னுதாரணமான மனிதனாகவே வாழ்ந்துகொண்டிருந்தேன். சட்டத்தை எப்போதுமே மதித்து நடந்துவந்திருக்கிறேன். ஓர் அமெரிக்கக் குடிமகனாகவும் 'மக்கின்ஸி' நிறுவனத்தின் பங்குதாரர் என்ற முறையிலும் சட்டம் வகுத்த பாதையிலிருந்து நான் அதுவரை அணுவளவும் வழுவிச் சென்றதில்லை" என்றார்.

அனில் குமார் நீதிமன்றத்திற்கு அளித்த கருணை மனுவிலும், அவர்மீதான வழக்கு விசாரணையிலும், தான் செய்த மோசடிகள் அனைத்திற்குமே என்னையே மூலகாரணமாகச் சொல்லி, என்மீதே குற்றம் சுமத்தினார். நானே அவரைக் குற்றம் செய்யத் தூண்டியதாக நீதிமன்றத்தில் இறுதிவரை கதறினார். அவர் தனது அசிங்கமான பொய்க் கதைகளை இறுதிவரை தொடர்ந்தார். இதைவிடவும் பெரிய நாடகமொன்றை அவர் தயாரித்தார். அதாவது என்னால் அவர் கையாளப்படும் அளவுக்கு, அவர் ஏன் எடுப்பார் கைப்பிள்ளையாக இருந்தார் என்பதை விளங்கிக்கொள்வதற்காக, தான் மனோதத்துவ நிபுணரைச் சந்தித்ததாகச் சொன்னார். இதையெல்லாம் கேட்டதும் அவரைச் கோமாளியாகவே நீதிமன்றம் கருதியிருக்க வேண்டும். அரசுத் தரப்பு வழக்குரைஞர்களுக்கு அவர் குறுக்குவழியில் ஒத்துழைக்கும் சாட்சியாக இருந்த ஒரேயொரு காரணத்தால் மட்டுமே, அவரது கோணல் நாடகம் நீதிமன்றத்தில் மேடையேறியது.

2009 ஜூன் 27ஆம் தேதியன்று, விம்பிள்டன் டென்னிஸ் சுற்றுப்போட்டியைக் காண்பதற்காக நானும் அனில் குமாரும் சென்றிருந்தோம். அடுத்த நாள், அனில் குமார் இவ்வாறு ஒரு மின்னஞ்சலை எனக்கு அனுப்பியிருந்தார்:

> உங்களோடு நான் கழித்த நேற்றைய பொழுது மிகச் சிறப்பானது. அது இனிய நினைவாக எப்போதுமே என்னுள்ளிருக்கும். நாம் தொடர்ந்தும் இவ்விதம் நட்புடன் இருக்க வேண்டுமென்றே விரும்புகிறேன். நீங்கள் அனைத்து அம்சங்களிலும் கூர்மையான பார்வையும்

தெரிவும் கொண்டவர். அது எனக்கு மனநிறைவைத் தருகிறது. உங்களுடைய நட்பு எனக்கு மிகவும் முக்கியமானது. மிகவும் நன்றி ராஜ்.

அன்புடன்,
அனில்

ஆறு மாதங்களுக்கு முன்பு இவ்வாறு அன்பொழுக எனக்கு மின்னஞ்சல் அனுப்பியிருந்த அனில் குமார் இப்போது, 2002இல் எம்மிடையே தொடர்பு புதுப்பிக்கப்பட்டதும் நான் அவரைத் தவறான பாதையில் இட்டுச் செல்லத் தொடங்கிய தாகக் குற்றம் சாட்டுவதற்கு என்ன காரணம்? தன்னுடைய மின்னஞ்சலின் நன்றி பாராட்டும் வாசகங்களிலிருந்து அவர் இவ்வாறு திடீர்க் குட்டிக்கரணம் அடித்தது ஏன்?

நடந்தது இதுதான்! அனில் குமார் கைதுசெய்யப்படும் போது, மக்கின்ஸி என்ற மிகப்பெரிய முகாமைத்துவ ஆலோசனை நிறுவனத்தின் பங்குதாரராக இருந்தார். வரி ஏய்ப்புக்காகவும், மக்கின்ஸி நிறுவனத்தின் சக பங்குதாரர்களை ஏமாற்றும் நோக்கத்துடன் இரகசியமாக முகாமைத்துவ ஆலோசனை நிறுவனங்களை உருவாக்கியதற்காகவும் அவர் எஃப்.பி.ஐ.யிடம் சிக்கிக்கொண்டார். கைதானதும் அரசுத் தரப்புடன் மன்றாட்டுப் பேரத்தை நடத்தி முடித்து, அரசுத் தரப்பின் ஒத்துழைக்கும் சாட்சியாக மாறிய அனில் குமார் தன்னைக் காப்பாற்றிக்கொள்வதற்காக மற்றவர்களைப் பலி கொடுத்தபோது, முதல் பலி நானாகவே இருந்தேன். இரண்டாவதாக, அவரது நண்பரும் வழிகாட்டியும் மக்கின்ஸி யில் அவருடைய பணி முதல்வருமான ராஜத் குப்தாவை பலிகொடுத்தார்.

என்னுடைய தலைமை வழக்கறிஞர் ஜோன் நீதிமன்றத்தில் அனில் குமாரைக் குறுக்கு விசாரணை செய்தார். முன்னதாக, 15 மாதங்கள் ஜோனும் அவரது குழுவினரும் அனில் குமாருடன் தொடர்புடைய ஆயிரக்கணக்கான மின்னஞ்சல்கள், ஆவணங்கள், வருமானவரிக் கோப்புகளை ஆழமாக ஆய்வு செய்திருந்தார்கள். அனில் குமாரின் கடந்தகால ஊழல் செயற்பாடுகளை ஜோன் முழுமையாகத் தெரிந்துகொண்டார். அவருக்கு அனில் குமார் மீது ஏற்பட்ட அருவருப்பு உணர்வை அவரால் மறைக்கவே முடியவில்லை. அவர் அனில் குமாரைக் குறித்து நீதிமன்றத்தில் இவ்வாறு சொன்னார்:

"அனில் குமார் போன்றதொரு மகா பேராசைப் பேர்வழியை என்னுடைய வாழ்க்கையில் நான் பார்த்ததேயில்லை.

இந்த மனிதர் குறுக்கு வழியில் பணம் பண்ணுவதற்காகத் தனது தொழில் பங்காளிகளையும் அரசாங்கத்தையும் ஏமாற்றியுள்ளார். பணத்தை வெளிநாட்டு வங்கிகளில் இரகசியமாகப் பதுக்கிக்கொண்டார். இந்தக் குற்றங் களுக்காக அரசாங்கத்திடம் சிக்கிக்கொண்டபோது, தன்னுடைய நண்பர்களையே குற்றவாளியாக்கினார். இவர் செய்த குற்றங்களை எல்லாம் ராஜ் ராஜரட்ணத்தின் தலையில் கட்டினார். இவருடைய வாக்குமூலம் எந்தவிதப் பெறுமதியுமற்ற குப்பைக் கிடங்கு! இந்த நீதிமன்றம் சந்தித்ததிலேயே மிகவும் கீழ்த்தரமான சாட்சி இவரே!”

ஜோனால் இவ்வாறாகக் கணிக்கப்பட்ட இந்த மோசடி மன்னரை 1981இல், பள்ளியில் எனது சக மாணவராகச் சந்தித்தேன். அவர் இந்தியாவில் பொறியியல் படிப்பை முடித்திருந்தார். பள்ளியில் நானும் அனில் குமாரும் நெருக்கமாக இருந்தோம் என்று சொல்லிவிட முடியாது. இருவருக்கும் பொதுவான நண்பர்கள் இருந்தார்கள்.

அந்த இரண்டு ஆண்டுகளையும் திரும்பிப் பார்க்கையில், அனில் குமார் ஒரு சுவாரஸ்யமற்ற மனிதராகவே என் நினைவில் நிற்கிறார். எந்தக் காரியத்திலும் அவரை உசுப்பிச் செயற்படவைப்பதற்கு யாராவது ஒருவர் வேண்டும். வாழ்க்கை யில் வெற்றி பெற்றவராகத் தென்படாத எவருடனும் அனில் குமார் தனது நேரத்தைச் செலவிடுவதை நான் கண்டதில்லை. செல்வந்தக் குடும்பப் பின்புலமும் தன்முனைப்பும், பரீட்சையில் கிடைக்கும் அதிகபட்ச மதிப்பெண்களுமே வெற்றிக்கான அனில் குமாரின் அளவுகோல்கள். குறிப்பாக, பள்ளியிலிருந்த தெற்காசிய மாணவர்களது பரீட்சைமுடிவுகளைத் துருவித் துருவிக் கேட்டுத் தெரிந்துகொள்வதில் அவர் பேரார்வம் கொண்டிருந்தார்.

வார்ட்டன் பள்ளியில் பயின்றபோது, எப்படியாவது மக்கின்ஸி நிறுவனத்தில் ஒரு வேலையைப் பெற்றுக்கொள்ள வேண்டும் என்பதுவே அனில் குமாருடைய கனவாக இருந்தது. ஆனால் அவருடைய கனவு பலிக்கவில்லை. எனவே, சிலிக்கன் பள்ளத்தாக்கில் ‘எச்.பி.’ நிறுவனத்தில் அனில் குமார் வேலைக்குச் சேர்ந்தார். எனினும், மக்கின்ஸி நிறுவனத்தில் வேலை பெறுவதற்காக அனில் குமார் விடாமுயற்சி செய்துகொண்டேயிருந்தார். சில ஆண்டுகளுக்குப் பின்பு அவருடைய கனவு நனவாகியது. சிலிக்கன் பள்ளத்தாக்கி லுள்ள மக்கின்ஸி நிறுவனத்தில் அவர் வேலையொன்றைப் பெற்றுக்கொண்டார். 1993இல், இந்தியாவிலுள்ள மக்கின்ஸி கிளை அலுவலகத்திற்கு மாற்றலாகிச் சென்றார்.

நான் கலியன் நிறுவனத்தை ஆரம்பித்து ஐந்து ஆண்டுகள் கழிந்த பின்பாக, 2002இல் அனில் குமார் என்னோடு மீண்டும் தொடர்பை ஏற்படுத்திக்கொண்டார். அப்போது கலியன் நிறுவனம் பில்லியன் கணக்கான டாலர்களை நிர்வாகம் செய்தவாறு வெற்றிகரமாக இயங்கிக்கொண்டிருந்தது.

அனில் குமார், மக்கின்ஸி நிறுவனத்தில் பங்குதாரர் என்ற நிலைக்கு உயர்ந்திருந்தார். அவர் எனக்கு ராஜத் குப்தாவை அறிமுகப்படுத்தினார். ராஜத் குப்தா அப்போது மக்கின்ஸி நிறுவனத்தின் நிர்வாகப் பங்குதாரராக இருந்தார். அனில் குமாரும் ராஜத்தும் நிறுவனர்களாக இருந்த 'இந்தியன் வணிகப் பள்ளி'க்கு நன்கொடை வேண்டியே அவர்கள் இருவரும் என்னைத் தொடர்புகொண்டார்கள். அவர்களது நோக்கம் நல்லது எனக் கருதி ஒரு மில்லியன் டாலர்களைச் சத்தமில்லாமல் நன்கொடையாக வழங்கினேன். நன்கொடை விஷயங்களில் எனது பெயர் வெளியே தெரியவருவதை நான் விரும்புவதில்லை. வழங்கும் நன்கொடை சரியான இடத்தைச் சேர்ந்து பலன் கொடுக்கிறதா என்பதை மட்டுமே கவனிப்பேன்.

இந்த நன்கொடை வழங்கலுக்குப் பின்பு, அனில் குமார் என்னுடனான தொடர்பைச் சீராகப் பேணுவதில் அக்கறை காட்டினார். அவர் நியூ யோர்க்கில் இருக்கும்போது, அடிக்கடி என்னைத் தொலைபேசியில் அழைப்பார். அவருடைய 'வெற்றி பெற்றவர்கள்' பட்டியலில் நான் இருந்தேன். என்னைத் தவிர வேறெந்த வார்ட்டன் பள்ளிச் சகாக்களுடனும் அனில் குமார் தொடர்பைப் பேணவில்லை என்பதைக் காலப்போக்கில் அறிந்துகொண்டேன். ஏனெனில், அனில் குமாரைப் பொறுத்த வரை அவர்கள் வெற்றியடையாதவர்கள். அனில் குமாரைக் குறித்து ராஜீவ் கோயல் என்னிடம் "அந்தத் தலைக்கனம் பிடித்த மனிதர் என்னைப் போன்றவர்களைக் கண்டால் 'ஹலோ'கூடச் சொல்ல மாட்டார்" என்று சொல்லியிருக்கிறார். ராஜீவ் கோயல் 'இன்டெல்' நிறுவனத்தில் இடைநிலை அதிகாரியாக இருந்தவர். அனில் குமாருடைய அளவுகோலின்படி ராஜீவ் கோயல் வெற்றியடையாத மனிதர்.

மக்கின்ஸி நிறுவனத்தில் வருடமொன்றுக்கு இரண்டு மில்லியன் டாலர்களுக்கும் அதிகமாகவே சம்பாதிக்கும் பங்குதாரராக அனில் குமார் இருந்தாலும், தன்னுடைய திறமைக்கும் உழைப்புக்கும் ஏற்ற வருமானம் அங்கே கிடைப்பதில்லை என்று மூக்கால் அழுவார். அவர் எப்போதுமே சமூகப் படிநிலைகளில் ஏறிச் செல்லத் துடிப்பவராகவும், எல்லாவற்றையும் சுயநலத்தோடு அணுகும் மனிதராகவும் இருந்தார்.

சமனற்ற நீதி

மைன்ட் ஸ்பிரிட்

அனில் குமார் என்னை ராஜத் குப்தாவுக்கு அறிமுகப்படுத்து வதற்கு இரண்டு ஆண்டுகளுக்கு முன்னதாகவே, இந்த இருவரும் இரகசியத் தொழில்களில் இறங்கியிருந்தார்கள். இருவருமே மக்கின்ஸி நிறுவனத்தில் மிகப்பெரிய பொறுப்பு களை வகித்தாலும், அதேசமயத்தில் இரகசியமாக மக்கின்ஸி நிறுவனத்திற்கு வெளியேயும் முகாமைத்துவ ஆலோசகர்களாக வேலைசெய்து சம்பாதித்துக்கொண்டிருந்தார்கள்.

2001இல் அனில் குமாரும் ராஜத்தும் 'மைன்ட் ஸ்பிரிட்' என்ற முகாமைத்துவ ஆலோசனை நிறுவனத்தைத் தங்களது மனைவியர்களான அனிதா, மாலாவின் பெயர்களில் 'நெவாடா' என்ற இடத்தில் பதிவுசெய்தார்கள். மனைவியர் இருவரும் அந்த நிறுவனத்திற்கு மேலாளர்கள். இல்லத்தரசிகளான இந்த மனைவியர் வணிக உலகத்தோடு எந்தவிதத்திலும் சம்பந்தப்படாதவர்கள். தொழிலில் மைன்ட் ஸ்பிரிட் நிறுவனம் மக்கின்ஸி நிறுவனத்தோடு நேரடிப் போட்டியில் இறங்கி யிருந்தது. மைன்ட் ஸ்பிரிட் நிறுவனத்தில் முழு வேலையையும் செய்தவர்கள் அனில் குமாரும் ராஜத்துமே. இதனால் கிடைத்த வருமானம் மனைவியர் ஊடாகக் கணவர்கள் இருவருக்கும் போய்ச்சேர்ந்தது.

'இன்ஃபோ-யூஎஸ்ஏ' என்ற தரவுத்தள நிறுவனத்தின் சி.இ.ஓ. இந்திய வம்சாவழியைக் கொண்டவர். இவர் தனது நிறுவனத்திற்கு ஆலோசனை வழங்குவதற்காக மைன்ட் ஸ்பிரிட் நிறுவனத்தை ஒப்பந்தம் செய்துகொண்டார். அந்த ஒப்பந்தத்தின் மொழிநடை மக்கின்ஸி நிறுவனம் தனது ஒப்பந்தங்களில் பயன்படுத்திய மொழிநடையை ஒத்திருந்தது. அனில் குமாரும் ராஜத்தும் மொழியை மட்டும் உருவிப் பயன்படுத்தவில்லை. தங்களை வெற்றிப்படிகளில் ஏற்றிவைத்த மக்கின்ஸி நிறுவனத்தின் உயிரையே உருவிப் பயன்படுத்தினார்கள். ஏனெனில், அதுவரை 'இன்ஃபோ-யூஎஸ்ஏ' நிறுவனம் மக்கின்ஸி நிறுவனத்தின் வாடிக்கையாளராக இருந்துவந்தது. இது தாங்கள் கடைமையாற்றும் நிறுவனத்திற்கு அனில் குமாரும் ராஜத்தும் இழைத்த தெளிவான துரோகமாகும்.

அனில் குமாரின் கைதின் பின்பாக, மக்கின்ஸி நிறுவனம் பகிரங்க அறிக்கையை வெளியிட்டிருந்தது. அந்த அறிக்கையில் "எங்களது நிறுவனத்தின் பணியாளர்களான அனில் குமாரும் ராஜத் குப்தாவும் எங்களது நிறுவனத்தின் தொழில் மூலோபாயங்களையும் பகுப்பாய்வுத் தரவுகளையும் பயன்படுத்தி வெளியே 'மைன்ட் ஸ்பிரிட்' என்ற நிறுவனத்தை

இரகசியமாக நடத்திப் பணம் சம்பாதித்தார்கள்" என்று குற்றம் சாட்டப்பட்டிருந்தது. அமெரிக்க ஊடகங்கள் மைன்ட் ஸ்பிரிட் பற்றி மௌனம் காத்தாலும், இந்திய ஊடகமான பிஸினஸ் இன்ஸைடர் இந்த இரகசியத் தொழிலைக் கடுமையாகச் சாடிக் கட்டுரை எழுதியிருந்தது.

அனில் குமாரும் ராஜத்தும் நடத்திவந்த நேர்மையற்ற தொழிலுக்கு இன்ஃபோ-யூஎஸ்ஏ பல உதாரணங்களில் ஒன்று மட்டுமே. அமெரிக்காவிலும் இந்தியாவிலும் பல்வேறு நிறுவனங்களை நடத்திக்கொண்டிருந்த இந்திய வம்சாவழித் தொழிலதிபர்களை அனில் குமாரும் ராஜத்தும் இடைவிடாமல் அணுகி மைன்ட் ஸ்பிரிட்டின் வாடிக்கையாளர்களாகுமாறு கேட்டிருக்கிறார்கள். இவ்வாறு அணுகப்பட்ட தொழிலதிபர் களில் சிலர் என்னிடம் இந்தத் தகவலைத் தெரிவித்தார்கள்.

என்னுடைய வழக்கு விசாரணையின்போது, அனில் குமாரிடம் மைன்ட் ஸ்பிரிட் குறித்துக் கேள்விகள் கேட்கப் பட்டபோது, அவர் திரும்பத் திரும்பக் கூசாமல் பொய்களையே சொல்லிக்கொண்டிருந்தார். மைன்ட் ஸ்பிரிட் முதலீட்டு நிறுவனம் என்றார். ஆனால் அது உண்மை அல்லவே. முதலீட்டு நிறுவனத்திற்கும் முகாமைத்துவ ஆலோசனை நிறுவனத்திற்கும் இடையிலுள்ள வேறுபாடு சீனச் சுவரைப் போன்றது.

குறுக்கு விசாரணையின்போது அனில் குமார் எவ்வாறு பொய்களைச் சிதறவிட்டார் என்பதற்குச் சில எடுத்துக்காட்டுகள் கீழ்வருமாறு:

கேள்வி: மைன்ட் ஸ்பிரிட் என்பது உங்களது தனிப்பட்ட வருமானத்திற்காக நீங்கள் உருவாக்கிய முகாமைத்துவ ஆலோசனை நிறுவனமல்லவா?

அனில்: மைன்ட் ஸ்பிரிட் நிறுவனத்தின் தொழில் பதிவுப் பத்திரங்கள் அதை முதலீட்டு நிறுவனம் என்றே குறிப்பிடுகின்றன. அது ஒரேயொரு முதலீட்டை மட்டுமே செய்துள்ளது. அது முகாமைத்துவ ஆலோசனை நிறுவனம் அல்ல.

கேள்வி: மைன்ட் ஸ்பிரிட் நிறுவனம் இன்ஃபோ-யூஎஸ்ஏ நிறுவனத்திற்கு வழங்கும் முகாமைத்துவ ஆலோசனைக்கான கட்டணமாக இன்ஃபோ-யூஎஸ்ஏ நிறுவனம் இரண்டு இலட்சம் பங்குகளை வழங்குவதாக ஒப்பந்தம் காட்டுகிறது அல்லவா?

அனில்: இல்லை. அது மைன்ட் ஸ்பிரிட்டுக்கு வழங்கப்பட வில்லை. என்னுடைய மனைவிக்கே நேரடியாக வழங்கப்பட்டது.

மைன்ட் ஸ்பிரிட் நிறுவனத்தை முகாமைத்துவ ஆலோசனை நிறுவனமாக அல்லாமல் முதலீட்டு நிறுவனமாகச் சித்தரிக்கவே

அனில் குமார் முனைந்தார். இந்தத் திரிப்பு அவர் செய்த தவறுகளிலிருந்து அவரைக் காப்பாற்றிவிடும், அவருடைய பொய்யை ஜூரி சபை நம்பிவிடும் என்றெல்லாம் அவர் கருதியிருக்க வேண்டும்.

அனில் குமாரின் வாக்குமூலம் முழுவதுமே, ஏதோ நான்தான் அவரைக் கெடுத்துவிட்டதாக ஜூரி சபையை நம்ப வைப்பதிலேயே தங்கியிருந்தது. எனினும், அவரும் ராஜத்தும் நடத்திய இரகசிய நிறுவனமான மைன்ட் ஸ்பிரிட் தொடர்பில் என்னைக் குற்றம் சாட்ட அவருக்கு எந்த முகாந்திரமும் இல்லை. நான் அனில் குமாரால் ராஜத்திற்கு அறிமுகப்படுத்தப்படுவதற்கு முன்பே அவர்கள் மைன்ட் ஸ்பிரிட் நிறுவனத்தைத் தொடக்கிவிட்டார்கள். மக்கின்ஸி நிறுவனத்தை ஏய்ப்பதற்காக, அந்த நிறுவனத்தைத் தங்களது மனைவியரின் பெயர்களிலே பதிவுசெய்துகொண்டார்கள்.

கலியனில் அனில் குமார்

2002 அக்டோபர் மாதமளவில், அனில் குமார் என்னிடம் கலியனுக்காக மக்கின்ஸி நிறுவனம் ஆலோசனை வழங்கக்கூடிய சாத்தியத்தை முன்வைத்தார். எங்களுடைய வார்ட்டன் பள்ளிப் பழக்கத்தைத் தொழில் உறவாக மாற்றுவதில் அவர் முனைப்புக் காட்டினாலும், நான் அதில் ஆர்வம் காட்டவில்லை.

சில மாதங்கள் கழிந்த பின்பு, அனில் குமார் மீண்டும் முயற்சி செய்தார். அவரது சகாவும் மக்கின்ஸியில் ஆலோசகராகப் பணியிலிருப்பவருமான ஸ்டீபன்ஸன் என்பவருடன் இணைந்து 2003 மே மாதம் 15ஆம் தேதியன்று, எனக்கு மின்னஞ்சல் அனுப்பினார். அந்த மின்னஞ்சலில் தாங்கள் கலியன் நிறுவனத்திற்கு எவ்வாறு உதவ முடியும் என்பதைப் பற்றி அவர்கள் விளக்கியிருந்தார்கள். அப்போதும் நான் அக்கறை காட்டவில்லை.

அதே மே மாதத்தில், இந்தியாவின் முன்னணி தகவல் தொழில்நுட்ப நிறுவனமான ‘இன்ஃபோசிஸ்’ அமெரிக்கப் பங்குச் சந்தையில் நுழைந்தது. அந்த நிறுவனத்தைக் குறித்து நான் மேலோட்டமாகவே அறிந்திருந்தேன். அவர்கள் வெளியிட்டிருந்த விபரக்கொத்தை வாசித்தபோது, அந்த நிறுவனம் வேகமாக வளர்ந்து வருவதாக எனக்குத் தோன்றியது. அந்தக் காலகட்டத்தில், இந்தியன் தகவல் தொழில்நுட்ப நிறுவனங்களைக் கையாளக்கூடிய பகுப்பாய்வாளர் எவருமே எம்மிடம் இருக்கவில்லை. அனில் குமார் இந்த விஷயத்தில் நிபுணர் என்பது எனது நினைவுக்கு வரவே, இன்ஃபோசிஸ் நிறுவனத்தைக் குறித்து அவருடைய ஆலோசனையைக்

கேட்டேன். அது நன்றாக இயங்கும் முன்னணி நிறுவனமென்றும், அதனுடைய சி.இ.ஓ. இந்தியாவில் மிகவும் மதிக்கப்படுபவர் என்றும் அனில் குமார் சொன்னார். இன்ஃபோசிஸ் குறித்து நாங்கள் கலியனிலும் மேலதிகமாக உள்ளகப் பகுப்பாய்வு களைச் செய்த பின்பாக, இன்ஃபோசிஸ் நிறுவனத்தில் நாற்பது மில்லியன் டாலர்கள்வரை முதலீடுசெய்யத் தீர்மானித்தோம். இந்த முதலீடு எங்களது வாடிக்கையாளர் களான முதலீட்டாளர்களுக்கு மூன்று மாதக் காலத்தில் பத்து மில்லியன் டாலர்களை இலாபமாக அளித்தது. நான் அனில் குமாரைத் தொலைபேசியில் அழைத்து, இன்ஃபோசிஸ்பற்றிய அவரது ஆலோசனைக்கு நன்றி தெரிவித்தேன்.

இதற்குப் பின்பாக, இந்தியன் வணிகப் பள்ளிக்கு நன்கொடை திரட்டுவதற்காக, நியூ யோர்க்கில் நடத்தப்பட்ட விருந்தில் அனில் குமாரைச் சந்திந்தேன். 2002இல், என்னோடு திரும்பவும் தொடர்பை ஏற்படுத்துவதற்கு முன்பே மைன்ட் ஸ்பிரிட் முகாமைத்துவ ஆலோசனை நிறுவனத்தை ஆரம்பித்து, இன்ஃபோ–யூஎஸ்ஏ நிறுவனத்துடன் ஒப்பந்தத்தைச் செய்திருந்த அனில் குமார், சொந்தத்தில் வெற்றிகரமான நிறுவனம் ஒன்றை நடத்திவரும் தெற்காசியனான என்னைத் தனது அடுத்த இலக்காகத் தேர்ந்தெடுத்தார்.

அனில் குமாரும் இந்தியாவில் வசிக்கும் அவரது நண்பர் ஒருவருமாகச் சேர்ந்து, இந்திய நிறுவனங்களைக் குறித்து அமெரிக்காவிலுள்ள தங்களது வாடிக்கையாளர்களுக்கு ஆலோசனைச் சேவை வழங்குவதற்காக 'பீகோஸ்' என்ற பெயரில் நிறுவனம் தொடங்கியிருந்தார்கள். விருந்தின் நடுவே அனில் குமார் தனது புதிய நிறுவனத்தைக் குறித்து என்னிடம் விவரித்து, தனது சேவையைப் பயன்படுத்திக்கொள்ளுமாறு கேட்டுக்கொண்டார். இந்தியாவில் மிக வேகமாக வளர்ந்து கொண்டிருந்த தகவல் தொழில்நுட்ப நிறுவனங்களைக் குறித்து ஆய்வு செய்வதில் நிபுணத்துவம் பெற்ற ஒருவர் எங்களுக்கு உண்மையிலேயே தேவைப்பட்டார். எனவே, அனில் குமாரை கலியனுக்கு ஆலோசகராக அமர்த்த முடிவு செய்தேன்.

2003 அக்டோபர் முதலாம் தேதியன்று, கலியன் நிறுவனம் பீகோஸ் நிறுவனத்துடன் ஓர் ஒப்பந்தத்தைச் செய்து கொண்டது. அமெரிக்காவைத் தளமாகக் கொண்டிருக்காத தொழில்நுட்ப நிறுவனங்களைக் குறித்து பீகோஸ் எங்களுக்கு ஆலேசனைகளை வழங்கும். அந்தச் சேவைக்கான காலாண்டுக் கட்டணமாக 125,000 டாலர்கள் நிர்ணயிக்கப்பட்டது. இந்தத் தொகை நாங்கள் வெளி ஆலோசகர்களுக்குச் செலுத்தும் வழமையான தொகையே. ஏனைய முதலீட்டு நிதியங்களைப்

போலவே கலியனிலும் சில துறைகளில் வெளி ஆலோசகர் களைப் பயன்படுத்திக்கொள்வோம்.

இப்போது திரும்பிப் பார்க்கையில், பீகோஸ் நிறுவனத்தில் மக்கின்ஸி நிறுவனத்தின் வகிபாகம் குறித்து நான் தீர விசாரித்திருக்க வேண்டுமென்று தோன்றுகிறது. அனில் குமார் போன்று உயர் நிலையிலுள்ள ஒருவர் தனியாகத் தொழிலைத் தொடங்கும்போது, மக்கின்ஸி நிறுவனத்திடம் நிச்சயமாக அனுமதி பெற்றிருப்பார் என்று நான் எண்ணியதிலும் தவறில்லை. ஆனால் அனில் குமார் தனது பீகோஸ் நிறுவனத்தை மக்கின்ஸி நிறுவனத்திற்குத் தெரியாமலேயே இயக்கிக்கொண்டிருந்தார்.

பீகோஸ் நிறுவனத்துடனான உறவு கலியனைப் பொறுத்த வரை வெளிப்படையானது. நாங்கள் எங்களது அனைத்துக் கணக்குவழக்குகளையும் ஆவணப்படுத்திப் பாதுகாத்து வைத்திருந்தோம். பீகோஸ் நிறுவனத்திற்கு நாங்கள் செலுத்திய கட்டணத்திற்கு எங்களிடம் துல்லியமான ஆவணங்கள் இருந்தன. எங்களிடம் மறைப்பதற்கு எதுவுமே இருக்கவில்லை.

2003–2005 காலப்பகுதியில், கலியன் நிறுவனம் சுமார் 34 மில்லியன் டாலர்களை இந்தியாவைச் சேர்ந்த தகவல் தொழில்நுட்ப நிறுவனங்களில் முதலீடு செய்தது. எனவே, இந்திய நிறுவனங்களின் விவகாரங்களைக் கவனிக்க முழுநேரப் பகுப்பாய்வாளர் ஒருவர் எங்களுக்குத் தேவை என்று உணர்ந்தேன். 2005இல், அவ்வாறான பகுப்பாய்வாளரை கலியனில் பணிக்கு அமர்த்திக்கொண்டேன். எனவே, பீகோஸ் நிறுவனத்தின் ஆலோசனைச் சேவை எங்களுக்கு அவசிய மில்லாமல் போய்விட்டது. அந்த நிறுவனத்துடனான ஒப்பந்தத்தை முடிவுக்குக் கொண்டுவந்தோம்.

அனில் குமார் நிழல் முகாமைத்துவ ஆலோசகராக ஈட்டிய வருமானத்தைத் தனது வருமானவரித் தாக்கல் பத்திரங்களில் குறிப்பிடாமல் மறைத்துவிட்டார். இந்த மோசடியானது அனில் குமாரை எஃப்.பி.ஐ. ஒத்துழைக்கும் சாட்சியாக வளைத்துப் போடுவதற்குக் காரணமாக இருந்ததுடன், எனது வழக்கில் முக்கியமான சிடுக்காகவும் இருந்தது. கலியனின் வெளி ஆலோசகர்கள் தங்களது வருமான வரியை ஒழுங்காகச் செலுத்துகிறார்களா எனக் கண்காணிப்பது என்னுடைய வேலையல்ல.

வருமான வரி ஏய்ப்புத் தொடர்பாக அனில் குமாரை எஃப்.பி.ஐ. விசாரித்தபோது, வசமாக மாட்டிக்கொண்ட அனில் குமார், நானே அவருக்கு வரியை ஏய்க்க ஆலோசனை வழங்கியதாக எஃப்.பி.ஐ.யிடம் கூறினார். உலகப் புகழ்பெற்ற

முகாமைத்துவ ஆலோசகரும் மக்கின்ஸி நிறுவனத்தின் பங்குதாரருமான அனில் குமார் வரியை ஏய்ப்பதற்கு என்னிடம் ஆலோசனை பெற்றார் என்பது எவ்வளவு பெரிய முட்டாள்த்தனமான பேச்சு! பீகோஸ் நிறுவனம் எனது ஆலோசனைப்படியே ஆரம்பிக்கப்பட்டது என்று அனில் குமாரின் இன்னொரு பொய் கடைந்தெடுத்த அயோக்கியத் தனத்தைத் தவிர வேறென்ன! பீகோஸ் நிறுவனம் 2003ஆம் ஆண்டுக்கு முன்பே தொடங்கப்பட்டது என்பதை சாதாரண இணையத் தேடலே காட்டிக் கொடுத்துவிடும்.

ஆனால் அரசுத் தரப்பு வழக்குரைஞர்கள் தங்களுக்கு உதவக்கூடிய பொய்களை ஆர்வத்துடன் கேட்க விரும்பினார்கள். அனில் குமாரின் பொய்கள் அவர்களுக்குச் சாதகமாக இருந்தன. கலியன் நிறுவனம் அனில் குமாரின் பீகோஸ் நிறுவனத்திற்கு ஆலோசனைக் கட்டணமாகச் செலுத்திய பணத்தை, உட்தகவல் கொடுத்ததற்காக வழங்கப்பட்ட சன்மானப் பணம் என்று அனில் குமார் கதையை மாற்றிப் போட்டார். ஆனால் அனில் குமாருடனான எல்லாக் கொடுக்கல் வாங்கல்களுக்கும் எங்களிடம் தெளிவான பதிவுகள் இருந்தன. அவை பாதுகாப்பாகப் பேணப்பட்டன. எதையாவது மறைக்க விரும்புபவன் இப்படி வெளிப்படையாகப் பதிவுகளைப் பேண மாட்டான். எனவே எனக்கு உட்தகவலை வழங்கியதற்கு ஆதாரமான புனைகதையொன்றை அனில் குமார் அவசரமாகக் கண்டுபிடிக்க வேண்டியிருந்தது.

உட்தகவல் வணிகத்தைப் புனைதல்

நீதிமன்ற வழக்கு விசாரணைக்கு முன்பாக, எஃப்.பி.ஐ. அனில் குமாரை விசாரணை செய்தபோது, பீகோஸ் நிறுவனத்திற்கும் கலியனுக்குமிடையே ஒப்பந்தம் அமலில் இருந்த 2003–2005 காலப்பகுதியில் மூன்று வெவ்வேறு சந்தர்ப்பங்களில், தான் உட்தகவல்களை எனக்கு வழங்கியதாகக் கதை புனைந்து அனில் குமார் வாக்குமூலம் அளித்தார். ஆனால் கலியனின் ஆவணங்கள் அனில் குமாரின் புனைகதைக்கு முற்றிலும் மாறானவை. உண்மையில், எங்களது நிறுவனத்தின் வணிக நகர்வுகள் அனில் குமார் எனக்கு வழங்கியதாகக் கூறியிருந்த உட்தகவல்களுக்கு எதிர்த் திசையிலேயே அமைந்திருந்தன.

அனில் குமாரின் இந்தப் புனைகதையை எனது வழக்கறிஞர் ஜோன் டௌட் தனது குறுக்கு விசாரணையில் அம்பலப்படுத்தினார். ஏ.எம்.டி. நிறுவனத்தின் காலாண்டு வருவாய் அறிக்கையைக் குறித்துத் தன்னால் எனக்கு உட்தகவல் சொல்லப்பட்டதாக அனில் குமார் தனது வாக்குமூலத்தில்

சமனற்ற நீதி

சொல்லியிருந்தார். இதுகுறித்து ஜோன் டௌட் கேள்வி மேல் கேள்விகளைத் தொடுத்தபோது அனில் குமார் தடுமாறினார். ஒரு கட்டத்தில் ஏ.ம்.டி. நிறுவனத்தின் காலாண்டு வருவாய் அறிக்கையைக் குறித்துத் தனக்கு எதுவுமே தெரியாது என்றார்.

ஏ.எம்.டி. நிறுவனத்தின் காலாண்டு வருவாய் அறிக்கையைப் பற்றி அனில் குமாருக்கு எதுவுமே தெரியாதென்றால், அது குறித்து எனக்கு உட்தகவல் வழங்கியிருப்பதாக அனில் குமார் எப்படிச் சொல்ல முடியும்? ஆம், அனில் குமார் மீண்டும் பொய் சொன்னார். அவருடைய சாட்சியத்திலுள்ள ஒரேயொரு உண்மை எதுவென்றால், அவருக்கு ஏ.எம்.டி.யின் காலாண்டு வருவாய் அறிக்கைகளைப் பற்றி எதுவுமே தெரியாது என்பதே யாகும்.

அனில் குமாருடைய அடுத்த பொய்மீதும் ஜோன் டௌட் தாக்குதல் நடத்தினார். ஏ.எம்.டி. நிறுவனத்திற்கும் எச்.பி. நிறுவனத்திற்கும் இடையே நிகழ்ந்த கூட்டிணைவு ஒப்பந்தத்தை அந்த நிறுவனங்கள் பொதுவெளிக்கு அறிவிக்கும் முன்பே, அது குறித்த உட்தகவலை, தான் எனக்கு வழங்கி யிருந்ததாக அனில் குமார் சொல்லியிருந்தார்.

இந்தப் பொய்யும் ஜோன் டௌட்டுடைய குறுக்கு விசாரணையில் அம்பலமானது. 'இந்த இரண்டு நிறுவனங் களின் கூட்டிணைவு ஏ.எம்.டி. நிறுவனத்திற்கு ஓர் அற்புதமான வாய்ப்பு, அந்த நிறுவனத்தின் பங்குகளின் மதிப்பு உயரும்' என்று எனக்கு உட்தகவல் அளித்ததாக அனில் குமார் சொல்லியிருந்தார். அது பச்சைப் பொய் என்பதை கலியனது வணிக ஆவணங்கள் நிரூபித்தன. அனில் குமார் எனக்கு இந்த உட்தகவலை வழங்கியதாகக் கூறப்பட்ட காலப்பகுதியில், நான் ஏ.எம்.டி. பங்குகளின் மதிப்பு வீழ்ச்சியுறும் எனக் கணித்து, அந்தப் பங்குகளின் மீது 'குறுகிய நிலை' எடுத்திருந்தேன். மாறாக, அனில் குமார் எனக்கு வழங்கியதாகக் கூறிய உட்தகவலின் அடிப்படையில் நான் செயல்பட்டிருந்தால், அந்தப் பங்குகளின் மீது 'நீண்ட நிலை'*யையே நான் எடுத்திருப்பேன்.

அனில் குமாரின் அடுத்த பொய் 'ஏ.எம்.டி. நிறுவனம் தன்னுடைய ஃப்ளாஷ் மெமரி வணிகத்தை 'ஸ்பான்ஸன்' என்ற நிறுவனத்தின் பெயருக்கு மாற்றிவிட இருப்பதால், ஏ.எம்.டி. பங்குகளின் மதிப்பு உயரும்' என எனக்கு அவர் உட்தகவல் வழங்கியதாகச் சொன்னதாகும். இந்தப் பொய்யும் குறுக்கு விசாரணையில் அடித்து நொறுக்கப்பட்டது. அனில் குமார் எனக்குக் கூறியதாகச் சொல்லப்படும் அந்த மாற்றம்

* Long Position

பொதுவெளியில் அறிவிக்கப்படுவதற்கு முன்பாக, நான் ஏ.எம்.டி. பங்குகளின் மீது எந்த நிலைப்பாடும் எடுத்திருக்கவில்லை என்பதை கலியனின் ஆவணங்கள் தெட்டத் தெளிவாக நிரூபித்தன.

அனில் குமார் சொல்வதை நீங்கள் நம்பினால், அவர் கலியனின் ஆலோசகராக இருந்த 2003–2005 காலப்பகுதியில், ஏ.எம்.டி. நிறுவனம்குறித்து எனக்கு மூன்று உட்தகவல்களைக் கொடுத்திருக்கிறார். ஆனால் அவர் கொடுத்ததாகச் சொல்லப் படும் உட்தகவல்களுக்கு ஏற்ப ஏ.டி.எம்.** பங்குகளின் மீது நான் எந்த 'நீண்ட நிலை'யையும் எடுத்ததில்லை. மாறாக, ஒரேயொரு 'குறுகிய நிலை' மட்டுமே எடுத்திருந்தேன்.

இந்த முக்கியமான முரண்களை எல்லாம் புரிந்து கொண்டு, அனில் குமார் ஒரு பொய்யர் என்று ஜூரி சபை முடிவெடுக்கும் என்றே நம்பினேன்.

மஞ்சு தாஸ்

2003 காலப்பகுதியில், கலியனுடைய செயலாற்றலால் கவரப்பட்டிருந்த அனில் குமார் கலியனின் கடல் கடந்த முதலீட்டு நிதியமொன்றில் முதலீட்டாளராக இணைய விரும்பினார். இதற்காக அவர் கலியனின் முதலீட்டாளர் தொடர்பு அலுவலர் ரொம் பெர்னான்டஸை அணுகியபோது "அது சாத்தியமற்றது. அமெரிக்காவில் வரி செலுத்தாதவர்கள் மட்டுமே கடல் கடந்த முதலீட்டு நிதியங்களில் முதலீடு செய்ய முடியும்" என்று பெர்னான்டஸ் சொல்லியிருக்கிறார். உடனேயே அனில் குமார் "முதலீடு செய்யவிருப்பவர் மஞ்சு தாஸ் என்பவரே. அவர் இந்தியப் பிரஜை" என்று சொல்லியுள்ளார்.

அமெரிக்காவின் வரிவிதிப்பில் இருந்து தப்பிப்பதற்காகவே, மஞ்சு தாஸ் என்ற இந்தியரின் பெயரில் தனது பணத்தை முதலீடுசெய்ய அனில் குமார் முயற்சித்தார். இதை வழமைக்கு மாறானது என்று சொல்லிவிட முடியாதுதான். ஏனெனில், எங்களது வாடிக்கையாளர்களில் பலர் தங்களது குடும்ப உறுப்பினர்கள், ஆலோசகர்கள், சகாக்கள் போன்றவர்களின் பெயர்களில் முதலீடு செய்வதுண்டு. ஆனால் மஞ்சு தாஸ் என்பவர் கலிஃபோர்னியாவிலிருந்த அனில் குமாரின் வீட்டில் பணிப்பெண்ணாக 1999ஆம் ஆண்டுத் தொடக்கம்முதல் வேலையில் இருந்தார் என்பது எனக்கோ, கலியன் நிறுவனத்திற்கோ அப்போது தெரியாது!

** Advanced Micro Devices

மஞ்சு தாஸ் ஓர் இந்தியப் பிரஜை. அவர் இந்தியாவில் வசிப்பவராக இருந்தால், அமெரிக்க வரிகளைச் செலுத்த வேண்டியதில்லை. அவரது பெயரில் கலியனில் கணக்கைத் திறப்பதற்காக அனில் குமார் சமர்ப்பித்த விண்ணப்பப் படிவத்தில், அந்த வேளையில் மஞ்சு தாஸ் வசித்துவந்த கலிஃபோர்னியா முகவரியைக் குறிப்பிடாமல், அனில் குமாரின் உறவினர் ஒருவரின் புதுதில்லி முகவரியைக் குறிப்பிட்டிருந்தார். ஆனால் கலியனின் அலுவலர்கள் விழிப்பாக இருந்ததால், மஞ்சு தாஸ் புதுதில்லியில் வசிப்பதற்கான சான்றுப் பத்திரங்களை அனில் குமாரிடம் கேட்டார்கள்.

இப்போது, அனில் குமார் அடுத்த தில்லுமுல்லுவைச் செய்தார். ஒரு காலத்தில் புதுதில்லியில் மக்கின்ஸி நிறுவனப் பணியாளர்களுக்கு மருத்துவ ஆலோசகராகயிருந்த அலோக் மதூர் என்பவரிடமிருந்து 'மஞ்சு தாஸ் கடந்த பத்து ஆண்டு களாக எனது பராமரிப்பில், புதுதில்லியில் வசிப்பதை உறுதிசெய்கிறேன்' என்றொரு சான்றிதழை அனில் குமார் பெற்றுக்கொண்டார். மஞ்சு தாஸின் பெயரில் போலி வருமான வரிச் சான்றிதழ் ஒன்றையும் தயாரித்துக்கொண்டார். அவற்றை கலியன் அலுவலர்களிடம் வழங்கினார். எனினும், அந்தச் சான்றுகளும் போதாது; வங்கிச் சான்றிதழ் அவசியம் என்று கலியனின் அலுவலர்கள் சொல்லிவிட்டார்கள். எனவே, அனில் குமார் இந்தியாவில் மஞ்சு தாஸின் பெயரில் ஒரு வங்கிக் கணக்கைத் திறந்தார். அனில் குமாரின் நோக்கம் மஞ்சு தாஸ் கடந்த பத்து வருடங்களாகப் புதுதில்லியில் வசிக்கிறார் என்பதை நிரூபிப்பதே. எனவே, வங்கிக் கணக்குத் திறக்கப்பட்ட தேதியை வங்கிச் சான்றிதழில் தவிர்த்துவிடுமாறு அனில் குமார் வங்கியிடம் கேட்டுக்கொண்டார். வங்கியும் அவ்வாறே செய்தது. அந்தச் வங்கிச் சான்றிதழைக் கலியன் அலுவலர்களிடம் அனில் குமார் சமர்ப்பித்தார்.

இந்த விஷயம் நீதிமன்றத்தில் விசாரணைக்கு எடுத்துக் கொள்ளப்பட்டபோது, தான் சமர்ப்பித்த ஆவணங்கள் நூறு சதவீதம் உண்மையானவையே என்று முதலில் அனில் குமார் சாதித்தாலும், குறுக்கு விசாரணையில் அவரது பொய் அம்பலமாகியது. கலியனின் அலுவலர்களை ஏமாற்றவே, தான் போலி ஆவணங்களைத் தயாரித்ததாக அவர் ஒப்புக்கொண்டார்.

ஆனால் அனில் குமார் இந்தக் குற்றத்தை என்னுடைய பக்கம் தள்ளிவிட முயற்சித்தார். என்னுடைய ஆலோசனைக்கு இணங்கவே, தான் போலி ஆவணங்களைக் கலியன்

அலுவலர்களிடம் சமர்ப்பித்ததாகச் சொன்னார். என்னவொரு பொய்!

அனில் குமார் என்மீது சுமத்திய இந்தக் குற்றச்சாட்டுக்கும் வழமை போலவே எந்தவொரு ஆதாரமும் கிடையாது. அனில் குமாருக்கும் கலியனின் முதலீட்டாளர் தொடர்பு அலுவலர்களுக்கும் இடையில் நடந்த உரையாடல்கள், மின்னஞ்சல் போக்குவரத்துகள் பற்றியெல்லாம் எனக்குத் தெரியாது. அவையெல்லாம் முதலீட்டாளர் தொடர்பு அலுவலர்களின் வேலைகள். அந்த அலுவலர்கள் இதுபற்றி யெல்லாம் எனக்கு எதுவுமே தெரிவிக்கவில்லை. அவ்வாறு தெரிவிக்க வேண்டிய அவசியமுமில்லை. மிக முக்கியமாக, கலியன் அலுவலக இணையவலை அமைப்பில், முதலீட்டாளர் தொடர்பு அலுவலர்களுக்கு எனத் தனிப்பிரிவு உண்டு. பிரத்தியேகமான கடவுச்சொல்லால் பாதுகாக்கப்படும் அந்தப் பிரிவுக்குள் என்னால்கூட உள்நுழைய முடியாது.

அனில் குமார் மோசடிக்காரரர் மட்டுமல்ல. அவர் ஈவிரக்கமற்ற மனிதரும்கூட என்பதையே மஞ்சு தாஸின் கதை நமக்குச் சொல்கிறது. எந்தப் பணிப்பெண்ணின் பெயரில் தனது பணத்தை அனில் குமார் மறைத்துவைத்தாரோ, அந்தப் பணிப்பெண்ணை அவர் மிகக் கேவலமாக நடத்தினார். 1999இல், அனில் குமாரின் வீட்டில் பணிக்குச் சேர்ந்த மஞ்சு தாஸ் வாரம் ஏழு நாட்களும் வேலைசெய்யக் கட்டாயப்படுத்தப்பட்டார். அவருக்கு ஊதியமாக மாதமொன்றுக்கு 150 டாலர்கள் மட்டுமே கொடுக்கப்பட்டது. அதாவது, நாளொன்றுக்கு வெறும் 5 டாலர்கள். அந்தக் காலத்தில் கலிஃபோர்னியாவில், சட்டப்படி ஒரு பணிப்பெண்ணுக்கு ஒரு மணிநேரத்திற்குக் குறைந்தது 6.25 டாலர்கள் கொடுக்கப்பட வேண்டும்.

தனது வீட்டுப் பணிப்பெண்ணை அனில் குமார் நடத்திய விதம் அநீதியானது. அமெரிக்காவின் தொழிலாளர் நலச் சட்டங்களுக்கு விரோதமானது. ஐந்து வருடங்களின் பின்பாக, மஞ்சு தாஸ் ஊதிய உயர்வு கோரியபோது, அனில் குமார் ‘தாராள’ மனதுடன் மாதமொன்றுக்கு 600 டாலர்களாக ஊதியத்தை அதிகரித்தார்.

மஞ்சு தாஸுக்கு மருத்துவக் காப்புறுதி செய்யப்பட்டிருக்க வில்லை. ஒருமுறை மஞ்சு தாஸ் வழுக்கிக் கீழே விழுந்தபோது, அவருடைய இடுப்பில் முறிவு ஏற்பட்டது. கடுமையான வலியில் துடித்துக்கொண்டிருந்த மஞ்சு தாஸுக்கு எந்தச் சிகிச்சையை யும் வழங்காமல், அந்த வலியோடு அவரை விமானத்தில் ஏற்றி

அனில் குமார் கல்கத்தாவுக்கு அனுப்பிவைத்தார். அமெரிக்காவில் மருத்துவக் காப்புறுதி இல்லாவிட்டால் மருத்துவச் செலவு மிகவும் அதிகம். இந்தியாவில் மருத்துவச் செலவு மிகவும் குறைவு. இதனாலேயே அனில் குமார் கஞ்சத்தனமான, மனிதாபிமானம் துளியுமற்ற இந்த ஏற்பாட்டைச் செய்தார். இருபத்துநான்கு மணிநேரங்கள் நீளும் அந்த விமானப் பயணத்தில் மஞ்சு தாஸ் எவ்வளவு துன்பப்பட்டிருப்பார் என்று கற்பனை செய்துபாருங்கள். கல்கத்தாவில் அறுவைச் சிகிச்சைசெய்து குணமடைந்ததற்குப் பின்பே மஞ்சு தாஸ் அமெரிக்காவுக்குத் திரும்பினார்.

அனில் குமார் கைதாகிய சில நாட்களிலேயே, மஞ்சு தாஸை இந்தியாவுக்குத் திருப்பி அனுப்பிவிட்டார். இப்போது, மேற்கு வங்கத்திலுள்ள ஒரு கிராமத்தில், சிறிய வீடொன்றில் தனது மகளுடன் மஞ்சு தாஸ் வாழ்வதாக அறிகிறேன்.

மஞ்சு தாஸின் பெயரில் போலி ஆவணங்களைத் தயாரித்து முதலீடு செய்யுமாறு அவருக்கு நானே ஆலோசனை வழங்கினேன் என்ற அனில் குமாரின் சாட்சியம் முழுப்பொய். இப்படியொரு கேவலமான ஆலோசனையை நான் அனில் குமாருக்கு வழங்குவற்கு எந்த முகாந்திரமும் இல்லை. எனக்கு வெளிநாட்டு வங்கிகளில் இரகசியக் கணக்குகள் இல்லை. நியூ யோர்க்கில் எனது வீட்டுப் பணியாளருக்குச் சந்தை நிலவரப்படி, சட்டத்திற்கு ஏற்ப ஊதியம் கொடுக்கிறேன். வீட்டுப் பணியாளரின் பெயரைப் பயன்படுத்தி நான் வரி ஏய்ப்புச் செய்ய முயன்றதில்லை.

அனில் குமார் வழங்கிய ஒத்துழைப்புச் சாட்சியத்தில் மந்திரம்போலத் திரும்பத் திரும்ப ஒரே சுலோகமே சொல்லப்பட்டது. அனில் குமார் இழைத்த குற்றங்களுக்கு நானே வழிகாட்டி என்பதுவே அந்தச் சுலோகம். பேராசையும் குற்றச்செயல்களும் நிரம்பிய ஒருவர் தன்னுடைய வாழ்க்கைக்கு என்னைப் பொறுப்பாளியாக்கிப் பொல்லாப் பழி சுமத்துவதைப் பார்த்தபோது, என்னுடைய மனதில் அருவருப்பே சுரந்தது.

16

புதிய பட்டுப் பாதை

2005ஆம் ஆண்டின் நடுப்பகுதியில், அனில் குமாரும் ராஜத் குப்தாவும் புதிய தொழில் தொடங்கும் திட்டத்துடன் என்னை அணுகினார்கள். இந்திய உபகண்டத்தை இலக்கு வைத்துத் தனியார் பங்கு நிறுவனம், முதலீட்டு நிதியம் ஆகிய வற்றை ஆரம்பிக்க அவர்கள் விரும்பினார்கள். இரண்டு நிறுவனங்களையும் ஒரே குடையின் கீழ் நடத்தத் திட்டமிட்டிருந்தார்கள். அந்த ஒருங்கிணைந்த நிறுவனத்திற்கு 'நியூ சில்க் ரூட்' (என்.எஸ்.ஆர்.) எனப் பெயரிட்டிருந்தார்கள்.

இந்தக் கட்டத்தில் ராஜத் தன்னுடைய நிர்வாகப் பங்குதாரர் பணிகளை மக்கின்ஸி நிறுவனத்தில் குறைத்துக்கொண்டு, தொடங்க விருக்கும் புதிய நிறுவனத்திற்கான அடுத்தகட்ட நடவடிக்கைகளைத் தீவிரமாக ஆராய்ந்து கொண்டிருந்தார். தங்களது தொலைநோக்கை அடைவதற்காக, அனுபவம் வாய்ந்த தெற்காசிய முதலீட்டுத் தொழிலதிபர்களை ஒரு குழுவாகக் கூட்டுவதே ராஜத்தின் இலக்கு. தனியார் பங்கு நிறுவனத்தை பரக் சக்ஸேனா தலைமை யேற்று நடத்துவார் என்று கூறிய ராஜத், முதலீட்டு நிதியத்தைத் தலைமை தாங்கி நடத்துமாறு என்னைக் கேட்டுக்கொண்டார்.

பரக் சக்ஸேனாவை நீண்ட காலமாக அறிவேன். அவர் வார்ட்டன் பள்ளியில் என்னுடன் சமகாலத்தில் கற்றவர். நானும் ராஜத்தும் பரக்கும்

எளிதாகவும் விரைவாகவும் ஓர் உடன்பாட்டுக்கு வந்தோம். எங்கள் மூவருக்குமே புதிய நிறுவனத்தில் சரிசமமாகப் பங்குகள் இருக்கும். என்.எஸ்.ஆரின் தலைவராக ராஜத் இருப்பார்.

நான்காமவராகிய அனில் குமார் துணிந்து ஒரு முடிவுக்கு வர முடியாமல் மதில்மேல் பூனை போன்று தத்தளித்தார். இறுதியாக, 2010ஆம் ஆண்டின் இறுதிவரை அவர் மக்கின்ஸி நிறுவனத்திலேயே இருக்கப்போவதாகவும், அங்கே இருபத்தைந்து வருடப் பணிக்காலத்தை நிறைவுசெய்தால் அவருக்கும் அவரது குடும்பத்திற்கும் ஆயுட்கால மருத்துவக் காப்புறுதி கிடைக்கும் என்றும் சொன்னார். மருத்துவக் காப்புறுதிக்காக அனில் குமார் இந்த அரிய வாய்ப்பை நழுவவிடுவதை எங்களால் புரிந்துகொள்ள முடியவில்லை. அனில் குமாருக்கு வேறு வழிகளில் கிடைக்கக்கூடிய மருத்துவக் காப்புறுதிகளைக் குறித்து அவருக்கு ராஜத் தெளிவாக விளக்கியபோதும் பயனில்லை. உண்மை என்னவென்றால், எங்களது புதிய நிறுவனமான என்.எஸ்.ஆர். வெற்றியடைந்தால் மட்டுமே மக்கின்ஸியிலிருந்து விலகி என்.எஸ்.ஆருக்கு வருவது என்பதே அனில் குமாருடைய எண்ணமாக இருந்தது.

இதில் முரண்நகை என்னவென்றால், புதிய நிறுவனமான என்.எஸ்.ஆருக்கு இயல்பாகவே ஏற்படக்கூடிய ஆரம்பப் பிரச்சினைகளையும் தொழில்சார் இடர்களையும் எதிர்கொள்ள அனில் குமார் விரும்பவில்லை. ஆனால் என்.எஸ்.ஆரின் ஸ்தாபகர்களில் ஒருவராகத் தன்னை முன்நிறுத்த அவர் தயங்கவில்லை. என்.எஸ்.ஆர். பங்குகளில் தனக்கு உரிமை கோருவதிலும் குறியாக இருந்தார்.

வார நாட்களில் நானும் பரக் சக்ஸேனாவும் எங்களது சொந்த நிறுவனங்களை நிர்வகிப்பதில் ஈடுபட்டிருந்ததால், என்.எஸ்.ஆர். நிறுவன வேலைகளைக் கவனிப்பதற்காக, சனிக்கிழமை தோறும் கூட்டுத் தொலைபேசி அழைப்பில் கலந்துரையாடல்களை நடத்தத் தீர்மானித்தோம். அனில் குமார் கலிஃபோர்னியாவிலிருந்து இந்தக் கூட்டழைப்பில் கலந்துகொள்வார். அவர் இந்தக் கலந்துரையாடலுக்கான அழைப்புகளை ஒன்றிணைப்பார். அன்றைக்குக் கலந்துரையாட வேண்டிய விஷயங்களையும், அடுத்த வாரத்திற்கான நிகழ்ச்சி நிரலையும் அறிவிப்பார். என்.எஸ்.ஆர். நிறுவனத்தைக் குறித்து நிதிச் சந்தைக்கு விளக்கிச்சொல்லும் அறிக்கைகளை வெளியிடும் பொறுப்பையும் அனில் குமார் எடுத்துக்கொண்டார்.

2006 ஜூலை நடுப்பகுதியில், நானும் ராஜத்தும் அனில் குமாரும் இந்தியாவில் தொழில் வாய்ப்புகளை ஆராய்வதற்காக

இந்தியாவுக்குப் பயணம் செய்தோம். எனக்கு இந்தியாவில் பெரிய அளவில் அறிமுகங்கள் கிடையாது. எனவே, அனில் குமாரும் ராஜத்தும் முன்னின்று அங்கே தொழில்சார் சந்திப்புகளை ஏற்பாடு செய்தார்கள். தொழிற்துறை, அரசியல் பிரமுகர்களைச் சந்தித்தோம்.

பெரும் முதலீட்டாளர்களிடையே என்.எஸ்.ஆர். நிறுவனத்திற்கு மிகப்பெரிய வரவேற்பு இருந்தபோதும் தனியார் பங்கு நிறுவனமும் முதலீட்டு நிதியமும் ஒரே குடையின் கீழே இயங்குவதை அவர்கள் விரும்பவில்லை. எனவே, 2006ஆம் வருடத்தின் கோடைக்காலம் முடியும் தறுவாயில் என்.எஸ்.ஆர். நிறுவனத்தை இரண்டாகப் பிளப்பது என்று முடிவு செய்தோம். முதலீட்டு நிதியம் 'கலியன் இன்டர்நேஷனல்' ஆகியது. தனியார் பங்கு நிறுவனம் என்.எஸ்.ஆர். என்ற பெயரிலேயே தொடர்ந்தும் இயங்கியது. என்.எஸ்.ஆர். நிறுவனத்தில் வைத்திருந்த பங்கு உரிமையை நான் கைவிட்டேன். பரக், அனில் குமார், ராஜத் மூவரும் கலியன் இன்டர்நேஷனலில் தாங்கள் வைத்திருந்த பங்கு உரிமைகளைத் துறந்தார்கள். நாங்கள் தனித்தனி நிறுவனங்களாக முன்னோக்கி நகரப் போகிறோம்.

2007 ஜனவரி முதலாம் தேதியன்று, கலியன் இன்டர்நேஷனல் நிறுவனம் 1.2 பில்லியன் டாலர்கள் முதலீட்டுடன் முறைப்படி தொடங்கப்பட்டது. என்.எஸ்.ஆர். நிறுவனம் 1.2 பில்லியன் டாலர்களைச் சேகரித்திருந்தது. அதாவது, இரு நிறுவனங்களும் சரிசமமான முதலீடுகளுடன் இயங்கத் தொடங்கின. என்னுடைய தலைமையில் கலியன் இன்டர்நேஷனல் மிக வேகமாக முன்னோக்கி நகர்ந்தது. வருடத்திற்கு 25 சதவீதத்திற்கும் அதிகமான இலாபத்தை நாங்கள் ஈட்டினோம்.

2006இல், என்.எஸ்.ஆர். முதலீட்டு நிதியத்தின் பூர்வாங்க வேலைகளில் அனில் குமார் நிர்வாகப் பணியாற்றியிருந்தார். அந்தப் பணிக்கான ஊதியத்தை அவர் கோரியபோது, நான் உடனடியாகவே ராஜத், பரக் இருவருடனும் அதுகுறித்துக் கலந்துரையாடினேன். ஒரு மில்லியன் டாலர்களை அனில் குமாருக்கு வழங்குவதற்குச் சம்மதித்தேன்.

2006ஆம் ஆண்டு முடிவில், எங்களது அலுவலர்களுக்கு வருடாந்த மீதூதியம்* வழங்கப்பட்டுக்கொண்டிருந்தபோது, நிர்வாகப் பணிக்கான ஊதியமாக அனில் குமாருக்கு ஒரு மில்லியன் டாலர்களை வழங்குமாறு கலியனின் கட்டுப்பாட்டு அதிகாரியான யோக குமாரிடம் சொன்னேன். யோக குமாருக்கும்

---

* Bonus

அனில் குமாருக்குமிடையே சில மின்னஞ்சல் போக்குவரத்துகள் நடந்த பின்பாக, அனில் குமார் இந்தியாவிலுள்ள தனது வங்கிக் கணக்குக்கு அந்தப் பணத்தை அனுப்பிவைக்குமாறு யோக குமாரைக் கேட்டுக்கொண்டார். அவ்வாறே யோக குமாரும் அனுப்பிவைத்தார். இதற்கான ஆவணங்கள் கலியனில் உள்ளன.

அனில் குமாருக்கு ஒரு மில்லியன் டாலர்கள் ஊதியம் வழங்கியதைக் குறித்து நானும் ராஜத்தும் தொலைபேசியில் கலந்துரையாடினோம். நிர்வாக வேலைகளில் அனில் குமாரின் வகிபாகம் மிகச் சிறியதே. எனவே, இது மிகவும் அதிகப்படியான ஊதியம் என்று ராஜத் கருதினார். "நீங்கள் மிகவும் தாராளமாக நடந்துகொண்டிருக்கிறீர்கள்" என்று அவர் என்னிடம் சொன்னார். இந்த உரையாடலை எஃப்.பி.ஐ. ஒட்டுக் கேட்டுப் பதிவுசெய்துகொண்டது.

எனது வழக்கு விசாரணையில், அரசுத் தரப்பால் இந்த எளிமையான உரையாடல் திரிக்கப்பட்டு, ஏதோவொரு சதித்திட்ட உரையாடல்போலக் காட்டப்பட்டது. அனில் குமார், தான் புனைந்த உட்தகவல் வணிகக் கட்டுக்கதையை வலுப்படுத்துவதற்கு இந்த உரையாடலைப் பயன்படுத்திக் கொண்டார். என்.எஸ்.ஆர். நிறுவனத்தில் தனது வகிபாகத்தை அடக்கி வாசித்துக்கொண்டு, அந்த ஒரு மில்லியன் டாலர்கள் உட்தகவல் வழங்கியதற்காக என்னால் தனக்கு அளிக்கப்பட்ட சன்மானம் என்று கூசாமல் பொய் சொன்னார்.

அரசுத் தரப்பு வழக்குரைஞர்களும், எஃப்.பி.ஐ. அதிகாரிகளும் அனில் குமாரின் இந்தப் பச்சைப் பொய்யைப் பற்றிப் பிடித்துக்கொண்டார்கள். அவர்களுக்குக் கலியனின் ஆவணங்களுக்குள் நுழைந்து பார்க்க வாய்ப்பிருந்தும், யோக குமாருக்கும் அனில் குமாருக்குமிடையில் நடந்த மின்னஞ்சல் பரிமாற்றங்களைப் பார்வையிட வாய்ப்பிருந்தும் அவற்றையெல்லாம் பார்க்க மறுத்தார்கள். அனில் குமார் பொய்களைச் சொல்கிறார் என்று அவர்களுக்கு நன்றாகவே தெரியும். அந்தப் பொய்களைத் தடுத்து நிறுத்தாமல், மென்மேலும் பொய்களைச் சொல்லுமாறு அவர்கள் அனில் குமாரை ஊக்குவித்தார்கள். உண்மை மீது அவர்களுக்கு எந்த அக்கறையுமில்லை. அவர்களது அக்கறைகள் முழுவதும் வழக்கில் வெற்றி பெறுவதிலேயே குவிந்திருந்தன.

அனில் குமாருடைய பொய்ச் சாட்சியத்தைக் கேட்ட போது, அவருடைய கீழ்மைக் குணங்களை நேரில் கண்டபோது, நான் கனவுலகில் சஞ்சரிப்பதுபோலத் தோன்றியது. அனில் குமாருடனான எனது பல வருடப் பழக்கத்தைக் குறித்துச்

சிந்தித்துப் பார்த்தேன். எனது நட்பு நாடி அவர் பேசிய சொற்களை முழுவதுமாக நம்பினேன். அவரோ எனது நட்பைத் துஷ்பிரயோகம் செய்து, எனக்குத் துரோகமிழைத்துவிட்டார். நீதிமன்றத்தில், அவர் தன்னிலிருந்து கூட அந்நியப்பட்டவர் போலப் பரிதாபமாக, வெளிறிப்போன முகத்துடன் காட்சியளித்தார். எனினும், அவருக்காக இரங்கும் நிலையில் நானிருக்கவில்லை. எனது வழக்கறிஞர் ஜோன் டௌட்டால் துவம்சம் செய்யப்பட்டு அனில் குமார் நீதிமன்றத்திலிருந்து வெளியேறியபோது, என் வாழ்நாளில் அவரை மீண்டும் சந்திக்கவே கூடாது என்று முடிவெடுத்தேன்.

எனது வழக்கை எதிர்கொள்வதற்கான தயாரிப்புகளின் போது, மக்கின்ஸி நிறுவனத்திலிருந்த கலியன் தொடர்பான ஆவணங்களை நாங்கள் கேட்டுப் பெற்றுக்கொண்டோம். அந்த ஆவணங்களைக் ஆய்வுசெய்தபோது, அனில் குமாரின் பேராசையும் ஏமாற்றுக் குணமும் மட்டுமல்லாமல் அவருடைய அற்பப் புத்தியும் எங்கும் எதிலும் வியாபித்திருக்கின்றன என்பதைத் தெரிந்துகொண்டோம்.

2009 ஜூன் 13ஆம் தேதியில், மக்கின்ஸி நிறுவனத்திற்கு அனில் குமார் சமர்ப்பித்திருந்த உள்ளகச் செலவு விவரத்தில், மக்கின்ஸியின் வாடிக்கையாளரான என்னோடு சேர்ந்து அவர் இரவு உணவு சாப்பிட்ட செலவுக் கணக்கையும் சேர்த்திருந்தார். அந்த வேளையில் நான் மக்கின்ஸி நிறுவனத்தின் வாடிக்கையாளர் என்பது உண்மை. ஆனால் அனில் குமார் என்னோடு உணவருந்தியதாகக் கணக்குக் காட்டிய அதே இரவில் இங்கிலாந்திலிருந்து நியூ யோர்க்குக்கு விமானத்தில் பறந்துகொண்டிருந்தேன். இது சிலநூறு டாலர்கள் சம்பந்தப்பட்ட அற்ப விஷயம்தான். ஆனால் மக்கின்ஸி நிறுவனத்தின் பங்குதாரராக இருந்து, மில்லியன் கணக்கான டாலர்களை வருமானமாகப் பெறும் ஒரு மனிதர் சிறு விஷயத்தில்கூடக் கணக்குகளில் எவ்வாறு தில்லுமுல்லு செய்கிறார் என்பதை இந்தச் சம்பவம் வெளிச்சம்போட்டுக் காட்டுகிறதல்லவா!

தாழ்ந்து பணிக! விடுதலை பெறுக!

அனில் குமாரின் வழக்கறிஞர்கள் நீதிமன்றத்திற்குச் சமர்ப்பித்த 72 பக்கங்களுடைய கருணை மனுவைக் குறித்து, இந்தியாவில் பிரபலமான *மின்ட்* இணையதளத்தில், மூத்த பத்திரிகையாளரான சந்தீபன் தேவ் எழுதிய கட்டுரைக்குத் தலைப்பு 'தாழ்ந்து பணிக! விடுதலை பெறுக!' என்பதாகும்.

சந்தீபன் தேவ் எழுதினார்:

"இந்தக் கருணை மனுவானது பிள்ளைப் பருவத்திலிருந்தே பொதுநலனுக்காகத் தன்னை உருக்கித் தியாகங்களைச் செய்து, பல தடைகளைக் கடந்து எழுந்த புனித ஆத்மாவின் சரித்திரத்தை விவரிக்கிறது. ஆனால் இந்தக் கருணை மனுவை வாசிக்கும் அறிவுள்ள இந்தியர் ஒருவர் வாய்விட்டுச் சிரிக்கக்கூடும் அல்லது கருணை மனுவில் அடுக்கப்பட்டிருக்கும் துணிச்சலான பொய்களைக் கண்டு திகைத்துப்போய், திறந்த வாயை மூடாதிருக்கக்கூடும். இந்தக் கருணை மனுவில் அனில் குமாரின் கொடைக் குணம் பட்டியலிடப்பட்டிருக்கிறது. உண்மையில், ராஜத் குப்தா இந்தியாவில் முன்னெடுத்த அறப்பணிகளில் துண்டு துணுக்கு உதவிகளைச் செய்த அனில் குமார், முழு அறப்பணிகளையும் தன்னுடையதாக வெட்கமின்றி உரிமை கோரியிருக்கிறார். இந்தியாவுக்கு அனில் குமார் வழங்கிய கொடைகளுக்காக அவர் பெற்றுக்கொண்ட சலுகைகளை, கருணை மனுவில் அவரது வழக்கறிஞர்கள் சாமர்த்தியமாக மூடிமறைத்துவிட்டார்கள். மக்கின்ஸி நிறுவனத்தில் அனில் குமார் அநீதியாக நடத்தப்பட்டதா லேயே, அவர் பலவீனமடைந்து ராஜ் ராஜரட்ணத்தின் கைப்பொம்மையாகும் நிலைக்குத் தள்ளப்பட்டாராம். ஆக, பழி இப்போது மக்கின்ஸியின் தலையில். அபத்தம்! அனில் குமார் சிறைக்கு அனுப்பப்பட்டால் இந்தியா பாதிக்கப்படும் என்று அவரது வழக்கறிஞர்கள் முன்வைக்கும் வாதம் மிகச் சுவாரஸ்யமானது. இந்தியப் பண்பாடு சிறைக்குச் சென்றவர்களை ஒதுக்கிவைத்து விடும் என்பதால், அனில் குமாரின் அறப்பணிகள் இந்தியாவுக்குக் கிட்டாமல் போய்விடுமாம். ஆனால் உண்மையில் இப்போது அமெரிக்காவிலேயே அனில் குமார் ஒரு நச்சு சக்தியாகக் கருதப்படுகிறார். அவரோடு இப்போது எந்த நிறுவனங்களும் தொடர்பு வைத்திருப்பதில்லை."

வழக்கு விசாரணையின்போது, அனில் குமார் தனது நண்பரும் வழிகாட்டியுமான ராஜத்திற்கு எதிராகவும் பொய்ச் சாட்சியமளித்தார். அந்தச் சாட்சியத்தின் காரணமாக ராஜத் தண்டிக்கப்பட்டார். ராஜத்திற்கும் எனக்கும் எதிராக அனில் குமார் அளித்த பொய்ச் சாட்சியங்களுக்குக் கையூட்டாக அவர் விரும்பியதை அரசுத் தரப்பு அவருக்குக் கொடுத்தது. அனில் குமார் அரசுத் தரப்பு வழக்குரைஞர்களால் சிறைத் தண்டனையிலிருந்து காப்பாற்றப்பட்டார். இரண்டு வருடக்கால நன்னடத்தையும், வெறும் 25,000 டாலர்கள் அபராதமும் மட்டுமே அவருக்கு நீதிமன்றத்தால் விதிக்கப்பட்டன.

நான் சிறைத்தண்டனை பெற்று மூன்று வருடங்கள் கழிந்தபோது, அனில் குமார் மீண்டும் சாட்சிக் கூண்டில் ஏற நேர்ந்தது. இம்முறை, என்னுடைய தம்பி ரங்கன்மீதான வழக்கில் அவர் சாட்சியாக அழைக்கப்பட்டார். இந்த வழக்குக் குறித்து இந்நூலின் வேறொரு அத்தியாயத்தில் மேலும் விவரிப்பேன். என்னுடன் இணைந்து ஏ.எம்.டி. உள்ளிட்ட பல்வேறு நிறுவனப் பங்குகளில் ரங்கன் உட்தகவல் வணிகத்தில் ஈடுபட்டார் என்பதுவே குற்றச்சாட்டு.

எனது வழக்கில் எடுத்தாளப்பட்ட அதே தரவுகள், அதே சம்பவங்கள், அதே ஒட்டுக் கேட்கப்பட்ட ஒலிப்பதிவுகள். ஆனால் இம்முறை அனில் குமாரின் சாட்சியம் முற்றிலும் வேறுபட்டிருந்தது. நீதிமன்றத்தில் பொய்களைச் சொல்லி ரங்கனின் வழக்கறிஞர்களிடம் சிக்கிச் சீரழிய அவர் விரும்ப வில்லை. எனது வழக்கில் அனில் குமார் அளித்த சாட்சியத்தை, ரங்கனுடைய வழக்கில் அனில் குமாரே மறுத்தார். ரங்கனுடைய வழக்கில் சாட்சியம் வழங்கும்போது, அனில் குமார் தனக்கு விதிக்கப்பட்டிருந்த இரண்டு வருட நன்னடத்தைக் காலத்தைக் கடந்திருந்தார். அதாவது, இப்போது அவர் அரசுத் தரப்பு வழக்குரைஞர்களின் கட்டுப்பாட்டில் இல்லை. ரங்கனுடைய வழக்கு விசாரணைக்கு முன்பாக, அனில் குமார் ஒரேயொரு தடவைகூட அரசுத் தரப்பு வழக்குரைஞர்களைச் சந்திக்க வில்லை. வழக்கின் முடிவில் ரங்கன் விடுதலை செய்யப்பட்டார்.

அனில் குமார் நீதிமன்றத்தில் இவ்வாறு சொன்னார்:

"இந்தத் தடவை கருணை கோரி நான் இங்கே வரவில்லை. என்னுடைய மனச்சாந்திக்காகவே இங்கே நான் சாட்சியமளித்தேன். கடந்த ஐந்து வருடங்களாகவே என்னால் நிம்மதியாக உறங்க முடியவில்லை. என்னுடைய நற்பெயர், பணம், குடும்பம், நண்பர்கள் எல்லா வற்றையுமே இழந்துவிட்டேன். என்னுடைய வாழ்க்கை சீரழிக்கப்பட்டுவிட்டது."

17

ராஜத் குப்தா

ராஜத் குப்தாவுக்கு இரண்டு முகங்கள் உள்ளன என்பதைக் காலப்போக்கில் கண்டு பிடித்தேன். அவர் பொதுவெளியில் காட்டிக் கொள்ளும் முகமானது தான் கண்ணியமானவர், பரந்த மனமுடையவர், பிறர் நலம் பேணுபவர், ஒழுக்கமானவர் என்பதாக இருக்கும். அவரது அந்தரங்க முகமோ புகழுக்கும் செல்வத்துக்கும் அங்கீகாரத்திற்கும் எப்போதுமே அலைந்து கொண்டிருப்பவர் என்பதைச் சொல்லும்.

2003இல், மக்கின்ஸி நிறுவனத்தின் தலைமை நிர்வாகியாக ராஜத் தனது மூன்று பணிக்காலங் களை முடித்துவிட்டு, அந்தப் பதவியிலிருந்து விலகி அதே நிறுவனத்தில் நிர்வாகப் பங்குதாரர் ஆனார். அவருக்கு உலகளவில் தொழிலதிபர்களுடனும் அரசியல் தலைவர்களுடனும் தொடர்பிருந்தது. அத்தகைய பரந்த தொடர்புகளைக் குறித்து அவர் பெருமைப்பட்டார்.

மக்கின்ஸி நிறுவனத்தின் நிர்வாகப் பொறுப்பி லிருந்து விலகிய பின்பும்கூட ராஜத் தீவிரமாக உழைத்தார். பல்வேறு நிதி நிறுவனங்களின் இயங்குநர் சபையில் உறுப்பினரானார். அறப்பணி நிறுவனங்களில் இணைந்துகொண்டார். ஒருநாள் ராஜத் தன்னுடைய வாராந்திர நிகழ்ச்சி நிரலை என்னிடம் காண்பித்தார். வாரத்திற்கு எட்டு அல்லது பத்துக் கூட்டங்களில் அவர் கலந்து கொள்வதைப் பார்த்ததும் அசந்துபோனேன்.

சுருக்கமாகச் சொன்னால், ராஜத் ஒரே நேரத்தில் பல காரியங்களைச் செய்யும் வல்லமையுள்ளவராக இருந்தார்.

இருந்தபோதும், வால் ஸ்ட்ரீட்டைக் கையாளும் விஷயத்தில் ராஜத் அப்பாவி. மக்கின்ஸி நிறுவனத்தில் வெற்றியின் உச்சத்திலிருந்து கோலோச்சிய ராஜத், அவருக்குப் புதிதான வால் ஸ்ட்ரீட் உலகில் திசையறியாமல் திணறினார். பல்வேறு நிதி நிறுவனங்களின் இயக்குநர் சபையில் இருந்தபோதும், அவரால் எதையுமே சரிவரச் செய்ய முடியவில்லை. ஒரு கட்டத்தில், நிதித்துறையைப் பொறுத்தளவில் அவர் என்.எஸ்.ஆர். நிறுவனத்தில் மட்டுமே செயற்பட விரும்புவதாக என்னிடம் தெரிவித்தார்.

அமெரிக்க இந்தியன் அறக்கட்டளை, கேட்ஸ் அறக்கட்டளை, இந்தியன் வணிகப் பள்ளி உட்பட பல்வேறு அமைப்புகளில் ராஜத் ஆழ்ந்த ஈடுபாட்டுடன் பணியாற்றிக்கொண்டிருந்ததால், அவர்மீது மிகுந்த மரியாதை வைத்திருந்தேன்.

வொயேஜர் நிதியம்

2005 ஜூலை மாதத்தின் நடுப்பகுதியில் 'வொயேஜர் கேப்பிடல் பார்ட்னர்ஸ்' என்ற புதிய நிதியத்தை நிறுவும் முன்மொழிவோடு ராஜத் என்னை அணுகினார். அந்தப் புதிய நிதியம் கலியனில் முதலீடுகளைச் செய்யும். கலியனின் நோக்கில் இதுவொரு அருமையான திட்டமாக இருந்தது. 2005 செப்டம்பரில் நான், ராஜத், ரவி ட்ரேஹன் மூவருமாகச் சேர்ந்து 'வொயேஜர் கேப்பிடல் பார்ட்னர்ஸ்' நிதியத்தைத் தொடங்கினோம். ராஜத்தும் ரவி ட்ரேஹனும் தலா 5 மில்லியன் டாலர்களை முதலீடுசெய்ய, நான் 40 மில்லியன் டாலர்களை முதலீடுசெய்து, மொத்தம் 50 மில்லியன் டாலர்கள் முதலீட்டோடு வொயேஜர் நிதியத்தை உருவாக்கினோம்.

2006 டிசம்பரில், ரவி ட்ரேஹன் தன்னுடைய முதலீட்டை மீளப்பெற்றுக்கொள்வதாகத் தெரிவித்தார். இடைப்பட்ட 15 மாத காலத்திற்குள் வொயேஜர் நிதியம் 60 சதவீத வருவாயை ஈட்டியிருந்தது. ஆகவே, ரவி ட்ரேஹன் முதலீடு செய்த 5 மில்லியன்களோடு வருவாயான 60 சதவீதத்தையும் சேர்ந்து 8 மில்லியன் டாலர்களுக்கு ரவி ட்ரேஹனின் பங்குகளை நான் வாங்கிக்கொண்டேன். அதன் பின்பாக, வொயேஜர் நிதியத்தின் மொத்த முதலீட்டில் 90 சதவீதம் என்னுடையதாகவும் மிகுதி 10 சதவீதம் ராஜத்துடையதாகவும் இருந்தது.

வொயேஜர் நிதியம் தொடக்கப்பட்ட நாளிலிருந்து, ரவி ட்ரேஹன் அங்கிருந்து விலகிய நாள்வரை, ரவி ட்ரேஹனும்

ராஜத்தும் பல்வேறு புதிய வணிகச் செயல்திட்டங்களை எனக்கு முன்மொழிந்தவாறே இருந்தார்கள். அந்தத் திட்டங்கள் எல்லாமே என்னுடைய அனுபவப் பரப்புக்கு வெளியே இருந்ததால், அவற்றை நிராகரித்துவிட்டேன்.

2006 ஜூலை நடுப்பகுதியில், வொயேஜர் நிதியம் மிகவும் வெற்றிகரமாக இயங்கிக்கொண்டிருந்த வேளையில், ராஜத் ஒரு கோரிக்கையோடு என்னை அணுகினார். அவர் என்னிடம் 25 மில்லியன் டாலர்களைக் குறுகிய காலக் கடனாகக் கோரினார். ராஜத்தும் அவரது நண்பர் ரமேஷ் வங்கலுமாகச் சேர்ந்து 'கட்ரா ஃபைனான்ஸ்' என்ற நிறுவனத்தின் ஊடாக, 'தமிழ்நாடு மெர்கன்டைல் வங்கி'யின் பங்குகளை வாங்க விரும்பினார்கள். எனக்கு ரமேஷ் வங்கலைத் தெரியாது என்பதால் நான் கடன் வழங்கச் சம்மதிக்கவில்லை. கடன் தொகைக்குத் தான் பிணை நிற்பதாக ராஜத் உறுதியளித்தார். ராஜத்துடனான எனது உறவு அதுவரைக்கும் நன்றாகவே இருந்ததால், கடன் வழங்க உடன்பட்டேன். ஆனால் 2006 டிசம்பர் முதலாம் தேதிக்கு முன்னதாகக் கடன்தொகையை முழுவதுமாக மீளச் செலுத்த வேண்டும் என்றொரு நிபந்தனையை விதித்தேன். ராஜத் என்னுடன் கைக் குலுக்கி அந்த நிபந்தனையை ஏற்றுக் கொண்டார்.

2006 டிசம்பர் மாதமும் வந்தது. கட்ரா ஃபைனான்ஸ் கடனை மீளச் செலுத்தவில்லை. நானும், கலியனின் தலைமை நிதி அதிகாரியான ஜோர்ஜ் லோவும் கலவரமடைந்தோம். நான் ராஜத்தைப் பல தடவைகள் தொலைபேசியில் அழைத்து, கடன்தொகை எப்போது திருப்பிச் செலுத்தப்படும் என்று கேட்டுக்கொண்டேயிருந்தேன். அவரிடமிருந்து திருப்தியான பதில்கள் கிடைக்கவில்லை. 2006 டிசம்பர் 21ஆம் தேதியன்று, நான் ராஜத்திற்கு ஒரு மின்னஞ்சலைப் பின்வருமாறு அனுப்பி வைத்தேன்:

"கட்ரா ஃபைனான்ஸ் இதுவரை எங்களுக்குக் கடன்தொகையை மீளச் செலுத்தவில்லை. திரு. ரமேஷ் வங்கல் நேற்று எங்களது தலைமை நிதி அதிகாரியிடம் என்னுடன் தொடர்புகொள்வதாக வாக்களித்திருந்தார். ஆனால் திரு. ரமேஷ் வங்கல் தனது வாக்கைக் காப்பாற்ற வில்லை. என்னைத் தொடர்புகொள்ளவில்லை. இந்தச் சூழ்நிலையில், இன்றைய மதிய உணவுக்கு உங்களைச் சந்திக்க என்னால் இயலவில்லை. உங்களுடன் ஏற்பாடு செய்யப்பட்ட அனைத்துச் சந்திப்புக்களையும் இரத்துச் செய்கிறேன்."

இதன் பின்பு, ஏற்கெனவே திட்டமிட்டிருந்தவாறு கிறிஸ்துமஸ் விடுமுறைக்கு எனது குடும்பத்துடன் கிளம்பிச் சென்றுவிட்டேன். கிளம்புவதற்கு முன்பாக, இந்தக் கடன் விவகாரத்தைக் கவனிக்குமாறு ஜோர்ஜ் லோவிடம் கூறியிருந்தேன்.

கடன்தொகையைத் திருப்பிச் செலுத்துவது குறித்து ராஜத்திடமிருந்தோ, கட்ரா ஃபைனான்ஸிடமிருந்தோ எந்தவொரு சமிக்ஞையும் கலியனுக்குக் கிடைக்காததால், 2006 டிசம்பர் 28ஆம் தேதியன்று, ராஜத்துக்கு ஒரு மின்னஞ்சலை ஜோர்ஜ் பின்வருமாறு அனுப்பிவைத்தார்:

> "எங்களது குழு திரு. ரமேஷ் வங்கலின் குழுவைத் தினமும் துரத்திப் பிடித்துக்கொண்டிருந்தாலும், கடனை மீளச் செலுத்துவதற்கான எந்த அறிகுறியும் திரு. ரமேஷ் வங்கலிடமிருந்து எங்களுக்குக் கிடைக்கவில்லை. இம்மாத முடிவுக்குள் கடன்தொகை எங்களது வங்கிக் கணக்குக்கு வந்துசேர்வதற்கு நாங்கள் என்ன செய்ய வேண்டும் என்பதை அறியத் தாருங்கள்"

ராஜத் பதிலாகப் பின்வரும் மின்னஞ்சலை அனுப்பி வைத்தார்:

> "தயவுசெய்து என்னை நம்புங்கள். நான் கடந்த ஏழு நாட்களாக ஓய்வின்றி, கடன்தொகையை மீளச் செலுத்துவதற்கான விவகாரங்களையே கவனித்துக் கொண்டிருக்கிறேன். என்னை நம்புமாறு ராஜூக்குச் சொல்லுங்கள்."

இவ்வாறான நீண்ட இழுபறிகளுக்குப் பின்பாக, கட்ரா ஃபைனான்ஸ் ஒருவழியாகக் கடன்தொகையை மீளச் செலுத்தியது. ஆனால் இனிமேலும் ராஜத்துடன் கைக்குலுக்கலுடன் உடன்படிக்கைகளைச் செய்யப்போவதில்லை என்ற முடிவுக்கு வந்தேன். ராஜத்துக்கும் எனக்கும் இடையிலான உறவில் மெல்ல மெல்ல விரிசல் விழத் தொடங்கியது.

2007இல், ராஜத் தனக்கு வொயேஜர் நிதியத்தில் 20 சதவீதப் பங்கு வேண்டுமென்றும் எனது வசமிருக்கும் பங்கில் 10 சதவீதத்தைத் தனக்கு 5 மில்லியன் டாலர்களுக்கு விற்றுவிடுமாறும் என்னிடம் கேட்டார். அவர் அவ்வாறு கேட்டது நியாயமற்றது. நான் 8 மில்லியன் டாலர்களைக் கொடுத்து ரவி ட்ரேஹனிடம் வாங்கிய 10 சதவீதப் பங்கை, அடிமாட்டு விலையில் 5 மில்லியன் டாலர்களுக்குத் தருமாறு ராஜத் அடம்பிடித்தார். அவ்வாறு செய்ய மறுத்த நான் வேறொரு வழியில் பிரச்சினையைத் தீர்க்க முயன்றேன். வொயேஜர்

நிதியத்தில் எனது முதலீட்டை 90 சதவீதத்திலிருந்து 80 சதவீதமாகக் குறைத்துக்கொண்டால், ராஜத்துக்கு அவர் விரும்பியவாறே 20 சதவீதப் பங்கு கிடைத்துவிடும் என்று ராஜத்திடம் சொன்னேன். இந்த ஏற்பாட்டை அவர் அரைகுறை மனதுடன் ஏற்றுக்கொண்டார். இந்த ஏற்பாட்டின் பின்பாக, வொயேஜர் நிதியத்தின் மொத்த முதலீடான 50 மில்லியன் டாலர்களில் எனக்கும் ராஜத்திற்குமான பங்கு 80:20 என்ற கணக்கில் இருந்தது.

2008இல், வரலாறு காணாத வீழ்ச்சியை அமெரிக்காவில் பங்குச் சந்தையும் வங்கிகளும் எதிர்கொண்டன. அமெரிக்க அரசு பெருமளவில் நிதி ஒதுக்கீடுசெய்து வங்கிகளை முடிந்தவரை காப்பாற்ற முயன்றது. ஆனால் 'லீமென் பிரதர்ஸ்' வங்கியைக் காப்பாற்ற இயலாமல் கைவிட்டது. எங்களது வொயேஜர் நிதியம் லீமென் பிரதர்ஸ் வங்கியிலேயே தங்கியிருந்ததால் அதுவும் மூழ்கிப்போனது. வொயேஜர் நிதியத்தின் மொத்த முதலீட்டுப் பணத்தையும் இழந்தோம். இந்த இழப்புக்கு ஈடுகொடுக்க முடியாமல் ராஜத் தவித்தார். அவர் தனது பங்காக இழந்த 10 மில்லியன் டாலர்களுக்கு நானே பொறுப்பென்று கூறிச் சுமையை என்னிடம் தள்ளிவிட முயன்றார். தனக்கு 10 மில்லியன் டாலர்களைத் தருமாறு என்னைத் தொந்தரவு செய்தார். நானோ எனது பங்காக 40 மில்லியன் டாலர்களை இழந்துவிட்டு நிற்கிறேன். நான் எப்படி அவர் இழந்த 10 மில்லியன் டாலர்களுக்குப் பொறுப்பாக முடியும்? எனவே, பணம் கொடுப்பது என்ற பேச்சுக்கே இடமில்லை என்று திட்டவட்டமாக ராஜத்திடம் கூறிவிட்டேன். என்மீது வழக்குத் தொடுக்கப் போவதாக அனில் குமாரிடம் ராஜத் சொன்னாராம். இந்தச் சம்பவத்திற்குப் பிறகு எனக்கும் ராஜத்திற்குமான உறவில் கிட்டத்தட்ட முற்றாகவே விரிசல் விழுந்தது. எனினும், அடுத்துவந்த மாதங்களில், ராஜத்தும் நானும் வொயேஜர் நிதியம் மூழ்கிப்போனதைக் குறித்து அடிக்கடி கவலையுடன் பேசிக் கொண்டோம். இழப்புக் கொடுத்த அதிர்ச்சியிலிருந்து ராஜத் ஒருபோதும் மீளவேயில்லை.

ராஜத் எனக்கு 'கோல்ட்மன் சாக்ஸ்' நிறுவனம் குறித்து இந்தக் காலகட்டத்தில்தான் உட்தகவல் வழங்கியதாக அரசுத் தரப்பு வழக்குரைஞர்கள் குற்றம் சாட்டினார்கள். ஆனால் எனக்கும் ராஜத்திற்கும் இடையே நடந்த தொலைபேசி உரையாடல்களை எஃப்.பி.ஐ. ஒட்டுக்கேட்டுப் பதிவுசெய்திருந்த ஒலிப்பதிவுகளில் அதற்கான ஆதாரத்தை அவர்களால் சுட்டிக்காட்ட முடியவில்லை.

ராஜத்தின் வழக்கு விசாரணையின்போது, அவரது தரப்பில் அடிப்படையான வாதம் ஒன்றிருந்தது. அதாவது, வொயேஜர் நிதியம்பற்றிய விவகாரங்களால் ராஜத் என்மீது மனக்கசப்போடு இருந்தார், எனவே, அவர் எனக்கு உட்தகவல் வழங்கியிருக்க முடியாது என்பதே அந்த வாதம்.

ராஜத்தின் வழக்கு விசாரணைக்கும், எனக்குத் தண்டனை விதிக்கப்பட்டதற்கும் இடைப்பட்ட காலத்தில் எனது வழக்கறிஞர்களின் நியூ யோர்க் அலுவலகத்தில், ராஜத்தின் வழக்கறிஞர்களோடு நான்கு மணிநேரத்தைச் செலவிட்டேன். கோல்ட்மன் சாக்ஸ் நிறுவனத்துடன் வணிகம்செய்த சூழலைக் குறித்துக் கலந்துரையாடினோம். அந்தக் கலந்துரையாடலுக்காக ராஜத்தின் தலைமை வழக்கறிஞர் கேரி நப்தலிஸ் எனக்கு நன்றி தெரிவித்ததோடு, 'ராஜத்துக்கு என்னோடு மனக்கசப்பு இருந்த நிலையில், எனக்கு உட்தகவல் வழங்குவதற்கு அவருக்கு எந்தவிதக் காரணமும் இருந்திருக்க முடியாது' என்ற உண்மையை வழக்கு விசாரணையின்போது, தான் பயன்படுத்தக்கூடும் என்றார். நான் அதைச் சட்டரீதியான தந்திரோபாயம் என்று மட்டுமே எண்ணினேன். மேலதிகமாக எதையுமே யோசிக்கவில்லை. அந்தச் சந்திப்பிற்குப் பின்பு, என்னுடைய வழக்கறிஞர்கள் ராஜத்தின் வழக்குக்கு அவசியமான, சாதகமான ஆவணங்களை ராஜத்தின் வழக்கறிஞர்களிடம் கொடுத்தார்கள். அவர் எனது வழக்கறிஞர்களிடம் "ராஜ் எனக்குச் செய்த உதவிகளுக்காகக் கடமைப்பட்டுள்ளேன். நான் நன்றி பாராட்டுகின்றேன் என்று தெரிவியுங்கள்" என்றாராம்.

ஆனால் வழக்கு விசாரணையின்போது, ராஜத்தின் வழக்கறிஞர்கள் என்மீது மோசடிக் குற்றம் சுமத்தியதைக் கண்டு அதிர்ந்துபோனேன். அதாவது, வொயேஜர் நிதியத்தில் இடப்பட்டிருந்த ராஜத்தின் முதலீட்டை நான் மோசடிசெய்து அபகரித்துக்கொண்டதால், என்மீது மனக்கசப்பு அடைந்திருந்த ராஜத் எனக்கு உட்தகவல் வழங்கியிருக்க வாய்ப்பில்லை என்ற வாதத்தை அவர்கள் முன்வைத்தார்கள். ராஜத்தைக் காப்பாற்றுவதற்காக அவர்கள் என்னைப் பலிகடாவாக்குவது குறித்து நாங்கள் ஆத்திரமடைந்தோம். ஊடகங்களோடு ஒருபோதுமே தொடர்பு வைத்திருக்காத எனது வழக்கறிஞர் டெர்ரி லினம் 2012 டிசம்பர் 28ஆம் தேதியன்று, வால் ஸ்ட்ரீட் ஜேர்னலில் பின்வருமாறு ஓர் அறிக்கையை வெளியிட்டார்:

"திரு. ராஜத் குப்தா தானாகவே முன்வந்து வொயேஜர் நிதியத்தில் செய்த முதலீட்டில், எனது கட்சிக்காரர் திரு. ராஜ் ராஜரட்ணம் மோசடி செய்ததாக ராஜத் குப்தாவின் வழக்கறிஞர்களால் முன்வைக்கப்பட்டிருக்கும் கட்டுக்கதையை

நான் முற்றாக மறுக்கிறேன். இந்த விஷயத்தில் உண்மையை விளக்க எம்மிடம் தெளிவான ஆவணங்கள் உள்ளன. திரு. ராஜத் குப்தாவும், திரு. ராஜ் ராஜரட்ணமும் இணைந்து இந்த நிதியத்தில் முதலீடு செய்தார்கள். இந்த நிதியத்தின் ஆதாரத் தரகர் லீமென் பிரதர்ஸ் வங்கியாகும். 2007 டிசம்பர் 31ஆம் தேதிய நிலவரப்படி, வொயேஜர் நிதியம் இலாபத்திலேயே இயங்கிக்கொண்டிருந்தது. ஐந்து மில்லியன் டாலர்களை முதலீடு செய்திருந்த ராஜத் குப்தாவால் பத்து சதவீதம் இலாபமீட்ட முடிந்திருக்கிறது. இந்தத் தருணத்தில், வொயேஜர் நிதியத்திலிருந்து கலியன் வழமையான நிர்வாகக் கட்டணத்தையே பெற்றுக்கொண்டது. இந்தக் கட்டணத்தில் 90 சதவீதத்தை ராஜ் ராஜரட்ணமே செலுத்தியுள்ளார். 2008 ஜனவரியில், திரு. ராஜத் குப்தாவின் ஐந்து மில்லியன் டாலர்கள் மேலதிக முதலீட்டைத் தொடர்ந்து, திரு. ராஜ் ராஜரட்ணத்தின் பங்கில் ஒரு பகுதி மீளப்பெறப் பட்டது. 2008 செப்டம்பரில், லீமென் பிரதர்ஸ் வங்கி மூழ்கியது. இதனால் வொயேஜர் நிதியமும் மூழ்கியது. திரு. ராஜத் குப்தா தனது முதலீடாகிய பத்து மில்லியன் டாலர்களை இழந்தார். திரு. ராஜ் ராஜரட்ணம் அதைப்போன்று நான்கு மடங்கு தொகையான 40 மில்லியன் டாலர்களை இழந்தார். திரு. ராஜத் குப்தாவின் எந்த நிதியும் மோசடி செய்யப்படவில்லை. அவர் எவ்விதத்திலும் ஏமாற்றப்படவில்லை."

ராஜத் குப்தா தவறுக்குமேல் தவறிழைத்தார். அவர் 'பேர்க்ஸா ஹாதுவே' நிறுவனத்தின் நிறைவேற்று அதிகாரியும் தனது நண்பருமான அஜித் ஜெயினைத் தனது சார்பில் வொயேஜர் நிதியம் குறித்துச் சாட்சியமளிக்கச் செய்தார். இவ்வளவுக்கும் அஜித் ஜெயினுக்கும் வொயேஜர் நிதியத்திற்கும் எந்தச் சம்பந்தமு மில்லை. அஜித் ஜெயின் வொயேஜர் நிதியம் குறித்து எந்த ஆய்விலும் இறங்கவில்லை என்றே கருதுகிறேன். அவர் தனது நண்பர் ராஜத் புனைந்த கதையை அப்படியே நீதிமன்றத்தில் ஒப்புவித்தார்.

விதியின் விசித்திரத்தால், நானும் ராஜத்தும் மீண்டும் சந்திக்க நேர்ந்தது. நான் தண்டனையை அனுபவித்துக்கொண்டிருந்த சிறைச்சாலைக்கே ராஜத்தும் வந்துசேர்ந்தார். "உண்மையைத் தெள்ளத் தெளிவாகத் தெரிந்திருந்தும், உங்களிடம் நான் மோசடி செய்ததாக ஏன் பொய் சொன்னீர்கள்?" என்று அவரிடம் கேட்டேன். "ஒரு தவறான புரிதல்... அது எனது வழக்கறிஞர்களின் தவறு" எனத் தட்டுத் தடுமாறிச் சொல்லி ராஜத் சமாளித்தார். ஆனால் ராஜத்தே தனது வழக்கறிஞர்களை வற்புறுத்தி என்மீது மோசடிக் குற்றச்சாட்டைச் சுமத்தவைத்தார் என்பது அவருடைய வழக்கறிஞர்களோடு நன்கு பழக்கமுள்ள எனது

வழக்கறிஞர்கள் மூலமாக எனக்குத் தெரிய வந்திருந்தது. ராஜத்தின் இரட்டை முகம் இப்போது வெளிப்படையாகத் தெரிந்தது. நான் வால் ஸ்ட்ரீட் பற்றிய ஒரு பழைய சொலவடையை அவருக்குச் சொன்னேன்: "எண்கள் பொய் சொல்வதில்லை; மனிதர்கள்தான் பொய் சொல்வார்கள்."

சிறையில் நாங்கள் ஒருவருக்கொருவர் கண்ணியத்துடன் நடந்துகொண்டோம். தான் எழுதப்போகும் சுயசரிதையில் பகவத் கீதை எடுத்துக்காட்டும் ஆன்மீக மேன்மை, உலகியலின் மாயை ஆகியவற்றைக் குறித்து எழுதப் போவதாகச் சொல்லி ராஜத் என்னை இன்னொரு முறை அதிர்ச்சியில் ஆழ்த்தினார்.

ராஜத் சிறையிலிருந்து வெளியேறும்போது, வொயேஜர் நிதியத்தில் தனக்கு ஏற்பட்ட இழப்பைக் குறித்துப் பேசி, அவர் இழந்த 10 மில்லியன் டாலர்களில் குறைந்தபட்சம் அரைவாசியையாவது கொடுக்குமாறு என்னிடம் கேட்டார். அவர் இழந்த பத்து மில்லியன் டாலர்கள் நான் இழந்த – 40 மில்லியன் டாலர்களைவிட அதிகம் என்று வாதிட்டார். நான் தலையசைத்து எனது மறுப்பை அவருக்குத் தெரிவித்தேன். இந்தச் சிறைச்சாலையில் இரண்டாவது பெரிய பணக்காரர் அவர். நான் யாருக்காவது ஐந்து மில்லியன் டாலர்களைத் தானம் கொடுப்பதாக இருந்தால், நான் தேர்ந்தெடுக்கும் கடைசி நபருக்கும் அடுத்த படியில்தான் ராஜத் இருப்பார்.

ராஜத் என்னுடன் ஆன்மீகம் குறித்து உரையாடியதை நினைத்துக்கொண்டேன். அந்த உரையாடல்களில் தெரிந்தது ராஜத்தின் பொதுவெளி முகம். அவரது அந்தரங்க முகத்தை என்னைவிட அறிந்தவர் யாருமிலர்.

கோல்ட்மன் சாக்ஸ்

எஃப்.பி.ஐ.யால் ஒட்டுக் கேட்கப்பட்ட எனக்கும் ராஜத்திற்கும் இடையிலான தொலைபேசி உரையாடல்களில், ஒரேயொரு உரையாடலில் மட்டுமே கோல்ட்மன் சாக்ஸ் நிறுவனம் குறித்துப் பேசியிருந்தோம். அந்த உரையாடல் 2008 ஜூலை 29ஆம் தேதியில் நிகழ்ந்தது.

அந்த உரையாடலில், கோல்ட்மன் சாக்ஸ் நிறுவனத்தின் தலைவர் கேரி கோய்னுடன் எனக்கு நிகழவிருந்த ஒரு சந்திப்புக் குறித்து ராஜத்திடம் சொன்னேன். அந்தச் சந்திப்பில் நான் பேசவிருந்த விஷயங்களில் ராஜத்தின் ஆலோசனைகளைக் கோரியிருந்தேன். எந்தத் தொழிலில் ஈடுபடுபவராயினும், ஒரு தொழில்சார் சந்திப்பின் முன்பாகச் செய்யும் சாதாரண ஆயத்த வேலையே அது. அந்தத் தொலைபேசி உரையாடலில்

பேசப்பட்டவற்றைப் பின்பற்றி நான் எந்த வணிகத்தையும் கோல்டமன் சாக்ஸ் நிறுவனத்துடன் செய்யவில்லை.

கோல்ட்மன் சாக்ஸின் இயக்குநர் சபை உறுப்பினராக யிருந்த ராஜத், அந்த நிறுவனத்தில் பேர்க்ஸா ஹாதுவே நிறுவனம் செய்த முதலீடு குறித்து 2008 செப்டம்பர் 23ஆம் தேதியன்று எனக்கு உட்தகவல் கொடுத்ததாகவும், கோல்ட்மன் சாக்ஸ் நிறுவனத்தின் காலாண்டு வருவாய் அறிக்கையை அது பொதுவெளிக்கு வருவதற்கு முன்பே என்னுடன் ராஜத் பகிர்ந்துகொண்டதாகவும் அரசுத் தரப்பு வழக்குரைஞர்கள் குற்றம் சாட்டினார்கள். என்னுடைய கைப்பேசி எஃப்.பி.ஐ.யால் நெடுநாட்களாக ஒட்டுக் கேட்கப்பட்டுப் பதிவுசெய்யப் பட்டபோதும், கோல்ட்மன் சாக்ஸ் நிறுவனம் குறித்து ராஜத் எனக்கு உட்தகவல் வழங்கியதற்கான சிறு புள்ளிகூட அந்தப் பதிவுகளில் இல்லவே இல்லை. இதில் முரண்நகை என்னவென்றால், கோல்டமன் சாக்ஸ் நிறுவனத்துடனான அந்த வணிகத்தில் நான் ஒட்டுமொத்தமாக 2 மில்லியன் டாலர்களுக்கும் அதிகமாக இழந்திருந்தேன்.

ராஜத் உட்தகவல் வணிகம் செய்ததாக வேறொரு வழக்கில் குற்றம் சாட்டப்பட்டபோது, கோல்ட்மன் சாக்ஸ் நிறுவனம் குறித்து எனக்கு எந்த உட்தகவலையும் வழங்க வில்லை என்று ராஜத் ஆணித்தரமாக மறுத்தார்.

மக்கின்ஸி நிறுவனத்தின் முன்னாள் தலைமை நிர்வாகி யாகவும், பல முன்னணி நிறுவனங்களின் இயக்குநர் சபை உறுப்பினராகவும் விளங்கிய உயர் ஆளுமையாளர் ராஜத்தை வேட்டையாட அரசுத் தலைமை வழக்குரைஞர் பராரா முனைப்போடு திட்டமிட்டுச் செயற்பட்டார். அதேவேளையில், கலியன் வழக்கில் உட்தகவல்கள் வழங்கியதாகக் குற்றம் சாட்டப்பட்டிருந்த சுனில் பல்லா (பொலிகொம்), ஷம்மரா ஹசைன் (கூகுள்), கீரன் டெய்லர் (அக்கமாய்), கமால் அஹமட் (மோர்கன் ஸ்டான்லி) போன்றவர்களை விசாரிப்பதில் பராரா அக்கறை காட்டவில்லை. ஏனெனில், இவர்கள் என்னைப் போலவோ, ராஜத் போலவோ தொழிலில் உயர்நிலையில் இல்லாதவர்கள். தொழிலில் உயர்நிலையில் உள்ளவர்களின் மீதான விசாரணைகளே ஊடகப் பரபரப்பை ஏற்படுத்துவன. இந்த வழக்கில் வருடக்கணக்காக அடியுண்ட நான் கண்டுபிடித்த உண்மை என்னவென்றால், தொழிலில் உயர்நிலையிலுள்ள ஒருவர் நீதியின் வாயிலாகவோ, அநீதியின் வாயிலாகவோ தண்டனை பெறும்போது, அரசுத் தரப்பு வழக்குரைஞர்களின் உயர்வுக்கான வாய்ப்புகள் பிரகாசமாயிருக்கும். ப்ரீத் பராரா அதை நன்கு புரிந்துவைத்திருந்தார்.

பேர்க்ஸா ஹாதுவேயின் முதலீடு

2008 செப்டம்பரில், வால் ஸ்ட்ரீட்டில் பெரும் பதற்றம் நிலவியது. லீமென் பிரதர்ஸ் வங்கி திவாலாகியது. கோல்ட்மன் சாக்ஸ் போன்ற நிறுவனங்கள் ஊசலாடின. 2008 செப்டம்பர் 18ஆம் தேதியன்று, கோல்ட்மன் சாக்ஸின் பங்குகள் 99 டாலர்களுக்கும் 132 டாலர்களுக்கும் இடையில் ஒரேநாளில் 30 சதவீத ஊசலைத் தொட்டது. இது முன்னெப்போதும் நிகழ்ந்திராத தறிகெட்ட ஊசல். இத்தகைய ஊசலாட்ட வேளைகளில்தான் பங்குச் சந்தை வணிகர்கள் அதிக இலாபத்தை ஈட்டுவார்கள்.

லீமென் பிரதர்ஸ் வங்கி திவாலாகிய நாள்முதல், கோல்ட்மன் சாக்ஸ் நிறுவனத்தில் பேர்க்ஸா ஹாதுவே நிறுவனம் முதலீடு செய்துள்ளது என்ற அறிவிப்பு வரும்வரை, நான் தினமும் கோல்ட்மன் சாக்ஸ் நிறுவனத்துடன் வணிகம் செய்து கொண்டிருந்தேன். செப்டம்பர் 16–23 காலப் பகுதிக்குள், நான் தனிப்பட்ட முறையில் 800,000க்கும் அதிகமான பங்குகளை வணிகம் செய்திருந்தேன். அவற்றின் மொத்தப் பெறுமதி 100 மில்லியன் டாலர்கள். இந்த வணிகத்திற்கும் ராஜத் குப்தாவுக்கும் எந்தச் சம்பந்தமும் இல்லை.

செப்டம்பர் 22ஆம் தேதியன்று, கோல்ட்மன் சாக்ஸின் 100,000 பங்குகளை வாங்கினேன். செப்டெம்பர் 23ஆம் தேதியன்று, எனது வணிகப் பிரதிநிதியான ஐயன் ஹொரோவிட்ஸ்ஸிடம் மேலதிகமாக 200,000 கோல்ட்மன் சாக்ஸ் பங்குகளை வாங்கும்படி பணித்தேன். ஐயன் அன்று காலையில் ஒரு மரணச் சடங்குக்குச் செல்ல வேண்டியிருந்ததால், தனது உதவியாளரிடம் அந்தப் பொறுப்பைக் கையளித்திருப்பார் என்று நம்பினேன்.

அன்றைய தினம் அமெரிக்கச் சட்டப் பேரவையின் அமர்வு நடந்துகொண்டிருந்தது. நாட்டின் பொருளாதார நெருக்கடியைச் சமாளித்து, பொருளாதார உறுதித்தன்மையை நிலைநாட்டும் பொருட்டு, நெருக்கடிக்குள்ளாகியிருந்த வங்கிகளின் பங்குகளை அரசாங்கம் வாங்குவது போன்ற திட்டங்கள் அடங்கிய மசோதாவை நிறைவேற்றுவது குறித்தே சட்டப் பேரவையில் விவாதம் நடந்துகொண்டிருந்தது. பிற்பகல் 3.29 மணிக்கு ‘சைபிரஸ்’ என்ற ஆலோசனை நிறுவனத்திடமிருந்து “மிக விரைவில் மசோதா நிறைவேற்றப்படும் என்று நாங்கள் கருதுகிறோம்” என்றொரு மின்னஞ்சல் கலியனுக்குக் கிடைத்தது. மசோதா நிறைவேறினால் ஒட்டுமொத்த அமெரிக்க நிதித்துறைக்குமே நன்மை விளையும் என்று கருதினேன்.

பிற்பகல் 3.54 மணிக்கு – பங்குச் சந்தை மூடப்படுவதற்கு ஆறு நிமிடங்களே இருக்கும்போது – ராஜத் குப்தாவிடமிருந்து எனக்குத் தொலைபேசி அழைப்பு வந்தது. லீமென் பிரதர்ஸ் வங்கி திவாலாகி இருப்பதால், வொயேஜர் நிதியத்தில் செய்த முதலீடு குறித்து ராஜத் பீதியடைந்திருந்தார். "சட்டப் பேரவையில் மசோதா நிறைவேறுவது கோல்ட்மன் சாக்ஸ் உள்ளிட்ட அனைத்து நிதி நிறுவனங்களுக்கும் நல்லதே" எனப் பேச்சுவாக்கில் நான் ராஜத்திடம் சொன்னது எனக்கு ஞாபகமிருக்கிறது. பங்குச் சந்தை மூடுவதற்கு நேரம் நெருங்கிக்கொண்டிருந்ததால், அந்த உரையாடல் ஒரு நிமிட நேரத்திற்கும் குறைவாகவே நிகழ்ந்தது. பங்குச் சந்தை மூடப்பட்டதும் ராஜத்தை அழைப்பதாகச் சொல்லி அந்த உரையாடலைத் துண்டித்தேன்.

பங்குச் சந்தை மூடுவதற்கு ஆறு நிமிடங்களே இருந்தன. கோல்ட்மன் சாக்ஸின் எத்தனைப் பங்குகளை வாங்கியிருக்கிறோம் என்று ஐயனின் உதவியாளரைக் கேட்டேன். வேலைக்குப் புதியவரான அந்த உதவியாளரின் முகத்தில் கலக்கமிருந்தது. அன்று காலையில் ஐயன் வாங்கிய 50,000 பங்குகளைத் தவிர வேறெதுவும் வாங்கப்படவில்லை என்று அவர் முணுமுணுத்தார். சரியான தருணத்தில் தன்னால் பங்குகளை வாங்க முடியவில்லை என்றார். அன்று ஐயன் அலுவலகத்தில் இருந்திருந்தால் இந்தத் தவறு நேர்ந்திருக்காது; கலியன் வணிகப் பகுதியின் தலைவரான கேரி ரோசன்பாக்கை உடனே அழைத்து, அவரிடம் அந்த வேலையை ஒப்படைத்தேன். அவர் துரிதமாகச் செயற்பட்டு கோல்ட்மன் சாக்ஸின் 217,000 பங்குகளைக் கொள்முதல் செய்தார். மாலை 5.45 மணிக்கு, பேர்க்ஸா ஹாதுவே நிறுவனம் கோல்ட்மன் சாக்ஸில் 5 பில்லியன் டாலர்களை முதலீடு செய்யவுள்ளதாகச் செய்திகள் பொதுத்தளங்களில் வெளியாகின.

பி.ப 3.54 மணிக்கு எனக்கு வந்த தொலைபேசி அழைப்பில், கோல்ட்மன் சாக்ஸ் நிறுவனத்தில் பேர்க்ஸா ஹாதுவே நிறுவனம் முதலீடு செய்யப்போவதாக ராஜத் எனக்கு உட்தகவல் கொடுத்ததாலேயே, நான் கோல்ட்மன் சாக்ஸில் மேலதிகமாகப் பங்குகளை வாங்கினேன் என்று அரசுத் தரப்பு வழக்குரைஞர்கள் என்மீது குற்றம் சுமத்தினார்கள். அந்தத் தொலைபேசி உரையாடலில் பேர்க்ஸா ஹாதுவே குறித்து ராஜத் என்னிடம் எதுவுமே பேசவில்லை. ஒட்டுக் கேட்கப்பட்ட உரையாடல் பதிவில் பேர்க்ஸா ஹாதுவே என்ற வார்த்தையே இல்லை. அந்தப் பிற்பகலில் எனது மனதில் பேர்க்ஸா ஹாதுவேபற்றிய எண்ணமே தலைகாட்டவில்லை.

அன்றைய தினம் ராஜத்தின் மனதில் இருந்தவை வொயேஜர் நிதியமும் அதில் அவர் செய்த முதலீடும் மட்டுமே.

அவருடைய சிந்தனை அவற்றின் மீதே குவிந்திருந்தது. பத்து மில்லியன் டாலர்களை இழப்பது குறித்து அவர் ஆழ்ந்த கவலையில் இருந்தார். அன்று பங்குச் சந்தை மூடப்பட்டதும், ராஜத்தைத் தொலைபேசியில் அழைத்து, 34 நிமிடங்கள் வொயேஜர் நிதியத்தைப் பற்றியே உரையாடினேன். எங்களது அந்த உரையாடலை ஒட்டுக் கேட்ட எஃப்.பி.ஐ.யின் ஒலிப்பதிவே இதற்கு மறுக்க முடியாத சாட்சியாகும்.

கோல்ட்மன் சாக்ஸின் வருவாய் அறிக்கை

2008 டிசம்பர் 16ஆம் தேதியன்று வெளியிடப்பட்டிருந்த கோல்ட்மன் சாக்ஸின் காலாண்டு வருவாய் அறிக்கையை ராஜத் குப்தா 2008 அக்டோபர் 23ஆம் தேதியன்றே என்னுடன் பகிர்ந்துகொண்டார் என்று அரசுத் தரப்புச் சுமத்திய குற்றமும் எந்தவித ஆதாரமுமற்றதே.

கலியனின் ஆசியப் பிராந்திய அலுவலகத்தின் தலைவர் டேவிட் லாவுடன் நான் தொலைபேசியில் உரையாடியபோது, அந்தக் காலாண்டில் கோல்ட்மன் சாக்ஸின் பங்கொன்றுக்கு இரண்டு டாலர்கள் வீழ்ச்சியிருக்கும் என்று நான் எதிர்வு கூறியதை ஒட்டுக் கேட்டு எஃப்.பி.ஐ. பதிவுசெய்துகொண்டது. அந்த ஒலிப்பதிவே 'ஆதாரம்' என்ற அடிப்படையிலேயே, கோல்ட்மன் சாக்ஸ் குறித்த உட்தகவலை நான் ராஜத்திடமிருந்து பெற்றுக்கொண்டதாக அரசுத் தரப்பு வழக்குரைஞர்கள் வாதம் செய்தார்கள். என்னவொரு வேடிக்கை!

நான் டேவிட் லாவுடன் அந்தத் தொலைபேசி உரையாடலைச் செய்தபோது, கோல்ட்மன் சாக்ஸின் காலாண்டு முடிவதற்கு இன்னும் ஒரு மாதக் காலம் இருந்தது.

நான் செய்ததெல்லாம் ஒரு கடித உறையின் பின்புறத்தில் ஒரு கணக்குப் போட்டுப் பார்த்தது மட்டுமே. என்னுடைய எதிர்வு கூறல் பிழைத்துப்போனது. கோல்ட்மன் சாக்ஸ் தனது காலாண்டு அறிக்கையை டிசம்பர் 16இல் வெளியிட்டபோது, பங்கொன்றுக்கு ஐந்து டாலர்கள் வீழ்ச்சியை அறிவித்தது. "கோல்ட்மன் சாக்ஸின் பங்குகள் முதன்முறையாக வீழ்ச்சியடைந்திருப்பது முக்கியமானது" என்று அரசுத் தரப்பு வழக்குரைஞர்கள் சுட்டிக்காட்டினார்கள். ஆனால் கடந்த 80 ஆண்டுகளில் அமெரிக்கா சந்தித்திராத இந்த மோசமான பொருளாதார நெருக்கடியால், முக்கியமான முதலீட்டு வங்கிகள் எல்லாமே இழப்புகளைச் சந்தித்துள்ளன என்பதை அவர்கள் ஜூரி சபைக்குச் சுட்டிக்காட்டத் தவறிவிட்டார்கள்.

பிரதிபலிப்புக்கள்

பின்னோக்கிப் பார்க்கையில், ராஜத் குப்தா குறித்து எனக்குக் கலவையான மனப்பதிவுகளும் உணர்வுகளுமே உள்ளன. பல்வேறு பொதுநலச் சேவைகளில் தனது நேரத்தைச் செலவிட்டு உழைத்தவர் என்ற முறையில் அவரை மிகவும் மதிக்கிறேன்.

உலகப் புகழ்பெற்ற மக்கின்ஸி நிறுவனத்தின் முன்னாள் நட்சத்திரம், சமூக சேவையாளர், கண்ணியமானவர், ஆன்மீகவாதி என்பதுதான் பொதுவெளியில் ராஜத் குப்தாவின் முகம். ஆனால் அவரது அந்தரங்க முகம் முற்றிலும் வேறானது. தன்னிடம் குவிந்திருந்த பெரும் செல்வத்தை மென்மேலும் பெருக்குவதற்காக அவர் அனில் குமாருடன் சேர்ந்து 'மைன்ட் ஸ்பிரிட்' என்ற நிழல் நிறுவனத்தை நடத்தினார். தன்னுடைய பொதுவெளிப் பிம்பத்தைப் பயன்படுத்திப் பிறரது முதுகுகளில் சவாரிசெய்ய அவர் தயங்கியதேயில்லை.

அவர்மீது வீராவேசமாக வழக்குத் தொடுத்த அரசுத் தரப்பு வழக்குரைஞர்களை எதிர்த்து நின்று, தான் நிரபராதியே என்று உறுதியுடனும் துணிச்சலுடனும் வாதாடினார். தன்னைப் பாதுகாத்துக்கொள்வதற்காக என்னிடமும் எனது வழக்கறிஞர்களிடமும் அந்தரங்கமாக உதவி கோரினார். நாங்கள் செய்த உதவிக்கு நன்றி தெரிவிக்கவும் செய்தார். ஆனால் தன்னைப் பாதுகாப்பதற்காக என்னைப் படுகுழியில் தள்ளவும் அவர் தயங்கவில்லை. நான் அவரை மோசடி செய்தேன் எனப் பொய் சொன்னார். வழக்குகளில் சில சட்டத் தந்திரோபாயங்களைக் கைக்கொள்ளும் தேவை ஏற்படுவதைப் புரிந்துகொள்கிறேன். ஆனால் ராஜத் அறம்சார் எல்லைகளை மீறிவிட்டார்.

தான் நிரபராதியே என்று ராஜத் குப்தா கடைசிவரை வாதிட்டார். அவர் இந்தியன் வணிகப் பள்ளியின் பணிப்பாளர் சபைக்கு அனுப்பிய மின்னஞ்சலில் "நான் ஒன்றைத் தெளிவு படுத்த விரும்புகிறேன். திரு. ராஜ் ராஜரட்ணத்துக்கு நான் சட்டவிரோத உட்தகவல் எதையும் வழங்கவில்லை. எனது வாடிக்கையாளர்கள் என்மீது வைத்திருந்த நம்பிக்கையைக் காப்பாற்றுவதில் எனது தொழில்சார் வாழ்க்கை முழுவதையும் பற்றுறுதியோடு செலவிட்டிருக்கிறேன். வாழ்நாள் முழுவதும் கடைப்பிடித்துவந்த நம்பகத்தன்மையையும் நேர்மையையும் விட்டு நான் திடீரென விலக எந்தக் காரணமும் இல்லை."

ராஜத் குப்தா உண்மையில் அனில் குமாரைப் போல, ராஜீவ் கோயலைப் போல வரி ஏய்ப்புச் செய்தவரில்லை.

வெளிநாட்டு வங்கிகளில் இரகசியக் கணக்குகளை வைத்திருக்க வில்லை. அரசுத் தரப்பு வழக்குரைஞர்களின் உருட்டல் மிரட்டல்களுக்குப் பணிந்து மன்றாட்டுப் பேரம் நடத்தவில்லை. தான் குற்றமற்றவர் என்பதை நிரூபணம் செய்வதற்காக அவர் நீதிமன்ற விசாரணைக்கு முகம் கொடுத்தார். அனில் குமார் தனது இயல்புக்கு ஏற்ப, தனது வழிகாட்டியும் நண்பருமான ராஜத்திற்கு எதிராகப் பொய்ச் சாட்சியம் அளித்தார். அரசுத் தரப்பு வழக்குரைஞர்களின் மேசைகளில் குவித்து வைக்கப்பட்டிருந்த பொய்ச் சாட்சியங்களை ராஜத்தால் தகர்க்க முடியவில்லை.

என்னுடைய வழக்கு விசாரணை முடிந்த பின்பு, அரசுத் தரப்பு வழக்குரைஞர் ஒருவர் எனது வழக்கறிஞர் டெர்ரி லினமை அணுகினார். ராஜத் குப்தாவுக்கு எதிராக நான் சாட்சியமளித்தால், எனக்கு வழங்கப்படவிருக்கும் தண்டனையைக் குறைப்பதற்கான சாத்தியங்களைக் குறித்து அவர் என்னுடன் கலந்துரையாட விரும்பினார். நான் அவரது வீண் விருப்பத்தை உடனடியாகவே மறுத்தேன். அரசுத் தரப்பு வழக்குரைஞர்களின் கைப்பாவையாக என்னால் ஒருபோதும் இருக்க முடியாது. அமெரிக்க நீதித்துறையும் எனது முன்னாள் சகாக்கள் சிலரும் எனக்கிழைத்த துரோகத்தை வாழ்நாள் முழுவதும் மறக்கமாட்டேன். அத்தகைய துரோகத்தை நான் எவருக்கும் செய்ய மாட்டேன். என்னைப் பாதுகாத்துக்கொள்வதற்காக எவருடைய முதுகிலும் குத்த மாட்டேன். என் பிள்ளைப் பருவத்தில் எனது தாயார் கூறிய நீதிக்கதைகள் எனக்கு வெறுமனே சுவாரஸ்யமான கதைகள் மட்டுமல்ல. நான் எந்த உயரத்திற்குச் சென்றாலும் அல்லது எந்தப் பாதாளத்தில் தள்ளப்பட்டாலும், பிஞ்சு மனதில் ஆணியாகப் பதிக்கப்பட்ட அறவுணர்வு என்னை விட்டுப் போகாது. நான் ராஜத்திற்கு எதிராகப் பொய்ச் சாட்சியம் சொல்லப் போவதில்லை.

ராஜத் குப்தாவுக்கு இரண்டு வருடச் சிறைத்தண்டனை விதிக்கப்பட்டது.

18

வழக்கு விசாரணை

> வாழ்க்கையில் எனக்கு நேரிடும் நிகழ்வுகள் பத்து சதவீதம். நான் அவற்றுக்கு எவ்வாறு எதிர்வினையாற்றுகிறேன் என்பது மீதி 90 சதவீதம்!
>
> – எழுத்தாளர் ஜோன் மக்ஸ்வெல்

நான் கைதுசெய்யப்பட்டதிலிருந்து 18 மாதங்கள் கழித்து, 2011 மார்ச் 8ஆம் தேதியன்று, என்னுடைய வழக்கு நீதிமன்றத்தில் விசாரணைக்கு வந்தது. 2009ஆம் வருட இலையுதிர்க் காலத்தில், திக்குத் திசை தெரியாமல் இந்தப் பயணம் தொடங்கியது. இடைப்பட்ட காலத்தில் நானும் எனது வழக்கறிஞர் அணியும் இரவுபகலாகக் கடுமையாக உழைத்து, வழக்கு விசாரணையை எதிர்கொள்வதற்கான ஆயத்தங்களைச் செய்தோம். அரசுத் தரப்பு வழக்குரைஞர்களுக்கு எதிரான எங்களது வாதங்களை மிகக் கவனமாகத் தயாரித்தோம். ஒட்டுக் கேட்கப்பட்ட உரையாடல் பதிவுகள், மின்னஞ்சல்கள், கணினிவழிக் குறுஞ்செய்திகள், கலியன் பகுப்பாய்வாளர்களின் ஆய்வறிக்கைகள் என சகலவற்றையும் நுணுக்கமாக ஆராய்ந்தோம். சிக்கலான அடுக்குகளாகச் சேமிக்கப்பட்டிருந்த தகவல்களின் ஒவ்வொரு துண்டு துணுக்கும் பிரித்து ஆராயப்பட்டுச் சாமானிய மக்களைக் கொண்டு அமைக்கப்பட்டுள்ள ஜூரி சபைக்கு எங்களது தரப்பு நியாயத்தை எளிமையாகவும் அப்பட்டமாகவும் தெளிவுபடுத்தக் கூடியவாறு கோப்புகள் தயாரிக்கப்பட்டன.

இந்தப் பயணம் மிகவும் சிரமமாக அமையப் போகிறது என்பது எங்களுக்குத் தெளிவாகவே தெரிந்திருந்தது. ஏனெனில், பொதுசன அபிப்பிராய அலை எனக்கு எதிராகப் பலமாக வீசிக்கொண்டிருந்தது. வங்கிகளதும் பெருநிறுவனங்களதும் ஆதிக்கத்தையும், அரசுக்கும் பெருநிறுவனங்களுக்குமான கள்ளத் தொடர்பையும் எதிர்த்து ஆரம்பிக்கப்பட்டிருந்த 'வால் ஸ்ட்ரீட் முற்றுகை இயக்கம்' முழு வீச்சில் – குறிப்பாக நியூ யோர்க் வீதிகளில் – செயல்பட்டுக்கொண்டிருந்தது. அது வெறுமனே 'வால் ஸ்ட்ரீட் முற்றுகை இயக்கம்' அல்ல. 'வால் ஸ்ட்ரீட்டை வீழ்த்துவோம்' இயக்கம் என்றே அதைச் சொல்லலாம். விரிவான சதித் திட்டத்தின் மையப் புள்ளியாக என்னைச் சித்தரிக்கும் விதத்தில் என்னுடைய புகைப்படம் எங்கும் காட்சியளித்துக்கொண்டிருந்தது. ஆனாலும் நான் நம்பிக்கையை இழக்கவில்லை. நான் நிரபராதி என்பதை நிறுவும் ஆதாரங்கள் எம்மிடம் ஆவண வடிவத்தில் செம்மையாக உள்ளன.

அமெரிக்க நீதிமன்றங்களின் நீதிபரிபாலனத்தை முழுமையாக நம்பினேன். நான் குற்றமற்றவன் என்பதையும், என்னுடைய கைப்பேசி எஃப்.பி.ஐ.யால் ஒட்டுக் கேட்கப்பட்டது 'குடிசார் உரிமை மீறல்' என்பதையும் ஜூரி சபை புரிந்து கொண்டு, என்னை வழக்கிலிருந்து விடுதலை செய்யும் என்று உளமார நம்பினேன்.

பொதுவெளியில் என்னுடைய வழக்கு பெற்றிருந்த அதீதக் கவனம் எனக்குப் புரிந்திருந்தது. எந்தப் பத்திரிகையைத் திறந்தாலும் என்னுடைய முகமே காட்சியளித்தது. என்னுடைய கதையே தலைப்புச் செய்தியாக இருந்தது. ஊடகச் செய்திகளுக்கும் கட்டுரைகளுக்கும் எந்த எதிர்வினையும் ஆற்றக் கூடாது என்று முடிவெடுத்திருந்தேன். எனது எதிர்வினையின் விளைவாக என்மீதான எதிர்ப்பலை மேலும் பெருகலாம் என்று எண்ணினேன். உண்மையில் நான் இரண்டு விசாரணைகளுக்கு முகம் கொடுக்க வேணடியிருந்தது. முதலாவது விசாரணை, நீதிமன்றத்தில் நீதிபதி முன்பாக ஆரம்பிக்கப்பட இருக்கிறது. இரண்டாவது விசாரணை, நீதிபதியால் அல்லாமல் வானொலி, தொலைக்காட்சி, பத்திரிகைகள், சஞ்சிகைகள், இணையதளங்கள் ஆகியவற்றில் அரசுத் தரப்பு வழக்குரைஞர்களின் பொய்களாலும் திரிபுப்படுத்தப்பட்ட தகவல்களாலும் நெறிப்படுத்தப்பட்டுச் சில மாதங்களுக்கு முன்பாகவே பரபரப்பாகத் தொடங்கப்பட்டுவிட்டது.

கடைசியில் அந்த நாளும் வந்தது. என்னுடைய வாகனம் நீதிமன்றத்திற்குள் நுழைந்தபோது, 'சட்டிலைட் டிஷ்கள்'

பொருத்தப்பட்டிருந்த கருப்பு – வெள்ளை நிறத்திலான ஊடக வாகனங்கள் மட்டுமே என்னுடைய கண்களுக்குத் தெரிந்தன. திரும்பிய பக்கமெல்லாம் கேமராக்கள் மின்னிக்கொண்டிருந்தன. புகைப்படம் பிடிப்பவர்கள் ஒருவரையொருவர் தள்ளிக்கொண்டு, எனது பெயரைக் கூவியழைத்தவாறே என்னை நெருங்க முயன்றார்கள். அண்மைநிலைப் புகைப்படங்களை எடுப்ப தற்காக அவர்கள் கேமராக்களை என்னுடைய முகத்திற்குள் திணித்தபோது, கேமராக்களிலிருந்து புறப்பட்ட வெளிச்சம் எனது கண்களைக் கூசச் செய்தது. எனது வாகனத்திலிருந்து இறங்கி நீதிமன்றத்தை நோக்கி நாங்கள் நடந்து சென்றபோது, படப்பிடிப்பாளர்கள் எங்களை முந்தி ஓடிச்சென்று என்னைப் படம் பிடித்துத் தள்ளினார்கள். ஊடகவியலாளர்களோ 'விசாரணைக்குப் போகும்போது உங்களது உணர்வு எப்படி இருக்கிறது? நீங்கள் விசாரணைக்கு ஆயத்தமாக இருக்கிறீர்களா?' என்று சலிப்பூட்டும் வழமையான கேள்விகளைக் கேட்டார்கள். அவர்கள் என்னிடம் ஏதாவது ஒரு பதிலைப் பெற்றுக் கொள்வதற்கு விடாப்பிடியாக முயற்சித்தார்கள். அவர்களுக்குப் பிடி கொடுக்காமலும், முகத்தில் எந்தவித உணர்ச்சியைக் காட்டாமலும் சனத்திரளின் நடுவே நிதானமாக நடந்துசென்று நீதிமன்றத்திற்குள் நுழைந்தேன். விசாரணை நடந்த காலம் முழுவதும் இந்த ஊடகத் தள்ளுமுள்ளு காலையும் மாலையும் தொடர்ந்து நடந்தது.

ஜூரி சபைக்குப் பரிந்துரைக்கப்பட்டிருந்த முந்நூறு பேர்களுக்குள்ளிருந்து, பன்னிரண்டு பேர்களைத் தேர்வுசெய்து ஜூரி சபையை அமைப்பதற்கு வழக்கறிஞர்களுக்கு மூன்று நாட்கள் பிடித்தன. இந்த நடைமுறை மிக நீண்டதாகவும் சிக்கலாகவும் இருந்தது. பரிந்துரைக்கப்பட்ட ஒவ்வொருவருடைய தகமைகளையும் நிதானமாகச் சரிபார்க்கும் கடமை வழக்கறிஞர் களுக்கு இருந்தது. வழக்கறிஞர்களின் தேர்வுகளை உறுதி செய்யும் அதிகாரம் நீதிபதியிடம் இருந்தது.

நீதிபதி விடுத்த முதல் அறிவிப்பு 'இந்த வழக்கு விசாரணை மூன்று மாதங்கள்வரை நீடிக்கக்கூடும்' என்பதே. அதைக் கேட்டதுமே ஜூரி சபைக்குப் பரிந்துரைக்கப்பட்ட பலர் உடனடியாகவே பின்வாங்கினார்கள். அவ்வளவு காலத்திற்குத் தங்களது தினசரி வேலைகளைத் தள்ளிவைத்துவிட்டு நீதிமன்றத்திற்கு வந்துபோக அவர்கள் தயாரில்லை.

கடைசியில் ஒருவழியாக தபால் ஊழியர், சிற்றுண்டிச்சாலை ஊழியர்கள், பூங்காப் பணியாளர்கள், ஆரம்பப் பள்ளி ஆசிரியர்கள், செவிலியர்கள், இல்லத்தரசிகள் ஆகிய ஒன்பது பெண்களையும் மூன்று ஆண்களையும் உள்ளடக்கிய

ஜூரி சபை நியமிக்கப்பட்டது. இவர்கள் மதிப்புக்குரிய, கண்ணியமான, கடின உழைப்பாளிகள் என்பதில் எனக்கு எந்தவித ஐயமுமில்லை. ஆனால் என்னுடைய பார்வையில், இந்த வழக்கு விசாரணையைப் பொறுத்தவரை அவர்களிடம் மிக முக்கியமானதொரு போதாமை இருந்தது. அவர்களில் ஒருவரேனும் பங்குச் சந்தையில் முதலீடு செய்தவரில்லை. அவர்களில் எவருக்கும் பங்குச் சந்தையின் நுட்பங்களைப் பற்றித் தெரியாது. விசாரணை செய்யப்படும் விஷயங்களைக் குறித்து எந்தவித அறிதலும் இல்லாத சபையின் கைகளிலே தீர்ப்பை நிர்ணயிக்கும் பொறுப்பைக் கொடுப்பது சரியானதா? விசாரணையின்போது சமர்ப்பிக்கப்படும் பங்குச் சந்தை வணிகம் தொடர்பிலான அடர்த்தியான தகவல்களையும் புள்ளிவிவரங்களையும் இவர்களால் எப்படிச் சரிவர மதிப்பீடு செய்ய முடியும்? இத்தகைய போதாமைகளுள்ள ஜூரி சபையை அரசுத் தரப்பு வழக்குரைஞர்கள் மிகச் சுலபமாகத் தவறான திசையில் வழிநடத்தலாம், தங்களது விருப்புக்கு ஏற்றவாறு கையாளலாம். இவ்வாறு பலவீனர்களான பன்னிரண்டு பேர்களுடைய கைகளிலே என்னுடைய தலைவிதி ஒப்படைக்கப்பட்டிருக்கிறது.

வழக்கு விசாரணை தொடங்கியதும், என்மீது அரசுத் தரப்புப் பட்டியலிட்டிருந்த 34 வணிக நடவடிக்கைகளுக்கான குற்றச்சாட்டுகளில், 25 குற்றச்சாட்டுக்களை அரசுத் தரப்பு கைவிட்டது. 34 குற்றச்சாட்டுகள் ஒன்பதாகச் சுருங்கின. ஆக, சிறு அறிக்கையின் மூலமாக 25 குற்றச்சாட்டுக்களும் காற்றோடு போயின. இந்த 25 குற்றச்சாட்டுக்களையும் மறுப்பதற்காக எங்களது தரப்பு மாதக் கணக்காகச் செய்த தயாரிப்புகளும், அதற்காகச் செலவிட்ட மில்லியன் கணக்கிலான டாலர்களும்கூடக் கற்பூரமாகக் காற்றிலே கரைந்தன. இது மேலோட்டமாகப் பார்த்தால் விசித்திரமாகத் தோன்றும். உண்மையில், இந்த 25 குற்றச்சாட்டுக்களின் நோக்கம் ஊடகப் பரபரப்பைக் கிளறிவிடுவதும், பொதுமக்களைக் குழப்புவதும், என்னைப் பணிய வைப்பதுமேயாகும். ஆனால் நான் பணிய மறுத்து உறுதியாக நின்றேன். இந்த 25 குற்றச்சாட்டுக்களுக்கும் அடிப்படையே இல்லாததால் இவை அரசுத் தரப்பால் கைவிடப்பட்டன.

அரசுத் தரப்பு வழக்குரைஞர்கள் கபட நோக்கத்தோடு இப்படியான வெற்றுக் குற்றச்சாட்டுக்களை முன்வைத்துவிட்டு, பின்பு அவற்றைக் கைவிடும்போது, அவர்களுக்கு நீதிமன்றம் அபராதம் ஏதும் விதிப்பதில்லை. ‘குற்றவாளியாக நிரூபிக்கப் படும்வரை நிரபராதியே’ என்ற கோட்பாடுக்குப் பதிலாக

‘நிரபராதியாக நிரூபிக்கப்படும்வரை குற்றவாளியே’ என்ற தலைகீழ்க் கோட்பாடு எனது வழக்கில் பின்பற்றப்பட்டது. இது அரசுத் தரப்பு வழக்குரைஞர்கள் வழக்கில் வெற்றி பெறுவதற்காக உருவாக்கும் கேவலமான உத்தியாகும்.

வழக்கு விசாரணையின் முதல் கட்டமாக, அரசுத் தரப்பும் பிரதிவாதித் தரப்பும் தங்களது முதற்கட்ட வாதங்களைத் தொகுத்துச் சொல்வார்கள். இந்த வாதங்கள் உண்மையிலேயே உணர்ச்சிகரமானவையாகக் காட்சியளிக்கும். பல மாதங்களாக ஊடகங்களால் உச்சக்கட்டத்தை நோக்கிக் கட்டியெழுப்பப்பட்ட நாடகம் நடைபெறத் தொடங்கியது. நாடகத்தைக் கண்டு களிப்பதற்காக வந்திருந்த பார்வையாளர்களால் விசாரணை நடந்த அறை நிறைந்துவிடவே, மீதிப் பார்வையாளர்களுக்காக இரண்டு மேலதிக அறைகள் ஏற்பாடு செய்யப்பட்டு, அங்கே தொலைக்காட்சிகள் மூலமாக நேரலையில் விசாரணைக் காட்சிகள் ஒளிபரப்பாகின. அந்தப் பார்வையாளர்கள் வெறிபிடித்த கூட்டத்தினர் போன்று முட்டிமோதினர். அரசுத் தரப்பு தன்னுடைய பிரச்சாரத்தால் அவ்வாறானதொரு கூட்டத்தைத் தயார் செய்திருந்தது.

“இந்த வழக்கு பேராசையையும் ஊழலையும் பற்றியது. . .” என்று நாடகப்பாங்கான வார்த்தைகளைக் கனத்த தொண்டையால் அள்ளி வீசியவாறே அரசுத் தரப்பு வழக்குரைஞர் ஜொனதன் ஸ்ட்ரீட்டெர் தன்னுடைய தோள்களை உயர்த்தியவாறே நீதிபதியின் முன்பாக குறுக்குமறுக்காக உலாவினார். 1980களில், அரசுத் தரப்பு நட்சத்திர வழக்குரைஞராக இருந்த ரூடி ஜூலியானி ஊடகங்களை உருவேற்றுவதற்காக நடத்திய நீதிமன்றக் காட்சிகளை இப்போது ஜொனதன் ஸ்ட்ரீட்டெர் மறுபடியும் நிகழ்த்திக்கொண்டிருக்கிறார்.

எனக்கு எதிரான குற்றச்சாட்டுக்களின் நீளமான பட்டியலைக் குறித்துக் கேள்விகளைக் கேட்டு, உண்மைகளைக் கண்டு பிடிக்கக்கூடிய திறமையும் திராணியுமில்லாத ஜூரி சபையை விளித்து ஜொனதன் ஸ்ட்ரீட்டெர் நடந்தும், நின்றும், சுற்றிச் சுழன்றும் உரத்த குரலில் பேசிக்கொண்டிருக்க, 12 ஜூரிகளும் தங்களது இருக்கைகளோடு சேர்த்து ஆணியடிக்கப்பட்டவர்கள் போன்று ஆடாது அசையாது உட்கார்ந்திருந்தார்கள்.

1980களிலிருந்தே, அமெரிக்க அரசுத் தரப்பு வழக்குரைஞர்கள் வால் ஸ்ட்ரீட்டை ஊழல் – பேராசை ஆகியவற்றின் குவிமையமாகச் சித்தரித்து வந்திருக்கிறார்கள். வால் ஸ்ட்ரீட்டோடு தாங்கள் நடத்துவது புனிதப் போர், அது நன்மைக்கும் தீமைக்குமிடையிலான நேரடி மோதல் என்றெல்லாம் அவர்கள் வாயாடுகிறார்கள்.

நிதித் தொழிற்துறையின் பாரிய வணிக நடவடிக்கைகள், வங்கிப் பரிவர்த்தனைகள் மூலமாக நகரும் பெருமளவிலான நிதி, முதலீட்டு நிதியம் என்ற பரந்த தொழிற்துறை பற்றியெல்லாம் பொதுமக்களில் பெரும்பாலானோர் ஆழமாக அறிந்திருக்க மாட்டார்கள். எனவே அரசுத் தரப்பினரின் சித்தரிப்புகள் பொது மக்களது அபிப்பிராயங்களைத் தீர்மானித்ததில் பெரும் செல்வாக்கை நிகழ்த்தின. இதற்கு ஊடகங்களும் துணை நின்றன. ஒவ்வொரு பத்திரிகையிலும் ஒவ்வொரு தொலைக்காட்சியிலும், பேராசைக்கும் தீவினைக்குமான குறியீடாக என்னுடைய முகமே வெளியாகியது.

அரசுத் தரப்பிலிருந்த உற்சாகம் மிகுந்த ஒரு வழக்குரைஞர் "திரு. ராஜ் ராஜரட்ணம் ஊழல் பேர்வழிகளான ஒரு கூட்டத்தினரைப் பயன்படுத்தி இரகசியமாக உட்தகவல்களைப் பெற்று பில்லியன்களில் டாலர்களைக் குவித்திருக்கிறார்" என்று சொல்ல ஜூரிகள் உணர்ச்சிவசப்பட்டார்கள். அவர்களுக்கு அதைவிட வேறெந்த எதிர்வினையும் காட்டத் தெரிந்திருக்கவில்லை. வழக்கு விசாரணையின் ஆரம்பத்திலிருந்தே, அரசுத் தரப்பு வழக்குரைஞர்கள் உண்மைகளையும் தகவல்களையும் திரித்தே வாதம் செய்துகொண்டிருந்தார்கள். அவர்கள் அள்ளுகொள்ளையாகப் பொய்களை ஜூரி சபையின் முன்னே கொட்டினார்கள். ஜூரி சபையோ எந்தவிதச் சந்தேகங்களையும் எழுப்பாமல், அனைத்துப் பொய்களையும் அமைதியாகக் கேட்டுக்கொண்டிருந்தது.

உதாரணமாக, 'சட்டவிரோதமான' வணிகங்களால் நான் 63 மில்லியன் டாலர்களைச் சம்பாதித்திருப்பதாகக் குற்றம் சுமத்தப்பட்டிருந்தது. உண்மை என்னவென்றால், அந்த 63 மில்லியன் டாலர்களும் கலியன் நிதியத்தில் நூற்றுக்கணக்கான முதலீட்டாளர்கள் வைப்புச் செய்திருந்த பணத்திற்குக் கிடைத்த மொத்த வருவாயே தவிர, எனக்குத் தனிப்படக் கிடைத்த இலாபம் அல்ல.

'சட்ட விரோதமான' வணிகங்கள் மூலமாகப் பெற்ற இலாபத்தைப் பற்றியே அரசுத் தரப்புப் பேசியதே தவிர நஷ்டத்தைப் பற்றி அவர்கள் ஒருதடவைகூடப் பேசவில்லை. உண்மை என்ன? பல்வேறு வணிகங்கள் மூலமாக எங்களது முதலீட்டாளர்களுக்குக் கிடைத்த மொத்த இலாபம் 63 மில்லியன் டாலர்கள். ஆனால் மொத்த இழப்போ 69 மில்லியன் டாலர்கள். எனவே நிகர இழப்பு 6 மில்லியன் டாலர்கள் என்பதே உண்மை. ஆனால் புள்ளிவிபரங்களைக் கேட்டுத் தலைசுற்றக் கூடிய பொதுமக்களும் ஜூரிகளும் இதையெல்லாம் அலசி ஆராயவில்லை.

நான் சட்டத்துக்குப் புறம்பான வணிகத்தால் 75 மில்லியன் டாலர்களைக் கையாடியதாகவும், எனது சொத்துகளின் அளவு 1.3 பில்லியன் டாலர்கள் என்றும் அரசுத் தரப்புச் சாதித்தது. எதிர்பார்த்தவாறே, அரசுத் தரப்பு அளித்த பொய்யான தரவுகளைத் திரட்டி ஊடகங்களும் பொறுப்பற்ற முறையில் செய்திகளை வெளியிட்டன. டாலர்களின் தொகைகளை மிகைப்படுத்தின. மிகைப்படுத்தப்பட்ட தொகையை நான் கையாடியதாகக் குற்றம் சாட்டின. இவ்வாறான தவறான செய்திகளின் மூலமாகப் பொதுமக்களைத் தவறாக வழிநடத்தின.

இந்தக் குற்றச் செயல்களை நான் தெரிந்தே செய்ததாக அரசுத் தரப்பு வழக்குரைஞர்கள் வாதிட்டனர். எனது கைப்பேசியை ஒட்டுக்கேட்டுப் பெறப்பட்ட வெகு சாதாரண உரையாடல் துணுக்குகளை, அவை பேசப்பட்ட சந்தர்ப்பங்களி லிருந்து பிரித்தெடுத்துத் தமது தரப்புச் சாட்சியமாக்கினார்கள். இந்த உரையாடல்களில் பேசப்பட்ட தகவல்கள் எதுவுமே இரகசியமானவை அல்ல. அவையெல்லாம் பொதுவெளியில் அறியக் கிடைக்கும் தகவல்களே என்பதை அரசுத் தரப்பு வழக்குரைஞர்கள் நீதிமன்றத்திற்கு மறைத்துவிட்டு, ஜூரி சபையை ஏமாற்றுவதையே நோக்கமாகக் கொண்டு வழக்கை நகர்த்திச் சென்றார்கள்.

அடுத்ததாக, எனது தரப்பு வழக்கறிஞர்கள் தங்களது வாதங்களைத் தொடங்கினார்கள். உண்மைகளை ஆணித்தரமாக முன்வைத்த ஜோன் டௌட், கலியன் நிறுவனத்தைப் பற்றி விரிவான அறிமுகத்தைச் செய்தார். கலியனின் பகுப்பாய்வுப் படிமுறைகளை எடுத்துச் சொல்லி, முதலீட்டாளர்கள் என்ற வகையில் தகவல்களைச் சேகரித்தல் எங்களது அன்றாடப் பணி என்பதை விளக்கினார். இந்த வழக்கில் விவாதிக்கப்படும் விஷயங்களான ஒட்டுக் கேட்கப்பட்ட தொலைபேசி உரையாடல்கள், தகவல்கள், கட்டுரைகள், பகுப்பாய்வாளர்களது அறிக்கைகள் எவையுமே இரகசியமானவையல்ல; அவை யெல்லாம் பொதுவெளியிலுள்ள விஷயங்களே என்பதை ஜோன் டௌட் அழுத்தந்திருத்தமாக நிறுவினார். அவர் ஜூரி சபையை விளித்து “இந்த விஷயங்களெல்லாம் ஏற்கெனவே பொதுவெளியில் வெளியானவையா? நிறுவனங்கள் அவற்றைப் பொதுவெளியில் அறிவித்துள்ளனவா? அவை ஊடகங்களில் வெளியிடப்பட்டனவா என்று நீங்கள் உங்களையே கேட்டுக் கொள்ளுங்கள். இவையெல்லாம் ஏற்கெனவே பொதுவெளியில் வெளியாகியவை என்றால் இங்கே வழக்கில்லை! எல்லாம் முடிந்துவிட்டது!” என்றார்.

அனில் குமார், ராஜீவ் கோயல், ஆடம் ஸ்மித் ஆகிய ஒத்துழைக்கும் சாட்சிகளின் முகத்தில் அறைந்தது போன்று ஜோன் டெளட் தொடர் தாக்குதலை நடத்தினார். "இவர்கள் ஒவ்வொரும் அரசுத் தரப்பு சாட்சிகளாக இங்கு வந்ததற்குக் காரணம், இவர்கள் குற்றச்செயல்களைச் செய்ததுதான்! இவர்கள் ஒவ்வொருவருக்கும் தலா 25 வருடங்கள் சிறைத்தண்டனை வழங்கப்படும் அபாயம் இருப்பதாலேயே அரசுத் தரப்பு வழக்குரைஞர்களிடம் கட்டுண்டு, தவறாக வழிநடத்தப்பட்டு ஒத்துழைக்கும் சாட்சிகளாக உருமாறி இங்கே நிற்கிறார்கள்" என்று ஜோன் நிதானமாகத் தாக்கினார். இன்றைய ஊடகங்களையும் சமூக வலைதளங்களையும் கவரக்கூடிய நாடகப்பாங்கான சொல்லாடல்களோ உடல்மொழியோ ஜோனிடம் கிஞ்சித்தும் இருக்கவில்லை. வழக்கு விசாரணைக்கு அவசியம் எனக் கருதப்பட்ட நாடகத்தனமான உச்சக்கட்டத்தை அவர் தொடவேயில்லை.

ஒத்துழைக்கும் சாட்சிகளான அனில் குமார், ராஜீவ் கோயல், ஆடம் ஸ்மித் மூவரும் வழங்கிய பொய்ச் சாட்சியங்களை அடிப்படையாக வைத்தே வழக்குச் சுற்றிச் சுழன்று கொண்டிருந்தது. இவர்கள் சாட்சிக் கூண்டில் ஏறிநின்று சாட்சியமளிக்கும்போது, இவர்களில் ஒருவரேனும் எனது கண்களை நேருக்கு நேராகப் பார்க்கவில்லை.

வழக்கு விசாரணை ஆரம்பித்துச் சில நாட்களுக்குப் பிறகு எனக்கு ஓர் அநாமதேய மின்னஞ்சல் வந்தது. தன்னை ஜூரி ஒருவரின் உறவினர் என்று அறிமுகப்படுத்திக்கொண்ட நபரொருவர், 200,000 டாலர்களை அவரது வங்கிக் கணக்குக்கு அனுப்பிவைத்தால் அவருடைய உறவினரான ஜூரி என்னை வழக்கிலிருந்து விடுவிப்பார் என்று அந்த மின்னஞ்சலில் குறிப்பிட்டிருந்தார். இந்த மின்னஞ்சல் குறித்து உடனேயே எனது வழக்கறிஞர் ஜோன் டெளட்டுக்குத் தெரிவித்தேன். அவர் இது குறித்து எஃப்.பி.ஐ.க்குத் தெரிவித்தார். ஆனால் அந்த அநாமதேய நபரைத் தங்களால் கண்டுபிடிக்க முடியவில்லை என்று எஃப்.பி.ஐ. கைவிரித்துவிட்டது. அந்த மின்னஞ்சலை எஃப்.பி.ஐ.கூட எனக்கு அனுப்பியிருக்கலாம். நான் அந்த மின்னஞ்சலுக்குப் பதிலளித்திருந்தால், ஜூரி ஒருவருக்கு இலஞ்சம் கொடுக்க முயன்றதாக என்மீது மேலுமொரு குற்றத்தை எஃப்.பி.ஐ. சுமத்தியிருக்கக்கூடும்.

அந்தரங்கமான தகவலும் உட்தகவலும்

என்னுடைய வழக்கைப் புரிந்துகொள்வதில் 'அந்தரங்கமான தகவல்' வகிக்கும் பங்கு மிகவும் நுணுக்கமானதும்

அடிப்படையானதுமாகும். 'அந்தரங்கமான தகவல்' என்பதும் 'உட்தகவல்' என்பதும் ஒன்றல்ல. அந்தரங்கமான தகவலின் மூலமாகப் பங்குச்சந்தையில் பங்குகளை வாங்குவதோ விற்பதோ சட்டப்படி குற்றங்களல்ல.

உதாரணமாக, 'ஆப்பிள்' நிறுவனத்தினர் ஒரு புதிய ரகக் கைப்பேசியை உருவாக்கி அறிமுகம் செய்வதற்கு முன்பாகவே, அந்த உருவாக்கத்தில் தாங்கள் அடைந்துள்ள முன்னேற்றத்தை, புதிய ரகத்தின் சிறப்பம்சங்களைக் குறித்துப் பொது ஊடகங்களில் அறிவிப்பார்கள். எனவே, அதைக் குறித்துக் கலந்துரையாடுவதும், அந்த அறிவிப்பின் அடிப்படையில் வணிக நடவடிக்கைகளை மேற்கொள்வதும் சட்டவிரோதமானவை அல்ல.

அரசுத் தரப்பு வழக்குரைஞர்கள் ஜூரி சபையை ஏமாற்றும் நோக்கத்தோடு அந்தரங்கமான தகவலுக்கும் உட்தகவலுக்கும் இடையிலுள்ள வேறுபாட்டைக் குழப்பியடித்தார்கள். எனது வழக்கறிஞர் ஜோன் டௌட் தனது தொகுப்புரையில் இந்தக் குழறுபடியை விளக்க முயன்றார்.

'அந்தரங்கமானது' எனப்படுவதையும் 'உட்தகவல்' எனப்படுவதையும் சட்டம் எவ்வாறு நுணுக்கமாக வேறுபடுத்தி வரையறுக்கிறது என்பதை ஜோன் டௌட் நீதிமன்றத்தில் விளக்கியபோது, எனக்கு அந்த வேறுபாடு தெளிவாகப் புரிந்தது. ஆனால் ஜூரி சபைக்கு அந்த வேறுபாடு புரிந்ததா? எனக்கு எதிரான ஒவ்வொரு குற்றச்சாட்டினுள்ளும் அடிப்படை இழையாக ஓடுவது இந்த வேறுபாட்டு மயக்கமே. ஆனால் நீதிபதி ஹோல்வெல் இந்த வேறுபாடு குறித்து எதுவும் கருத்துத் தெரிவிக்காதது மட்டுமின்றி, இந்த வேறுபாட்டைக் குறித்து அவர் ஜூரி சபைக்கு எடுத்துச்சொல்லிப் புரியவைக்கவுமில்லை.

எனக்கு உட்தகவல்களை வழங்கியவர்கள் என்றொரு பெயர்ப் பட்டியலை நீதிமன்றத்தில் அரசுத் தரப்பு முன்வைத்திருந்தது. அந்தப் பட்டியலிலுள்ள கிரென் டெய்லர் (அக்கமாய்), சுனில் பல்லா (பொலிகொம்), சமாரா ஹூசைன் (கூகுள்), தீப் ஷா (ஹில்டன்), கமால் அஹமெட் (ஏ.எம்.டி.), ராஜத் குப்தா (கோல்ட்மன் சக்ஸ்) ஆகியவர்களில் ஒரே ஒருவரேனும் நீதிமன்ற விசாரணையின்போது, எனக்கு எதிராகச் சாட்சியமளிக்க அழைக்கப்படவில்லை. ஆனால் இந்தப் பெயர்களையே எஃப்.பி.ஐ.யும், அரசுத் தலைமை வழக்குரைஞர் பராராவின் அலுவலகமும் மாதக்கணக்காக ஊடகங்களில் தம்பட்டமடித்து வந்தன. இந்தப் பெயர்ப் பட்டியலில் உள்ளவர்களில் ராஜத் குப்தாவைத் தவிர மற்றவர்களின் பெயர்களைக்கூட இந்த வழக்குக்கு முன்னால் நான் கேள்விப்பட்டதில்லை. அவர்களை

ஒருபோதும் சந்தித்ததுமில்லை. இருந்தபோதும், 'உட்தகவல் வணிக வலைப்பின்னலின் தலைவர்' என்று என்மீது அரசுத் தரப்பு குற்றம் சுமத்தியது.

உட்தகவல் வணிகம் தொடர்பிலான வழக்குகளைத் தொடுக்கும்போது, உட்தகவலை வழங்கியவர், அவர் பணியாற்றிக்கொண்டிருந்த நிறுவனத்தின் விதிமுறைகளை மீறி இரகசியமாகத் தகவல் வழங்கினார் என்பதற்கு ஆதாரம் இருக்க வேண்டும். வேறுவிதமாகச் சொல்வதானால், தகவலின் மூலமாக இருப்பவர் சட்டத்தை மீறாவிட்டால், அந்தத் தகவலைப் பெற்று வணிகம் செய்யும் எவர்மீதும் குற்றம் சுமத்த முடியாது. கிரென் டெய்லரும், கமால் அஹமெட்டும் தாங்கள் எந்தத் தவறும் செய்யவில்லை என்று தங்களுடைய வழக்கறிஞர்கள் மூலமாக மறுத்திருந்தனர். 'பொலிகொம்'மைச் சேர்ந்த சுனில் பல்லா 'எஸ்.இ.ஸி'க்கு வழங்கிய வாக்குமூலத்தில், ரூமி கானுக்கு, தான் எந்தவித உட்தகவலையும் வழங்கவில்லை என்று கூறியிருந்தார். ராஜத் குப்தா, தான் தவறேதும் செய்யவில்லை எனச் சொல்லி, தன்னை நிரபராதி என நிரூபணம் செய்வதற்காகத் தைரியமாக வழக்கு விசாரணையை எதிர்கொண்டார்.

எனக்கு உட்தகவல்களை வழங்கியதாக மேற்சொன்ன பட்டியலில் இடம்பெற்றிருந்தவர்களில் ஒருவரைக்கூட நீதிமன்றத்தில் சாட்சியமளிக்க அரசுத் தரப்பு அழைக்காததற்கு ஒரேயொரு காரணமே இருந்தது. அதாவது, இந்த வழக்கே அடிப்படையில்லாத குற்றச்சாட்டுகளாலும் ஊகங்களாலும் கட்டியெழுப்பப்பட்டிருக்கிறது. முழு வழக்கிலும் உண்மை என்று எதுவுமேயில்லை. அரசுத் தரப்பு உண்மைக்கு முகம் கொடுக்க அஞ்சியது.

அனில் குமார், ராஜீவ் கோயல், ஆடம் ஸ்மித் ஆகிய மூன்று ஒத்துழைக்கும் சாட்சிகளோடு; பொலிகொம், அக்கமாய், ஹில்டன் ஆகிய பெருநிறுவனங்களின் முதுநிலை அதிகாரிகளையும் சாட்சியமளிக்க அரசுத் தரப்பு அழைத்திருந்தது. இந்த அதிகாரிகள் ஒவ்வொருவரும் ஒட்டுக் கேட்கப்பட்ட தொலைபேசி உரையாடல்களில் பேசப்பட்டவற்றில் சில தகவல்களாவது தங்களது நிறுவனத்தைப் பொறுத்தவரையில் உட்தகவலா இல்லையா என்று சாட்சியமளிக்க வேண்டும்.

மேலதிகமாக, கோல்ட்மன் சாக்ஸ் நிறுவனத்தின் மூத்த தலைமை நிறைவேற்று அதிகாரியான லொயிட் பிளாங்ஃபைனைச் சாட்சியாக அரசுத் தரப்புக் களமிறக்கியது. இது அமெரிக்க ஊடகங்களின் நாடித் துடிப்பையும், அமெரிக்காவில் நிலவிய பொருளாதார நெருக்கடியின்

தீவிரத்தையும் நன்றாகப் புரிந்துவைத்திருந்த அரசுத் தலைமை வழக்குரைஞர் பராராவின் தந்திரமான நகர்வாகும். ஏனெனில், கோல்ட்மன் சாக்ஸ் நிறுவனத்தின் லொயிட் பிளாங்ஃபைன் களமிறங்கினால், இந்த வழக்கின்மீது இன்னும் அதிகமாக ஊடக வெளிச்சம் பரவும் என்று அவர் கணித்திருந்தார்.

ஆனால் லொயிட் பிளாங்ஃபைன் மிகச்சிறந்த சொற்பொழிவாளர் என்பதை பராரா கணிக்கத் தவறிவிட்டார். லொயிட் பிளாங்ஃபைன் தனது சாட்சியத்தில், அந்தரங்கமான தகவலுக்கும் உட்தகவலுக்கும் இடையே உள்ள வேறுபாட்டை மிகத் தெளிவாக, நீதிமன்றத்திலிருந்த அனைவருக்கும் புரியுமாறு இலகுவான பேச்சு நடையில் விளக்கினார். அவர் தனது விளக்கவுரையை முடித்தபோது, அரசுத் தரப்பு வழக்குரைஞர்களும் ஊடகங்களும் வேண்டுமென்றே குழப்பிவிட்ட குட்டையில் ஒரு தெளிவு தெரிந்தது. லொயிட் பிளாங்ஃபைன் தனது சாட்சியத்தின் முத்தாய்ப்பாக 'கலியன் நிறுவனம் உட்தகவல் எதையும் பெற்றுக்கொள்ளவில்லை' என்று கூறினார். அவரது சாட்சியம் எங்களது தரப்புக்குச் சாதகமாக மட்டுமல்லாமல் பேருதவியாகவும் அமைந்தது.

லொயிட் பிளாங்ஃபைனும் நானும் எங்களது தொழில் சார்ந்து ஒருவரையொருவர் அறிந்திருந்தோம். அவர் நீதிமன்றத்தில் சாட்சியமளித்த பின்பாக, குற்றவாளியின் இடத்தில் உட்கார வைக்கப்பட்டிருந்த என்னை நோக்கி நடந்துவந்து என்னிடம் பேசினார்.

லொயிட் பிளாங்ஃபைன் தனது சாட்சியத்தில் எடுத்துக் கூறிய உண்மைகளாலும் விளக்கங்களாலும் ஜூரி சபையின் கண்கள் திறந்துகொள்ளுமா? அல்லது, அரசுத் தரப்பு வழக்குரைஞர்களது தொடர் ஏமாற்றுகளால் ஜூரி சபையின் கண்கள் நிரந்தரமாகவே கட்டப்பட்டிருக்குமா?

எங்களது எதிர்வாதம்

அரசுத் தரப்பில் நிறுத்தப்பட்டிருந்த அனில் குமார், ராஜீவ் கோயல், ஆடம் ஸ்மித் ஆகிய மூன்று ஒத்துழைக்கும் சாட்சி களுக்கும் எனது தரப்பில் நிறுத்தப்பட்டிருந்த சாட்சிகளுக்கும் இடையே முக்கியமான வேறுபாடு உள்ளது. ஒத்துழைக்கும் சாட்சிகள் தெளிவான உள்நோக்கமுடையவர்கள். ஏனெனில், ஒத்துழைக்கும் சாட்சிகள் ஒவ்வொருவரும் கலியனுடனோ என்னுடனோ தொடர்பற்ற வெவ்வேறு குற்றச்செயல்களில் தங்களைக் குற்றவாளிகள் என ஒப்புக்கொண்டவர்கள். இந்தக் குற்றவாளிகள் எனக்கு எதிராகச் சாட்சியமளிக்க முன்வந்ததற்கு,

அரசுத் தரப்போடு ஒத்துழைத்தால் சிறைத் தண்டனையிலிருந்து தப்பித்துவிடலாம் என்பதே ஒரே காரணமாக இருக்கிறது. எனவே, அவர்கள் ஒவ்வொருவருக்கும் உள்நோக்கமும் பொய்களைச் சொல்ல வேண்டிய அவசியமும் இருந்தன. அனில் குமார் எனது வழக்கில் ஏகப்பட்ட பொய்களை அள்ளி இறைத்துவிட்டு, எனது தம்பியின் வழக்கில் 180 பாகைக் கோணத்தில் திரும்பி முற்றிலும் மாறுபட்டதொரு சாட்சியத்தை வழங்கினார். நீதிமன்றம் அவரின் இரண்டு வகையான, எதிரும் புதிருமான சாட்சியங்களையும் ஏற்றுக்கொண்டது. சமனான நீதி வழங்குவதிலிருந்து நீதிமன்றம் பிறழ்ந்தது என்பதற்கு இது வலுவான சான்றாகிறது.

அதேவேளையில், எனது தரப்பால் நீதிமன்றத்திற்கு அழைக்கப்பட்ட சாட்சிகளின் மீது எந்த நிர்ப்பந்தங்களோ அழுத்தங்களோ இல்லை. அவர்கள்மீது எந்தக் குற்றச்சாட்டுகளு மில்லை. எனவே, பொய் சொல்ல வேண்டிய தேவையோ உள்நோக்கமோ அவர்களுக்குக் கிடையாது. நீதிமன்றத்தில் சத்தியப்பிரமாணம் செய்த சாட்சி ஒருவர் பொய் சொன்னால், சட்டப்படி அவருக்குச் சிறைத் தண்டனை விதிக்கலாம்.

எனது தரப்பில் முதலாவதாகச் சாட்சியமளித்தவர் ஜோன் பெர்னெல். அவர் தனது சாட்சியத்தில் "2011 பிப்ரவரி 2ஆம் தேதியன்று, நான் திரு. ஆடம் ஸ்மித்தைச் சந்தித்துக் காலை உணவருந்தினேன். அங்கே நிகழ்ந்த நீண்ட உரையாடலில், உட்தகவல் வணிகத்தில் ஈடுபட்ட குற்றத்தை எஃப்.பி.ஐ.யிடம், தான் ஒப்புக்கொண்டது, அதில் ராஜ் ராஜரட்ணத்தைச் சம்பந்தப்படுத்துமாறு எஃப்.பி.ஐ. தன்னை மிரட்டியது பற்றியெல்லாம் ஆடம் ஸ்மித் என்னிடம் தெரிவித்தார்" என்று கூறினார்.

அந்தக் காலை உணவுச் சந்திப்பைக் குறித்து ஜோன் பெர்னெல் எனது வழக்கறிஞர் ஜோன் டௌட்டுக்கு அனுப்பி வைத்திருந்த மின்னஞ்சலை ஆதாரமாக ஏற்பதற்கு நீதிபதி ஹோல்வெல் மறுத்துவிட்டார். எனவே, அந்த மின்னஞ்சல் முக்கியமானதோர் ஆதாரம் என்பதை ஜூரி சபையும் கருத்தில் எடுக்கவில்லை. அதேவேளையில், அரசுத் தரப்பு வழக்குரைஞர்கள் சமர்ப்பித்திருந்த மின்னஞ்சல்கள் அனைத்தையும் நீதிபதி ஹோல்வெல் ஏற்கெனவே வலுவான ஆதாரங்களாக ஏற்றுக்கொண்டிருந்தார். ஆடம் ஸ்மித்தை எஃப்.பி.ஐ. அதிகாரி காங் மிரட்டியதால், அவர் தன்னைக் காப்பாற்றிக்கொள்வதற்காக எனக்கு எதிராகப் பொய் சாட்சியமளிக்க நேர்ந்தது என்பதற்கு ஆதாரமான அந்த

மின்னஞ்சலை நீதிபதி ஹோல்வெல் நிராகரித்தது எந்தவகையில் நியாயம்?

ஜோன் பெர்னெலை அடுத்து, அகின் காம்ப் சட்ட நிறுவனத்தின் வழக்கறிஞர் ரொப் ஹொட்ஸ் சாட்சிக் கூண்டில் ஏறினார். 2010 ஜனவரி, ஜூலை மாதங்களிலும் எனது வழக்கறிஞர் குழு ஆடம் ஸ்மித்துடன் நடத்திய இரண்டு நேர்காணல்களிலும் சமூகமளித்திருந்த ஆறு வழக்கறிஞர்களில் ரொப் ஹொட்ஸ்ஸும் ஒருவர். இந்த இரண்டு நேர்காணல் களிலும் 'கலியனில் உட்தகவல் வணிகம் நடக்கவேயில்லை' என்று ஆடம் ஸ்மித் உறுதியாகச் சொன்னதை ரொப் ஹொட்ஸ் தனது சாட்சியத்தில் விவரித்தார். அதே ஆடம் ஸ்மித் இப்போது அரசுத் தரப்பு சாட்சியாகி, ஏழு மாதங்களுக்கு முன்பு, தான் தெரிவித்ததைத் தலைகீழாக்கிச் சொல்லிக்கொண்டிருக்கிறார்.

எங்களது தரப்பின் மிகவும் வசீகரமான சாட்சி ஜெஃப்ரி கனடா. 'ஹார்லம் குழந்தைகள் வலயம்' என்ற தொண்டு நிறுவனத்தை நடத்திவரும் ஜெஃப்ரியின் அறப்பணிகள் என்னுடைய மனதைக் கவர்ந்திருந்தன. நான் அவரது தொண்டு நிறுவனத்திற்குச் சென்று பார்வையிட்ட நாள்முதலே அவரை எனது நண்பராக வரித்துக்கொண்டேன். நான் ஜெஃப்ரியைச் சந்தித்தற்குச் சில ஆண்டுகள் கழித்து, எனது குடும்பத்துடன் 'கலாபகொஸ்' தீவுகளுக்குப் படகில் சென்றிருந்தேன். இந்தத் தீவுகளில் பயணம் செய்துதான் சாள்ஸ் டார்வின் பரிணாம வளர்ச்சிக் கோட்பாட்டை முன்வைத்தார். பென்குயின், மணல் சுறாக்கள், உடும்புகள், பெரிய ஆமைகள் போன்ற வற்றுடன் என்னுடைய பிள்ளைகள் அச்சமின்றி நீச்சலடித்து மகிழ்ந்தனர். மனிதர்கள் தம்மை நெருங்கிவருவதை அந்த உயிரினங்கள் பொருட்படுத்துவதேயில்லை. ஹார்லம் குழந்தைகள் வலயத்திலிருக்கும் பிள்ளைகளுக்கும் இந்தச் சூழலியல் அனுபவம் தேவையென்று கருதி, அவர்களிலிருந்து ஒரு குழுவை கலாபகொஸ் தீவுகளுக்கு அனுப்பிவைத்து, அனுபவத்தின் வழி கற்பதற்கு ஏற்பாடு செய்தேன். இரண்டு ஆண்டுகளுக்கு – நான் கைதாகும்வரை – அதை என்னால் செய்ய முடிந்தது. என்னுடைய அறப்பணி முன்னெடுப்புகளை வகுப்பதில் ஜெஃப்ரி எனக்கு உதவியாக இருந்தார்.

2004 டிசம்பர் 26ஆம் தேதியன்று, இலங்கையில் நான் விடுமுறையைக் கழித்துக்கொண்டிருந்தபோது, சுனாமி அந்தத் தீவைத் தாக்கியது. அடுத்த நாளே, நானும் என்னுடைய தங்கையும் கொழும்புக்கு வடக்கே ஆறு மணிநேரப் பயணத் தூரத்திலிருந்த, ஓர் ஆதரவற்றோர் இல்லத்தை நோக்கிப்

பயணித்தோம். அந்த இல்லத்திற்குத் தொடர்ச்சியாக நன்கொடை வழங்கிவந்தேன். அந்த இல்லத்திலிருந்த குழந்தைகள் மூன்று வயதுக்கும் ஏழு வயதுக்கும் இடைப்பட்டவர்கள். அந்தக் குழந்தைகளின் பெற்றோர்கள் போரில் மடிந்துவிட்டார்கள்.

அந்த ஆதரவற்றோர் இல்லத்தால் ஆழிப் பேரலையின் தாக்குதலை எதிர்கொள்ள முடியவில்லை. அங்கிருந்த எல்லாக் குழந்தைகளையும் இரக்கமில்லாமல் கடல் வாரிச் சென்றுவிட்டது. கடற்கரையில் சில ஆடைகளும் காலணிகளுமே சிதறிக்கிடந்தன. நான் உடைந்துபோனேன். நான் அங்கிருந்து கொழும்புக்குத் திரும்பியதும், சுனாமியால் பாதிக்கப்பட்டவர்களுக்கு வீடுகளை அமைப்பதற்குப் பெருமளவிலான நிதி வழங்கினேன்.

ஆதரவற்றோர் இல்லக் குழந்தைகளின் மரணம் என்னை உலுக்கிக்கொண்டேயிருந்தது. இப்படியொரு பேரவலம் நேர்வதற்கு ஏன் கடவுள் அனுமதித்தார்? நான் எல்லாவற்றின் மீதும் நம்பிக்கை இழந்தவனாக நியூ யோர்க் திரும்பினேன். என்னுடைய முதலீட்டுத் தொழில்பற்றி நான் என்னையே கேள்வி கேட்டுக்கொண்டேன்; திசையறியாது தவித்தேன். என்னுடைய தொழிலை நிறுத்திவிட்டு, ஆதரவற்ற குழந்தைகளுக்கான அறப்பணிகளில் ஈடுபடப்போவதாக ஜெஃப்ரியிடம் கூறினேன். முதலீட்டுத் தொழிலை வெற்றிகரமாகச் செய்து, அதன்மூலமாகக் கிடைக்கும் வருமானத்தில் ஆதரவற்றோருக்குத் தொண்டாற்றுவதே சரியான வழி என்று ஜெஃப்ரி எனக்கு அறிவுறுத்தினார். அவர் கூறியதையே இப்போது செய்து கொண்டிருக்கிறேன்.

ஜெஃப்ரி தனது சாட்சியத்தில், என்னைத் தனக்கு ஏழு ஆண்டுகளாகத் தெரியுமென்றும், நாங்கள் நெருங்கிய நண்பர்கள் என்றும் குறிப்பிட்டார். தன்னுடைய தொண்டு நிறுவனத்திற்கு நான் செய்த உதவிகளை ஜெஃப்ரி விவரிக்க முயன்றார். ஆனால் நீதிபதி ஹோல்வெல் குறுக்கீடு செய்தார். ஜெஃப்ரியின் தொண்டு நிறுவனத்திற்கு நான் வழங்கிய நன்கொடைகளைப் பற்றி விரிவாகக் குறிப்பிட வேண்டியதில்லை என்று நீதிபதி தெரிவித்தார். நான் ஹார்லம் குழந்தைகள் வலயத்திற்குப் பத்து மில்லியன் டாலர்களை நன்கொடையாக வழங்கியிருந்தேன். இந்தத் தகவல் நீதிமன்றத்தில் கூறப்பட்டிருந்தால், நான் பேராசை பிடித்தவன் என்ற அரசுத் தரப்பின் வாதம் பலவீனப்பட்டிருக்கும்.

கலியனின் பகுப்பாய்வாளர்கள் சிலரையும் எங்களது தரப்புச் சாட்சிகளாக அழைப்பதற்கு நாங்கள் திட்டமிட்டிருந்தோம். இந்தப் பகுப்பாய்வாளர்கள் ஒவ்வொருவருமே,

சமனற்ற நீதி

தாங்கள் பங்குச் சந்தை குறித்த பகுப்பாய்வுகளைச் சுயாதீனமாகச் செய்து, பங்குகளைக் குறித்துப் பரிந்துரைகளைச் செய்ததன் அடிப்படையிலேயே கலியனின் அனைத்து வணிக நடவடிக்கைகளும் அமைந்திருந்தன என்று தெளிவான சாட்சியங்களை வழங்கக்கூடியவர்கள். ஆனால் கலியனின் அலுவலர்களில் ரிக் ஸாட்வைத் தவிர வேறு எவரையுமே சாட்சியமளிப்பதற்காக நீதிமன்றத்திற்கு அழைக்கப்போவதில்லை எனத் திடீரென ஜோன் டௌட் என்னிடம் கூறியபோது, அதை என்னால் நம்பவே முடியவில்லை!

ஜோன் டௌட்டுடைய நிலைப்பாடு என்னவென்றால், எனது வழக்கறிஞர்கள் அரசுத் தரப்புச் சாட்சிகளைக் குறுக்கு விசாரணை செய்தபோதே, கலியன் நிறுவனம் உட்தகவல் எதையும் பெறவில்லை, பெற்றதெல்லாம் பொதுவெளிக்கு வந்த தகவல்களே என்பதை நிரூபித்துவிட்டார்கள், நாங்கள் மென்மேலும் சாட்சியங்களை அடுக்கிச்செல்வது ஜூரிகளுக்குக் களைப்பையே ஏற்படுத்தும் என்பதாகயிருந்தது. அவரது நிலைப்பாட்டில் எனக்கு உடன்பாடு இல்லாதபோதும், வியூகங்களை வகுப்பதில் ஜோன் டௌட் என்னைவிட அனுபவசாலி என்பதால் அவரது வியூகத்தை ஏற்றுக் கொண்டேன்.

எங்களது அடுத்த சாட்சி, கலியன் ஆய்வு நிதியத்தின் நிர்வாக இயக்குநராகப் பணியாற்றியிருந்த ரிக் ஸ்கட். 2009 ஒக்டோபரில் நான் கலியனை மூடியபோது, கலியன் ஆய்வு நிதியத்தில் என்னுடைய முதலீடாக 25 மில்லியன் டாலர்கள் இருந்தன. 2010இல், ரிக் ஸாட் தன்னுடைய சொந்த நிதியத்தைத் தொடங்கியபோது, எனது வழக்கறிஞர் ஜோன் டௌட்டின் ஒப்புதலுடன், அந்த முதலீட்டை ரிக் ஸ்கட்டின் புதிய நிதியத்துக்கு மாற்றினேன். இதைப் போலவே, கலியன் இன்டர்நேஷனல் நிறுவனத்தை மூடியபோது, 25 மில்லியன் டாலர்கள் முதலீட்டை டேவிட் லா புதிதாகத் தொடங்கிய நிதியத்திற்கு மாற்றினேன். இவர்கள் இருவரோடும் நான் பணியாற்றியிருந்ததால், இவர்கள் நிதி முதலீடு செய்வதிலும் முகாமைத்துவம் செய்வதிலும் வல்லவர்கள் என்பது எனக்குத் தெரியும்.

கலியனைப் பற்றியும் அதனுடைய ஆழமான ஆய்வு முறைமைகளைப் பற்றியும் சாட்சியம் அளிப்பதற்கு ரிக் ஸாட் மிகப் பொருத்தமானவரே. அவர் கலியனில் ஆய்வுப் பகுதிப் பணிப்பாளராக இருந்தபோது, எங்களது பகுப்பாய்வாளர்கள் பின்பற்ற வேண்டிய ஆய்வு முறைமைகளை வகுத்துக் கொடுத்தவர். துணிச்சல் மிக்கவர், உறுதியானவர், அரசுத்

தரப்பு வழக்குரைஞர்களின் அச்சுறுத்தல்களுக்குப் பணிந்து போகும் இயல்பற்றவர்.

ரிக் ஸாட் தனது சாட்சியத்தில், எங்களது பகுப்பாய்வு முறைமைகளைப் பற்றி விரிவாக விளக்கினார். எங்களது வணிகங்களைக் குறித்து எழுப்பப்பட்ட சந்தேகங்களுக்கும் கேள்விகளுக்கும் கலியன் பகுப்பாய்வாளர்களின் அறிக்கைகள் தெளிவாகப் பதிலளிப்பதை ரிக் ஸாட் நீதிமன்றத்தில் நேர்மையாகவும் தர்க்கப்பூர்வமாகவும் நிறுவினார். கலியனில் அன்றாடம் நடக்கும் வெளிப்படையான காலை நேரக் கூட்டங்களை அவர் விவரித்தார். ராஜத் குப்தாவுடன் நான் நடத்தியதாகச் சொல்லப்பட்ட 'முறைகேடான' உரையாடல் பற்றிய அரசுத் தரப்பின் வாதத்தை ரிக் ஸாட் வெற்றிகரமாக முறியடித்தார்.

ஜோன் பெர்னெல், ரொப் ஹொட்ஸ் ஆகியோரின் சாட்சியங்களைத் தொடர்ந்து ரிக் ஸ்கட்டின் சாட்சியம் வந்ததும் ஆடம் ஸ்மித்தின் குற்றச்சாட்டுக்கள் முற்றாக முறியடிக்கப் பட்டன. அரசுத் தரப்பான ஒரு பத்திரிகைகூட 'ரிக் ஸ்கட்டின் சாட்சியம் நம்பகமானது' என்று எழுதியது.

ஆனால் என்னுடைய வழக்கறிஞர் அணி தற்செயலாகச் செய்த ஒரு தவறு எங்களுக்குப் பெரும் கேடாக முடிந்தது. ரிக் ஸ்கட்டின் புதிய நிறுவனத்தில் முதலீடு செய்திருந்தேன் என்பதை எனது வழக்கறிஞர்கள் ஜூரி சபைக்கு முன்கூட்டியே தெரிவிக்கத் தவறிவிட்டார்கள்.

ரிக் ஸ்கட்டைக் குறுக்கு விசாரணைசெய்த அரசுத் தரப்பு வழக்குரைஞர்கள் அந்தத் தவறைப் பிடித்துக் கொண்டார்கள். ரிக் ஸ்கட்டின் நிதியத்தில் நான் முதலீட்டாளர் என்பதால், ரிக் ஸ்கட்டின் சாட்சியம் பக்கச்சார்பானது என்று அவர்கள் வாதிட்டார்கள். நான் ரிக் ஸ்கட்டின் நிதியத்தில் முதலீட்டாளர் என்பதால் அவர் எனக்குச் சலுகை செய்வதற்காக, நீதிமன்றத்திற்குப் பொய் சொல்லியிருப்பார் என்ற வாதம் முரண்நகையே. ஏனெனில், இதே அரசுத் தரப்பு வழக்குரைஞர்கள்தான் ஒத்துழைக்கும் மூன்று முக்கியச் சாட்சிகளுக்கும் தண்டனைக் குறைப்பு போன்ற சலுகைகளை வழங்கியவர்கள்.

எனினும், ரிக் ஸ்கட்டின் சாட்சியமானது ஆடம் ஸ்மித்துடைய சாட்சியத்தின் நம்பகத்தன்மையைப் பாதித்ததையிட்டுக் கவலையடைந்த அரசுத் தரப்பு துரித நடவடிக்கையில் இறங்கியது. அரசுத் தலைமை வழக்குரைஞர் அலுவலகத்தின் பொதுசனத் தொடர்பு அதிகாரியான

எலின் டேவிஸ் ஊடகவியலாளர்களிடம் 'ரிக் ஸ்கட்டின் சாட்சியம் நம்பகத்தன்மையற்றது' என்று பரப்புரை செய்யுமாறு சொன்னார். இந்த உரையாடல் 'லிப்ட்' பயணத்திற்குள் நடந்தபோது, அங்கே இருந்த எனது சகாவின் மூலமாக இதை நான் அறிந்துகொண்டேன்.

அடுத்தநாள் காலையில், எலின் டேவிஸின் கட்டளையை ஊடகங்கள் சிறப்பாக நிறைவேற்றின. குறிப்பாக *த வால் ஸ்ட்ரீட் ஜேர்னல்* பத்திரிகையின் செய்தியாளர் 'ரிக் ஸ்கட்டின் நிதியத்தில் ராஜ் ராஜரட்ணம் முதலீடு செய்திருப்பதை அரசுத் தரப்பு வழக்குரைஞர்கள் சுட்டிக்காட்டிப் பிரதிவாதித் தரப்பை மடக்கிவிட்டார்கள்' என்று தனது கட்டுரையில் எழுதியிருந்தார்.

அந்தக் கட்டுரையால் கடும் கோபமடைந்த ஜோன் டௌட் தனது பொறுமையை இழந்து, இவ்வாறாக ஒரு மின்னஞ்சலை *த வால் ஸ்ட்ரீட் ஜேர்னல்* பத்திரிகைக்கு அனுப்பிவைத்தார்:

"என்னுடைய வாழ்நாளில் நான் வாசித்த மிகக் கேவலமான மோசடிக் கட்டுரை இதுதான். இன்னும் எவ்வளவு காலத்திற்குத்தான் நீங்கள் அரசுத் தலைமை வழக்குரைஞர் ப்ரீத் பராராவின் கால்களை நக்கப்போகிறீர்கள்? தோல்விப் பயத்தால் நடுங்கிக்கொண்டிருக்கும் பராரா விபச்சார ஊடகங்களுக்குத் தீனி போட்டு வழக்கின் திசையை மாற்ற முயற்சிக்கிறார். பெயர் பெற்ற பத்திரிகையான உங்களது பத்திரிகையும் இவ்வாறான விபச்சார இதழியலில் இறங்கியிருப்பது பெருத்த அவமானம்!"

வால் ஸ்ட்ரீட் ஜேர்னலும், வேறுசில ஊடகங்களும் உடனடியாகவே ஜோன் டௌட்டின் மின்னஞ்சலை முழுமையாக வெளியிட்டன. அந்த மின்னஞ்சல் ஒரு பண்பட்ட மனிதரால் எழுதப்பட்டிருப்பதுபோல எனக்குத் தோன்றவில்லை. ஜோன் டௌட்டின் சண்டைக்கு அறைகூவும் தொனியும், அவர் தேர்ந்தெடுத்திருந்த சொற்களும் எனக்கு அதிர்ச்சியளித்தன. எனக்கு ஜோன் டௌட்மீது கடுமையான அதிருப்தி உண்டாகியது. டெர்ரி லினமை எனது வழக்கறிஞர் அணியின் தலைவராக்கினேன். ஆனாலும், வழக்கு முடியும்வரை ஜோன் டௌட் எங்களது அணியில் இருப்பதைச் சகித்துகொள்ளத்தான் வேண்டியிருந்தது.

எங்களது ஐந்தாவதும் இறுதியானதுமான சாட்சியாகப் பேராசிரியர் க்ரேக் ஜரெல் வழக்கறிஞர் டெர்ரி லினமால் நீதிமன்றத்தில் முன்னிலைப்படுத்தப்பட்டார். பேராசிரியர்

எஸ்.இ.ஸி.யில் தலைமைப் பொருளாதார வல்லுநராகப் பதவி வகித்தவர். இப்போது ரோசெஸ்டர் பல்கலைக்கழகத்தில் பொருளியல் பேராசிரியராக இருக்கிறார். கல்விப்புல இதழ்களில் மட்டுமல்லாது, வெகுசன ஊடகங்களிலும் ஏராளமான கட்டுரைகளை எழுதிவருகிறார். பங்குச் சந்தை வணிகத்தில் மேதமையான அறிவுகொண்டவர். 40 வழக்குகளில் நீதிமன்றத்தில் தோன்றி, நிதித்துறை நிபுணத்துவ சாட்சியமாகத் தனது கருத்துகளைப் பதிவுசெய்துள்ளார்.

பேராசிரியர் தனது சாட்சியத்தில், பங்குச் சந்தையில் எவ்வாறு தகவல்கள் கசியவிடப்படுகின்றன என்றும், பெருநிறுவனங்களைக் கையகப்படுத்தும் செயற்பாடுகளின் போது, முதலீட்டாளர்கள் எவ்வாறு நிலைமைகளைப் பகுப்பாய்வார்கள் என்றும் நீதிமன்றத்திற்கு விளக்கினார். என்மீது அரசுத் தரப்பு சுமத்தியிருக்கும் குற்றச்சாட்டுகளைத் தானும் தனது குழுவும் ஆராய்ந்ததாகவும், 2003–2008 காலப்பகுதியில் கலியன் ஈடுபட்ட 1.1 மில்லியன் வணிக நடவடிக்கைகளிலிருந்து வெறும் 0.25 சதவீதமான நடவடிக்கை களைக் குறித்தே அரசுத் தரப்புக் குற்றம் சாட்டியிருக்கிறது என்றும் பேராசிரியர் சுட்டிக்காட்டினார்.

பேராசிரியர் க்ரேக் ஜரெல் குழுவினர் என்னுடைய வழக்குக் குறித்து ஆழமான, சுயாதீன ஆய்வுகளை நடத்தி யிருந்தனர். செய்தி அறிக்கைகள், பகுப்பாய்வு அறிக்கைகள், மின்னஞ்சல்கள், குறுஞ்செய்திகள், ஒவ்வொரு வணிகத்தைக் குறித்தும் பதிவுசெய்யப்பட்டிருந்த கலியனின் உள்ளக ஆய்வு அறிக்கைகள் எல்லாவற்றையும் அந்தக் குழுவினர் அலசி ஆராய்ந்தனர். என்மீது சுமத்தப்பட்டிருந்த உட்தகவல் வணிகச் குற்றச்சாட்டுக்கள் அனைத்துமே நியாயமற்றவை என்றும், அந்தக் குற்றச்சாட்டில் குறிப்பிடப்பட்டிருந்த தகவல்கள் எல்லாமே ஏற்கெனவே பொதுவெளியில் இருந்த தகவல்களே என்றும் எவருமே மறுக்க முடியாதபடி பேராசிரியர் க்ரேக் ஜரெல் குழுவினர் நிறுவிக்காட்டினார்கள்.

நான் நீதிமன்றத்தில் சாட்சியமளிப்பதை ஜோன் டௌட் விரும்பவில்லை. பொதுவாகவே, பிரதிவாதித் தரப்பு வழக்கறிஞர்கள் தமது கட்சிக்காரரர்கள் சாட்சியமளிப்பதை விரும்புவதில்லை. ஏனெனில், பிரதிவாதியின் சாட்சியத்தில் சிறு பிசிறு தட்டினால்கூட, பொய்ச்சாட்சி சொன்னதாகவும் நீதிபரிபாலனத்தில் குறுக்கிட்டதாகவும் அவரது தலையில் அரசுத் தரப்பு வழக்குரைஞர்கள் புதிதாகவொரு குற்றத்தைச் சுமத்திவிடுவார்கள்.

ஜோன் டௌட்டின் கரிசனை எனக்குப் புரிந்தது. ஆனால் எந்த வழக்குரைஞரும் என்னை மிரட்ட முடியாத அளவுக்கு உண்மைகளும் தகவல்களும் என்னிடம் இருந்தன. எனது வழக்கறிஞர்களும், எனது தரப்புச் சாட்சிகளும் கலியனில் நிகழ்ந்த ஒவ்வொரு வணிக நடவடிக்கைகள் குறித்தும் நீதிமன்றத்தில் சிறப்பான விளக்கங்களை அளித்திருந்தாலும், ஒட்டுக் கேட்கப்பட்ட தொலைபேசி உரையாடல்களைப் பற்றியும், அவை நிகழ்ந்த சந்தர்ப்பச் சூழ்நிலைகளைப் பற்றியும் நேரடியாகச் சம்பந்தப்பட்ட என்னால் மட்டுமே முழுமையான விளக்கத்தைக் கொடுக்க முடியும். எனினும், நான் ஜோன் டௌட்டின் அறிவுரையை ஏற்றுக்கொண்டேன். நான் சாட்சிக் கூண்டில் ஏறவேயில்லை.

இதன் விளைவாக, தொலைபேசி உரையாடல் பதிவுகளைக் குறித்த அரசுத் தரப்பின் வியாக்கியானங்கள் மட்டுமே, அவர்கள் தீட்டிய கோணல்மாணல் சித்திரங்கள் மட்டுமே ஜூரி சபையைச் சென்றடைந்தன. இந்த விஷயத்தில் எனது வழக்கறிஞர்கள் ஒத்துழைக்கும் சாட்சிகளைக் குறுக்கு விசாரணையில் மடக்கியிருந்தபோதும், நான் சாட்சியமளிக்க அனுமதிக்கப்பட்டிருந்தால் என்னால் மேலும் சிறப்பான முறையில் தொலைபேசி உரையாடல்களைக் குறித்து நீதிமன்றத்தில் விளக்கியிருக்க முடியும்.

தொகுப்புரைகள்

நீதிமன்றத்தில் இருதரப்பும் நிறைவுத் தொகுப்புரைகளை முன்வைக்க வேண்டிய வேளை வந்தது. நிறைவுத் தொகுப்புரை களை எப்போதுமே மூத்த வழக்கறிஞர்கள் இருவர் தமக்கிடையே பிரித்து வைத்துக்கொண்டு வழங்குவார்கள். ஆனால் ஜோன் டௌட் தொகுப்புரையை டெர்ரி லினமோடு பங்குபோட விரும்பவில்லை. ஜோன் டௌட் எப்போதும் தன்னை முன்னிலைப்படுத்தியே பழக்கப்பட்டவர். என்னுடைய வழக்குத் தன்னுடைய வாழ்நாள் சாதனையாக அமைய வேண்டுமென்று அவர் விரும்பினார் போலும்! கிடைக்கும் வெற்றியைத் தன்னுடையதாக மட்டுமே அவர் கொண்டாட விரும்பினார். நிறைவுத் தொகுப்புரை என்ற மிகப்பெரிய பாரத்தைத் தாங்குவதற்கு ஜோன் டௌட்டுக்கு உளரீதியாக மட்டுமல்ல, உடல்ரீதியாகவும் வலுவில்லையே என்று நான் கவலைப்பட்டேன்.

அரசுத் தரப்பு வழக்குரைஞர்கள் எப்போதும் போலவே, நிறைவுத் தொகுப்புரையிலும் உண்மைகளைத் திரித்து

நாடகமாடினார்கள். சட்டத்தை மீறுமாறு நான் மற்றவர்களைத் தூண்டியதாக வீண்பழி சுமத்தினார்கள்.

வழக்கு விசாரணையைக் கவனித்த எவருமே அனில் குமாரும், ராஜீவ் கோயலும் வரி ஏய்ப்புக்காகத் தாங்கள் தண்டிக்கப்படலாம் என்ற அச்சத்தில் ஒருபக்கச் சார்பாகவே சாட்சியமளித்திருக்கிறார்கள் என்பதைக் கண்டுகொண் டிருப்பார்கள். ஆடம் ஸ்மித்தோ தன்னுடைய சொந்த நிறுவனத்தில் உட்தகவல் வணிகம் செய்ததாகக் குற்றம் சாட்டப் பட்டவர். அந்தக் குற்றச்சாட்டிலிருந்து தப்பிப்பதற்காகவே எனக்கு எதிராகச் சாட்சியத்தைப் புனைந்து சொன்னவர்; இவர்களுடைய கோழைத்தனமான சுயநலத்திற்குப் பலிகடா ஆக்கப்பட்டேன்.

அரசுத் தரப்பு வழக்குரைஞர்கள் தமது நிறைவுத் தொகுப்புரையை வழங்கும்போது, எந்தச் சாமானியனும் – குறிப்பாக ஜூரிகள் – புரிந்துகொள்ளக்கூடிய எளிமையான மொழிநடையைக் கையாண்டார்கள். அது திடுக்கிடும் திருப்பங்களைக் கொண்ட ஜனரஞ்சக நாடகம் போன்றிருந்த தால் ஜூரிகள் மிகக் கவனமாக உற்றுக் கவனித்தார்கள். அந்தத் தொகுப்புரை பொய்களாலும் ஊகங்களாலும் நிரம்பிய தொகுப்பாக இருந்தபோதும், கச்சிதமாகவும் ஆர்வத்தைத் தூண்டுவதாகவும் இருந்தது.

எங்களது தரப்பு நிறைவுத் தொகுப்புரையை ஜோன் டௌட் ஆவேசமாகத் தொடங்கி முழக்கமிட்டார்:

> “என்ன நடந்திருக்கிறது என்பதைக் குறித்து அரசுத் தரப்பு இங்கே காண்பித்த துண்டு துணுக்குச் சித்திரங்களுக்கு மாறாக, உண்மையிலேயே என்ன நடந்தது என்று நாங்கள் இங்கே ஒரு தெளிவான சித்திரத்தைக் வழங்கியிருக்கிறோம். கலியன் நிறுவனத்தின் முதலீட்டாளர்களுக்காக ராஜ் ராஜரட்ணம் கடுமையாக உழைத்தார். தகவல்களை அகழ்ந்தெடுத்து, புத்திசாலித்தனமான முதலீட்டுத் தீர்மானங்களை நிறைவேற்றியிருக்கிறார். ராஜ் ராஜரட்ணத்தின் ஒவ்வொரு வணிகத்தையும் குறித்த முழுமையான உண்மைகளை நாங்கள் உங்கள் முன்னால் எடுத்துக் கூறியிருக்கிறோம். கலியனின் காலை நேரக் கூட்டங்களில் மற்ற எவரையும்விட ராஜ் ராஜரட்ணமே பகுப்பாய்வாளர்களின் பரிந்துரைகளின் மீது அதிகக் கேள்விகளைக் கேட்பார், பகுப்பாய்வாளர்களின் ஆய்வறிக்கைகள் எல்லாவற்றையுமே ராஜ் ராஜரட்ணம்

படித்திருக்கிறார் என்று இந்த மன்றத்தில் திரு. ரிக் ஸாட் விரிவாகச் சாட்சியம் அளித்திருக்கிறார்."

ஜோன் டௌட் அரசுத் தரப்புத் தொடுத்திருந்த வழக்கின் மீது அடுத்த தாக்குதலை நடத்தினார்:

"ஒரு தொழில் நிறுவனமானது ஒரு விஷயத்தைக் குறித்துப் பொதுவெளியில் அறிவிப்பு வெளியிடும்வரை, அந்த விஷயம் இரகசியமானதே என்ற யதார்த்தத்திற்குப் பொருந்தாத கற்பனையின் மீதே எனது கட்சிக்காரர்மீது தொடுக்கப்பட்டிருக்கும் வழக்குக் கட்டியெழுப்பப் பட்டிருக்கிறது. உண்மை என்ன? அந்த நிறுவனம் விரும்பினாலும் விரும்பாவிட்டாலும், அந்த நிறுவனம் முறைப்படி அறிவித்தல் கொடுத்தாலும் கொடுக்கா விட்டாலும் பல வழிகளிலும் தகவல்கள் வெளியே கசிய வாய்ப்பிருக்கிறது. இது ஊடக யுகம்! இணைய யுகம்! மின்னஞ்சல்போன்ற பல வழிகளால் கோடிக்கணக் கான மக்களிடையே உடனடித் தொடர்பாடல் சாத்தியமாகிறது. தொழில் நிறுவனங்கள் ஊடகங்களோடும் முதலீட்டாளர்களோடும் விற்பனையாளர்களோடும் அரசு அதிகாரிகளுடனும் தொடர்புகளை வைத்திருக் கின்றன. இந்த நவீன உலகில் எதுவுமே நெடுநேரத்திற்கு இரகசியமான விஷயமாக இருப்பதில்லை."

ஜோன் டௌட் தனது தொகுப்புரையைத் தொடர்ந்தார்:

"ராஜ் ராஜரட்ணத்திற்கு என்னென்ன கடமைகள் இருந்தன? கேள்வி கேட்கும் கடமை அவருக்கு இருந்தது. ஆய்வு நடத்தும் கடமை அவருக்கு இருந்தது. பகுப்பாய்வாளர் களின் அறிக்கைகளைப் பரிசீலிப்பதும் அவரது கடமை. தொழில் நிறுவனங்களின் பிரதிநிதிகளுடன் பேச வேண்டிய கடமையும் அவருக்கு இருந்தது. கேள்வி கேட்பதும், பெறப்படும் பதிலின் மீது நடவடிக்கை எடுப்பதும் அவரது கடமைகளாக இருந்தன. தன்னுடைய வாடிக்கையாளருக்காக ஆகச்சிறந்த முதலீட்டு வாய்ப்புகளைத் தேடிப்பிடிக்க வேண்டியதும் அவரது கடமையே. இங்கே அரசுத் தரப்புச் சாட்சியாக நிறுத்தப்பட்ட இன்டெல் நிறுவனத்தின் அதிகாரி 'ஒரு பகுப்பாய்வாளரின் தொழில் என்பது கேள்விகளைக் கேட்பதும் விடைகளைப் பெறுவதும், அவற்றை வைத்துக்கொண்டு ஒரு நிறுவனத்தைக் குறித்து முடிவெடுப்பதுமாகும்' என்று உங்களுக்குச் சொன்னார். அதுதான்! அதுவேதான் ராஜ் ராஜரட்ணத்தின் பணி! தான் உரையாடிய நபர்கள் தங்களது கடமைகளிலிருந்து,

சட்ட நெறிமுறைகளிலிருந்து வழுவாதவர்கள் என்று அவர் கருதியிருந்தார். அவர் ஒன்றுமறியாத குழந்தைகளோடு பேசவில்லையே! கனவான்களான பண்பட்ட வணிகர்களுடனேயே உரையாடினார். அவர்கள் தன்னோடு பகிர்ந்துகொண்ட தகவல்கள் எல்லாமே பகிர்ந்துகொள்ள அனுமதிக்கப்பட்ட தகவல்கள் என்றே அவர் நம்பினார். முதலீட்டாளர்களுடைய பணத்தின் காவலர் என்ற முறையில் என்ன செய்திருக்க வேண்டுமோ, சட்டப்படி என்ன செய்ய வேண்டுமோ அதையே ராஜ் ராஜரட்ணம் செய்தார். எவ்வளவு தகவல்களைப் பெற முடியுமோ அவ்வளவையும் அவர் பெற்றார். சீமான்களே, சீமாட்டிகளே இதுதான் யதார்த்த உலகம். ராஜ் ராஜரட்ணம் போன்ற அனைத்து வணிகர்களும் இதையே செய்கிறார்கள். இது குற்றச் செயலே அல்ல!"

அடுத்ததாக, அரசாங்கத்தோடு ஒத்துழைக்கும் மூவருடைய நம்பகத்தன்மையையும் ஜோன் டௌட் கடுமையாகக் கேள்விக்குள்ளாக்கினார். அவர்களுடைய சாட்சியங்களிலுள்ள முரண்பாடுகளைக் கூர்மையுடன் சுட்டிக்காட்டிப் பேசினார்:

"அனில் குமார், ராஜீவ் கோயல், ஆடம் ஸ்மித் ஆகிய மூவரும் அளித்த சாட்சியங்களை நீங்கள் நம்பினாலொழிய ராஜ் ராஜரட்ணத்தைத் தண்டிக்க முடியாது. இவர்கள் ஒவ்வொருவரும் நீதிமன்றத்திற்கு உள்ளேயும் வெளியேயும் பொய்களைக் கூறியிருக்கிறார்கள் என்று நாங்கள் தெளிவாக நிரூபித்திருக்கிறோம். இந்தப் பொய்யர்கள் ராஜ் ராஜரட்ணத்திற்கு எதிராக அளித்த சாட்சியங்களுக்குப் பிரதியுபகாரமாக இவர்கள் செய்த குற்றச் செயல்களுக்கு மன்னிப்புக் கிடைக்கிறது. அதற்காகத்தான் இவர்கள் இங்கே வெட்கங்கெட்டுச் சாட்சியமளிக்க வந்துள்ளார்கள். இவர்கள் செல்ல வேண்டிய சிறைச்சாலையின் கதவுச் சாவி அரசுத் தரப்பு வழக்குரைஞர்களின் கையில் இருப்பதாலேயே, இவர்கள் மூவரும் இங்கே பொய்களைக் கூறினார்கள். 25 வருடங்களைச் சிறையில் கழிக்க வேண்டிய இவர்கள், ஒரு நாளைக்கூடச் சிறையில் கழிக்கப்போவதில்லை. இன்னும் இவர்களுக்குத் தண்டனை விதிக்கப்பட வில்லை. அரசாங்கம் இவர்களுக்கு உதவ வேண்டுமா இல்லையா என்பதை அரசுத் தரப்பு வழக்குரைஞர்கள் தீர்மானிப்பார்கள். உடைத்தே வெட்ட வெளிச்சமாகச் சொல்கிறேன்... இவர்கள் அரசுத் தரப்பால் மிரட்டப் பட்டதால்தான் இங்கே பொய்ச் சாட்சியங்களைச்

சொன்னார்கள். இது முறையற்றது! ஆனால் உண்மையில் இதுதான் இங்கே அவலமான முறையில் நடந்தேறியிருக்கிறது."

அனில் குமாரின் சாட்சியத்திலுள்ள பொய்களைப் பட்டியலிட்ட ஜோன் டௌட் முத்தாய்ப்பாக இவ்வாறு குறிப்பிட்டார்:

"மக்கின்ஸி என்ற மிகப்பெரிய முகாமைத்துவ ஆலோசனை நிறுவனத்தின் பங்குதாரரான ஒரு மனிதரைப் பற்றி இங்கே நாங்கள் பேசிக்கொண்டிருக்கிறோம்! அவர் சாட்சிக் கூண்டில் ஏறி நின்றுகொண்டு 'ராஜ் ராஜரட்ணம் இவ்வாறு செய்யுமாறு என்னை ஏவினார்' என்கிறார். மழலையர் பள்ளி மாணவர் ஒருவர் அப்படிச் சொல்லலாம். ஒரு வளர்ந்த மனிதன் அப்படிச் சொல்வது அறிவுக்குப் பொருந்தாதது!"

மாலை ஐந்து மணியாகிவிட்டதால், தொகுப்புரைகளின் மிகுதியை அடுத்தநாள் தொடரலாம் என்று நீதிபதி அறிவித்தார். ஜோன் டௌட் இரண்டு மணிநேரம் பேசியிருந்தார். அவரது தொகுப்புரை தெளிவாகவும் கூர்மையாகவும் முழுவீச்சிலும் அமைந்திருந்தது. எனினும், உள்ளோடிய களைப்புத் துலக்க மாகத் தெரிந்தது.

நீண்டுசெல்லும் வழக்கும், இரவில் தூக்கமின்மையும் ஜோன் டௌட்டைப் பாதித்திருந்தன. அடுத்த நாள் காலை 9.45 மணிக்கு அவர் தொகுப்புரையைத் தொடங்கியபோது சோர்ந்து போயிருந்தார். அவரிடம் சக்தியில்லை. முதுமை அவரைச் சோதிக்கிறது. அவர் மிக மெதுவாக, ஏற்ற இறக்கங்களில்லாமல் ஒரே தொனியில் நிகழ்த்திய உரை சில ஜூரிகளைத் தூங்க வைத்தது. பொழுது சாயத் தொடங்க, ஜோன் டௌட் முற்றிலும் களைத்துப்போயிருப்பது வெளிப்படையாகவே தெரிந்தது. நீண்ட குற்றவியல் வழக்கில் வாதாடுவதற்குத் தேவைப்படும் மூளைப் புத்துணர்ச்சியையும், உடல் ஆற்றலையும் அவர் குறைத்து மதிப்பிட்டுவிட்டார். என்னுடைய வழக்குக்கு முன்பு, ஜோன் டௌட் கடைசியாக நீதிமன்றத்தில் ஆஜராகி வாதாடிய குற்றவியல் வழக்கு நடந்துமுடிந்து 17 வருடங்களாகிவிட்டன. அப்போதே அவருக்கு 57 வயது.

அரசுத் தரப்பு வழக்குரைஞர்களின் சுருக்கமான எதிர்வாதத்திற்குப் பின்பாக, நீதிபதி தனது அறிவுறுத்தல்களை வழங்கும் வேளை வந்தது.

ஜூரி சபைக்கு அறிவுறுத்தல்கள்

ஜூரிகளுக்கான அறிவுறுத்தல்களை முறைப்படியும் நிதானமாகவும் வாசித்து முடிக்க நீதிபதி ஹோல்வெல்லுக்கு முழுதாக இரண்டு மணிநேரம் தேவைப்பட்டது. ஐம்பது பக்க அறிவுறுத்தல்களை அவர் உரத்த தொனியில் வாசித்தார். என்னைப்போன்ற அனுபவம் வாய்ந்த ஒரு நிதி முதலீட்டாளருக்கே அந்த அறிவுறுத்தல்கள் புதிர் போலவும் குழப்பம் தருவனவாகவும் இருந்தன. இத்தகைய சிக்கலான, பொருள் மயக்கம் தரும் அறிவுறுத்தல்களைச் சாமானிய மக்களைக்கொண்டு அமைக்கப் பட்டிருக்கும் ஜூரி சபையால் எப்படி விளங்கிக்கொள்ள முடியும்?

மூன்று மாத காலம் நீடித்த இந்த வழக்கு விசாரணையில் முன்வைக்கப்பட்ட அளவுகணக்கில்லாத தகவல்களோடு ஜூரிகள் ஏற்கெனவே தட்டுத் தடுமாறிக்கொண்டிருக்கிறார்கள். ஆனால் நீதிபதியோ எவ்வாறு ஜூரிகள் சிந்திக்க வேண்டும்? எவ்வாறு மதிப்பீடுகளைச் செய்து குற்றவாளியா? நிரபராதியா? என்று என்மீது அவர்கள் இறுதித் தீர்மானம் எடுக்க வேண்டும் என்றெல்லாம் இரண்டு மணிநேரமாக நீட்டி முழக்கி அறிவுறுத்தல்களை வழங்கிக்கொண்டிருக்கிறார்.

நீதிபதி ஹோல்வெல் உட்தகவல் வணிகம் குறித்து ஜூரிகளுக்கு வழங்கிய அறிவுறுத்தல்கள் அமெரிக்காவின் ஏனைய நீதிமன்றங்கள் உட்தகவல் வணிகம் குறித்து வழங்கி யிருந்த அறிவுறுத்தல்களிலிருந்து வேறுபட்டவை. முரணானவை. உதாரணமாக, நீதிபதி ஹோல்வெல் தனது அறிவுறுத்தலில் இவ்வாறு குறிப்பிட்டார்:

> "பத்திரிகை அறிக்கைகள், வணிகத்தைப் பற்றிய இதழ்கள், செய்திப் பத்திரிகைகள், சஞ்சிகைகள், பகுப்பாய்வாளர்களது அறிக்கைகள், எஸ்.இ.ஸி. கோவைகள், தொலைக்காட்சிகள், வானொலிகள் ஆகியவற்றில் வெளியாகும் தகவல்கள் அல்லது செவிவழியாகக் கேள்விப்படும் தகவல்கள் 'உட்தகவல்' என்ற வரையறைக்குள் அடங்காதவை."

இது மிகவும் சரியான கூற்று. இந்தக் கூற்றின் அடிப்படையில் என்மீது சுமத்தப்பட்டிருந்த ஒவ்வொரு குற்றச்சாட்டும் நிராகரிக்கப்பட்டு, நான் விடுதலை செய்யப்பட்டிருக்க வேண்டும். என்னுடைய வழக்கில் 'உட்தகவல்' என்று அரசுத் தரப்பால் குறிப்பிடப்பட்ட தகவல்கள் எல்லாமே ஏற்கெனவே பொதுவெளியில் இருந்த தகவல்களே என்று பேராசிரியர் க்ரேக் ஜரெலும், ரிக் ஸ்கட்டும் நீதிமன்றத்தில் நிரூபித்திருந்தார்கள்.

ஆனால் நீதிபதி ஹோல்வெல் ஜூரிகளுக்கான தனது அறிவுறுத்தல்களைத் தொடர்ந்தார்:

"எனினும், தகவல்கள் பொதுவாகக் கிடைப்பதில்லை. ஒருவர் கோரினாலும் நிறுவனம் தகவலை வழங்குவதில்லை எனும்போது அது பொதுவெளிக்கான தகவல் அல்ல! குறித்த தகவல் பொதுவெளிக்கானதா? பொதுவெளிக்கு அல்லாததா எனத் தீர்மானிப்பது உங்களது பொறுப்பு."

இது நீதிபதி முன்பு கூறியதுடன் முரண்படுகிறது. வங்கித்துறை ஆய்வாளர் ஒருவர் அல்லது சீனாவிலிருந்து இயங்கும் ஓர் இணையதளம் வழங்கும் தகவலை ஜூரிகள் எந்த வரையறையை வைத்து மதிப்பீடுசெய்ய முடியும்? ஒரு தகவலை நிறுவனம் வெளியிடாதபோதும், அந்தத் தகவல் பொதுவெளியில் உள்ளது. உதாரணமாக, ஆப்பிள் நிறுவனம் தாங்கள் புதிதாகத் தயாரிக்கும் சாதனத்தைக் குறித்துப் பொதுவெளியில் அறிவிக்காமல் இருக்கலாம். எனினும், அந்தச் சாதனத்தைப் பற்றிய தகவல்கள் –வதந்திகள் உட்பட –தொழில்நுட்பவியல் இணையதளங்களில் வெளியாகியிருக்கும். இவை பொதுவெளிக்கான தகவல்கள் அல்ல என்று எப்படிக் கூற முடியும்?

நீதிபதி ஹோல்வெல் ஜூரிகளுக்கான தனது அறிவுறுத்தல் களைத் தொடரத் தொடர, நிலைமை மேலும் மோசமாகியது:

"வாங்குவது அல்லது விற்பது குறித்த தீர்மானத்தை எடுப்பதில் தகவல் ஒரு காரணியாகச் செயற்பட்டிருக்கிறதா என்பதை நீங்கள் தீர்மானிக்க வேண்டும். அந்த வணிக நடவடிக்கையில் தகவல் மிகச்சிறிய காரணியாக இருந்தாலும்கூட அதை நீங்கள் கவனத்தில் எடுக்க வேண்டும்."

நீதிபதியின் அறிவுறுத்தல்களைக் கேட்டு முடித்ததும் ஜூரிகள் தங்களது அறைக்குச் சென்று பரிசீலனையைத் தொடங்கினார்கள். வழமையைவிட அதிகக் காலத்தை ஜூரி சபை எடுத்துக்கொண்டது. அவர்களின் முடிவுக்காக 12 நாட்கள் காத்திருந்தோம்.

வழக்கறிஞர்கள் ஜோன் டௌட், டெர்ரி லினம் இருவரும் கடந்த 18 மாதங்களாக என்னோடு நெருக்கமாகயிருந்து கடுமையாக உழைத்திருக்கிறார்கள். எனக்குத் தேவையான சமயத்தில் அவர்கள் பேருதவி செய்திருக்கிறார்கள். அதற்கு என்றுமே நன்றி பாராட்டுவேன். ஜோன் டௌட் தன்னாலான அனைத்தையுமே செய்தார். அவர் திறமை வாய்ந்த வழக்கறிஞர். என்னைப் போலவே அவரும் விடாப்பிடியான

போராட்டக் குணமுடையவர். ஆனால் போரை வெல்லும் தருணம் வந்தபோது, அதை அவர் புத்திசாலித்தனமாகப் பயன்படுத்தவில்லை. அதைவிட மோசமானது எதுவென்றால், அவர் தன்னை மட்டும் நம்பியே போராட்ட நகர்வுகளை மேற்கொண்டார். தனது கருத்துக்கு யாராவது மாற்றுக் கருத்துத் தெரிவித்தால், அதைப் பரிசீலிக்கவோ ஏற்றுக்கொள்ளவோ தயாரில்லாத அவரது இயல்பினால், மிகவும் சிக்கலான இந்த வழக்கில் நாங்கள் பெரும் பின்னடைவைச் சந்திக்க நேர்ந்தது.

2011ஆம் ஆண்டு, மே மாதம், 11ஆம் தேதியன்று, ஜூரிகள் தங்களது தீர்மானத்தை அறிவிக்கத் தயாரானார்கள். நீதிமன்ற அறைக்குள் நீதிபதி பிரவேசித்தார், அவருக்குப் பின்னே ஜூரிகள் ஒருவர் பின் ஒருவராக வந்தார்கள். அவர்கள் ஒவ்வொருவருடைய முகமும் இறுகியிருந்தது. அது நல்ல அறிகுறியாக எனக்குப் படவில்லை. ஜூரி சபைத் தலைவர் குற்றப் பத்திரிகையை நீதிபதியிடம் கையளித்தார். நீதிபதி அந்த ஒற்றைப் பக்கத்தை மௌனமாக வாசித்துவிட்டு, நீதிமன்ற அலுவலரிடம் கையளித்தார். நீதிமன்ற அலுவலர் குற்றப் பத்திரிகையை உரத்து வாசித்தார்.

14 குற்றச்சாட்டுகளில் நான் குற்றவாளி என்று ஜூரி சபை முடிவு செய்திருந்தது.

நீதிமன்ற அறைக்கு வெளியே நூற்றுக்கணக்கான ஊடகவியலாளர்கள் கூடி நின்றிருந்தார்கள். ஜூரி சபை தனது முடிவைத் தெரிவித்துவிட்டது என்ற செய்தி விரைந்து அவர்களிடையே பரவியது. அவர்கள் எங்களுக்காகக் காத்திருந்தார்கள்.

நாங்கள் நீதிமன்ற அறையிலிருந்து வெளியேறும்போது, 'ஊடகவியலாளர்களிடம் எதுவும் பேச வேண்டாம்' என்று ஜோன் டௌட்டிடம் கேட்டுக்கொண்டேன். ஆனால் அவர் தனது இயல்புப்படியே யார் சொல்வதையும் கேட்கும் நிலையில் இருக்கவில்லை. அவர் எனது வழக்கில் தீவிரமாக அக்கறை செலுத்தியது போலவே, பொதுவெளியில் தனது பிம்பத்தைக் காப்பாற்றுவதிலும் தீவிர அக்கறை கொண்டிருந்தார். இந்த வழக்கு விசாரணையில் தன்னுடைய செயற்திறன் சிறப்பாக இருந்ததாகவே அவர் கருதினார். ஆரம்பத்தில் அரசுத் தரப்பு என்மீது 34 குற்றச்சாட்டுகளைச் சுமத்தியது. இவற்றில் 20 குற்றச்சாட்டுகளை நீதிமன்ற விசாரணையின்போது அரசுத் தரப்புக் கைவிட்டிருந்தது. இதைத் தன்னுடைய மனதில் வைத்துக்கொண்டு "உண்மையில் நாங்கள் 20 வெற்றிகளை ஈட்டியுள்ளோம்!" என்று ஜோன் டௌட் ஊடகவியலாளர் களிடம் சொன்னார்.

எனது போராட்டம் இனியும் தொடரும்... எனது நன்றிக்குரிய வழக்கறிஞர் ஜோன் டௌட் இல்லாமலேயே.

தண்டனை

எனக்கான தண்டனையைத் தீர்மானிப்பதற்கு நீதிமன்றம் ஏறக்குறைய அரையாண்டுக் காலத்தை எடுத்துக்கொண்டது. அந்த இடைவெளிக்குள் எனது வாழ்வில் பல விஷயங்கள் நடந்தேறின.

அரசுத் தரப்பு வழக்குரைஞர்கள் என்னுடைய வழக்கறிஞர் டெர்ரி லினமை அணுகி "ராஜ் ராஜரட்ணத்திற்குத் தனது நலனில் அக்கறையில்லையா, ஏன் அவர் எங்களுடன் பேசுகிறார் இல்லை?" என்று கேட்டிருக்கிறார்கள். டெர்ரி லினமுக்குச் சமிக்ஞை புரிந்தது. அதாவது, ராஜத் குப்தாவைத் தண்டிப்பதற்கு நான் உதவினால், பதிலுக்கு அரசுத் தரப்பு வழக்குரைஞர்கள் எனக்குக் கிடைக்கவிருக்கும் தண்டனையைக் குறைக்க உதவுவார்கள். அந்த எண்ணமே எனக்கு அருவருப்பைக் கொடுத்தது. இன்னொருவரைச் சிக்க வைத்து, என்னைக் காப்பாற்றிக்கொள்வது இழிசெயல். அந்த இழிசெயலை ஒருபோதும் செய்ய மாட்டேன் என்று அரசுத் தரப்பு வழக்குரைஞர்களிடம் தெரிவித்துவிடுமாறு டெர்ரி லினமைக் கேட்டுக்கொண்டேன்.

இதனிடையே, எனது வழக்கில் சம்பந்தப்பட்டிருந்த அரசுத் தரப்பு வழக்குரைஞர்கள் சிலர் தங்களது தொழில்சார் சுயவிபரக் கோவையைப் புதுப்பிப்பதில் மும்முரமாக ஈடுபட்டிருந்தார்கள். என்னுடைய வழக்கில் அவர்கள் ஈட்டும் வெற்றி நியூ யோர்க் சட்ட நிறுவனங்களில் அவர்கள் அதிக வருமானத்தை ஈட்டக்கூடிய பதவிகளைப் பெறுவதற்கு உதவும். நியூ யோர்க்கின் சட்ட நிறுவனங்களில் பதவிகளி லிருப்பவர்கள் ஏழு இலக்கச் சம்பளங்களைப் பெறுகிறார்கள். இவர்கள் வசதி வாய்ப்புக்களை அடைவதற்கு நானே நுழைவுச் சீட்டு. அந்தச் சீட்டைப் பயன்படுத்தி அவர்கள் எல்லோருமே தங்களது இலக்குகளை வெற்றிகரமாக அடைந்தார்கள்.

பத்திரிகையாளர்கள் என்னைக் குறித்துச் சுடச்சுடக் கட்டுரைகளைத் தயாரிப்பதில் மூழ்கியிருந்தார்கள். சிலர் இந்த வழக்கைக் குறித்து நூல்களை எழுதத் தொடங்கினார்கள். தேசம் செய்திப் பசியால் துடித்துக்கொண்டிருந்தது. ஊடகங்கள் தீனிகளை வீசிக்கொண்டிருந்தன.

சட்டவிரோதமாக உட்தகவல் வணிகத்தால் திரட்டப் பட்டது எனச் சொல்லப்படும் பணத்தொகையின் அடிப்படை யில் தண்டனை நிர்ணயிக்கப்படுவதே சட்டம் காட்டும்

நெறியாகும். அரசுத் தரப்பு என்மீது குற்றம்சாட்டியிருந்த குறித்த வணிக நடவடிக்கைகளில், கலியனுக்குச் சிலவற்றில் இலாபமும், சிலவற்றில் நஷ்டமும் ஏற்பட்டிருந்தன. மொத்த இலாபம் 63 மில்லியன் டாலர்கள். மொத்த நஷ்டம் 67 மில்லியன் டாலர்கள். ஆக நிகர நஷ்டம் 4 மில்லியன் டாலர்கள்.

'தண்டனை வழங்கும்போது, நஷ்டத்தைக் கவனத்தில் கொள்ளக் கூடாது. இலாபத்தையே கவனத்தில் எடுத்து அதன் அடிப்படையிலேயே தண்டனை வழங்க வேண்டும்' என்று அரசுத் தரப்பு வாதிட்டது. நீதிபதி ஹோல்வெல் கண்களை மூடிக்கொண்டு அந்த வாதத்தை ஏற்றுக்கொண்டது ஆச்சரியமே.

வழக்கு விசாரணையின்போது, எனது வழக்கறிஞர் அறிவுறுத்தியவாறு மௌனமாகவே உட்கார்ந்திருந்தேன். நீதிமன்றத்தில் என்னுடைய குரல் ஒட்டுக் கேட்கப்பட்ட ஒலிப்பதிவுகளில் மட்டுமே ஒலித்தது. என்னுடைய அறப்பணி களைக் குறித்துப் பேசுவதற்கு எந்தவொரு சாட்சியையும் நீதிபதி அனுமதிக்கவில்லை. நீதிமன்ற விசாரணைக்கு அப்பால் என்னை அறியும் வாய்ப்பு அவருக்குக் கிட்டவில்லை. தண்டனை வழங்கப்படுவதற்கு முன்பாக, நாங்கள் நீதிமன்றத் திற்கு – காலம் தாழ்த்தியேனும் – சமர்ப்பித்த அறிக்கையில் என்னுடைய பின்னணியையும், நான் வழங்கிய நன்கொடைகள், முன்னெடுத்த அறப்பணிகள் ஆகியவற்றையும் குறிப்பிட் டிருந்தோம்.

இதைத் தவிர, என்னுடைய அறப்பணிகள், நன்கொடைகள், நற்பண்புகள் குறித்து 250 கடிதங்கள் நீதிபதிக்கு அனுப்பப் பட்டிருந்தன. இந்தக் கடிதங்களை கலியன் ஊழியர்கள், நண்பர்கள், தொழில் சகாக்கள், எனது குடும்பத்தினர் ஆகியோர் அனுப்பிவைத்திருந்தார்கள். உலகெங்குமிருந்து வந்து குவிந்த இந்தக் கடிதங்கள் தன்னார்வமாக அனுப்பப்பட்டவை. என்னுடைய உள்ளம் இப்போதும் நன்றியால் கசிகிறது.

2011 அக்டோபர் 13ஆம் தேதியன்று எனக்குத் தண்டனை விதிக்கப்பட்டது. அன்றைய காலையில் நாங்கள் நீதிமன்றத்திற்குச் சென்றபோது, வழமைபோலவே ஊடகவியலாளர்களும் படப்பிடிப்பாளர்களும் பெரும் எண்ணிக்கையில் திரண்டிருந்தார்கள். ஆனால் அன்றைக்கு அவர்கள் கட்டுப் பாட்டுடன் நடந்துகொண்டார்கள். தள்ளுமுள்ளுப் படாமல் அமைதியாக நின்று, நீதிமன்ற அறைக்குள் நாங்கள் நுழைவதற்கு வழிவிட்டார்கள்.

நீதிமன்ற நடவடிக்கைகள் தொடங்கியதும், எனக்கு அதிகபட்சத் தண்டனையை வழங்கும் முகமாக, 24 வருடச்

சிறைத்தண்டனை விதிக்கப்பட வேண்டுமென்று அரசுத் தரப்பு வழக்குரைஞர்கள் நீதிபதியைக் கோரினார்கள்.

அடுத்து, எனது வழக்கறிஞர் டெர்ரி லினம் எனக்குக் குறைந்தபட்சத் தண்டனையே விதிக்கப்பட வேண்டும் என்ற கோரிக்கையை முன்வைத்து வாதிட்டார். நீதிபதி தீர்ப்பு வழங்குவற்கு முன்பாக "நீங்கள் எதுவும் சொல்ல விரும்புகிறீர்களா?" என்று என்னிடம் கேட்டார். நான் "இல்லை" என்றேன்.

பொதுவாக நீதிபதி இவ்வாறு பிரதிவாதியைப் பார்த்துக் கேட்கும்போது, பல பிரதிவாதிகள் தங்களிடம் கருணை காட்டித் தண்டனையின் அளவைக் குறைக்குமாறு நீதிபதியிடம் இறைஞ்சுவார்கள். நான் அதையெல்லாம் செய்யத் தயாரில்லை. செய்யாத குற்றத்திற்காகக் கருணை கோரித் தலைகுனிந்து நிற்க நான் தயாரில்லை.

சமனற்ற, அநீதியான நீதிமுறைமைக்கு, தான் தலைமை தாங்குவதை நீதிபதி ஹோல்வெல் எந்தளவுக்குப் புரிந்து வைத்திருக்கிறார் என்பதை நான் அறியேன். என்னைப் போன்ற நிரபராதிகள் அநியாயமாகச் சிறைகளில் தள்ளப்படும் நீதிமுறைமைக்கு, தான் தலைமை தாங்குவதை அவர் விளங்கிக்கொண்டாரா என்றும் அறியேன். ஆனால் என்றாவது ஒருநாள் அவர் இதையெல்லாம் புரிந்துகொள்வார்.

நீதிபதி ஹோல்வெல் எனக்கு 11 வருடச் சிறைத் தண்டனையை விதித்துத் தீர்ப்பளித்தார். கூடவே 10 மில்லியன் டாலர்கள் அபராதமும், 53 மில்லியன் டாலர்கள் பறிமுதலும் விதிக்கப்பட்டன. சில காலங்களுக்குப் பின்பு, என்மீதான குடிமையியல் வழக்கில், இதே குற்றத்திற்காக எஸ்.இ.ஸி. எனக்கு மேலதிகமாக 94 மில்லியன் டாலர்கள் அபராதம் விதித்தது.

நீதிபதி ஹோல்வெல் தீர்ப்பை வழங்கியபோது, நான் எந்த உணர்ச்சியையும் வெளிக்காட்டவில்லை.

என்னை நிரபராதி என்று நிரூபிப்பதற்காக, நான் உளச்சுத்தியுடன் என்னால் முடிந்தளவுக்கு இறுதிவரை போராடினேன். இனி எனது வாழ்க்கை ஒரு புதுத் தளத்தில் பயணிக்கும். எப்படி இந்த வழக்கில் மன உறுதியோடு போராடினேனோ, அதே மன உறுதியோடு எனது வாழ்வின் அடுத்த கட்டத்தை எதிர்கொள்ளத் தயாரானேன்.

2011 டிசம்பர் 5ஆம் தேதி காலையில், நான் எனது பெற்றோரிடம் விடைபெற்றேன். எனது தாயார் "சிறையில் உணவும் தூங்குவதற்கு மெத்தையும் கிடைக்குமா?" என்று என்னிடம் கேட்டார். நான் புன்னகையுடன் தலையசைத்தேன்.

"அவ்வளவுதான் உனக்குத் தேவை!" என்றார் எனது அம்மா. அவை இரண்டும் இருந்தால் எந்தச் சூழ்நிலையையும் சமாளித்துவிடுவேன் என்பது அவருக்குத் தெரியும். "உன்னுடைய தலை எப்போதும் நிமிர்ந்தே இருக்கட்டும்!" என்று அம்மா உறுதியான குரலில் சொன்னபோது, நான் மீண்டும் புன்னகைத்தேன். பல ஆண்டுகள் பின்னோக்கி என் மனம் பறந்தது. நான் விடுமுறையில் வீட்டுக்கு வந்துவிட்டு, மீண்டும் விடுதிப் பாடசாலைக்குச் செல்லும்போது அம்மா இதே வார்த்தைகளையே சொல்வார்.

எனது தந்தையார் அந்த முதுமையான வயதிலும் நிமிர்ந்து நின்று, எனது கண்களுக்குள் தன்னுடைய தீர்க்கமான பார்வையைச் செலுத்தியவாறே "நீ எதற்கும் அஞ்சாத மனவுறுதி கொண்டவன். சிறை உன்னை ஒன்றும் செய்துவிடாது" என்றார். நான் எனது தலையை அசைத்து ஆமோதித்தேன். நான் சிறைக்குச் சென்றபின், எனது தந்தையார் அதுகுறித்து எவரிடமாவது பேச நேரிட்டால் "என்னுடைய மகன், தான் குற்றவாளி அல்ல என்று இறுதிவரை போராடியவன். இந்தப் பெரிய வல்லரசு அமெரிக்காவை எதிர்த்து நின்று அவன் சற்றும் விட்டுக்கொடுக்காமல் போராடியதையிட்டுப் பெருமை யடைகிறேன். அவன் என்னைவிடத் தைரியமானவன்" என்று சொல்வாராம்.

'டீவென்ஸ்' என்ற இடத்தில் அமைந்திருந்த அந்தச் சிறைச்சாலையை முதல் இரண்டு நாட்களிலேயே ஒரு சுற்றுச் சுற்றி முடித்துவிட்டேன். மூன்றாவது நாளிலிருந்து, என்னால் இங்கே சமாளித்துவிட முடியும் என்ற நம்பிக்கை எனக்கு வலுவாக ஏற்பட்டுவிட்டது. இங்கே வசதிகள் குறைவுதான். கடுமையான கண்காணிப்புகள் இருந்தன. நான் எதையும் சமாளிப்பதற்கு ஆயத்தமாக இருந்தேன். எனது இளமைக் காலத்தில் தங்கியிருந்த எல்லாப் பாடசாலை விடுதிகளையும் இந்தச் சிறைச்சாலை எனக்கு நினைவூட்டியது.

சமனற்ற நீதி

19

ப்ரீத் பராராவின் வீழ்ச்சி

நிகழ்ந்து முடிந்த ‘உட்தகவல் வணிக வழக்கு’ அபத்த நாடகத்தில் கதாநாயகர்கள், வில்லன்கள், கோமாளிகள், அப்பாவிப் பார்வையாளர்கள் என்று ஏராளமான பாத்திரங்கள் நடித்திருந்தாலும், என்மீதான நடவடிக்கைக்கும் தண்டனைக்கும் தானே காரணம் என்று பகிரங்கமாக உரிமை கோரிய அரசுத் தலைமை வழக்குரைஞரான மகா நடிகர் ப்ரீத் பராராவே அதிகமான புகழை ஈட்டிக்கொண்டார். எங்கள் இருவரின் பெயர்களும் வரலாற்றில் பின்னிப்பிணைந்தே இருக்கும்.

நான் கைது செய்யப்படுவதற்கு முந்தைய நாள்வரை, பராரா என்ன நிறம் என்றுகூட எனக்குத் தெரியாது. என்னுடைய வாழ்க்கைக்கும் அவருக்கும் எந்தச் சம்பந்தமும் இருந்ததில்லை. நான் கைதுசெய்யப்படும்போது, எனக்கு 52 வயது. எனக்கென்று பிரத்தியேக வழக்கறிஞர் எவரும் இருக்கவில்லை. தொழில்ரீதியாகவோ சமூகரீதியாகவோ மிகச்சில வழக்கறிஞர்களையே எனக்குத் தெரியும். குற்றவியல் சட்டங்களைக் குறித்து எனக்கு மேம்போக்கான அறிதலே இருந்தது. ஒரு மாவட்ட வழக்கறிஞருக்கும் அரசுத் தரப்பு வழக்குரைஞருக்கும் இடையேயுள்ள வித்தியாசம்கூட எனக்குத் துல்லியமாகத் தெரியாது. அமெரிக்கச் சட்டத் துறையுடன் எனக்கிருந்த பரிச்சயம் அவ்வளவே. இவை அனைத்துமே எனது கைதுடன் அடியோடு மாறிவிட்டன.

அமெரிக்கச் சட்டத் துறைக்குள் இருந்துகொண்டு, என்மீது தீராப் பகையுடன் பகிரங்கமாகச் செயற்பட்டவர் பராரா. எஃப்.பி.ஐ. அதிகாரிகளால் நான் கைவிலங்கிடப்பட்டு, நீதிமன்றத்திற்கு அழைத்துச் செல்லப்பட்டபோது, பராராவிடமிருந்து தகவலைப் பெற்றுக்கொண்ட ஊடகப் படப்பிடிப்பாளர்கள் நான் எடுத்து வைத்த ஒவ்வொரு காலடியையும் பதிவுசெய்து உலகெங்கும் ஒளிபரப்பினார்கள். பராரா ஊடகங்களின் முன்னே தோன்றி, என்மீது அவர் புனைந்திருந்த கட்டுக்கதைகளை விளாசித் தள்ளினார். 2008இல் அமெரிக்காவில் ஏற்பட்ட கடுமையான பொருளாதார நெருக்கடியில் சிக்கித் தவித்தவர்களின் மீட்பர் போல பராரா ஊடகங்களில் மின்னினார். "ராஜ் ராஜரட்ணத்தின் கைதானது வால் ஸ்ட்ரீட்டை விழித்தெழும்படி விடுக்கப்பட்ட அறைகூவல்" என்று அவர் முழங்கினார். டைம் சஞ்சிகை தனது அட்டைப் படத்தில் பராராவின் முகத்தை வெளியிட்டு 'வால் ஸ்ட்ரீட்டை அடித்து நொறுக்கும் மனிதர்' என்று எழுதியது.

அது பராராவின் எழுச்சிக் காலமாகயிருந்தது. ஆனால் இன்று பின்னோக்கிப் பார்க்கையில், அந்த எழுச்சித் தோற்றம் மாயை அல்லது மோசடியாகத் தெரிகிறது. பராராவின் பின்புலம் குறித்து இங்கே சிறிது நோக்கலாம்.

இந்தியாவின் ஃபிரோஸ்பூர் நகரத்தில், 1968இல், பிரீத் பராரா பிறந்தார். அவரது குடும்பம் 1970இல், நியூ ஜெர்ஸிக்குப் புலம்பெயர்ந்தது. அந்தக் காலகட்டத்தில், வெற்றியடைந்த பெரும்பாலான முதலாம் தலைமுறை இந்திய – அமெரிக்கர்களைப் போலவே பராராவும் கல்வியிலும் தொழிலிலும் வெற்றியடைந்தார். ஹார்வர்ட் பல்கலைக் கழகத்திலும், கொலம்பியா பல்கலைக்கழகத்தின் சட்டத் துறையிலும் கல்வி கற்றார். அவர் இரண்டு சட்ட நிறுவனங்களில் பணியாற்றிய பின்பாக, நியூ யோர்க்கின் தென்மாவட்ட அரசுத் தலைமை வழக்குரைஞரின் அலுவலகத்தில் இளநிலை வழக்குரைஞராக வேலையொன்றைப் பெற்றுக்கொண்டார்.

அங்கே அவருடைய தொழில் சோபிக்கவில்லை. வழக்குரைஞ ராக அவர் குறிப்பிடத்தக்க சாதனைகள் எதையுமே செய்ய வில்லை. அன்றாடம் நிகழும் போதைப்பொருள் சம்பந்தமான வழக்குகளையும், தூசு தட்டி எடுக்கப்பட்ட பழைய மாஃபியா வழக்குகளையுமே அவர் கையாண்டார். பராரா தலைமைத்துவப் பண்பு கொண்டவரல்லர். அவர் வெகு சுமாரான வழக்கறிஞரே.

இந்தத் தொழிலின் மூலமாக வாழ்க்கையில் முன்னேறுவது சாத்தியமில்லை என்பதை உணர்ந்துகொண்ட பராரா, ஐந்து

ஆண்டுகள் அரசுத் தலைமை வழக்குரைஞரின் அலுவலகத்தில் பணியாற்றிய பின்பாக அங்கிருந்து விலகினார்.

பின்பு, தன்னுடன் அரசுத் தலைமை வழக்குரைஞர் அலுவலகத்தில் பணியாற்றிய ஒருவரின் சிபாரிசில் வாஷிங்டன் நகரத்திற்குச் சென்று, செனட்டர் சக் சுமெரிடம் பணியாற்றினார். அந்தப் பணிக்கு நுணுக்கமான சட்ட அறிவு தேவைப்படவில்லை. செனட்டர் சக் சுமெரின் உலகம், அரசியல் உருட்டுப் புரட்டுகளாலும் தந்திரமான பொதுசனத் தொடர்புகளாலும் கட்டப்பட்டிருந்தது. அங்கே பராராவால் வேகமாக முன்னேற முடிந்தது. சக் சுமெர் ஊடகங்களைக் கட்டியவிழ்ப்பதில் சமர்த்தர். அவரது காலடியில் உட்கார்ந்திருந்து பராரா ஊடகங்களைக் கையாளும் தந்திரங்களைக் கற்றுக்கொண்டார். சக் சுமெரின் நம்பிக்கைக்குப் பாத்திரமாகிய பராரா தனக்கென அரசியல் தொடர்புகளையும் உருவாக்கிக்கொண்டார்.

விரைவிலேயே பராராவின் வாழ்க்கையில் நல்லதொரு திருப்பம் ஏற்பட்டது. 2008இல் நடந்த ஜனாதிபதித் தேர்தலில் பராக் ஒபாமா வெற்றிபெற்றதும், சக் சுமெர் நியூ யோர்க் மாநிலத்தின் மூத்த செனட்டராக மட்டுமல்லாமல் கிங் மேக்கராகவும் ஆனார். பராராவைக் காட்டிலும் தகுதி வாய்ந்த பல வழக்கறிஞர்கள் இருந்தபோதும், சக் சுமெர் பராராவுக்கு நியூ யோர்க்கின் தென்மாவட்ட அரசுத் தலைமை வழக்குரைஞராக முடி சூட்டிவைத்தார். என்னைக் கைது செய்த நாளிலிருந்து சரியாக இரண்டு மாதங்களுக்கு முன்பாக இது நிகழ்ந்தது.

சில ஆண்டுகளுக்கு முன்பு, நியூ யோர்க் தென்மாவட்ட அரசுத் தலைமை வழக்குரைஞர் அலுவலகத்திலிருந்து சத்தமேயில்லாமல் வெளியேறிய பராரா இப்போது ஆர்ப்பாட்டமாக அந்த அலுவலகத்திற்குள் நுழையும்போது, சிக்கலான நிலைமைகளுக்கு முகம் கொடுக்க வேண்டியிருந்தது. ஏனெனில், அப்போது அமெரிக்கப் பொருளாதாரக் கட்டமைப்பு வேகமாகச் சரிந்துகொண்டிருந்தது. வால் ஸ்ட்ரீட் முற்றுகை இயக்கமும், அதையொத்த எதிர்ப்பு இயக்கங்களும் இந்தப் பொருளாதார வீழ்ச்சிக்கு அரசாங்கம் பொறுப்புக் கூற வேண்டும் என்று தெருக்களில் இறங்கிப் போராடிக்கொண்டிருந்தன.

மேலும் அண்மைக் காலத்தில் நிகழ்ந்த மாபெரும் நிதி மோசடியொன்றைக் கட்டுப்படுத்தாமல் விட்ட சங்கடத்தில் அரசாங்கம் தத்தளித்துக்கொண்டிருந்தது. நியூ யோர்க்கில் பல தசாப்தங்களாக உச்சத்திலிருந்த முதலீட்டாளர் பேர்னி மேடோஃப் குறித்து எண்ணற்ற எச்சரிக்கைகளும் அபாயச்

சமிக்ஞைகளும் வருடக்கணக்காக விடுக்கப்பட்டிருந்தபோதும், அரசாங்கம் அவற்றைக் கவனத்தில் கொள்ளாது கோட்டை விட்டிருந்தது. 2008ஆம் வருட இலையுதிர்க் காலத்தில் பங்குச் சந்தைகள் சரிந்தபோது, பேர்னி மேடோஃபால் அந்த மோசடியை மறைக்க முடியவில்லை. பெரும் எண்ணிக்கையில் அவரது வாடிக்கையாளர்கள் ஏமாற்றப்பட்டார்கள். பேர்னி மேடோஃப் தனது குற்றத்தை ஒப்புக்கொண்டார். அவரைக் குறித்து அரசாங்கம் பல ஆண்டுகளாகப் பாராமுகமாக இருந்ததற்கு அரசாங்கத்திடம் திருப்திகரமான பதிலேதும் இருக்கவில்லை.

இந்தப் பின்புலத்தில் நோக்கினால், ப்ரீத் பராரா ஏற்றுக்கொண்டுள்ள புதிய பதவிக்கு அவர் பொருத்தமானவரே அல்லர். நிதித் தொழில் சார்ந்த நடவடிக்கைகளைப் பற்றி விசாரிக்கவோ வழக்குத் தொடுக்கவோ அவர் பயிற்சி பெற்றவர் இல்லை. பங்குச் சந்தை, தனியார்ப் பங்கு வணிகம், வங்கிகள், முதலீட்டு நிதியங்கள் போன்றவை எவ்வாறு இயங்குகின்றன என்ற புரிதல் அவருக்கு இருக்கவில்லை. சொல்லப்போனால், அவற்றின் அன்றாட வணிக நடவடிக்கைகள் எவை என்ற அறிவுகூட அவருக்கில்லை.

ஆனால் அவருக்குச் சட்டத் துறையில் இருந்த போதாமையைக் காட்டிலும் அதிர்ஷ்டம் அதிகமாகயிருந்தது. பராரா அறியாத காலத்திலேயே, அவருக்கு முன்னே தென்மாகாண அரசுத் தலைமை வழக்குரைஞராகப் பதவி வகித்திருந்த மைக்கல் ஜே. கார்ஸியாவும் அவரது அணியும் 2007இல், கலியன் குறித்தும் என்னுடைய வணிக நடவடிக்கைகளைக் குறித்தும் இரகசிய விசாரணையைத் தொடங்கியிருந்தார்கள். அந்த விசாரணை, அடிப்படையிலேயே தவறானது. சட்டவிதிகளுக்கு முரணானது. அந்த முறையற்ற விசாரணைக்கான தொடக்கப்புள்ளி ரூமி கான் அம்மையார்.

அப்போது, ரூமி கானுடைய குற்றச்செயல்களுக்காக எஃப்.பி.ஐ. அதிகாரிகள் அவருக்குக் கடுமையான நெருக்கடிகளைக் கொடுத்துக்கொண்டிருந்தார்கள். ரூமி கான் தன்னைக் காப்பாற்றிக்கொள்வதற்காக என்னைச் சிக்கவைக்க முயற்சித்தார். ரூமி கானின் பொய்க் குற்றச்சாட்டுகளின் அடிப்படையில், கலியனையும் என்னையும் பின்தொடர்ந்து கண்காணிப்பதற்காக அரசுத் தரப்பு எனது கைப்பேசியை முறைகேடாக ஒட்டுக் கேட்கத் தொடங்கியது.

இப்போது, பொருளாதார நெருக்கடியால் அரசாங்கம் தள்ளாடிக்கொண்டிருக்க, அரசாங்கத்தின் மீதும் வால்

ஸ்ட்ரீட்டின் மீதும் பொதுமக்கள் கொண்ட கோபம் தெருக்களில் தீயாக எரிந்துகொண்டிருக்க, அதைத் தணிக்கும் முயற்சியாக பராரா என்னையும் கலியனையும் இலக்குவைத்தார்.

எஃப்.பி.ஐ. என்னைப் பின்தொடர்கிறது என்பது எனக்குத் தெரியாது. நான் கைதான தேதியில், எனது மனைவியுடன் ஐரோப்பாவுக்குச் செல்லவிருந்தேன். நாங்கள் ஒருவழி விமானச் சீட்டுகளையே வாங்கியிருந்தோம். அதை அறிந்துகொண்டதும், நான் நாட்டை விட்டு ஓடப்போவதாக அரசுத் தரப்புப் பதறியது. அவர்கள் பொறுப்புடன் எனது நிகழ்ச்சி நிரலைக் கவனித்திருந்தால், நிச்சயமாக நியூ யோர்க்குக்குத் திரும்புவேன் என்பதைத் தெரிந்துகொண்டிருக்கலாம். தவிரவும், வயது முதிர்ந்த எனது பெற்றோரும், பள்ளிக்குச் செல்லும் எனது மூன்று குழந்தைகளும் என்னோடு நியூ யோர்க்கில் வாழ்வதை எஃப்.பி.ஐ. புலனாய்வுப் புலிகள் அறியாமலா இருப்பார்கள்! நான் ஐரோப்பாவிற்குத் தப்பிச் செல்வதோ தலைமறைவாவதோ மூடத்தனமான கற்பனை. பராராவுக்கும் அவருடைய குழுவுக்கும் இந்தக் கற்பனையே தோன்றியிருக்க வேண்டும். அவர்கள் அவசரப்பட்டு என்னைக் கைதுசெய்தார்கள்.

என்னுடைய கைதைத் தொடர்ந்து களம் பராராவுக்குச் சாதகமாக மாறியது. எனக்கு எதிரான குற்றச்சாட்டுகள் முறையானவையா எனப் பரிசீலிக்கத் தேவையான சட்ட அறிவும் பொருளியல் அறிவும் பராராவுக்கு இல்லையென்பது கவனிக்கப்படவில்லை. பராரா ஊடகப் பிரச்சாரத்தையும், அரசியல் பின்புலத்தையும் தனது பலம் என்று நம்பினார். இவ்வாறுதான் பராராவின் நாடகம் தொடக்கப்பட்டு, அதன் முதற்காட்சியாக என்னுடைய கைது நடந்தேறியது. அமெரிக்கப் பொருளாதார வீழ்ச்சிக்குப் பொறுப்புக் கூறும்படி அரசாங்கத்திற்கு நிர்ப்பந்தம் கொடுத்துக்கொண்டிருந்த பொதுமக்களுக்கு ஆறுதல் தரக்கூடிய நாயகனாக பராரா எழுந்தார். அவர் ஊடகங்களின் முன்னே தன்னை அதிமானிடராகக் கட்டமைத்துக்கொண்டார். ஊடக உலகம் சிலிர்த்தெழுந்தது. வசீகரமும் செயலாற்றலும் பேச்சு வல்லமையும் கொண்ட ஒருவராக ஊடகங்கள் அவரைத் துதித்தன. டைம் சஞ்சிகை தனது அட்டைப் படத்தில் பராராவின் முகத்தை வெளியிட்டபோது, அவர் புகழின் உச்சிக்குப் போய்விட்டார்.

பராரா என்னுடைய கைதைத் தேசிய நிகழ்வாகவும், வால் ஸ்ட்ரீட்டைச் சீரமைக்கும் தனது பணியில் முட்டுக்கட்டை யாக இருந்தது நானே என்றும் தன்னுடைய பிரச்சாரங்களில் சொல்லிப் பரிபூரணப் பொய்யராகப் பரிணமித்தார்.

பராராவின் திட்டமிட்ட ஊடகச் சதியின் குறியீடாக டைம் சஞ்சிகையின் அட்டைப்படக் கட்டுரையைக் கருதலாம். பராராவின் அலுவலகத்திலுள்ள பொதுசனத் தொடர்பு அதிகாரிகளின் தூண்டுதலால் வெளியான அந்தக் கட்டுரையில் எழுதப்பட்டிருந்த எதுவுமே உண்மையில்லை. பராரா ஒருபோதும் வால் ஸ்ட்ரீட்டுடன் மோதவில்லை. பொருளாதாரச் சரிவுக்கு மூலக்காரணமானவர்களை அவர் மடக்கினார் என்பது நூறு சதவீதம் புனைவு. அவர் தனது சுட்டுவிரலை என்னை நோக்கி நீட்டியதும், என்னை மோசடிக் கும்பலின் தலைவனாகச் சித்தரித்ததும் பெரும் அபத்தம்.

2008இல், நிகழ்ந்த பொருளாதாரச் சரிவுக்கும் உட்தகவல் வணிகத்திற்கும் தொடர்பிருந்ததாக எந்த ஆய்வாளர்களும் தீர்மானகரமாகச் சொன்னதில்லை. பொருளாதாரச் சரிவின்போது, தனது அலுவலகம் செயலற்று இருந்ததை மழுப்ப பராரா கையில் எடுத்த தந்திரமான ஆயுதமே என்மீதான உட்தகவல் வணிகக் குற்றச்சாட்டு.

என்னைக் கைதுசெய்ததன் மூலமாக, பராரா அனைவரின் கவனத்தையும் தன்மீது திருப்புவதில் ஓரளவு வெற்றியடைந்து விட்டார். ஊடகங்களை வசப்படுத்தித் தன்னுடைய நேர்காணல்களை வெளிவரச் செய்தது மட்டுமல்லாமல், ஊடகங்களுக்குத் தகவல்களையும் ஒளிவுமறைவாகக் கசிய விட்டார். அவரது அலுவலகலத்தில் வேலைசெய்த பொதுசனத் தொடர்பு அதிகாரிகளுடன், வெளியிலிருந்து செயற்பட்ட பராராவின் அடிவருடி ஊடகவியலாளர்களும் சேர்ந்து கொண்டு என்மீது சேற்றை வாரியிறைத்தார்கள். என்மீதான குற்றச்சாட்டுகள் பொய்யானவை என்று அறிந்திருந்த எனக்குச் சாதகமான எண்ணற்ற சாட்சிகள் இந்த ஊத்தை ஊடகச் சுழலுக்குள் சிக்க விரும்பவில்லை. அவர்களை எனது வழக்கறிஞர்கள் நீதிமன்றத்தில் சாட்சியமளிக்குமாறு கேட்ட போது, அவர்கள் தயங்கிப் பின்வாங்கிவிட்டார்கள்.

என்னைக் கைதுசெய்தபோது, பராரா செய்ததைப் போன்ற தான்தோன்றித்தனமான, ஆர்ப்பாட்டமான சேட்டைச் செயற்பாடுகளிலிருந்து பின்வாங்குவதற்கு பராரா காலப்போக்கில் நிர்ப்பந்திக்கப்பட்டார். என்னுடைய ‘உட்தகவல்’ வணிகத்தில் பயன்படுத்தப்பட்ட ‘எட்ஜ்’ என்ற சங்கேதக் குறியீட்டை, தான் உடைத்துவிட்டதாக பராரா உலகுக்குச் சொன்னபோது, நிதித் தொழிலை நன்கு அறிந்தவர்கள் பராராவின் புரிதல் தவறானது எனத் தெரிவித்தார்கள். ‘எட்ஜ்’ என்ற சொல் நிதித் தொழிற்துறையில்

சர்வ சாதாரணமாகப் புழங்கும் சொல் என்பது நிதியியலில் கற்றுக்குட்டியான பராராவுக்குத் தெரிந்திருக்க நியாய மில்லை. இதுகுறித்து மறுப்புகள் வந்தவுடன் 'எட்ஜ்' குறித்து ஊடகங்களில் பேசுவதை பராரா நிறுத்திக்கொண்டார். என்னுடைய வழக்கு விசாரணையில் 'எட்ஜ்' என்ற சொல் பற்றிப் பேசப்படவேயில்லை.

அதேபோன்று, பராரா தன்னுடைய இஷ்டத்துக்கு நடத்திவந்த ஊடகச் சந்திப்புகளிலிருந்தும் பின்வாங்கும்படி நிர்ப்பந்திக்கப்பட்டார். ஊடகச் சந்திப்புகளில் நீதித்துறையின் வரம்புகளை மீறி அவர் வெளியிட்ட குறிப்புக்களுக்காக மாவட்ட நீதிபதி வலெரி கப்ரோனியால் கண்டிக்கப்பட்டார். 'குற்றம் நிரூபிக்கப்படும்வரை ஒருவர் நிரபராதியே' என்ற நீதித்துறைக் கோட்பாட்டை பராரா என் வழக்கில் கடைப்பிடிக்கவில்லை என்றாலும், பின்பு நடந்த வழக்குகளில் அதைக் கடைப்பிடிப்பதற்கு அவர் நிர்ப்பந்திக்கப்பட்டார். அவர் அரசுத் தலைமை வழக்குரைஞர் பதவியிலிருந்து விலகியதன் பின்பாக, தான் பதவியிலிருந்தபோது பின்பற்றிய தந்திரோபாயங்கள் பொருத்தமற்றவை என்ற பொருள்படப் பேசலானார். ஆனால், அவரின் இந்த மனமாற்றம் என் விஷயத்தில் காலம் கடந்த ஞானமாகப் பயன் தராமல் போனது.

உண்மையில், நிதித் தொழிற்துறை சார்ந்த எனது வழக்கை, அதற்குரிய சட்ட நிபுணத்துவத்தோடு ஆராய்ந்து பராராவால் அணுகவே முடியவில்லை. வெறும் ஊடகப் பரபரப்பை நம்பியே அவர் இயங்கிக்கொண்டிருந்தார். எனது கைது தனது வெற்றியென மார்தட்டிய பராரா, என்மீது அரசுத் தரப்பு வழக்குத் தொடுத்தபோது, அந்த நடவடிக்கைகளிலிருந்து விலகியே நின்றார். வழக்கின் அம்சங்கள் குறித்து அரசுத் தரப்பும், எங்களது தரப்பும் கலந்துரையாடியபோது, அதில் பராராவுக்கு எந்த வகிபாகமும் இருக்கவில்லை. இதையெல்லாம் விட்டுவிட்டு, அவருக்கு மிகப் பிடித்தமான படப்பிடிப்புக் கருவியையும் ஒலிவாங்கியையும் அவர் ஆசையுடன் பற்றியிருந்தார். நாடோ பொருளாதாரச் சரிவின் விளைவுகளை அனுபவித்துக்கொண்டிருந்தது. அதற்கான காரணங்களை ஆராய்வதில் தன்னை அர்ப்பணித்திருக்க வேண்டிய பராரா அதைச் செய்யாமல், என்மீதான வழக்கைத் தனது பேருக்கும் புகழுக்கும் பயன்படுத்த வெறிகொண்டு அலைந்தார். உட்தகவல் வணிக வழக்குகளை முட்டையில் மயிர் பிடுங்குவது போல உருட்டிக்கொண்டிருந்தார். அவரது இந்த முயற்சியால் வீழ்ந்துகொண்டிருந்த பொருளாதாரத்திற்கோ தொழிற்துறைக்கோ பயனேதும் இருக்கவில்லை.

ஆனால் உட்தகவல் வணிக வழக்குகள் மூலமாகத் தனக்கு ஊடக, அரசியல் வெளிகளில் பிரகாசிப்பதற்கு அற்புத விளக்கு கிடைத்திருப்பதாக பராரா நம்பினார். உட்தகவல் வணிக வழக்குகள் பெரிய ஆய்வுகள் இல்லாமலேயே தொடுக்க இலகுவானவை. வணிகர்களைக் குறிவையுங்கள்! எண்ணற்ற இடைத் தரகர்கள் ஊடாக இயங்கும் வணிகருக்கும் ஏதோவொரு நிறுவனத்தின் அலுவலருக்கும் இடையில் ஏதாவதொரு தொடர்பைக் கண்டுபிடியுங்கள்! உடனேயே ஆக்ரோஷமாகக் குற்றம் சுமத்தி ஊடகங்களில் பிளிறுங்கள்! பராராவின் அலுவலகம் பல மனிதர்களை இந்த வழியிலேதான் வேட்டையாடியது. குற்றங்களை ஒப்புக்கொள்ளுமாறு அவர்களை மிரட்டிச் சிறையில் தள்ளியது.

பொதுமக்களின் கவனம் பராராவை நோக்கித் திரும்பவே, அவரது உற்சாகம் எல்லை மீறியது. மிகவும் நுட்பமாகவும் கவனமாகவும் அணுகித் தொடுக்க வேண்டிய நிதித்துறை சார்ந்த வழக்குகளை எல்லாம் பராராவும் அவரது பொதுசனத் தொடர்பு அதிகாரிகளும் சகட்டுமேனிக்குக் கையாண்டு ஊடகங்களில் ஆரவாரித்தார்கள். வெற்றி முழக்கங்களை எழுப்பினார்கள்.

என்னுடைய வழக்கு விசாரணைக்கு முன்பாக எழுந்த சட்டப் பிரச்சினைகளில் பராரா சம்பந்தப்படவில்லை எனச் சொல்வது, அவர் என்னுடைய வழக்கில் கவனம் செலுத்த வில்லை என்றாகாது. எனது வழக்கு அவருக்கு வழங்கிய பொன் போன்ற சந்தர்ப்பத்தின் அதிகபட்ச நன்மையைப் பெறுவதற் காக, எதைச் செய்தாவது எனக்கு அதிகபட்சத் தண்டனையை வாங்கித் தர வேண்டும் என்ற நோக்கத்தோடு அவர் எஃப்.பி.ஐ.யோடு இணைந்து வேலைசெய்தார். ஊடகங்களுக்குக் கதை கதையாகச் சொல்லிக்கொண்டிருந்தார். குற்றவியல் வழக்குகளில், தங்களிடமுள்ள தகவல்களை ஊடகங்களுக்கு வழங்க வேண்டிய கடப்பாடு அரசுத் தரப்பிற்கு இல்லை. எனினும், பராரா ஊடகங்களுக்கு கலியன் குறித்த தகவல்களை வழங்கினார். அந்தத் தகவல்கள் 'அநாமதேய நபர் மூலமாகக் கிடைத்தவை' என்ற குறிப்போடு ஊடகங்களில் வெளிவந்தன.

நீதிமன்றத்தில் என்மீதான வழக்கு விசாரணை நடந்து கொண்டிருந்தபோது, அரசுத் தரப்பு வழக்குரைஞர்கள் எண்ணற்ற பொய்களின் துணையோடு வழக்கை வெற்றிமுகமாகவே நடத்திக்கொண்டிருந்தார்கள். ஆனால் அதற்கான புகழை அவர்கள் பெறுவதற்கு பராரா விட்டாரில்லை. ஏதோ கொண்டாட்டத்திற்கு வருவதுபோல பராரா அவ்வப்போது தனது மனைவியோடு ஜோடி போட்டு நீதிமன்றத்திற்கு வந்து

போய்க்கொண்டிருந்தார். அரசுத் தரப்பு வழக்குரைஞர்களுக்கு ஒதுக்கப்பட்டிருந்த அறைக்குச் சென்று வழக்குரைஞர்களைச் சந்தித்துப் பேசினார். இதையெல்லாம் நீதிமன்றத்திலிருந்து நான் கவனித்தளவில், அவரது வருகையால் அங்கே எந்தப் பயனும் விளைந்ததாக எனக்குத் தெரியவில்லை. தன்மீதான கவன ஈர்ப்பே பராராவின் நோக்கம் என்பது மட்டும் தெளிவாகத் தெரிந்தது.

எனது கைதிற்கும், எனக்குத் தண்டனை வழங்கப்பட்ட தற்கும் இடையிலான மூன்று ஆண்டுகளில் பராராவின் செல்வாக்கு உச்சத்திலிருந்தது. 'வால் ஸ்ட்ரீட்டைச் சீர்திருத்த உதித்த நட்சத்திரம் பராரா' என்ற பிம்பத்தை அவர் கவனத்துடன் உருவாக்கினார். அவர் 'அமெரிக்க வழக்குரைஞர் நாயகம்'* பதவிக்கு உயரக்கூடியவர் என்றும், பொதுத் தேர்தலில் ஒரு வேட்பாளராக அவர் நிறுத்தப்பட வாய்ப்புண்டு என்றும் பேச்சுகள் உலாவின. பொது நிகழ்ச்சிகளில் சொற்பொழிவாற்ற அவரை ஆர்வத்துடன் அழைத்தார்கள். பின்னிரவில் நிகழும் 'காக்டெயில்' விருந்துகளில் இளம் ரசிகர்கள் அவரை மொய்த்தார்கள்.

*2014*ஆம் வருடத்தில், மெல்ல மெல்ல பராராவின் மவுசு குறையத் தொடங்கியது. நான் சிறைக்குச் சென்று மூன்று வருடங்கள் ஆகியிருந்தன. பத்திரிகைகளில் வெளியாகும் பராரா குறித்த செய்திகளைத் தொடர்ந்து கவனித்துக்கொண் டிருந்தேன். உட்தகவல் வணிகத்தில் ஈடுபட்டவர்கள் பராராவால் வேட்டையாடப்படுகிறார்கள் என்ற செய்தி ஊடகங்களில் தொடர்ந்து வெளியாகிக்கொண்டிருந்தது.

பராராவின் கரங்கள் இப்போது எனது சகோதரர் ரங்கனை நோக்கியும் நீண்டது. ஒட்டுக் கேட்கப்பட்ட எனது தொலைபேசி உரையாடல்களால் பொதுவெளியில் ஏற்பட்டிருந்த சலசலப்பின் கடைசித் துளியையும் பயன்படுத்தி பராராவின் அலுவலகம் ரங்கன்மீது குற்றம் சாட்டியது. அப்போது ரங்கன் பிரேஸில் நாட்டில் இருந்தார். ரங்கன்மீதான குற்றச்சாட்டு பராராவின் விளம்பர வெறியின் விளைவு மட்டுமே. இந்த வழக்குக்காக பராராவின் தரப்பில் எந்த ஆயத்தங்களும் செய்யப்பட்டிருக்கவில்லை. ரங்கன் அமெரிக்கா வுக்கு வந்து எதிர் வழக்காடுவதற்கு வாய்ப்பில்லை என்று பராரா கணக்குப் போட்டிருக்கலாம்.

பராரா தப்புக் கணக்குப் போட்டுவிட்டார். ரங்கன் வழக்கறிஞரை ஏற்பாடு செய்துவிட்டு, நியூ யோர்க்குக்கு

---

* United States Attorney General

விமானத்தில் பறந்து வந்தார். வழமைபோலவே, குற்றத்தை ஏற்றுக்கொள்ளுமாறு அரசுத் தரப்பு ரங்கனுக்கு அழுத்தம் கொடுத்தது. ரங்கன் அழுத்தத்திற்குப் பணியவில்லை. எனது வழக்கறிஞர் அணி ஏற்கெனவே செய்துவைத்திருந்த விரிவான ஆய்வுகளின் துணையோடு, அவர் நீதிமன்ற விசாரணையை எதிர்கொண்டார்.

ரங்கனுடைய வழக்கில் உட்தகவல் வணிகத்தை முடிச்சுப் போட முடியாமல் அரசுத் தரப்புத் தட்டுத் தடுமாறியது. நீதிமன்ற விசாரணை தொடங்குவதற்கு முன்பாகவே, அரசுத் தரப்புத் தானாகவே முன்வந்து ரங்கனுக்கு எதிரான பல குற்றச்சாட்டுகளைக் கைவிட்டது. எனது வழக்கில் அரசுத் தரப்போடு ஒத்துழைத்த சாட்சிகள் இப்போது அரசுத் தரப்பின் கட்டுப்பாட்டில் இருக்கவில்லை. ராஜீவ் கோயலும், அனில் குமாரும் நன்னடத்தைக் காலத்தில் இருந்தார்கள். இந்தத் தடவை அவர்களை அரசுத் தரப்பால் மிரட்ட முடியாது. வேறு சாட்சிகளே இல்லாத நிலையில் ராஜீவ் கோயலும் அனில் குமாரும் சாட்சியமளித்தார்கள். ரங்கனைத் தனக்குத் தெரியாது என்று ராஜீவ் கோயல் சொல்லிவிட்டார். அனில் குமாருடைய சாட்சியம் அரசுத் தரப்புக்குப் பேரிடியாகவே அமைந்தது. அனில் குமார் என் வழக்கிலும், ராஜத் குப்தா வழக்கிலும் அளித்திருந்த சாட்சியங்களோடு இப்போது அவரே முரண்பட்டுச் சாட்சியமளித்தார். இதன்மூலமாக, அரசுத் தரப்பு எனக்கு எதிராக முன்வைத்த குற்றச்சாட்டுகளும் அடிபட்டுப் போயின. நீதிபதி நியோமி புச்வால்ட் ரங்கன்மீது சுமத்தப் பட்டிருந்த குற்றச்சாட்டுகளில் ஒன்றைத் தவிர மற்றவற்றைத் தள்ளுபடி செய்தார். அந்த ஒரு குற்றச்சாட்டை ஜூரி சபை பரிசீலனை செய்தது.

2014 ஜூலை 8ஆம் தேதியன்று, ரங்கன் நிரபராதி என ஜூரி சபையால் தீர்ப்பளிக்கப்பட்டது. அரசுத் தரப்பு குற்றத்தை நிரூபிக்கத் தவறிவிட்டதாகப் 12 ஜூரிகளும் ஒருமனதாகத் தெரிவித்தார்கள். இது என்னுடைய வழக்கில் ஜூரிகள் அளித்த தீர்ப்புக்கு முற்றிலும் மாறுபட்டது. ஒரேவிதமான வழக்கில் இரண்டு விதமான தீர்ப்புகள். ஒன்றில் அதிகபட்சத் தண்டனை, மற்றையதில் விடுதலை.

வெற்றி மேல் வெற்றி கிட்டுமென்ற அகங்காரத்தில் ஆடிக் கொண்டிருந்த பராராவுக்கு, ரங்கனுடைய வழக்கில் கிடைத்த தீர்ப்பு உச்சந்தலை அடியாக விழுந்தது. இங்கிருந்து பராராவின் தொடர் தோல்விகள் ஆரம்பிக்கலாயின. அந்த வருடத்தின் இறுதியில் இன்னொரு பலமான அடி பராராவுக்கு விழுந்தது.

நிதி மேலாளர்களான ராட் நியூமென், அந்தனி சியோஸன் ஆகிய இருவருக்கும் எதிராகப் பராராவின் அலுவலகம் தொடுத்திருந்த வழக்கில் பிரதிவாதிகள் தண்டிக்கப்பட்டிருந்தார்கள். பிரதிவாதிகள் மேன்முறையீட்டுக்குச் சென்றபோது, அவர்களுக்கு விதிக்கப்பட்டிருந்த தண்டனைகள் ரத்துச் செய்யப்பட்டன. இந்தத் தீர்ப்பு பராரா இதுவரை அதிகாரம் செய்து வந்த உட்தகவல் வணிக வழக்குகளைச் சவால் செய்வதற்கான கதவுகளைத் திறந்துவிட்டது. சட்டவலு இல்லாத பராராவின் அணுகுமுறையை ஜூரி சபை கடுமையாகக் கண்டித்தது. பராரா உட்தகவல் வழக்குகளைச் சட்டரீதியாக அணுகாமல், அரசியல் நோக்கத்தோடு அணுகுவதாக நீதிமன்றம் பராராவைச் சாடியது. சட்ட நுணுக்கங்களுக்கு முக்கியத்துவம் கொடுக்காமல், ஊடகப் பரபரப்புக்குத் தீனி போட்டே வழக்குகளின் போக்கை நிர்ணயிக்க முயலும் பராராவின் உத்தி இதற்கு மேலும் செல்லுபடியாக முடியாமல் போனது.

ஆனால் இதற்குள் பராரா தன்னுடைய அநீதிச் செயற்பாடுகளால் பலருடைய வாழ்வில் பலத்த சேதங்களை உண்டாக்கி விட்டார். என்னுடைய வழக்கில் வழங்கப்பட்ட தீர்ப்பை எதிர்த்து நான் மேன்முறையீட்டுக்குச் செல்வதை அமெரிக்க நீதித்துறை நிராகரித்துவிட்டது. என்னுடைய வழக்கு மிகப் பிரபலமான வழக்காகயிருந்தது இதற்குக் காரணமாக இருக்கலாம். ஆனால் என்னைப் போன்றே பராராவால் வஞ்சிக்கப்பட்ட வேறு சிலர் மேன்முறையீட்டுக்குச் சென்றபோது, அவர்கள் குற்றமற்றவர்கள் எனத் தீர்ப்பளிக்கப்பட்டது. உட்தகவல் வணிக வழக்குகளில் பராரா தொடர் தோல்விகளைத் தழுவலானார்.

2017 மார்ச் 11ஆம் தேதியன்று, புதிய ஜனாதிபதி டொனால்ட் டிரம்ப் முந்தைய ஜனாதிபதி பராக் ஒபாவால் நியமிக்கப்பட்டிருந்த 46 அரசுத் தலைமை வழக்குரைஞர்களின் இராஜினாமாக்களைக் கோரினார். பராராவைத் தவிர மற்றவர்கள் எல்லோருமே ஓசைப்படாமல் இராஜினாமா செய்துவிட, பராரா மட்டுமே ஊடகச் சலசலப்பை உண்டாக்கினார். ‘நான் இராஜினாமா செய்யவில்லை, சற்று நேரத்திற்கு முன்பாகப் பதவியிலிருந்து நீக்கப்பட்டேன்’ என்று ட்விட்டரில் பதிவிட்டார்.

பெரும்பாலான அரசுத் தலைமை வழக்குரைஞர்கள் பதவி விலகியதன் பின்பாக இரண்டு பாதைகளைத் தேர்ந்தெடுப்பார்கள். அரசியலில் ஈடுபடுவார்கள் அல்லது சட்ட நிறுவனம் ஒன்றில் சேர்ந்து வழக்கறிஞர் தொழிலைத் தொடர்வார்கள். பராரா இவை இரண்டையும் செய்யாமல் ‘பராராவுக்காகக் காத்திருங்கள்’ என்றொரு தொடரை கபே என்ற கற்றுக்குட்டி ஊடகத்தில் எழுதத் தொடங்கினார். வழக்கறிஞர் என்ற தன்னுடைய

அடையாளத்தைக் கைவிட்டு, ஊடகப் பிரமுகராக வருவதற்குப் பிரயாசைப்பட்டார். கவனமாகப் பேணப்பட்ட ஒரு 'ட்விட்டர்' கணக்கு அவருக்கு இருந்தது. அதில், தன்னுடைய பிம்பத்தை ஊதிப் பெரிதாக்கும் முயற்சியில் பராரா சளையாது பாடுபட்டார். குறிப்பாக, தன்னையொரு 'ட்ரம்ப்' எதிர்ப்பாளராராக நிலைநிறுத்த விரும்பினார். அந்த முயற்சியிலேயே தனது சக்தி முழுவதையும் செலவிட்டார்.

தன்னுடைய சுயநலத்திற்காகவும் ஊடகங்களில் பிரபலமாகும் வேட்கையாலும் எண்ணற்ற சதிகளை மேற்கொண்டு, என்னை உட்தகவல் வணிக வலைப்பின்னலின் மையமாகவும் ஊழல் நாயகனாகவும் சித்தரித்த பராராவின் கதைக்கு ஒரு சுவாரஸ்யமான முடிவு உள்ளது. உட்தகவல் வணிகத் தடுப்புச் சட்டங்களில் செய்யப்பட வேண்டிய மாற்றங்களை ஆய்வுசெய்வதற்காக ஒரு குழுவை அவர் உருவாக்கியிருப்பதாக அண்மையில் அறிந்தேன். அந்தக் குழுவை 'பராரா டாஸ்க் ஃபோர்ஸ்' என்ற பெயரில் அவர் உருவாக்கி இருப்பதில் வியப்பேதும் இல்லை. அந்தக் குழுவில் முன்னாள் அரசுத் தரப்பு வழக்குரைஞர்களும், உட்தகவல் வணிகம் தொடர்பில் என்மீது தொடுக்கப்பட்டிருந்த குடிமையியல் வழக்கில் நீதிபதியாகயிருந்த பராராவின் தீவிரமான அபிமானி ஜெட் எஸ். ரெக்கோஃப்பும் உறுப்பினர்களாக உள்ளார்கள். பிரதிவாதிகள் தரப்பில் வாதிட்ட அனுபவசாலிகளான வழக்கறிஞர்களோ, பங்குச் சந்தை விவகாரங்களில் நிபுணத்துவம் பெற்றவர்களோ அந்தக் குழுவில் கிடையாது.

உட்தகவல் வணிகத் தடுப்புச் சட்டத்தின் மீதான தனது ஆய்வு முடிவுகளை, 2020 ஜனவரி 27ஆம் தேதியன்று 'பராரா டாஸ்க் ஃபோர்ஸ்' கீழ்வருமாறு வெளியிட்டது:

> "உட்தகவல் வணிகத் தடுப்புச் சட்டங்கள் நெடுங்காலமாகவே தெளிவற்றவையாக உள்ளன. கால மாற்றங்களுக்கு ஏற்ப அவை மாறாததால் பல குழப்பங்களை ஏற்படுத்தியுள்ளன. உட்தகவல் வணிகத் தடுப்புச் சட்டங்கள் திட்டவட்டமாக வரையறுக்கப்படாமல் மோசடியைத் தடுப்பதற்கான அன்றாட நடவடிக்கைகள், முந்தைய நீதிமன்றத் தீர்ப்புகள் ஆகியவற்றைக் கருத்தில் கொண்டே செயல்படுகின்றன. இதன் விளைவாக, மற்றைய நியதிச் சட்டங்களைப் போலன்றி இந்தச் சட்டங்களில் நிச்சயமற்ற தன்மையும் மயக்கமும் நிலவுகின்றன. இந்தச் சட்டங்கள் நாடு முழுவதற்கும் ஒரே சீராக அமல்படுத்தப்படவில்லை. உட்தகவல் வணிகத் தடுப்புச் சட்டத்தை உறுதியான,

சீரான சட்டமாக வகுக்க முயற்சிகள் நடைபெற்றபோதும் அவை வெற்றியடையவில்லை. இதனால் பங்குச் சந்தையில் ஈடுபட்டுள்ளவர்கள் சரியான சட்ட வழிகாட்டலின்றி விடப்பட்டுள்ளார்கள். இந்தக் காரணங்களால் அரசுத் தரப்பு வழக்குரைஞர்கள் பொருத்தமில்லாத நபர்களைப் பொறுப்புக் கூறுமாறு நிர்ப்பந்திக்க வேண்டியிருக்கிறது. இவ்வாறு பொறுப்புக் கூற நிர்ப்பந்திக்கப்பட்டவர்கள் பங்குச் சந்தையிலும், பொதுமக்களிடமும் தங்களது நற்பெயரை இழக்க நேரிடுகிறது."

பராரா குழுவின் இந்த அறிக்கையைப் பார்த்து நான் சிரிப்பதா அழுவதா? உட்தகவல் வணிகம் செய்ததாக என் மீதும் வேறு பலர்மீதும் வழக்குகளைத் தொடுத்து எங்களை நரகப் படுகுழிக்குள் தள்ளிவிட்டதன் பின்பாக, ஊடகங்களில் எங்களை ஊழல்வாதிகளாகக் கட்டமைத்த பின்பாக, எங்கள் மீது சுமத்தப்பட்ட குற்றச்சாட்டுக்களை எதிர்கொள்ளும் வழக்குச் செலவுகளுக்காக நாங்கள் மில்லியன்களில் பணத்தைச் செலவிட்டதன் பின்பாக, பொய்க் குற்றம் சுமத்தி எங்களைச் சிறையில் தள்ளியதன் பின்பாக, எங்களில் பலரைக் குடும்பங்களிலிருந்து பிரித்ததன் பின்பாக, பராராவும் அவரது பணியாளர்களும் உட்தகவல் வணிக வலையமைப்பை அறுத்துக் கிழித்தவர்கள் என்ற மகுடங்களைச் சூடிக்கொண்டதன் பின்பாக, இப்போது பராரா குழுவினர் உட்தகவல் வணிகத் தடுப்புச் சட்டங்கள் தெளிவற்றவை, குழப்பமானவை, காலத்திற்கு ஒவ்வாதவை என 'ஞானம்' சித்தித்து அறிக்கை வெளியிடுகிறார்கள். இவர்களின் காலம் கடந்த ஞானம் பராராவால் பாதிக்கப்பட்டவர்களுக்கு எந்த நன்மையையோ மீட்சியையோ கொண்டுவரப்போவதில்லை.

தெற்காசியர்களை இலக்கு வைத்தல்

ப்ரீத் பராராவால் இலக்கு வைத்து வீழ்த்தப்பட்டவர்களில் அதிகமானவர்கள் தெற்காசியர்களே. பராரா வேண்டுமென்றே தெற்காசியர்களை இலக்கு வைத்தாரா? ஏன்?

அமெரிக்காவிலுள்ள தெற்காசியச் சமூகத்தினர் 'பராரா தெற்காசியச் சமூகத்தினரைக் குறிவைத்திருக்கிறார்' என்றெல்லாம் தமக்குள் உரையாடிக்கொண்டதைக் கேட்ட போதெல்லாம் 'அப்படி இருக்காது' என்று மறுத்தே வந்துள்ளேன். ஆனால் ரங்கனுடைய வழக்குத் தொடர்பில், சிலிக்கன் பள்ளத்தாக்கில் பணிபுரிந்த தெற்காசியாவைச் சேர்ந்த மூன்று முதுநிலை நிறைவேற்று அதிகாரிகளைப் பராரா குறிவைத்த போது, நான் எனது மறுப்பை மறுபரிசீலனை செய்ய நேரிட்டது.

தெற்காசியரை இலக்கு வைக்கும் பராராவின் நடவடிக்கைகள் அமெரிக்காவில் வாழும் தெற்காசியச் சமூகத்தினரிடையே மட்டுமல்லாமல், இந்தியாவிலும் பரபரப்பை ஏற்படுத்திக்கொண்டிருந்த வேளையில், இந்தப் பரபரப்பின் உச்சக்கட்டமான சம்பவம் நியூ யோர்க்கில் நிகழ்ந்தது.

2013 டிசம்பர் மாதத்தில், இந்தியத் துணைத் தூதுவர் பதவியிலிருந்த தேவயானி கோப்ரகட் என்ற பெண்மணியை பராரா கைதுசெய்தார். தேவயானி தனது வீட்டுப் பணிப்பெண்ணுக்குக் குறைந்தளவு ஊதியம் வழங்கினார் என்று குற்றம் சாட்டப்பட்டது. பராரா அயலுறவுச் சட்ட நடைமுறைகளைப் புறந்தள்ளினார். தேவயானியைத் தனது அலுவலகத்திற்கு விசாரணைக்கு அழைக்காமலேயே, தேவயானியைத் தெருவில் வைத்துத் திடீரெனக் கைதுசெய்தார். தேவயானியின் ஆடைகள் களையப்பட்டு அவரது உடலின் அந்தரங்கப் பாகங்கள் சோதனையிடப்பட்டன. ஒரு நாட்டின் துணைத் தூதுவர், போதைப்பொருள் கடத்தல்காரியைப் போன்று நடத்தப்பட்டார். தேவயானிமீது சுமத்தப்பட்டிருந்த குற்றத்தைப் பொறுத்தவரை இந்த அவமான ஆடை அவிழ்ப்புச் சோதனைகளும் திடீர்க் கைதும் தேவையற்றவை. இந்தச் சம்பவத்தால் பொதுமக்களின் அபிப்பிராயம் பராராவுக்கு எதிராகத் திரும்பியது. அதன் பின்பு பொதுமக்களின் அபிப்பிராயம் ஒருபோதுமே பராராவுக்குச் சாதகமாகத் திரும்பவில்லை. தேவயானியின் மீதான பராராவின் அத்துமீறலை அர்ஜுன் அப்பாத்துரை போன்ற பல அறிவுஜீவிகள் கடுமையாகக் கண்டனம் செய்தார்கள்.

இந்தியாவின் அப்போதைய வெளியுறவுத்துறை அமைச்சரான சல்மான் குர்ஷித் தேவயானியின் கைதுகுறித்து “இது மிகப்பெரிய முட்டாள்த்தனம். ப்ரீத் பராராவையோ, அவருடைய கருத்துகளையோ நாம் பொருட்டாகக் கொள்ள வேண்டியதில்லை” என்றார்.

ஃபர்ஸ்ட் போஸ்ட் இணையதளத்தின் ஆசிரியர் ச. ஜெகநாதன் “அமெரிக்காவின் வெள்ளை இனவாத அதிகாரிகள், இந்தியர்கள்மீது தாக்குதலை நிகழ்த்துவதற்கு ப்ரீத் பராராவைப் பயன்படுத்துகிறார்கள்” என்று எழுதினார். அவர் சொல்வதில் முழு உண்மையுண்டு. தேவயானியையோ, ராஜத் குப்தாவையோ, ராஜ் ராஜரட்ணத்தையோ ஓர் இந்திய வம்சாவழி அதிகாரி கைதுசெய்யும்போது, அதில் வெள்ளை இனவாதம் இல்லை என்பது போன்றதொரு தோற்றம் ஏற்பட்டுவிடும்.

நியூ யோர்க்கில் உள்ள இந்தியத் துணைத் தூதரக அதிகாரியின் மகளான கிருத்திகா பிஸ்வாஸுக்கு நடந்தது பலருக்கு நினைவிருக்கும். கிருத்திகா தன்னுடைய ஆசிரியர்களுக்கு 'இணையவழி அச்சுறுத்தல்' கொடுத்ததாகக் குற்றம் சாட்டப்பட்டு, கல்லூரியில் வைத்துப் பராராவால் கைதுசெய்யப்பட்டார். கைவிலங்கிடப்பட்ட நிலையில் கல்லூரியிலிருந்து அழைத்துச் செல்லப்பட்ட கிருத்திகா இரண்டு மணிநேரம் தடுத்து வைக்கப்பட்டிருந்தார். அவர் குற்றமற்றவர் என்பது பின்னர் தெரியவந்தது.

உட்தகவல் வணிக வழக்குகளில் பராராவால் வேட்டையாடப்பட்டவர்களில் ஒருவர் சஞ்சய் வல்வானி. அவரை எனக்குத் தெரியாது. எனினும், அவருடைய துயரக் கதையை என்னால் மறக்க முடியாது. சஞ்சய் வல்வானி தன்னுடைய சொந்த முயற்சியால் அடிநிலையிலிருந்து உயரத்திற்குச் சென்ற தெற்காசியக் குடியேறி. தன்னுடைய 44 வயதில் 'விஷியும்' என்ற முதலீட்டு நிதியத்தில் நிதி மேலாளராகப் பதவி வகித்தவர். 2016 ஜூன் 15ஆம் தேதியன்று, சஞ்சய் வல்வானி மீது பராரா உட்தகவல் வணிகக் குற்றத்தைச் சுமத்தினார். சஞ்சய் வல்வானிக்கு 85 வருடங்கள் சிறைத் தண்டனை விதிக்கப்படும் சாத்தியமிருப்பதாக பராராவின் அலுவலகம் சஞ்சய் வல்வானியை மிரட்டியது. சஞ்சய் வல்வானியோ தான் குற்றமற்றவன் என்று நீதிமன்றத்தில் தெரிவித்தார். அவர் நீதிமன்றத்திலிருந்து வெளியேறும் புகைப்படங்களோடு ஊடகங்கள் கட்டுரைகளை வெளியிட்டன. பிஸினஸ் இன்ஸைடர் தனது கட்டுரையில் "சஞ்சய் வல்வானி மனரீதியாகப் பெருமளவு பாதிக்கப்பட்டுள்ளார். அவர் தொழில்ரீதியாகத் தனிமைப்படுத்தப்பட்டுள்ளார்" என்று எழுதியது. சஞ்சய் வல்வானியின் நெருங்கிய சகா ஒருவர் "வால் ஸ்ட்ரீட்டைப் பொறுத்தவரை, ஒருவர்மீது குற்றம் சுமத்தப்பட்டு வழக்குத் தொடுக்கப்பட்ட பின்பாக, குற்றம் சாட்டப்படவர் வழக்கிலிருந்து மீண்டாலும் அவர் புறக்கணிக்கப்படுவார்" என்று கருத்துத் தெரிவித்திருந்தார். 2016 ஜூன் 17 ஆம் தேதி 'விஷியும்' நிறுவனம் மூடப்பட்டது. அதற்கு மூன்று நாட்கள் கழித்து, சஞ்சய் வல்வானி தற்கொலை செய்துகொண்டார். இரண்டு பிள்ளைகளின் தந்தையாகிய, சாதுவான இந்த மனிதர், தான் குற்றமற்றவன் என்று கடைசிவரை சொல்லிக்கொண்டிருந்தார்.

20

போராட்டம் தொடர்கிறது

2009ஆம் ஆண்டு, அக்டோபர் மாதத்தின் குளிரால் உறைந்திருந்த காலைப்பொழுதில் ஆரம்பமாகிய எனது பயணம் இப்போது ஓரளவு முடிவுக்கு வந்துவிட்டது. அமெரிக்க நீதித்துறை தனது மாண்புகளைப் பெருமளவு இழந்துவிட்டது என்பதை இந்தப் பயணத்தின் வழியாக அறிந்து கொண்டிருக்கிறேன். நீதி, ஓர் இலட்சியக் கனவாக மட்டுமே இங்கே எஞ்சியுள்ளது. நடைமுறையிலோ மிகவும் தரம் தாழ்ந்துவிட்டது. இதுபற்றிய எனது கருத்துகளையும் விமர்சனங்களையும் இங்கே குறிப்பிட விரும்புகிறேன்.

அமெரிக்காவின் நீதி விசாரணை முறைமையும், நீதியை நிலைநாட்டும் கடமையுள்ள அரசுத் தரப்பு வழக்குரைஞர்களின் செயற்பாடுகளும், உலகின் பிற ஜனநாயக நாடுகளிலுள்ள பொதுவான நீதிமுறைமைக்குப் புறம்பாக அசிங்கமாகத் துருத்திக்கொண்டு நிற்கின்றன. கூட்டாட்சி அரசிலும் மாநிலங்களிலும் மாவட்டங்களிலும் நீதித்துறை முழுமையாக அரசியல்வாதிகளால் கட்டுப்படுத்தப்படுகிறது.

உலகின் ஏனைய பகுதிகளில் அரசுத் தரப்பு வழக்குரைஞர்களும் நீதிபதிகளும் பதவி மூப்பு, தொழில் திறன் அடிப்படையில் அரசாங்கத்தால் நியமனம் செய்யப்படுகிறார்கள். அமெரிக்காவிலோ இவர்கள் அதிகாரத்திலுள்ள அரசியல்வாதிகளால்

நேரடியாக நியமனம் செய்யப்படுகிறார்கள். இந்தப் பதவிகள் அரசியலில் உயர்நிலையை எட்டுவதற்கான ஏணிப் படிகளாகப் பயன்படுத்தப்படுகின்றன. அரசுத் தரப்பு வழக்குரைஞர்களாகப் பணியாற்றிய பலர் செனட்டர்களாகவும் சட்டப் பேரவை உறுப்பினர்களாகவும் உயர்ந்திருக்கிறார்கள். அவர்களைப் பொறுத்தவரை, அரசியல் அதிகாரத்தைப் பெற்றுத்தரும் தேர்தல் வெற்றியே நீதிபரிபாலனத்தைவிட முக்கியமானதாகக் கருதப்படுகிறது. வாக்காளர்களும் நீதியை நிலைநிறுத்தியவர்களுக்கு அல்லாமல் வெற்றிகரமாக இயங்கியவர்களுக்கே தமது வாக்குகளைச் செலுத்துகிறார்கள்.

எனினும், இந்தச் சீரழிவான நிலைமைகளில் மாற்றத்தை ஏற்படுத்துவதற்கான முன்னெடுப்புகள் இப்போது பரவலாகி வருவதையிட்டு உற்சாகமடைகிறேன். நீதித்துறையில் சீர்திருத்தம் வேண்டும் என்று அரசியல் கட்சிகள் குரல் கொடுக்க ஆரம்பித்திருக்கின்றன. வெவ்வேறு கொள்கைகளுடைய அரசியல் கட்சிகள் கூட்டணியாக நின்று நீதித்துறைச் சீர்த்திருத்தத்தை வலியுறுத்துவது எதிர்காலத்தின் மீது நம்பிக்கையை அளிக்கிறது. நீதித்துறையில் உடனடியாகச் செய்ய வேண்டிய சீர்திருத்தங்கள் எனச் சிலவற்றைப் பரிந்துரைக்கிறேன்.

1. நீதிமன்றத்தில் வழக்கு விசாரணை தொடங்குவதற்கு முன்னரே, அரசுத் தரப்பு வழக்குரைஞர்கள் வழக்கைக் குறித்துப் பொதுவெளியில் 'கருத்துகள்' தெரிவிப்பதைத் தடை செய்ய வேண்டும்.

ஜனநாயக நாடுகளில் இனம், மதம், நிறம், வயது போன்ற வேறுபாடுகளைக் கருத்தில் எடுக்காமல், அடிப்படையாகக் கடைப்பிடிக்கப்படும் நீதிமுறைமை ஒன்றுண்டு. அதாவது, ஒருவர் குற்றவாளி என்பது நீதிமன்றத்தில் நிரூபணமாகும்வரை அவர் நிரபராதியே. அமெரிக்க அரசியல் சாசனத்தின் ஆறாவது திருத்தச் சட்டம் இந்தக் கோட்பாட்டை வலியுறுத்துகிறது. இந்தக் கோட்பாட்டை முழுச் சம்மதத்துடன் அமெரிக்க நீதித்துறையும் ஏற்றுக்கொண்டுள்ளது. வழக்கு விசாரணைக்கு முன்னதாக, அரசுத் தரப்பு வழக்குரைஞர்கள் ஊடகங்களுக்குக் கருத்துகளைத் தெரிவிக்கும்போதே, 'குற்றம் சுமத்தப்பட்டவர் குற்றவாளியே' எனும் விதமாகத் தங்களது ஒருபக்கச் சார்பான கருத்துகளைப் பொதுமக்களிடம் விதைத்துவிடுகிறார்கள். பொதுமக்களும் இந்தக் கருத்துகளின் தாக்கத்திற்குட்பட்டு, நீதிமன்றத்தில் வழக்கு விசாரணை தொடங்குவதற்கு முன்னரே 'குற்றம் சுமத்தப்பட்டவர் குற்றவாளியே' என்ற முடிவுக்கு வந்துவிடுகிறார்கள். இந்தப் பொதுமக்களுக்குள்

இருந்துதான் ஜூரிகள் தெரிவுசெய்யப்படுகிறார்கள். இது வழக்கு விசாரணையில் பலமான தாக்கத்தை ஏற்படுத்துகிறது. இது குற்றம் சாட்டப்பட்டவர்மீது இழைக்கப்படும் பெரும் அநீதியாகும். நான் நேரடியாகவே இந்த அநீதியால் பாதிக்கப் பட்டுள்ளேன்.

வழக்கு விசாரணைக்கு முன்னதாக, அரசுத் தரப்பு வழக்குரைஞர்கள் வெளியிடும் கருத்துகளால் எந்த நற்பயனுமே விளையாது. இந்தக் கருத்துகள் வழக்குகளில் சாட்சியமாக ஏற்றுக்கொள்ளப்படுவதில்லை. குற்றம் சாட்டப்பட்டவரைக் 'குற்றவாளி' என்று நீதிமன்றம் தீர்ப்பிடுவதற்கு முன்னதாகவே, இந்தக் கருத்துகள் அவரது கண்ணியத்தையும் தொழிலையும் சீர்குலைத்துவிடுகின்றன. குற்றம் சாட்டப்பட்டவருக்கு மட்டுமல்லாமல், அவரது குடும்பத்தினருக்கும் உளவியல்ரீதி யாகவும் சமூகரீதியாகவும் பாதிப்புகள் ஏற்படுகின்றன.

2. இப்பொழுது நடைமுறையிலிருக்கும் குற்ற விசாரணை முறைமையில் அரசாங்கத்திற்கு அதிக வேலையில்லை. இந்த நிலை மாற்றப்பட வேண்டும். அரசுத் தரப்பினர் குற்றப்பத்திரிகையைத் தாக்கல் செய்தாலே போதுமென்றாகிவிட்டது. அந்தக் குற்றப்பத்திரிகையில் குறிப்பிடப்பட்டுள்ள விஷயங்களை ஆழமாக ஆய்வுசெய்து உண்மையைக் கண்டுபிடிப்ப தற்கு அரசாங்கத்திடம் எந்தக் கட்டமைப்போ நிறுவனமோ கிடையாது. எனவே வழக்கின் முழுச் சுமையும் பிரதிவாதியின் தலையிலேயே ஏற்றி வைக்கப்படுகிறது. தன்னை நிரபராதி என்று நிரூபிப்பதற்காகப் பிரதிவாதியே கடுமையாக உழைக்க வேண்டியிருக்கிறது. குற்றப்பத்திரிகையில் குறிப்பிடப்பட்டுள்ள விஷயங்களைப் பிரதிவாதி தரப்பே ஆழமாக ஆய்வுசெய்ய வேண்டியிருக்கிறது. அத்தோடு, குற்றப்பத்திரிகையில் ஒளிந்திருக்கும் அரசுத் தரப்பின் உள்நோக்கங்களையும் கண்டுபிடிக்க வேண்டியுள்ளது.

3. நீதிமன்றத்திற்கு அழைப்பதற்காக அரசுத் தரப்புத் தேர்ந்தெடுத்திருக்கும் சாட்சிகளதும், ஏற்கெனவே உள்ள ஒத்துழைக்கும் சாட்சிகளதும் வாக்குமூலங்களைத் தகுதி வாய்ந்த ஒருவரின் அல்லது குழுவின் முன்னிலை யில் காணொளி வடிவில் பதிவுசெய்ய வேண்டும். இதை நடைமுறைப்படுத்தினால் தற்போதைய நீதிமுறைமையிலுள்ள பெரியதொரு குறைபாடு களையப்படும். அதாவது, வழக்கின் போக்கில்

சாட்சிகள் முன்பின் முரணாகச் சாட்சியமளிப்பது, பிறழ்சாட்சியாவது, அரசுத் தரப்பு வழக்குரைஞர்களின் தூண்டுதலால் பொய்களைச் சொல்வது போன்ற தவறுகள் களையப்படும். நீதிமன்றமும், அவசியமானால் வழக்கறிஞர் சங்கங்களும் ஒழுக்காற்றுக் குழுக்களை ஏற்படுத்தி அரசுத் தரப்பு வழக்குரைஞர்களையும், சட்டத்தை அமல்படுத்துபவர்களையும் விழிப்புடன் கண்காணிக்க வேண்டும்.

4. ஒத்துழைக்கும் சாட்சிகளைப் பயன்படுத்தும் முறை திருத்தியமைக்கப்பட வேண்டும். எனது வழக்கின் போதுதான், அரசாங்கத்துடன் ஒத்துழைக்கும் முறையைக் குறித்து முழுமையாக அறியக் கூடியதாக யிருந்தது. நான் கைதுசெய்யப்பட்டது தொடங்கித் தீர்ப்பு வழங்கப்பட்ட நிமிடம்வரை, அரசுத் தரப்பு என்னுடைய ஒத்துழைப்பைக் கோரிக்கொண்டே யிருந்தது. ஒத்துழைக்கும் சாட்சியாகி, அரசுத் தரப்பு இலக்கு வைத்திருக்கும் நபர்களுக்கு எதிராகச் சாட்சியமளித்தால், எனக்கு என்னென்ன நன்மைகள் கிட்டும் என்பதைப் பட்டியலிட்டு அரசுத் தரப்பு எனக்குத்தூண்டிலை வீசிக்கொண்டேயிருந்தது. ஆனால், நான் அந்தத் தூண்டிலில் மாட்டவில்லை. பொய்ச் சாட்சியமளித்து என்னைக் காப்பாற்றிக்கொள்ளும் இழிநிலை எனக்கு எப்போதும் நேராது.

குற்றம் சுமத்தப்பட்ட ஒருவர் விசாரணைக்கு முகம் கொடுக்கும்போது அரசாங்கத்துடன் ஒத்துழைத்தல், குற்றவாளி என ஒப்புக்கொண்டு மன்றாடுதல், எதிர் வழக்காடல் என மூன்றே மூன்று தெரிவுகளை அவருக்கு அமெரிக்க நீதித்துறை விட்டுவைத்திருக்கிறது. ‘வைட் காலர்’ என்றழைக்கப்படும் உயர் அலுவலர்கள்மீது குற்றம் சுமத்தப்படும்போது, அரசாங்கத்துடன் ஒத்துழைப்பதே குறைந்த சேதத்துடன் தப்பிப்பதற்கான வழியென்று அரசுத் தரப்பினர் பிரதிவாதித் தரப்புக்குத் தெளிவுபடுத்துகிறார்கள். இந்த வழிதான் சிறைத்தண்டனையிலிருந்து காப்பாற்றும். இந்த வழியில் செல்லும்போது, வழக்குக்கான பணச் செலவும் குறைவாகவே இருக்கும்.

மற்றைய இரண்டு வழிகளும் ஆபத்தானவை. வழக்காடு வதற்குப் பெரும் பொருள் செலவை ஏற்படுத்துபவை. மிகச் சிறந்த நேர்மையாளருக்கும் இதுவொரு சோதனையாகி விடும். அவர் சமூகப் படிநிலையின் உயரத்தில் இருந்தாலும்

இது பெரும் நெருக்கடியே. எனவே, இந்த நெருக்கடியைச் சமாளிப்பதற்காக அவர் அரசுடன் ஒத்துழைக்கும் சாட்சியாக மாறிவிடுகிறார். இந்த வழியில் நீதியென்பது அறவே அசட்டை செய்யப்படுகிறது. இது சுயநலத்தை மட்டுமே கருதித் தேர்ந்தெடுக்கப்படும் வழியாக இருக்கிறது. பிரதிவாதி ஒருவர் இவ்வாறு ஒத்துழைக்கும் சாட்சியாக மாறுவது அரசுத் தரப்புக்கும் மிக அவசியமான ஒன்றாக இருக்கிறது.

ஒத்துழைக்கும் பிரதிவாதிகளுக்குக் கிடைக்கும் சலுகை களைக் குறித்து அரசுத் தரப்பு முன்கூட்டியே வாக்களித்து விடுகிறது. ஒத்துழைக்கும் பிரதிவாதிகள் அரசுத் தரப்பு விரும்பியவாறு முழுமையாகச் சாட்சியமளித்த பின்னரே, அவர்களுக்கு ஏற்கெனவே வாக்களிக்கப்பட்டிருந்த சலுகைகள் நீதிமன்றத் தீர்ப்பின் மூலமாக வழங்கப்படுகின்றன. எனவே, ஒத்துழைக்கும் பிரதிவாதி இறுதிவரை அரசுத் தரப்பின் கைப்பாவையாக ஆடியே தீர வேண்டியிருக்கிறது. ஒத்துழைக்கும் பிரதிவாதியின் வழக்கறிஞர் நீதிபதியிடம் குறைந்தபட்சத் தண்டனையைக் கோருவார். அரசுத் தரப்பு வழக்குரைஞர் ஒத்துழைக்கும் பிரதிவாதி அரசுத் தரப்புக்குச் செய்த உதவிகளை நீதிபதியிடம் விளக்கிக் கூறுவார். அந்த ஒத்துழைக்கும் பிரதிவாதி எந்தளவுக்கு அரசுத் தரப்பினரைத் திருப்திப்படுத்தினார் என்பதைப் பொறுத்தே அவருக்கு வழங்கப்படும் தீர்ப்பும் அமையும். இந்த நாடகத்தில் நீதிபதிக்கும் பங்குண்டு என்பது எவ்வளவு அவலம்!

ஒத்துழைக்கும் சாட்சிகளின் நோக்கம் என்ன என்பது பெரும்பாலும் வழக்கு விசாரணையின் ஆரம்பத்திலேயே தெரிந்துவிடுகிறது. என்னுடைய வழக்கில், அரசுத் தரப்போடு ஒத்துழைத்த சாட்சிகள், தாங்கள் உட்தகவல் வணிகம் செய்ததாக அரசுத் தரப்பிடம் ஒப்புக்கொள்ள வேண்டுமென அறிந்திருந்தார்கள். இதைச் செய்வதால் மட்டுமே என்னைத் தங்களோடு கோர்த்துவிட்டு, என்மீது சுமத்தப்பட்டிருந்த உட்தகவல் வணிகக் குற்றச்சாட்டுகளை அவர்கள் வலுவாக்க முடியும். இதன் காரணமாக, அவர்களின் வழக்கறிஞர்கள் என்னைக் குற்றவாளியாக்கி அரசுத் தரப்பிற்கு உதவிசெய்ய வேண்டிய நிலையில் இருந்தார்கள். அப்படிச் செய்தால் மட்டுமே, அந்தச் சாட்சிகளை ஒத்துழைப்பவர்கள் என்று ஏற்றுக்கொண்டு அரசுத் தரப்பு அவர்களுக்குச் சகாயம் செய்யும். அதாவது, ஒத்துழைக்கும் சாட்சிகள் சில குற்றங்களை ஒப்புக்கொள்வதால், அவர்கள்மீது சுமத்தப்பட்டிருக்கும் ஏனைய குற்றச்சாட்டுக்களிலிருந்து விடுவிக்கப்படுகிறார்கள்.

நீதிபதி ஒத்துழைக்கும் சாட்சிகள் ஒப்புக்கொண்ட குற்றங்களுக்குக் குறைந்தபட்சத் தண்டனையை அல்லது விடுதலையை வழங்குவார். பெரும்பாலான சமயங்களில் இந்தத் தண்டனை என்பது 'நன்னடத்தைக் காலம்' என்பதாகவே இருக்கும்.

ஒத்துழைக்கும் சாட்சிகளாக மாறி எனக்கு எதிராகப் பொய்களைப் புனைந்து சாட்சியமளித்த ராஜீவ் கோயல், அனில் குமார், ஆடம் ஸ்மித் மூவருக்கும் ஒரே ஒரு நாள் சிறைத் தண்டனைகூட விதிக்கப்படவில்லை. அவர்கள் எனது வழக்குக்கு அப்பாலும் வேறு பல குற்றங்களைச் செய்ததாக நீதிமன்றத்தில் ஒப்புக்கொண்டிருந்தபோதும், அந்தக் குற்றங்களுக்காக அவர்கள் நீதிமன்றத்தால் தண்டிக்கப்படவில்லை. அலி ஃபார் பொய்ச் சாட்சியம் அளித்ததாக ஒப்புக்கொண்டபோதும் அவருக்குச் சிறைத்தண்டனை விதிக்கப்படவில்லை. ரூமி கானுக்கு ஒரு வருடச் சிறைத்தண்டனையே விதிக்கப்பட்டது. இந்த அம்மையார் பல சந்தர்ப்பங்களில் பலவாறு பொய்யுரைத்ததால், வித்தியாசமான சூழலில் அவருக்கு இந்தத் தண்டனை வழங்கப்பட்டது.

ஒத்துழைக்கும் சாட்சிகளோடு அரசுத் தரப்பு நடத்தும் இத்தகைய பேரங்களும் ஒப்பந்தங்களும் ஜூரி சபைக்கு முற்றாக மறைக்கப்பட்டுவிடுகின்றன என்பது அமெரிக்க நீதித்துறையின் அப்பட்டமான அயோக்கியத்தனம் என்பதைத் தவிர வேறென்ன!

பொய்களின் அணிவகுப்பு

என்மீது சுமத்தப்பட்ட குற்றங்களை ஒப்புக்கொள்ளுமாறு அரசுத் தரப்பு என்மீது எத்தனையோ அழுத்தங்களைப் போட்டபோதும், என்னை ஒத்துழைக்கும் சாட்சியாக மாற்றுவதற்காகப் பல்வேறு முயற்சிகளைச் செய்தபோதும், அரும்பாடுபட்டுக் கட்டியெழுப்பிய கலியன் குழுமத்தை ஊடகப் பொய்களால் அழித்தொழித்தபோதும் நான் அரசுத் தரப்பிற்கு முன்னால் ஒருபோதும் மண்டியிடவில்லை. சற்றும் வளைந்து கொடுக்கவில்லை. என்மீது அநீதியான முறையில் சுமத்தப்பட்ட குற்றங்களைக் கோழைத்தனமாக ஒப்புக் கொள்ளவில்லை. மாறாக, அவற்றை முற்று முழுதாக நிராகரித் தேன். மாபெரும் அமெரிக்க நீதித்துறைக் கட்டமைப்பையும் அதனது ஆயிரம் மிருகபலத்தையும் எதிர்த்து நீதிமன்றத்தில் வழக்காடினேன். நேர்மையான போராட்டத்திலிருந்து ஒருபோதும் பின்வாங்கிவிடக் கூடாது என்ற உத்வேகம் பிள்ளைப் பருவத்திலேயே எனக்கு ஊட்டப்பட்டிருக்கிறது.

அமெரிக்க அரசாங்கம் என்மீது அநீதியான போரைத் தொடுத்திருந்தது. ஊடகச் சந்திப்புகள், மிதமிஞ்சிய தகவல் குப்பைகள், அரசுத் தரப்பு வழக்குரைஞர்களின் தந்திரமான செயற்பாடுகள், மிரட்டிப் பெறப்பட்ட சாட்சியங்கள் போன்ற வற்றைப் படைக்கலன்களாகக் கொண்டு அந்தப் போர் தொடுக்கப்பட்டது. படையின் முன்வரிசையில் ஆயிரக்கணக்கான பொய்கள் அணிவகுத்து வந்தன. நான் அந்தப் போரைத் தைரியமாகவும் நேர்மையாகவும் எதிர்கொண்டேன்.

அரசுத் தரப்பு வழக்குரைஞர்களும், சட்டத்தை அமல்படுத்து பவர்களும், அரசுத் தரப்புச் சாட்சிகளும் பொய்களைச் சொல்வது சட்டப்படி குற்றமே. ஆனால் என்னுடைய வழக்கில் சட்டம் மௌனித்துப் போயிருந்தது. எனது வழக்கில் மேற்சொன்ன மூன்று தரப்பினரும் ஆரம்பத்திலிருந்து முடிவுவரை பொய்களை மட்டுமே சொல்லிக்கொண்டிருந்தார்கள். அதற்கான சில உதாரணங்களைக் கீழே தருகிறேன்:

1. எனது கைப்பேசியை ஒட்டுக் கேட்பதற்காக நீதிமன்றத்தில் எஃப்.பி.ஐ. அதிகாரி காங்கால் தாக்கல்செய்யப்பட்ட பிரமாணப் பத்திரம் கலப்பட மற்ற பொய்களால் நிறைந்திருந்தது.

2. வழக்கு விசாரணையின்போது, அரசுத் தரப்பு முதன்மை வழக்குரைஞரான ரீட் ப்ரொட்ஸ்கி பொய்யான தகவல்களாலும் குறிப்புகளாலும் ஜூரி சபையைத் தவறாக வழிநடத்தினார்.

3. அரசுத் தரப்பிலிருந்து ஊடகங்களுக்குச் செய்திகள் கசிந்ததை அரசுத் தலைமை வழக்குரைஞர் ப்ரீத் பராரா முதலில் மறுத்தார். ஆனால் அவரது மறுப்புப் பொய்யானது என்பது பின்னர் நிரூபணமாகியது.

4. அனில் குமார் அரசுத் தரப்பின் வழிகாட்டலுக்கு இணங்க மூன்று விசாரணைகளிலும் முற்றிலும் ஒன்றுக்கொன்று முரணான சாட்சியங்களை வழங்கினார்.

அரசுத் தரப்பு வழக்குரைஞர்களும், எஃப்.பி.ஐ. அதிகாரிகளும் கூறிய பொய்கள் எண்ணற்றவை. அவர்களால் திரிக்கப்பட்ட தகவல்கள் வகைதொகையற்றவை. இவற்றால் ஒருதொகைப் பிரதிவாதிகள் கடுமையாகப் பாதிக்கப்பட் டுள்ளார்கள். ஆனால் பொய்களைச் சொல்லும் அரசுத் தரப்பினருக்கு ஒருபோதுமே நீதிமன்றம் தண்டனை வழங்கியதில்லை.

சமனற்ற நீதி

மிக அரிதாகச் சில நீதிமன்றங்கள் திடீரென விழித்தெழுந்து அரசுத் தரப்பைக் கண்டித்துவிட்டு 'இனிமேல் சரியாகச் செயற்பட வேண்டும்' என்று தட்டிக்கொடுத்து ஊக்கமளித் துள்ளன. இதுவே இந்த விஷயத்தில் நீதிமன்றங்கள் செய்த அருஞ்சாதனை. நீதிமன்றங்களின் கண்டனத்தைப் பொருட்டாக வும் மதிக்காமல் அரசுத் தரப்பு தொடர்ந்தும் முறைகேடுகளைச் செய்துகொண்டிருந்தபோது, நீதிமன்றங்கள் மறுபடியும் கண்களை மூடிக்கொண்டு ஆழ்துயிலில் ஆழ்ந்துவிட்டன.

இது அமெரிக்க நீதிமன்றங்களைத் தட்டியெழுப்ப வேண்டிய காலம். அமெரிக்க நீதித்துறையானது ஏழை, பணக்காரர், வெள்ளையர், கருப்பர், ஆண், பெண், பூர்வகுடிகள், குடியேறிகள் எனச் சகலரையும் சரிசமமாக நோக்க வேண்டும். பிரதிவாதிகள் குற்றவாளிகளாகக் காணப்பட்டால் அவர்களுக்கு அவமானம், அபராதம், சிறைத்தண்டனை போன்றவை வழங்கப்படுகின்றன. அதைப்போன்று, அரசுத் தரப்பு வழக்குரைஞர்களும், எஃப்.பி.ஐ. அதிகாரிகளும் சட்டத்தை அமல்படுத்துபவர் களும் குற்றமிழைத்தால் அவர்களுக்கும் தண்டனைகள் வழங்கப்பட வேண்டும். குற்றங்களின் தன்மைக்கேற்ப அவமானமோ அபராதமோ சிறைத்தண்டனையோ அல்லது இவை எல்லாமும் விதிக்கப்பட வேண்டும். இதற்கான அதிகாரம் நீதிமன்றத்திற்கு உண்டு. நீதிமன்றங்கள் நீதிக் கோட்பாட்டில் வழுவாமல் நின்று கடுமையான நடவடிக்கைகளை எடுப்பதன் மூலமே இனிவரும் குற்றச் செயல்களைத் தடுத்து நிறுத்த முடியும்.

எனது விஷயத்தில் இந்தப் பிரச்சினை காலம் தாழ்த்தி யாவது கவனிக்கப்படுகிறது. எனது வழக்கில் அரசுத் தரப்பும் நீதிமன்றமும் இழைத்த பாரிய தவறுகள் பொதுமக்களின் கவனத்திற்கு வந்துள்ளன. அமெரிக்க நீதிமுறைமை சீரமைக்கப்பட வேண்டும் என்ற குரல்கள் வலுத்து வருகின்றன.

நீதிமன்றங்கள் மிகுந்த கண்டிப்புடன் அரசுத் தரப்பு வழக்குரைஞர்களை வழிநடத்த வேண்டிய காலம் வந்துவிட்டது. அரசுத் தரப்பு வழக்குரைஞர்களை நீதிமன்றங்கள் கண்காணிப்பில் வைத்திருப்பதால் மட்டுமே என்னைப் போன்ற நிரபராதிகள் தண்டிக்கப்படுவது தவிர்க்கப்படும்.

அமெரிக்க நீதிமுறைமையில் உள்ளுறைந்திருக்கும் சமனின்மையை இனியும் சகித்துக்கொள்ளக் கூடாது. குற்றம் சுமத்தப்பட்டவர் உண்மையிலேயே குற்றவாளியோ அல்லது முற்றிலும் நிரபராதியோ எவராயினும், எல்லோருமே மனித மாண்புகளோடு மரியாதையாகவும் நீதியாகவும் நடத்தப்பட வேண்டியவர்கள். நீதியைக் காப்பாற்றும்

கடப்பாடுடைய அரசுத் தரப்பு வழக்குரைஞர்கள் தங்களது கடமையிலிருந்து வழுவும்போது, அதைத் தட்டிக் கேட்டு நீதியை நிலைநிறுத்த வேண்டியது நீதிமன்றத்தின் கடமை. துரதிர்ஷ்டவசமாக தற்போது நீதிமன்றம் இந்தக் கடமையைச் செய்யாமல் இருக்கிறது. இதனால் ஏற்படும் பெரும் அனர்த்தங்களுக்குள், சீரழிவுக்குள், துன்பங்களுக்குள் நான் வாழ்ந்து அனுபவித்திருக்கிறேன். அமெரிக்க நீதிமுறைமையிலுள்ள கேடுகள் களையப்பட்டு, நீதிமுறைமை முழுமையாகச் சீரமைக்கப்பட்டால், எனக்கு ஏற்பட்ட துயர அனுபவங்கள் எதிர்காலத்தில் எவருக்குமே நேரிடாது.

21

பிரதிபலிப்புகள்

என்னுடைய வழக்கினூடாக நான் பெற்ற அனுபவங்கள் நன்மையையே கொடுத்துள்ளன என்று நம்புவதற்கு எந்தக் காரணமும் இல்லைதான். எனினும், இப்போது முன்னிலும் அதிகமாக என்னை நேசிக்கிறேன். இந்த வழக்கினால் தோன்றி என்முன்னே மலைகள்போல நின்ற பிரச்சினைகள் எல்லாவற்றையும் துணிவாகவும் நிதானமாகவும் எதிர்கொண்டதால் என்னுடைய மனதில் ஒருவிதமான நம்பிக்கை கலந்த அமைதி ஏற்பட்டுள்ளது. நான் சிறையிலிருந்து இந்தப் புத்தகத்தை எழுதிக்கொண்டிருந்தாலும், முழுமையான சுதந்திர உணர்ச்சியை என்னுள் அனுபவிக்கிறேன்.

அமெரிக்க நீதித்துறை என்னை 'குற்றங்களின் தலைவன்' என்று நிரூபிக்க மிகப்பெரிய சதியைச் செய்தபோதும், 'சதிகளின் தலைவன்' ப்ரீத் பராரா என்னைச் சிறையில் தள்ளிவிட வேண்டுமெனக் கங்கணம் கட்டிச் செயல்பட்டபோதும், அவற்றை யெல்லாம் உடைத்து நொறுக்கிவிட்டு, நான் நிரபராதி என்பதை நிரூபணம் செய்ய வேண்டு மென மனதில் இரும்பு போன்ற உறுதி இருந்தது. அமெரிக்க நீதித்துறைக்கு எதிரான என்னுடைய போராட்டத்தின் விளைவுகள் எதுவாக இருப்பினும், இறுதிவரை பணியாமல் போராடியுள்ளேன் என்ற திருப்தி மனதில் உள்ளது. "முதலில் நீ குத்தாதே! ஆனால் உனது முகத்தில் யாராவது குத்தினால் நீ ஒருபோதும் பின்வாங்காதே!" என்பது என்னுடைய தந்தையாருடைய போதனை. இந்தப்

❋ 306 ❋ ராஜ் ராஜரட்ணம்

போராட்டத்தில் அந்தப் போதனையே என்னை வழிநடத்தியது. 'தோற்றுப்போனவன்' என்பதாக நான் உணரவில்லை. அமெரிக்காவின் நீதிமுறைமை எவ்வாறு குடிமக்களின் கழுத்துக்குக் கத்தி வைத்துள்ளது என்பதை இந்த நீண்ட பயணத்தின் வழியே புரிந்துகொண்டிருக்கிறேன். எனவே, இந்த நீதிமுறைமையின் மீதான என்னுடைய அதிருப்தியைப் பொதுவெளியில் பகிரங்கமாகவே பதிவுசெய்கிறேன்.

இந்த நீதிமுறைமையில், அரசுத் தரப்பு வழக்குரைஞர்கள் தான்தோன்றித்தனமாக, சரமாரியாகத் தொடுக்கும் வழக்குகளுக்கும், எஃப்.பி.ஐ.யின் தவறான செயற்பாடுகளுக்கும் யாருமே பொறுப்புக் கூறுவதில்லை. அமெரிக்க நீதிமுறைமையின் இராட்சதக் கரங்களுக்குள் சிக்கிக்கொண்ட ஒருவர் தன்னைக் குற்றமற்றவர் என நிரூபிப்பது சுலபமான வேலையன்று. உள்ளம், உடல், வங்கிக் கணக்கு எல்லாவற்றையுமே அர்ப்பணித்துத்தான் அந்த வேலையில் இறங்க வேண்டும். ஆன்மாவின் அடிநாதமாகப் போராட்ட உணர்வு இருக்க வேண்டும். பலவீனமானவர்களால் இந்தப் போராட்டத்தில் தாக்குப்பிடிக்கவே முடியாது.

'ஆபத்துக் காலத்தில் உதவுபவனே அரிய நண்பன்' என்ற பழமொழி முற்றிலும் உண்மையே என்பதை இந்த வழக்கு எனக்குக் கற்றுக் கொடுத்திருக்கிறது. எனது நண்பர்களென்று உரிமை கொண்டாடியவர்களில் பலர் இந்த வழக்கு என்னைச் சூழ்ந்ததும் என்னை விட்டு விலகிச் சென்றார்கள். அதேவேளையில், உண்மையான நண்பர்கள் என்னைச் சூழ்ந்திருந்து, என்னை ஆதரிக்கவும் செய்தார்கள். இந்த அரிய நண்பர்களதும் குடும்பத்தாரதும் ஆதரவே என்னை ஒவ்வொரு கட்டத்திலும் பலப்படுத்தியது, போராடுவதற்கான என்னுடைய உறுதி தொய்வடையாமல் பார்த்துக்கொண்டது. வேஷக்கார நண்பர்களோ அரசுத் தரப்பிடம் மண்டியிட்டுத் தண்டனைக் குறைப்பைக் கோருமாறு என்னிடம் சொன்னார்கள். இந்த நண்பர்களுக்கு என்னைக் குறித்த புரிதல் எவ்வளவு குறைவு என்று விசனப்படத்தான் முடிந்தது.

எனது தொழில் விஷயத்தில் சாதுரியமற்றவனாக நடந்துகொண்டேனா – குறிப்பாக என்.எஸ்.ஆர். நிறுவன விஷயத்தில் – நான் சாதுரியமற்றவனாக நடந்துகொண்டேனா என்று சிலர் என்னிடம் கேட்டதுண்டு.

ராஜத் குப்தா, அனில் குமார் இருவரும் எனது வட்டத்திற்குள் வருவதற்கு என்.எஸ்.ஆர். நிறுவனமே முதற்காரணமாக இருக்கிறது. என்.எஸ்.ஆர். வழங்கும் முதலீடுகள் இலங்கை

உட்பட்ட ஆசிய நாடுகளில் இயங்கும் தொழில் நிறுவனங்களது வளர்ச்சிக்கு உறுதுணையாக இருக்கும் என்று நம்பினேன். ஆனால் என்.எஸ்.ஆர். நிறுவனம் எனது எதிர்பார்ப்புக்கு ஏற்பச் செயற்படாததால், விரைவிலேயே அவர்களிடமிருந்து விலகிவிட்டேன். வாக்குறுதி அளித்த எல்லோருமே தமது வாக்குறுதியை நிறைவேற்றுவதிலை. நம்முடைய அனைத்து வணிக முயற்சிகளும் வெற்றியளிக்கும் என்பதுமில்லை. தொழிலில் ஏற்படும் தோல்விகளை ஆழமாக ஆய்வுசெய்து கிரகித்துக் கொண்டு, அயராத ஊக்கத்துடன் தொடர்ந்து முன்செல்வதே என்னுடைய தொழிலில் உள்ள ஒரேயொரு இரகசியம்.

முதலீடு என்ற தொழில்

பங்குச் சந்தையில் முதலீடு செய்வதே எனது தொழிலின் அடி அஸ்திவாரமாகும். காலையில் எழுந்ததுமே எனது தொழில் சம்பந்தமான விஷயங்களில் ஈடுபடுவதும், சீக்கிரமாகவே எனது அலுவலகத்திற்குச் சென்று பணி மேசையில் அமர்வதும் எனக்கு உவப்பான காரியங்கள். தினந்தோறும் பெருந்தொகையான வேலைகளை இழுத்துப்போட்டுக்கொண்டு செய்வதும், நிறுவனத்தின் பணியாளர்களைக் கவனித்து வழிநடத்துவதும் எனக்குக் களிப்பூட்டும் நிகழ்வுகளே.

என்னுடைய கடுமையான உழைப்பாலும், ஆழமாக ஆய்வுகளைச் செய்து எடுக்கும் தீர்மானங்களாலும் நான் முதலீட்டுத் தொழிலில் அடைந்த வெற்றிகள் எனக்குத் தன்னம்பிக்கையை ஊட்டியிருக்கின்றன. அதேவேளையில், தொழிலில் நஷ்டத்தைச் சந்திக்கும் தருணங்களை வெறுத்தேன். தோல்வி எனக்கு எட்டிக்காய். அது என்னைப் பிழிந்தெடுத்தது. தோல்விக்கான முழுப்பொறுப்பையும் என்மேல் போட்டுக்கொள்வேன். இவ்வாறான வேளைகளில், எனது தோல்விக்கான காரணங்களை ஆய்வுசெய்வதில் என்னை வதைத்துக்கொள்வேன். அந்த வதையில்லாமல் அடுத்த வெற்றி கிட்டாது.

எனது தொழிலில் எதிர்பார்த்ததற்கும் அதிகமாகவே சாதித்துவிட்டேன். நம்ப முடியாத மன உத்வேகம், தாண்ட முடியாத அழுத்தம், மூளை வெடித்துப் போகுமளவுக்கு உழைப்பு, எதிர்பார்த்த வெற்றி, எதிர்பாராத தோல்வி எல்லாமே தினசரி வாழ்வின் அங்கங்களாக இருந்தன. அவையெல்லாம் இப்போது ஒளிரும் நினைவுத் துகள்களாக என்மீது சொரிந்து கொட்டிக்கொண்டிருக்கின்றன.

பணம் குவிப்பது ஒருபோதுமே எனது இலட்சியமாக இருக்கவில்லை. எனினும், பணம் சுதந்திரமான செயல்பாட்டுக்கு

வாய்ப்பளிக்கிறது. ஆன்மாவுடைய சுதந்திரத்திற்கும் இடமளிக்கிறது. குடும்பத்தாருடனும் உறவினர்களுடனும் உலகெங்கும் பயணிக்க ஏதுவாக இருக்கிறது. வசதி வாய்ப்புகள் இல்லாதவர்களுக்கு அறப்பணிகள் மூலமாக ஆதரவு வழங்கத் துணை செய்கிறது. இவை அனைத்தும் எனக்கு எப்போதுமே முக்கியமானவை. இவற்றை இப்போதும் செய்துகொண்டே இருக்கிறேன்.

கலியன் வழக்கு

இந்த வழக்கில் ஏன் தோல்வியுற்றேன் என்று பல நாட்களாக ஆய்வுசெய்திருக்கிறேன். எந்தெந்தப் புள்ளிகளில் வேறுவிதமான சாத்தியங்களை பரிசீலித்திருக்கலாம் என்று யோசித்துப்பார்த்திருக்கிறேன். நிதானமாகப் பின்னோக்கிப் பார்க்கும்போது, பல விஷயங்கள் எனக்குத் தெளிவாகின்றன:

1. எஃப்.பி.ஐ.யால் தாக்கல் செய்யப்பட்ட பொய்களால் நிரம்பிய பிரமாணப் பத்திரத்தை நீதிபதி ஏற்றுக் கொண்டு, எனது கைப்பேசியை ஒட்டுக் கேட்பதற்கு அனுமதியளித்தார். அவ்வாறு முறைகேடாக ஒட்டுக் கேட்கப்பட்ட உரையாடல் பதிவுகளிலிருந்த துண்டு துணுக்கு விஷயங்களை, அவை பேசப்பட்ட சந்தர்ப்பச் சூழ்நிலைகளிலிருந்து பிரித்தெடுத்து எனக்கு எதிரான சாட்சியங்களாகப் பயன்படுத்த, அரசுத் தரப்பை நீதிமன்றம் அலட்சியமாக அனுமதித்தது. இதை எடுத்துக்கூறிய எனது தரப்பு வழக்கறிஞர்களது நியாயமான வாதத்தை நீதிபதி புறக்கணித்துவிட்டார். ஊடகங்கள் எனக்கு எதிராக நடத்திய அசிங்கமான போரினால் பொதுமக்களிடம் எனக்கு எதிரான அலை உருவாகியிருந்தது. அந்த அலையின் அழுத்தத்தை மீறிச் செயற்படக்கூடிய துணிவு நீதிபதி ஹோல்வெல்லிடம் இருக்கவில்லை. ஆனால் அவர் நீதிபதி பதவியிலிருந்து விலகியதன் பின்பாக, 2012 நவம்பர் 16ஆம் தேதியன்று நடந்த வழக்கறிஞர்கள் மாநாட்டில் உரையாற்றிய போது "ஒட்டுக் கேட்ட ஒலிப்பதிவுகள் எல்லாவற்றை யும் எதையும் சந்தேகமுற வைத்துவிடுகின்றன" என்று ஒப்புக்கொண்டார்.

2. ஒட்டுக் கேட்ட ஒலிப்பதிவுகள் நிச்சயமாகவே ஜூரிகளை முன்முடிவுகளுக்குத் தள்ளிவிடக் கூடியவை. ஜூரி சபை பன்னிரண்டு நல்லவர்களைக் கொண்டிருந்தது உண்மையே. ஆனால் அவர்களில்

ஒருவருக்காவது பங்குச் சந்தையின் நெளிவு சுழிவுகளைப் பற்றித் தெரியாது. வால் ஸ்ட்ரீட் விவகாரங்களைப் பொறுத்தவரையில் அவர்கள் கற்றுக்குட்டிகள். என்னுடைய வழக்குத்தான் அவர்களுக்கு ஆரம்பப் பாடசாலையாக அமைந்தது. அவர்கள் கடுமையான சிக்கல்கள் நிறைந்திருந்த வழக்குக்குள் சிக்குப்பட்டிருந்தார்கள். அவர்கள் ஆய்வுசெய்வதற்காக மில்லியன் கணக்கான தகவல்களும், பில்லியன் கணக்கான பங்குச் சந்தைப் பதிவுகளும் அவர்களது மேசைகளிலே குன்றுகளாகக் குவிக்கப்பட்டிருந்தன. இது அவர்களால் தாங்க முடியாத சுமை.

இந்த வழக்குக் குறித்து ஜூரி சபைக்கு அரசுத் தரப்பு வழக்கறிஞர்கள் கொடுத்த விள்க்கங்களும், நீதிபதி அளித்த நெறிமுறைக் குறிப்புகளும் பங்குச் சந்தையில் பழுத்த அனுபவம் பெற்ற எனக்கே புரியவில்லையெனில், ஜூரிகள் அவற்றை எவ்வாறு புரிந்துகொண்டிருப்பார்கள்? மொத்தத்தில் ஜூரிகள் குழப்பத்திற்குள் தள்ளிவிடப்பட்டிருந்தார்கள். குருவி தலையில் பனங்காய் வைக்கப்பட்டிருந்தது.

3. அரசுத் தரப்பு வழக்குரைஞர்கள் பொய்களைக் கற்களாக வைத்துக் கவர்ச்சிகரமாக வழக்கைக் கட்டியெழுப்பியிருந்தார்கள். பங்குச் சந்தையின் நுட்பங்களை அறியாத ஜூரி சபையும் பொதுமக்களும் ஊடகவியலாளர்களும் அரசுத் தரப்பு வழக்குரைஞர்களின் பொய்களைப் பகுத்தறிய முடியாதவர்களாக இருந்தார்கள். சொல்லப்பட்ட பொய்களை எதிர்த்துக் கேள்விகளை எழுப்புமளவுக்கு அவர்களுக்குப் பங்குச் சந்தையிலோ, நிதியியலிலோ போதுமான அறிவும் அனுபவமும் இருக்கவில்லை.

அரசுத் தரப்பினரால் நன்கு பயிற்சியளிக்கப்பட்டிருந்த அனில் குமார் சாட்சிக் கூண்டில் கவலை தோய்ந்த முகத்துடன் நின்றார். அனில் குமாரின் பொய்ச் சாட்சியத்தையும் கட்டுக் கதைகளையும் சத்தியமான உண்மைகள் என்றே ஜூரிகள் நம்பினார்கள். சுருக்கமாகக் கூறினால், அரசுத் தரப்பு வழக்குரைஞர்களால் ஜூரிகள் தவறாக வழிநடத்தப்பட்டார்கள்.

4. நானும் எனது வழக்கறிஞர் அணியும் கலியன் குழுமத்தால் மேற்கொள்ளப்பட்டிருந்த வணிக நடவடிக்கைகளின் மீது சிறப்புக் கவனம் செலுத்தி, அவை குறித்த நேர்மையான, துல்லியமான ஆதாரங்களைத் தொகுத்து நீதிமன்றத்திற்கு வழங்கியிருந்தோம்.

துரதிர்ஷ்டவசமாக, கலியனின் வணிகத் தீர்மானங்களுடன் தொடர்புடைய பொருளாதார, சந்தை நிலவரங்களை முழுமையாக வழங்கத் தவறிவிட்டோம்.

ஒட்டுக் கேட்கப்பட்ட எனது கைப்பேசி உரையாடல்களில் இடம்பெற்ற தகவல்கள் எதுவுமே இரகசியமானவையல்ல; மாறாக, அவை ஏற்கெனவே பொதுவெளியில் இருந்த தகவல்களே என்பதை நீதிமன்றதில் நிரூபிப்பதே எனது வழக்குரைஞர் ஜோன் டௌட்டின் முதன்மையான உத்தியாக இருந்தது. இதற்காக, அறிவுசார் சாட்சியங்களை அவர் நீதிமன்றத்தில் நிறுத்தினார். அவர் உணர்ச்சிகரமான கதைகளைச் சொல்லி ஜூரிகளின் கவனத்தை ஈர்க்கும் மலிவான உத்தியை ஒருபோதுமே கையாளவில்லை.

வழக்கிலிருந்து நான் விடுதலை ஆவேன் என்பதில் ஜோன் டௌட்டுக்கு எந்தச் சந்தேகமும் இருக்கவில்லை. நாங்கள் நீதிமன்றத்திற்குப் பெரும் திரட்டுகளாகச் சமர்ப்பித்திருந்த தகவல்கள், ஆவணங்கள் ஆகியவற்றின் அடிப்படையில் வழக்கில் வெற்றியடைவோம் என்று அவர் நம்பியிருந்தார். இதுவே ஒருவிதத்தில் எங்களுக்குப் பாதகமாகிவிட்டது. மிதமிஞ்சிய தகவல்களும் ஆவணங்களும் ஜூரிகளைக் களைப்படையச் செய்தன. விசாரணையின் நிறைவுப் பகுதியில் ஜோன் டௌட் வழங்கிய ஆறு மணிநேரத் தொகுப்புரையின்போது, ஜூரிகளில் சிலர் உண்மையிலேயே தூங்கிவிட்டார்கள்.

5. அரசுத் தரப்பு வழக்குரைஞர்கள் நன்கு தயார்செய்து நீதிமன்றத்தில் நிறுத்தியிருந்த மூன்று ஒத்துழைக்கும் சாட்சிகளின் பொய் வெள்ளத்தில் எங்களது தரப்பு மெல்ல மெல்ல மூழ்கிக்கொண்டிருந்தது. எங்களது தரப்பில் நாங்கள் இன்னும் அதிகமான சாட்சிகளை நீதிமன்றத்திற்கு அழைத்திருக்க வேண்டும். கலியன் ஊழியர்களில் ரிக் ஸாட் மட்டுமே சாட்சியாக அழைக்கப்பட்டிருந்தார். ஜோன் டௌட் பிரதிவாதியான எனக்குப் பதிலாக ரிக் ஸாட்டைச் சாட்சியமளிக்க வைத்தார்.

பிரதிவாதி சாட்சியம் அளிக்கக் கூடாது என்ற மரபான சட்ட ஞானம் சரியானதே. என்றாலும்கூட, இதுவொரு தனித்துவமான வழக்கு. இந்த வழக்கில், எனது கைப்பேசியை ஒட்டுக் கேட்ட ஒலிப்பதிவுகளே முக்கியமான பாத்திரங்களை வகிக்கின்றன. அந்த ஒலிப்பதிவுகளைக் குறித்து நாங்கள் நீதிமன்றத்திற்குத் தெளிவாக விளக்கிக் கூற வேண்டியிருந்தது. எனவே, நான் சாட்சியம் வழங்கியிருந்தால், நீதிமன்றத்திற்குப்

போதிய தெளிவை என்னால் அளித்திருக்க முடியும் என்றே நம்புகிறேன். என்னிடம் மறைப்பதற்கு ஒன்றுமே இருக்கவில்லை. எனவே, நான் சிறப்பான முறையில் செயற்பட்டிருப்பேன்.

நீதிமன்றத்தில் பேசுவதற்கு எனக்கு வாய்ப்புக் கிடைக்காத தால், என்னுடைய சொந்த வார்த்தைகளை ஜூரி சபையால் செவிமடுக்க முடியாமல் போனது. வழக்கு விசாரணை நடந்த காலம் முழுவதும், நான் பார்வையாளனைப் போன்று அமைதியாக நாற்காலியில் உட்கார்ந்திருந்தேன். எனது வரலாற்றைக் குறித்துப் பொய்களே நீதிமன்றத்தில் நிரம்பி வழிந்துகொண்டிருந்தபோது, அந்தப் பொய்களை அம்பலப்படுத்தி எனது குரலில் பேசுவதற்கு ஜோன் டௌட் என்னை அனுமதிக்க வில்லை.

எனது சாட்சியம் இந்த வழக்குக்கு அவசியமற்றது என்று ஜோன் டௌட் கருதினார். அரசுத் தரப்பு என்மீதான குற்றத்தைச் சந்தேகமற நிரூபிக்கவில்லை என்று அவர் நம்பினார். எனவே, நான் விடுதலை செய்யப்படுவேன் என்று எனக்கு வாக்குறுதி அளித்தார். அவரது வழிகாட்டலில் அமைதியாயிருந்து எல்லாவற்றையும் பார்த்துக்கொண்டிருந்தேன்.

அரசுத் தரப்பு வழக்குரைஞர்கள் என்னைத் தீமையினதும் ஊழலதும் மொத்த உருவமாகச் சித்தரித்துக்கொண்டிருந்தார்கள். ஊடகங்கள் என்னை மாபெரும் மோசடி மன்னனாகச் சித்தரித்தன. அமெரிக்கா எதிர்கொள்ளும் பொருளாதார நெருக்கடி முழுவதற்கும் நானே பொறுப்பாளி ஆக்கப்பட்டேன். வழக்கு மட்டுமல்லாமல் சூழலும் எனக்கு எதிராகத் திரும்பிக் கொண்டிருந்தது.

வழக்கு முடிந்த பின்பாக, ஜூரிகளில் ஒருவர் ஊடகங் களிடம் பேசியபோது “பிரதிவாதி ராஜ் ராஜரட்ணத்தின் சாட்சியத்தைக் கேட்க ஜூரி சபை விரும்பியது” என்று தெரிவித்தார். நான் சாட்சியம் அளித்திருந்தால், எனது வணிக நடவடிக்கைகளுக்கும் உட்தகவல் வணிகத்திற்கும் எந்தத் தொடர்புமில்லை என்பதைத் தெளிவாக விளக்கியிருப்பேன். என்னுடைய வணிக நடவடிக்கைகள் நூற்றுக்கு நூறு சதவீதம் கலியனின் ஆய்வாளர்களுடைய சிபாரிசின் அடிப்படையிலே செய்யப்பட்டவை என்பதை ஆதாரங்களுடன் வலியுறுத்தி யிருப்பேன்.

ஜோன் டௌட் தன்னுடைய கடின உழைப்பாலும், சாதுரியமான உத்திகளாலும் என்னைக் காப்பாற்ற முனைந்தார் என்பதில் சந்தேகமில்லை. எனினும், அரசுத் தரப்பு

வழக்குரைஞர்கள் பொய்ச் சாட்சியங்களையும், முறைகேடாக ஒட்டுக் கேட்கப்பட்ட தொலைபேசிப் பதிவுகளையும் சகுனியின் பகடைக் காய்களைப் போன்று தந்திரமாகக் கையாண்டபோது, வழக்கு அரசுத் தரப்புக்குச் சாதகமாக முழுமையாகத் திரும்பிவிட்டது. நாங்கள் பொய்களாலும் சதிகளாலும் தோற்கடிக்கப்பட்டோம்.

2009–2013 காலகட்டத்தில் 'உட்தகவல் வணிக வேட்டை' என்ற பேரலை வீசியபோது, அரசுத் தரப்பால் 85 நபர்கள் மீது உட்தகவல் வணிகக் குற்றம் சுமத்தப்பட்டது. தாங்கள் நிரபராதிகளே எனச் சொல்லி, என்னைப் போன்று உறுதியாக நின்று சட்டப் போராட்டம் நடத்திய அனைவருமே வழக்கில் தோல்வியைத் தழுவினார்கள். இவ்வாறு உறுதியாக நின்றவர்கள் போக எஞ்சியவர்கள் மன்றாட்டுப் பேரத்தை நடத்தி அரசுத் தரப்பிடம் பணிந்துபோனார்கள்.

வால்டர் பவ்லோ என்பவர் 'வைட் காலர்' எனப்படும் உயர் அலுவலர்களுடைய குற்றச் செயல்பாடுகளை ஆய்வு செய்து எழுதுவதில் நிபுணர். தன்னுடைய எழுத்துகளுக்காகத் தேசிய அளவில் புகழ்பெற்றவர். அவர், 19.12.2012 தேதியிட்ட ஃபோர்ப்ஸ் பத்திரிகையில் 'வைட் காலர் பிரதிவாதிகளுக்கு நீதியான விசாரணை கிட்டுமா?' என்ற தலைப்புடன் ஒரு கட்டுரையை எழுதியிருந்தார். உயர் குழுவைச் சேர்ந்த பிரதிவாதிகளுக்காக ஆஜராகும் புகழ்பெற்ற வழக்கறிஞரான பரி ஸ்லோட்னிக் என்பவருடைய வார்த்தைகளை அந்தக் கட்டுரையில் வால்டர் பவ்லோ மேற்கோள் காட்டியிருந்தார். அது பின்வருமாறு:

> "ஏற்பட்டிருக்கும் பொருளாதார நெருக்கடியால் பொது மக்களுடைய வாழ்வு கடுமையாகப் பாதிக்கப்பட்டிருக்கிறது. எனவே, நிதிச் சந்தை சார்ந்த வழக்குகளில் குற்றம் சாட்டப்பட்டவரை விடுவிக்க அரசு தயங்குகிறது. குற்றம் சுமத்தப்பட்டவர் நிரபராதி என்று தெளிவாகத் தெரிந்தாலும், அவர் தண்டனையைப் பெற்றுக்கொள்கிறார். நாங்கள் கறைபடிந்த ஜூரி முறைமையைக் கொண்டிருக்கிறோம். முழுச் சமுதாயமுமே பக்கச் சார்பாக வெளிப்படும் பொய்களுக்குள் மூழ்கிக் கிடக்கிறது. நிதிச் சந்தை சார்ந்த வழக்குகளில் எதிர் வழக்காடச் செல்லும் ஒவ்வொருவருமே தண்டனையைப் பெற்றுக்கொள்வது இதனாலேயே நிகழ்கிறது."

வால்டர் பவ்லோ பின்வரும் வார்த்தைகளோடு தனது கட்டுரையை முடிக்கிறார்:

"அரசுத் தரப்பால் குற்றம் சுமத்தப்பட்டு வழக்குத் தொடுக்கப்பட்ட ஒருவர் அரசாங்கத்தை எதிர்த்து வழக்காட முன்வந்தால், நாட்டில் நிலவிக்கொண்டிருக்கும் கசப்பான மனநிலையை அவர் குறைத்து மதிப்பிடுகிறார் என்றே அர்த்தமாகிறது. அமெரிக்காவைப் பொறுத்த வரையில் எதிர் வழக்காடச் செல்பவர், குற்றவாளி என ஒப்புக்கொண்டு மன்றாடுபவர் பெறும் தண்டனையைப் போன்று இரண்டு மடங்கு தண்டனையைப் பெறுகிறார். இது 'தண்டனைக்குரிய நீதி விசாரணை' எனப்படுகிறது. அதாவது, அரசுத் தரப்பை எதிர்த்து வழக்காடும் உரிமையை ஒருவர் பயன்படுத்தினால், அது அவர் வழக்காடி தோல்வி அடைவதற்கும் இரட்டிப்பான தண்டனையைப் பெறுவதற்குமான உரிமையைக் குறிப்பதாகவே இருக்கும்.

பேராசை

என்மீது தொடுக்கப்பட்டிருந்த 'உட்தகவல்' வணிக வழக்கில் குறிப்பிடப்பட்டுள்ள வணிக நடவடிக்கைகளில் நான் இலாபத்தை ஈட்டாத நிலையிலும், அரசுத் தரப்பு வழக்குரைஞர்களும் ஊடகங்களும் என்னுடைய வழக்கில் 'பேராசை' என்பதையே மையப் பொருளாகச் சுட்டிக்காட்டினார்கள். ஊடகங்கள் வால் ஸ்ட்ரீட்டைப் பேராசையின் பிறப்பிடமாகக் கற்பிக்க முயல்கின்றன. அதேவேளையில், நீதியையும் சட்டத்தையும் அமல்படுத்த வேண்டியவர்களே நேர்மையின்றிச் சுயநலத்துடன் பேராசையுடனும் செயற்படும்போது ஊடகங்கள் வாய்பொத்திப் பாராமுகமாக இருந்துவிடுகின்றன. அமெரிக்க நீதித்துறையில் சுத்தமான கைகள் வெகு சொற்பமே.

முன்னாள் அரசுத் தலைமை வழக்குரைஞர்களில் பலர் உச்சகட்டப் பேராசையுடன் வால் ஸ்ட்ரீட்டின் முதுகில் சவாரி செய்து குறுக்குவழிகளில் தங்களை முன்னேற்றிக்கொண்டார்கள். அவர்கள் மாநகர மேயர், செனட்டர் போன்ற உயர் பதவி களைச் சென்றடைவதற்கும், சாத்தியப்பட்டால் நாட்டின் ஜனாதிபதியாகவே ஆகிவிடுவதற்கும் வால் ஸ்ட்ரீட்டைப் பயன்படுத்தியிருக்கிறார்கள். அந்த மரபையே ப்ரீத் பராராவும் பின்பற்றினார். அவரது அளவுகடந்த பேராசையின் விளைவாகப் பல்வேறு அதிகாரத் துஷ்பிரயோகங்கள் நடந்தேறியுள்ளன.

2014 ஏப்ரல் 30ஆம் தேதியன்று 'நியூ யோர்க் டைம்ஸ்' பத்திரிகைக்காக, ஊடகவியலாளர் ஜெஸி ஐசிங்கருக்கு ப்ரீத் பராரா வழங்கிய நேர்காணலில் "உட்தகவல் வணிக வழக்குகள் எங்களுடைய தொழில்சார் முன்னேற்றத்திற்குக் காரணமாக இருந்தன. ஆனால் அந்த வழக்குகளால் சூழலில்

எந்தவொரு மாற்றத்தையும் கொண்டுவர முடியவில்லை" என்று பகிரங்கமாக ஒப்புக்கொண்டார். முன்னாள் அரசுத் தரப்பு வழக்குரைஞர்களில் சிலர் ஜெஸி ஐசிங்கரிடம் பேசியபோது "உயர்மட்டத்திலிருக்கும் வங்கியாளர்களை எங்களால் நெருங்கக்கூட முடியவில்லை. இந்த விஷயத்தில் அரசாங்கம் பெரியதொரு தவறைச் செய்துவிட்டது. உண்மையில், வங்கியாளர்களையே சட்டத்தின் முன்னால் நிறுத்தியிருக்க வேண்டும், நாம் செய்ய வேண்டியதைச் செய்யவில்லை" என்று ஒப்புக்கொண்டார்கள்.

எனது வழக்கில் அரசுத் தரப்பு வழக்குரைஞர்களாக இருந்த மூவரும் வழக்குக்குப் பின்பாக, தங்களது பதவிகளிலிருந்து விலகி, அதிக வருவாயைக் கொடுக்கும் சட்ட நிறுவனங்களில் பங்குதாரர்களாகச் சேர்ந்துகொண்டார்கள். இவர்கள் மூவரும் நிதிச் சந்தையின் பேராசையை 'அம்பலப்படுத்தும்' அரசுத் தரப்பு வழக்குரைஞர் தொழிலிலிருந்து நீங்கி, தங்களது பேராசையைப் பூர்த்திசெய்யும் தொழிலில் பங்காளிகளானார்கள்.

எனது வழக்கில், முதன்மை அரசுத் தரப்பு வழக்குரைஞராக இருந்த ஜொனதன் ஸ்ட்ரீட்டெர் 'டெகொர்ட் எல்.எல்.பி' சட்ட நிறுவனத்தில் சேர்ந்துகொண்டார். மற்றொரு அரசுத் தரப்பு வழக்குரைஞரான ரீட் ப்ரொட்ஸ்கி 'கிப்சன் டன்' என்ற சட்ட நிறுவனத்தில் பங்காளியாகச் சேர்ந்துகொண்டார். எஸ்.இ.ஸி.யின் வழக்கறிஞரான ஜோன் மைக்கல்ஸன் 'போய்ஸ் ஷில்லர் ஃப்லெக்ஸ்னெர்' என்ற சட்ட நிறுவனத்தில் பங்காளியானார். இவர் என்னுடைய வழக்கில் மட்டுமே அரசுத் தரப்பு வழக்குரைஞராகப் பணியாற்றியிருந்த போதும், அந்தப் பிரபலமான ஒரேயொரு வழக்குக் கொடுத்த புகழ் வெளிச்சத்தினால் தொழிலின் உச்சத்திற்குக் கொண்டு போகப்பட்டார்.

என்னுடைய வழக்கினால் இவர்கள் மட்டுமே இலாபமும் புகழும் அடைந்தவர்கள் என்று கூறிவிட முடியாது. ரொபெர்ட் குஸாமி என்னுடைய கைது நடவடிக்கையின்போது, எஸ்.இ.ஸி.யின் அமலாக்கப் பிரிவுத் தலைவராக இருந்தார். இவரே என்னை 'ஊழல் மன்னன்' என்று குறிப்பிட்டவர். ஆனால் இவர் தனது ஊழல் திறமையைப் பயன்படுத்தி 'கிர்க்லாண்ட் & எலிஸ்' என்ற பிரபலமான சட்ட நிறுவனத்தில் பங்குதாரராகச் சேர்ந்துகொண்டு வருடத்திற்கு ஐந்து மில்லியன் டாலர்கள் வருவாயை ஈட்டுகிறார்.

என்னுடைய வழக்கில் எஃப்.பி.ஐ. அதிகாரி காங் செய்த தில்லுமுல்லுகளுக்கும், கூசாமல் சொன்ன பொய்களுக்கும்,

ஒட்டுக் கேட்பதற்காக நீதிமன்றத்தில் பொய்களால் நிரம்பிய பிரமாணப் பத்திரத்தைத் தாக்கல் செய்ததற்கும், சாட்சிகளை மிரட்டியதற்கும் சரியான வெகுமதி வழங்கப்பட்டது. வாஷிங்டன் நகரத்திலுள்ள எஃப்.பி.ஐ. தலைமையகத்தில் உயர்ந்ததொரு பதவி கொழுத்த சம்பளத்துடன் அவருக்குக் கிடைத்தது.

எனது வழக்கு முடிந்த கையுடன், நீதிபதி ஹோல்வெல் பதவியிலிருந்து விலகி, சொந்தமாக வழக்கறிஞர் தொழிலைத் தொடங்கினார். அவரது சட்ட நிறுவனத்தின் பெயர் ‘ஹோல்வெல் சுஸ்ரெர் & கோல்ட்பேர்க்’ என்பதாகும். பொதுவாகவே நீதிபதிகள் தங்களது பதவியை ராஜினாமா செய்துவிட்டுச் சொந்தத் தொழிலில் இறங்குவதில்லை. மிகப் பிரபலமான என்னுடைய வழக்குக்குத் தலைமை தாங்கி யிருந்ததால், தான் தொடங்கவிருக்கும் சட்ட நிறுவனத்திற்குப் பெருமளவிலான தொழில் வாய்ப்புகள் குவியும் என்று கணக்குப்போட்டே ஹோல்வெல் தன்னுடைய நீதிபதிப் பதவியிலிருந்து நீங்கினார். அவரது கணக்கு மிகச் சரியானதுதான். இந்த மனிதர் என்னுடைய வழக்குக்குப் பின்பாக ஊடகங்களை நிரந்தரமாக அலங்கரிக்கத் தொடங்கினார். எண்ணற்ற இடங்களில் சொற்பொழிவாற்ற அழைக்கப்பட்டார். நீதியை எரித்த வெளிச்சத்தில் அவரது முகம் திரும்பிய திசை யெல்லாம் மினுங்கிக்கொண்டிருந்தது.

இந்த விஷயங்களெல்லாம் மனிதர்களுடைய இயல்பு களைக் குறித்து எனக்கு நிறையப் போதித்துள்ளன. மனிதர்கள் பலவிதமான இடர்களை எதிர்நோக்கும்போது, அவற்றுக்கு எவ்வாறு வெவ்வேறு விதமாக முகங்கொடுக்கிறார்கள் என்பதைக் கவனிக்கிறேன். ராஜத் குப்தாவும் டானி செய்ஸியும் அரசுத் தரப்பினரின் உருட்டல் மிரட்டல்களுக்கு அசைந்து கொடுக்கவில்லை. தாங்கள் நிரபராதிகள் என்று போராடினார்கள்.

ராஜத் குப்தா அரசாங்கத்தை எதிர்த்து வழக்காடினார். டானி செய்ஸிக்கு நிதி நெருக்கடி ஏற்பட்டதால் அவரால் தொடர்ந்து போராட முடியவில்லை. அதனாலேயே, தன்னைக் குற்றவாளி என்று ஒப்புக்கொண்டாரே தவிர, தனக்குக் கிடைக்கவிருக்கும் தண்டனையைக் குறைப்பதற்காக அரசுத் தரப்புடன் அவர் ஒத்துழைக்கவில்லை.

அரசுத் தரப்பு வழக்குரைஞர்கள் தங்களோடு ஒத்துழைக்க மறுப்பவர்களை நாசம்செய்ய வேண்டுமென்று முடிவெடுத்து இயங்கினார்கள். எனவே, அனில் குமார், ராஜீவ் கோயல், ஆடம் ஸ்மித் மூவரும் அரசுத் தரப்பிடம் மண்டியிட்டு ஒத்துழைக்க முடிவுசெய்தார்கள். அனில் குமார் போன்ற ஒத்துழைக்கும்

சாட்சிகள் தங்களைக் காப்பாற்றிக்கொள்வதற்காக எந்தக் கீழ்நிலைக்கும் இறங்கத் தயாரானவர்கள்.

அனில் குமார் மிகுந்த சுயநலத்துடன் பொய்களை வாரியிறைத்தார். ஆடம் ஸ்மித் அச்சத்தினால் எனக்கு எதிராகப் பொய்களைச் சொல்லித் தன்னைக் காப்பாற்றிக்கொண்டார். ராஜீவ் கோயல் மறதி நோயால் தாக்குண்டவர்போல நாடகமாடித் தன்னைப் பாதுகாத்துக்கொண்டார். இவற்றுக்காக இந்த மூவரும் சிறந்த வெகுமதிகளைப் பெற்றுக்கொண்டார்கள். இவர்களுக்குச் சிறைத்தண்டனை வழங்கப்படவில்லை. சில வருடங்களுக்கு நன்னடத்தை என்ற நிபந்தனையுடன் தப்பித்துக் கொண்டார்கள்.

என்னுடைய வழக்குப் பற்றிய செய்திகளை மைய நீரோட்ட ஊடகவியலாளர்கள் கையாண்ட விதம் எனக்குப் பெருத்த ஏமாற்றத்தைக் கொடுத்திருக்கிறது. பொதுமக்களின் நன்மைக்காக எப்போதுமே காவல் நாய்களைப் போன்று விழிப்புடன் இருக்க வேண்டியவர்கள், நன்றாகக் குறட்டை விட்டுத் தூங்கிக்கொண்டிருந்தார்கள். இந்த ஊடகவியலாளர்கள் அரசுத் தரப்பு வழக்குரைஞர்களின் குமாஸ்தாக்களைப் போன்று செயலாற்றினார்கள். அரசுத் தரப்பு வழக்குரைஞர்கள் பொதுமக்களிடையே எனக்கு எதிரான அபிப்பிராய அலையை உருவாக்குவதற்காக ஊடகவியலாளர்களைப் பயன்படுத்தினார்கள். அரசு விளம்பரங்களைத் தங்களது ஊடகங்களுக்குப் பெற்றுக்கொள்ளும் பணத்தாசையாலும், தங்களது பத்திரிகைகள் பரபரப்பாக விற்பனையாக வேண்டும் என்பதற்காகவும் உண்மைகளைத் திரிபுபடுத்தி, மக்களை எளிதில் கவரும் திகிலான கட்டுக்கதைகளை உருவாக்கி வெளியிட்டார்கள் இந்த ஊடகவியலாளர்கள்.

நேர்மையற்ற ஊடகவியலாளர்கள் அரசுத் தரப்பு வழக்குரைஞர்களின் பக்கமாகச் சாய்ந்திருந்தாலும், சட்டத் துறையில் புலமைத்துவம் பெற்றிருந்த அறிவுஜீவிகளின் நிலைப்பாடு முற்றிலும் வேறுவிதமாகவே இருந்தது. என்னை ஒட்டுக் கேட்பதற்காகத் தாக்கல் செய்யப்பட்டிருந்த பிரமாணப் பத்திரத்தில் இடம்பெற்றிருந்த பொய்களையும் நீதிபதி ஹோல்வெல் அரசுத் தரப்பு வழக்குரைஞர்களுக்கு வழங்கி யிருந்த கட்டற்ற சுதந்திரத்தையும் கண்டு பல அறிவுஜீவிகள் அரசுத் தரப்பின்மீது அதிருப்தியடைந்தார்கள். இந்த முறைகேடு களை ஆய்வுசெய்து கட்டுரைகளை எழுதி வெளியிட்டார்கள்.

எனது மேன்முறையீட்டு நடவடிக்கைகளின்போது, ஓய்வுபெற்ற நீதிபதிகள் எட்டுப் பேர் எனக்குச் சாதகமாகச்

சமனற்ற நீதி

சட்ட ஆய்வறிக்கையை நீதிமன்றத்திற்குக் கூட்டாக வழங்கியிருந்தார்கள். பேராசிரியர் ரொபெர்ட் ப்ளேக்லி 1968இல், இயற்றப்பட்ட 'டைட்டல் – 3' சட்டத்தை வடிவமைப்பதின் தலைமைப் பொறுப்பில் இருந்தவர். அவர் எனக்குச் சாதகமாகச் சட்ட ஆய்வறிக்கையை நீதிமன்றத்திற்கு அனுப்பிவைத்தார். அந்த அறிக்கையில் 'ராஜ் ராஜரட்ணத்தின் கைப்பேசியை முறைகேடாக ஒட்டுக் கேட்கப்பட்ட ஒலிப்பதிவுகள் சட்டப்படி செல்லுபடியற்றவை' என்று அழுத்தந்திருத்தமாகக் குறிப்பிட்டிருந்தார். பொருளாதாரத்துக்கான நோபல் பரிசு பெற்றவரான மில்டன் ஃப்ரீட்மன் 'உட்தகவல் வணிகம் ஒரு குற்றச் செயலல்ல' என்ற கருத்தை முன்வைத்திருந்தார். இந்த அறிஞர்கள் அமெரிக்க நீதிமுறைமையின் அவலங்களைக் கண்டு கொதிப்படைந்தனர். அரசுத் தரப்பு 'நீதி' என்ற வெற்றியை அடைவதற்கு வஞ்சகமான பொய்களையே ஆயுதங்களாக உபயோகிப்பதைக் கண்டு கவலையடைந்தனர்.

குற்றத்தை ஒப்புக்கொண்டு மன்றாட வேண்டும் என்று அரசுத் தரப்பு வழக்குரைஞர்கள் பிரதிவாதிகளுக்கு எப்போதுமே அழுத்தத்தைக் கொடுத்தார்கள். அவ்வாறு மன்றாட மறுத்தவர்களுக்கு நீண்டகாலச் சிறைத்தண்டனையை நீதிபதியிடம் கோரினார்கள். நீதிமன்றமோ அரசுத் தரப்பு வழக்குரைஞர்களின் இந்தப் போக்கைக் கண்டும் காணாமல் இருக்கிறது. இது அமெரிக்க நீதிமுறைமையின் நேர்மையையும் நம்பகத்தன்மையையும் நிச்சயமாகவே நாசமாக்குகிறது.

எனது அனுபவங்களை வைத்துப் பார்க்கும்போது, எஃப்.பி.ஐ. அதிகாரிகள் – குறிப்பாக அதிகாரி பி.ஜே. காங் – சட்டத்திற்குப் புறம்பாகத் தான்தோன்றித்தனமாகச் செயற்பட்டார்கள் என்று என்னால் தைரியமாகக் கூற முடியும். சட்டத்தைக் காப்பாற்றுவதில் எஃப்.பி.ஐ. அமைப்பு உலகத்தின் தலைசிறந்த அமைப்பு என்று பெரும்பாலான அமெரிக்கக் குடிமக்கள் எண்ணுவதுபோலவே, நானும் ஒருகாலத்தில் எண்ணியிருந்தேன். ஆனால் எனக்குக் கிடைத்த அனுபவங்கள் எனது எண்ணத்தைத் தலைகீழாக்கிவிட்டது.

அமெரிக்க நீதித்துறையும் எஃப்.பி.ஐ. அமைப்பும் தாங்கள் எடுத்துக்கொண்ட விசாரணையில் வெற்றியடைவதற்காக எதை வேண்டுமானாலும் செய்வார்கள். அவர்களுடன் ஒத்துழைத்துப் பொய்களைச் சொல்பவர்களுக்கு வெகுமதிகளை அளிப்பார்கள். அவர்களுடன் ஒத்துழைக்க மறுத்து உண்மையின் பக்கம் நிற்பவர்களைக் குற்றவாளியாக்கிச் சிறையிலே தள்ளுவார்கள்.

2013 நவம்பர் 8ஆம் தேதியன்று நியூ யோர்க் டைம்ஸ் பத்திரிகை தனது ஆசிரியர் தலையங்கத்தில் ஒரு துயரக் கதையை எழுதியது. அரசுத் தரப்பு வழக்குரைஞர்களின் மோசடிகளைக் குறித்து எழுதப்பட்ட முதல் ஊடகப் பதிவாக இது இருக்கலாம். டெக்ஸாஸ் மாநிலத்தைச் சேர்ந்த அரசுத் தரப்பு வழக்குரைஞ ரான கென் அன்டெர்ஸன் ஒரு கொலைவழக்கு விசாரணையின் போது, குற்றம் சாட்டப்பட்டிருந்தவருக்குச் சாதகமான, அவரை வழக்கிலிருந்து விடுவிக்கக்கூடிய சாட்சியத்தை மறைத்து விட்டார். இதன் காரணமாகக் குற்றம் சுமத்தப்பட்டிருந்த மைக்கல் மோர்டனுக்கு ஆயுள் தண்டனை கிடைத்தது.

25 வருடங்களுக்குப் பின்பு மோசடி கண்டுபிடிக்கப்பட்டு அரங்குக்கு வந்தது. அப்போது கென் அன்டெர்ஸன் நீதிபதிப் பதவியிலிருந்தார். அவர் தன்மீது விசாரணை வேண்டாமென்று மன்றாடினார். ஆனாலும் அவர் நீதிபதிப் பதவியிலிருந்து நீக்கப்பட்டார். அவரது வழக்கறிஞர் உரிமம் ரத்துச் செய்யப்பட்டது. அவருக்கு வெறும் பத்து நாட்கள் சிறைத் தண்டனை வழங்கப்பட்டது. அதிலும், நன்னடத்தை காரணமாக ஐந்து நாட்களிலேயே அவர் சிறையிலிருந்து விடுதலைசெய்யப்பட்டார். ஆனால் அவர் செய்த மோசடியால் பாதிப்புக்குள்ளான மைக்கல் மோர்டன் அநியாயமாக 25 வருடங்களைச் சிறையில் கழிக்க வேண்டியிருந்தது.

நியூ யோர்க் டைம்ஸ் தனது தலையங்கத்தில் முத்தாய்ப் பாகப் பின்வருமாறு எழுதியது:

> "அரசுத் தரப்பு வழக்குரைஞர்கள் வழக்கில் வெற்றிபெறும் நோக்கத்துடன் செய்யும் மோசடிகள் சர்வ சாதாரணமான விஷயமாகக் கருதப்படுகிறது. அவர்கள் தங்களது செயல்களுக்குப் பொறுப்புக் கூற வேண்டிய கடமை யிலிருந்து பெரும்பாலும் விலக்கு அளிக்கப்படுகிறார்கள். அந்த வகையில் கென் அன்டெர்ஸன் மீதான தீர்ப்பு வரலாற்று முக்கியத்துவம் வாய்ந்ததாகிறது."

நான் முந்தைய அத்தியாயங்களில் அழுத்தமாகச் சுட்டிக்காட்டியவாறு, அமெரிக்க நீதிமுறைமை சில உச்சங்களையும், பல படுகுழிகளையும் தன்னகத்தே கொண்டது. அந்தப் படுகுழிக்குள் தள்ளப்பட்ட என்னைப் போன்ற நிரபராதிகளுக்கு நியாயம் கிடைப்பதற்கு, மேற்சொன்ன மைக்கல் மோர்டன் வழக்குப்போல 25 வருடங்களும் ஆகலாம் அல்லது எந்தக் காலத்திலுமே கிடைக்காமலும் போகலாம். எனக்குக் கிடைத்த அனுபவங்கள் வழியாக இந்த நிதர்சனத்தை நான் உணர்ந்திருக்கிறேன்.

எனது சிறைவாசத்தில், என்னை மிகவும் வேதனைப்பட வைக்கும் நிகழ்வென்றால், அது எனது தந்தையாரின் மரணமேயாகும். மெய்யாகவே அவர் திடமான மன உறுதியும் அஞ்சாமையும் கொண்ட மாமனிதர். கனிவும் கருணையும் கடைசிவரை அவரை விட்டு விலகாமலேயே இருந்தன. அவர் உங்களுக்கு நண்பராகிவிட்டால், தன்னுடைய வாழ்நாள் முழுவதும் உங்களது நண்பராக இருப்பார்.

"நீங்கள் நிரபராதியாக இருந்தபோதிலும், அரசுத் தரப்புடன் ஒத்துழைத்து மன்றாட்டை முன்வைக்காமல், எதிர்த்து வழக்கு நடத்தியதையிட்டு நீங்கள் கவலையடைகிறீர்களா?" என்று பலர் என்னிடம் கேட்டிருக்கிறார்கள். நான் எனது தந்தையாரிடம் கற்றுக்கொண்ட மன உறுதியையும் போராட்டக் குணத்தையும் கைவிட்டு அரசுத் தரப்பிடம் கருணை கோரி மன்றாடியிருந்தால், எனக்கு வழங்கப்பட்ட தண்டனை மிகக் குறைவாகவே இருந்திருக்கும். நான் சிறை செல்ல நேர்ந்திருக்காது. வழக்குக்கான செலவும் மிகக் குறைவாகவே இருந்திருக்கும். ஆனால் நான் ஒருபோதும் மன்றாட மாட்டேன். ஏனெனில் நான் குற்றமற்றவன். இறுதிவரை போராடுவேன். இந்த நூல்கூட எனது போராட்டத்தின் பகுதிதான்.

2017ஆம் வருடத்தின் இலையுதிர்க் காலத்தில், எனது மனைவியும் மூன்று பிள்ளைகளும் என்னைச் சந்திப்பதற்காகச் சிறைக்கு வந்திருந்தார்கள். இப்போது வழக்கறிஞராகப் பணியாற்றும் எனது மூத்த மகள் அப்போது சட்டம் கற்கும் மாணவியாக இருந்தார். அவர் எனது வழக்கை மிகத் துல்லியமாக அவதானித்து வந்தார். அவர் என்னிடம் "அப்பா நீங்கள் குற்றவாளி என்று ஒப்புக்கொண்டு மன்றாட மறுத்தது எனக்கு மகிழ்ச்சியைத் தருகிறது. ஏனென்றால், நீங்கள் எந்தக் குற்றமும் செய்யவில்லை. உங்களை நிரபராதி என நிரூபிக்க நீங்கள் நடத்திய போராட்டம் எனக்குத் திருப்தியளிக்கிறது" என்றார். நான் எனது மற்றைய இரண்டு பிள்ளைகளையும் பார்த்தேன். அவர்களும் தங்களது தமக்கையார் கூறியது சரியே என்பதுபோலத் தலையசைத்தார்கள். எனது மனைவியைப் பார்த்தேன். அவரது கண்களில் எங்களுடைய குழந்தைகள் கூறுவது சரியே என்ற ஆமோதிப்பு மின்னியது. அப்போது எனது கண்களில் நீர் துளிர்த்தது. கைதுசெய்யப்பட்டதற்குப் பின்னர், எனது கண்கள் அப்போதுதான் முதற்தடவையாகக் கண்ணீரில் நனைந்தன.

கண்ணீரைத் துடைத்துக்கொண்டு எனது பிள்ளை களைப் பார்த்தேன். இவர்கள் குழந்தைகளாக இருந்தபோது

ராஜ் ராஜரட்ணம்

எஃப்.பி.ஐ. அதிகாரிகளைக் கண்டு போர்வைகளுக்குள் ஒளிந்தபோது, நான் கைதுசெய்யப்பட்டேன். அதன் பின்பு எத்தகைய வேதனைகளை எனது குடும்பம் அனுபவித்தது, எத்தனையெத்தனை சவால்களை எதிர்கொண்டது என்பதையெல்லாம் வார்த்தைகளால் விவரித்துவிட முடியாது. எனது குழந்தைகளும் மனைவியும் பெற்றோரும் அனுபவித்த வேதனைகளோடு ஒப்பிட்டால் எனது வேதனை அற்பமானது. எனினும், எதிர்வந்த இடர்களையெல்லாம் மன உறுதியோடும் கண்ணியத்தோடும் எதிர்கொண்டு எனது குடும்பம் வாழ்க்கைப் பாதையில் முன்னே நடந்தது.

இப்போது எனது குழந்தைகள் வளர்ந்துவிட்டார்கள். கூடிய அறிவாற்றலோடு சிந்திக்கிறார்கள். நான் குற்றமற்றவன் என்று என்னைப் போலவே அவர்களும் உறுதியாக நம்புகிறார்கள். எப்போதுமே எனக்குப் பக்கபலமாக இருக்கிறார்கள். என்னுடைய இந்த மூன்று பிள்ளைகள்தான் இந்த உலகில் நான் தேடிய செல்வங்களிலெல்லாம் பெரிய செல்வம்.

எனது பிள்ளைகளின் வார்த்தைகளோடு எனது எஞ்சிய காலத்தை வாழ்வேன். மூன்று பிள்ளைகளுமே அன்றைய சிறைச் சந்திப்பில் விலைமதிக்க முடியாத பரிசை எனக்கு வழங்கினார்கள். அதை ஒருவருமே என்னிடமிருந்து எடுத்துகொள்ள முடியாது.

என் மனதில் வருத்தம் ஏதுமில்லை.

END NOTES

1. Jesse Eisinger, "Why Only One Top Banker Went to Jail for the Financial Crisis," *The New York Times Magazine*, April 30, 2014, https://www.nytimes.com/2014/05/04/magazine/only-one-top-banker-jail-finan-cial-crisis.html.

2. Christie Smythe, "Murky Laws Complicate Insider Trading Cases, Ex-ProsecutorSays," *Bloomberg*, December 5, 2012, https://www.bloomberg.com/news/articles/2012-12-05/murky-laws-complicate-insider-cases-ex-prosecutor-says.

3. *United States v. Rajaratnam*, No. 09 CR 1184 RJH, 2010 WL 4867402, at *18 (S.D.N.Y. Nov. 24, 2010).

4. *Id.*, at *17.

5. Josh Cohen, "Is Title III Dead? The Future of Wiretap Challenges in the Wake of Rajaratnam," *The Champion NACDL*, September/October 2013, https://www.nacdl.org/Article/Sept-Oct2013-IsTitleIII DeadTheFutureof Wiret.

6. (id 2518(1)(c):

7. (id 2518(1)(c):

8. (2010 WL 4867402 at *17).

9. Preet Bharara, "Report of the Bharara Task Force on Insider Trading," The Bharara Task Force on Insider Trading, January 2020, https://www.bhararataskforce.com/executive-summary.

10. Kimberly Kindy, David S. Fallis, and Dan Keating, "Lawmakers Reworked Financial Portfolios After Talks with Fed, Treasury Officials," *Washington* Post, June 2012.

11. Richard Painter, Testimony before the Subcommittee on Government Operations of the Committee on Oversight and Reform, U.S. House of Representatives, September 14, 2020.

12. "U.S. Senators' Stock Picks Outperform the Pros'," *Wall Street Journal*, October 26, 2004; "Abnormal Returns from the Common Stock Investments of the U.S. Senate," *Journal of Financial and Quantitative Analysis*, December 2004.

13. Christie Smythe, "Murky Laws Complicate Insider Cases, Ex-Prosecutor Says," *Bloomberg,* December 5, 2012.

14. Mike Taibbi, "Analysis of the Great American Bubble," *Rolling Stone Magazine*, May 11, 2012.

15. Mike Taibbi, "Why Isn't Wall Street in Jail?" *Rolling Stone Magazine*, February 16, 2011.

16. Interview, August 2010.

17. Court of Appeals for the Second Circuit, October 15, 2015.

18. "Judge Says Preet Bharara and Co. Maaaaaybe Violated Hedge Fund Manager's Constitutional Rights," Dealbreaker.com, March 10, 2016.

19. Galleon Records.

20. Galleon SEC 13F Filing.

21. Galleon Records.

22. Galleon SEC 13F Filing.

23. Khan 2001 Criminal Case Docket Entry 22.

24. Khan 2001 Criminal Case Docket Entry 7.

25 Smith Testimony, 3/30/11.

26. (id 2518(1)(c):

27. Josh Cohen, "Is Title III Dead? The Future of Wiretap Challenges in the Wake of Rajaratnam," *The Champion NACDL*, September/October 2013, https://www.nacdl.org/Article/Sept-Oct 2013-Is Title III DeadTheFutureofWiret.

28. (id 2518(1)(c):

29. FBI Agent Kang, Wiretap Application.

30. (2010 WL 4867402 at *17).

31. (2010 WL 486742 at *9-10).

32. "Past, Present, and Future of Insider Trading Law Examined at Columbia Law School Conference," Columbia Law School, November 28, 2012, https://www.law.columbia.edu/news/archive/past-present-and-future-insider-trading-law-examined-columbia-law-school-conference.

33. Richard Holwell. Interview. "Richard Holwell: Why Raj Rajaratnam Got 11 Years in Prison," *PBS Frontline*, September 23, 2013, https://www.pbs.org/wgbh/frontline/article/richard-holwell-why-raj-rajaratnam-got-11-years-in-prison/.

34. Robert Blakely brief, 2010.

35. Josh Cohen, "Is Title III Dead? The Future of Wiretap Challenges in the Wake of Rajaratnam," *The Champion NACDL*, September/ October 2013, p. 14, https://www.nacdl.org/Article/Sept-Oct2013- IsTitle III Dead The Future of Wiret.

36. Richard Holwell. Interview. "Richard Holwell: Why Raj Rajaratnam Got 11 Years in Prison." *PBS Frontline*, September 23, 2013, https://www.pbs.org/wgbh/frontline/article/richard-holwell-why-raj-rajaratnam-got-11-years-in-prison/.

37. Josh Cohen, "Is Title III Dead? The Future of Wiretap Challenges in the Wake of Rajaratnam," *The Champion NACDL*, September/ October 2013, https://www.nacdl.org/Article/Sept-Oct2013-IsTitleIII DeadTheFutureofWiret.

38. Brady letter from government to Galleon defense counsel dated 2/9/11.

39. Dowd's closing arguments, April 21, 2011.

40. Robert Blakely brief, 2010.

41. Josh Cohen, "Is Title III Dead? The Future of Wiretap Challenges in the Wake of Rajaratnam," *The Champion NACDL*, September/ October 2013, https://www.nacdl.org/Article/Sept-Oct2013-IsTitleIII Dead TheFutureof Wiret.

42. Dowd closing arguments, April 21, 2011.

43. Galleon Records.

44. Transcript 3/16/2011, page 861.

45. FBI 306 Interview, December 17, 2009.

46. Rengan's trial transcript, pages 807, 887, 895, 896, 1014, and 1036.

47. The *Billionaire's Apprentice* by Anita Raghavan, page 360.

48. Ayesha Singh, "The Vengeful Indian," *The New Indian Express*, January 5, 2014.

49. First Post-December 18, 2013, R. Jagannathan.

50. Indira Kannan, "Devyani Khobragade case: Meet Preet Bharara, the Indian-American prosecutor who brought down Rajat Gupta and took action against the diplomat," *India Today*, December 18, 2013.

51. Rachael Levy, "Behind the Life and Death of a Star Money Manager Accused of Insider Trading," *Business Insider*, September 29, 2016.

52. "[T]he informer is a vital part of society's defensive armor." *(McCray v. Illinois*, 386 U.S. 300, 307 (1967).

53. "This court has long recognized the serious questions of credibility informers pose... We have therefore allowed defendants broad latitude to probe [informers'] credibility by cross examination and have counseled submission of the credibility issue to the jury with careful instructions (*Banks v. Dretke*, 540 U.S. 668, 701-02 (2004).

54. "A prosecutor who does not appreciate the perils of using rewarded crim- inals as witnesses risks compromising the truth-seeking mission of our criminal justice system. Because the Government decides whether andwhen to use such witnesses, and what, if anything, to give them for their service, the Government stands uniquely positioned to guard against per - fidy. By its action the Government can either contribute to or eliminate the problem. Accordingly, we expect prosecutors and investigators to take all reasonable measures to safeguard the system against treachery. (*United States v. Bernal-Obeso*, 989 F.2d 331, 333-34 (9th Cir. 1993).

55. "Code of Conduct for United States Judges," https://www.uscourts.gov/ judges - judgeships/code-conduct-united-states-judges.

56. Walter Pavlo, "Can White Collar Defendants Get a Fair Trial?" *Forbes*, December 19, 2012.

57. Jesse Eisinger, "Why Only One Top Banker Went to Jail for the Financial Crisis," *New York Times Magazine*, April 30, 2014.

58. "A Prosecutor is Punished," *New York Times*, November 8, 2013.

Works Cited on Jacket

Jesse Eisinger, "Why Only One Top Banker Went to Jail for the Financial Crisis," *The New York Times Magazine*, April 30, 2014, https://www.nytimes.com/2014/05/04/magazine/only-one-top-banker-jail-financial-crisis.html.

Christie Smythe, "Murky Laws Complicate Insider Cases, Ex-Prosecutor Says," *Bloomberg*, December 5, 2012, https://www.bloomberg.com/news/articles/2012-12-05/murky-laws-complicate-insider-cases-ex-prosecutor-says.

Id.

United States v. Rajaratnam, No. 09 CR 1184 RJH, 2010 WL 4867402, at *18(S.D.N.Y. Nov. 24, 2010).

Id., at *17.

Id., at *17.

Id., at *10.

Josh Cohen. "Is Title III Dead? The Future of Wiretap Challenges in the Wake of Rajaratnam." *The Champion*, September/October 2013, p. 14, https://nacdl.org/ Article/Sept-Oct2013-IsTitleIII DeadTheFutureofWiret.